அல்ஜியர்ஸ்:
எதிர்ப்பின் தலைநகரம்

எலெய்ன் மோஹ்டெஃபி

தமிழில்: வி. நடராஜ்

தடாகம்

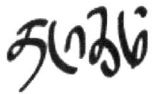

அல்ஜியர்ஸ்: எதிர்ப்பின் தலைநகரம்

- **ஆசிரியர்:** எலெய்ன் மோஹ்டெஃபி
- **ஆங்கிலத்திலிருந்து தமிழில்:** வி. நடராஜ்
- **முதற் பதிப்பு:** ஜூலை 2024
- **அட்டைப்படம்:** The Battle of Algiers (1966) Movie poster
- **பின் அட்டைப்படம்:** Elaine Mokhtefi (2017)
- **வடிவமைப்பு:** செந்தில்செல்வன்

Algiers: Ettirppin Talainakaram a Tamil translation of *Algiers, Third World capital: Black Panthers, freedom fighters, revolutionaries* by *Elaine Mokhtefi, Verso, London, 2020*, translated into Tamil by V. Nataraj.

© Elaine Mokhtefi 2018, 2020

Tamil Translation © Thadagam, Chennai, 2024

All rights reserved. No part of this publication may be reproduced or transmitted in any form or by any means, electronic or mechanical, including photocopy, recording, or any information storage and retrieval system, without permission in writing from the publisher.

Published by:

THADAGAM
No. 112, First Floor, Thiruvalluvar Salai,
Thiruvanmiyur, Chennai - 600 041
Ph: +91-98400-70870
www.thadagam.com   info@thadagam.com

ISBN: 978-93-93361-55-4

Publised on July 2024

Price: Rs. 400/-

நாங்கள் அனைத்து யுகங்களினூடாக அனைத்துக் காலங்களினூடாக வாழ்ந்திருக்கிறோம்

－மோஹ்தார் மோஹ்டெஃபி

ஆசிரியர் குறிப்பு

எலெய்ன் மோஹ்டெஃபி நியூ யார்க்கில் 1928 டிசம்பரில் பிறந்தவர். இரண்டாம் உலகப் போருக்குப் பிறகு அவர் உலக அமைதிக்கும் நீதிக்குமான இளைஞர் இயக்கத்தில் இணைந்து அதன் இயக்குநராக ஆனார். 1951-ல் போருக்குப் பிந்தைய புதிய உலகத்தில் மொழிப்பெயர்ப்பாளராகவும், விளக்கமளிப்பவராகவும் பிரான்ஸில் குடியேறினார். 1960 - ல் நியூ யார்க்கில் அல்ஜீரிய தேசிய விடுதலை முன்னணியின் ஒரு பகுதியாக இருந்த ஒரு சிறுகுழுவில் இணைந்து, அல்ஜீரிய விடுதலைக்காகப் பணிபுரியும் விதத்தில் நாடு கடந்த அல்ஜீரிய அரசாங்கத்துக்கு ஆதரவாக ஐக்கிய நாடுகள் சபையில் ஆதரவு திரட்டினார். அந்தப் போராட்டம் வெற்றிபெற்ற போது அல்ஜீரியாவைத் தனது தாயகமாக அவர் ஆக்கிக்கொண்டார். மொழிப்பெயர்ப்பாளராகவும் பத்திரிகையாளராகவும் செயல்பட்டார். அல்ஜீரிய எழுத்தாளரும் அல்ஜீரிய விடுதலைப் போராட்ட வீரருமான மோஹ்தார் மோஹ்டெஃபியை மணந்து கொண்டார். மோஹ்தார் 2015 - ல் மறைந்தார். எலெய்ன் மோஹ்டெஃபி ஓர் ஓவியராகவும், எழுத்தாளராகவும் நியூ யார்க்கில் வசித்து வருகிறார்.

பொருளடக்கம்

தமிழ் பதிப்பிற்கான முன்னுரை	... 9
நூல் அறிமுகம்	... 11
முன்னுரை	... 13
1. போருக்குப் பிந்தைய பாரிஸ்	... 15
2. அல்ஜீரியப் போர்	... 38
3. அல்ஜியர்ஸுக்கு இடம் பெயர்தல்	... 75
4. கருப்புச் சிறுத்தைகளைச் சந்தித்தல்	... 110
5. புதிய வரவுகள்	... 153
6. விமானக் கடத்தல்காரர்கள்	... 193
7. ஒரு திருமணமும் அதன் பின்விளைவுகளும்	... 203
8. அல்ஜியர்ஸுக்குப் பிறகு	... 268
பின்னுரை: ஓர் அமெரிக்கக் குழந்தைப் பருவம்	... 284
குறிப்புகள்	... 317
நன்றி	... 322
புகைப்படங்கள்	... 323
மொழிபெயர்ப்பாளர்	... 333

தமிழ் பதிப்பிற்கான முன்னுரை

அன்போடும் ஆழ்ந்த மதிப்போடும் உங்களை நான் வணங்குகிறேன். உலகின் மிகப் பழமையான மொழியில் இந்த நினைவுக் குறிப்பு நூலை நீங்கள் படிக்கப்போகிறீர்கள் என்பதை அறிந்து நான் உற்சாகம் கொள்கிறேன். நாம் அனைவரும் பாரபட்சம், அநீதி, காலனியம், மற்றும் போரின் வேதனைமிக்க நிகழ்வு களினூடாக வாழ்ந்திருக்கிறோம். போராட்டத்தின் இன்றியமையாத ஒரு கூறான, ஒருமைப்பாடு குறித்த இந்தக்கதை அல்ஜீரியக் காலனிய நீக்கத்துக்கும், கருப்புச்சிறுத்தைகள் கட்சி மற்றும் பிற விடுதலை இயக்கங்களுக்குமான அர்ப்பணிப்பின் கதையாகும். ஒன்றாகச்சேர்ந்து, நாம் அற்புதங்களை நிகழ்த்த முடியும்.

எலெய்ன் மோஹ்டெஃபி.

நூல் அறிமுகம்

‘அல்ஜியர்ஸ்: எதிர்ப்பின் தலைநகரம்’ நூலின் ஆசிரியரான எலெய்ன் மோஹ்டெஃபி, 1960களில் அப்பொழுதுதான் விடுதலை அடைந்திருந்த அல்ஜீரியாவும், மற்ற ஆப்பிரிக்க நாடுகளும், உலகத்தில் இன்னும் விடுதலை அடையாமலிருந்த பிற நாடுகள் காலனிய நுகத்தடியைத் தூக்கியெறிவதற்கு உதவியது தொடங்கி, அமெரிக்காவில் ஆப்பிரிக்க அமெரிக்கர் களுக்காகப் போராடிக்கொண்டிருந்த கறுப்புச் சிறுத்தைகள் அமைப்பிற்கு நாடுகடந்த புரட்சிகரத் தளமொன்றை நிறுவுவதற்கு உதவியது வரையிலான தனது நினைவுகளை இந்நூலில் வழங்குகிறார்.

‘வாழ்க்கை கிளர்ச்சியூட்டுவதாகவும் பரபரப்பான நிகழ்வுகள் நிறைந்ததாகவும் இருந்தது,’ என்று மோஹ்டெஃபி எழுதுகிறார் - ‘ஜன்னலினூடாகப் பார்த்தபடி, சிறகுகளை அடித்துக்கொண்டிருக்கும் ஓர் ஈயாக நான் இருந்தேன்’. ஒரு மொழிபெயர்ப்பாளராகவும் தொடர்பாளராகவுமிருந்த அவரது அனுபவங்கள் அவரை நியூயார்க்கிலிருந்து பாரிஸுக்கும் அல்ஜீரியாவுக்கும் ஆப்பிரிக்காவின் வேறுசில நாடுகளுக்கும் இட்டுச்சென்றன.

ஃபிரான்ஸ் ஃபனானை நினைவுகூரும்போது, ஃபனான் என்ன வேண்டுமென்று கேட்டபோது ‘என் தலையைச் சாய்த்துக் கொள்ள ஒரு தோள் வேண்டும்,’ என்று சொன்ன எலெய்ன் மோஹ்டெஃபிக்கு அது போதுமான அளவு புரட்சிகரமானதாக இல்லை என்று ஃபனான் பதிலளித்தார். ‘‘உன் சொந்தக் கால்களால் எழுந்து நின்று, உனது சொந்த இலக்குகளை நோக்கித் தொடர்ந்து முன்னேறிச்செல்,’’ நியூயார்க் லாங் ஐலண்டில் அமெரிக்க யூதராகப் பிறந்த எலெய்ன் மோஹ்டெஃபி 1960களில் விடுதலைப்போருக்குப் பிந்தைய அல்ஜீரியாவில் தேசிய விடுதலை முன்னணிக்கான (FLN) பத்திரிகை ஆலோசகராகப் பணியாற்றினார்.

உலக அரசியல் தெற்குலக நாடுகளாகவும் வடக்குலக நாடுகளாகவும் இன்னும் பிரிந்திருக்கும் இந்நாளில், கறுப்பினத்தவர்களும் ஐரோப்பிய முற்போக்குச் சக்திகளும் காலனிய எதிர்ப்புப் போராளிகளும் ஒன்றிணைந்திருந்த புரட்சிகரமான 60களைச் சார்ந்த மூன்றாம் உலக அரசியலொன்றை மீளாய்வு செய்வதற்கான சரியான வாய்ப்பை இந்நூல் வழங்குகிறது. அறுபதுகளின் பிற்பகுதியிலும் எழுபதுகளின் தொடக்கத்திலும் கறுப்புச் சிறுத்தைகள் அல்ஜியர்ஸில் நாடுகடந்து வாழ்ந்தது குறித்த நினைவுகளாக இந்நூல் இருக்கிறது. விடுதலைப் போராட்ட இயக்கங்களின் உலகத்தலைநகராக மாறிய அல்ஜியர்ஸில் பலராலும் அறியப்பட்ட முக்கியமான கலகக்காரர்களையும் புரட்சியாளர்களையும் பார்க்கமுடிகிறது: அஹ்மெத் பென்பெல்லா, ஃபிரான்ஸ் ஃபனான், எல்ரிட்ஜ் கிளிவர் முதலியவர்கள். மோஹ்டெஃபி அல்ஜியர்ஸில் வாழ்ந்தபோது கறுப்புச் சிறுத்தை களுக்கும் FLNக்கும் இடையிலான முக்கியமான தொடர்பாளராகவும் காலனிய எதிர்ப்பாளராகவும் இருந்தார்.

எதிர்ப்பதற்காகவே தங்கள் வாழ்வை அர்ப்பணித்த மனிதர்கள் வாழ்ந்த அந்த ஒரு காலகட்டம் குறித்த நேரடி அனுபவங்களாகவும் வேறொரு பரிமாணத்தில் அந்த கால கட்டத்திற்கான ஏக்கமாகவும் இந்நூல் அமைந்திருக்கிறது.

வி. நடராஜ்

முன்னுரை

1951 - ல் வர்ஜீனியா, நியூபோர்ட் நியூஸில் வீண்டம் என்னும் டச்சுக் கப்பலில் நான் ஏறினேன்; சேருமிடம் ஐரோப்பா. கடலலைகள் பெரிதாக இருந்தன. அந்தச் சிறு கப்பல் அட்லாண்டிக்கின் குறுக்காக மேலும் கீழுமாக அசைந்தாடி நடனமாடிக் கொண்டிருந்தது. அது ராட்டர்டாமை அடைவதற்கு இரண்டு வாரங்கள் எடுத்துக்கொண்டது. அந்தத் துறைமுகம் அனைத்துத் திசைகளிலும் அம்புபோல் விரையும் சிறு படகுகளால் தலைசுற்றச் செய்வதாக இருந்தது. அங்கிருந்து பாரிஸுக்கு குறைந்த வேகத்தில் செல்லும் ரயிலொன்றைப் பிடித்தேன். எனக்கு இருபத்துமூன்று வயதுதான் ஆகியிருந்தது.

அமெரிக்க ஐக்கிய நாடுகளில் முன்பு நான் பயணம் செய்திருக்கிறேன். நியூ யார்க் மாநிலம், கனக்டிகட், ஜார்ஜியா மற்றும் டெக்சாஸிலுள்ள சிறு நகரங்களில் நான் வாழ்ந்திருக்கிறேன். ஆனால் பாரிஸ் வேறொரு விதமானதாக இருந்தது. இரண்டாம் உலகப் போருக்கு ஆறு ஆண்டுகளுக்குப் பின்னும் அந்த நகரம் இன்னும் அந்தஸ்து மற்றும் சுயமரியாதை இழப்பின் காயத்துக்குக் கட்டுப்போட்டுக்கொண்டு வருத்தத்தில் ஆழ்ந்திருந்தது. நாஜி ஆக்கிரமிப்பில் அது ஒடுங்கிப் போயிருந்தது. ஆனாலும் அதன் மாயத்தில் ஏதோ கொஞ்சம் இன்னமும் சேதமுறாமல் அப்படியே இருந்தது. அனுதினமும் பெய்யும் மழைகளால் ஈரப்பதம் கொண்ட ஒரு சாம்பல் நிற நகரத்தை, ஒரு வடக்கத்திய நகரத்தை நான் கண்டேன்; கலை, வடிவமைப்பு மற்றும் புது நடைப்பாணியை அடியோட்டமாகக் கொண்ட மேதைமையின் அறிவுப் பொறியுடனும், வரலாற்றில் அதன் இடம் குறித்த வலுவானதொரு நம்பிக்கையுடனுமான துயரமான ஓர் இடமாக அது இருந்தது. போரின் துயரார்ந்த ஆழங்களிலிருந்து மாறிக் கொண்டிருக்கும் ஓர் உலகத்திலிருந்து அடிப்படையான சிலவற்றை உள்வாங்கிக் கொள்ளப்போவதாக நான் நிச்சயமாக உணர்ந்தேன்.

ஏதுமறியாத அமெரிக்கப் பெண்ணாக இருந்த நான் கடந்த காலத்தின் நீரூற்றிலிருந்து நீர் பருகி என் உயிர்வாழ்க்கைக்கான நல்ல ஆயத்தத்தோடு இருந்தேன்.

இருப்பினும், பாரிஸின் வயிற்றுக்குள் நடிக்கப் பட்டுக் கொண்டிருந்த நாடகங்களைக் கவனித்து, நினைவில் பதியவைத்து, உள்வாங்கிக்கொள்ள எனக்குச் சில மாதங்கள் பிடித்தது. புலம் பெயர்ந்து வந்த அல்ஜீரியத் தொழிலாளர்களின் துணை வர்க்கமும், துணைப் பண்பாடுமான ஒன்று, தனது அங்கீகாரத்துக்கும் சுதந்திரத்துக்குமான இருத்தலியல் யுத்தமொன்றில் ஈடுபட்டிருந்தது. கூட்டநெரிசல் மிக்கதும், தீவிரம் மிக்கதுமான வட ஆப்பிரிக்கர்களின் குடியிருப்புப் பகுதிகளில் ஒன்றான செந்த் ஆந்ரே த ஆர்ட்ஸ் வீதியிலுள்ள ஒரு மலிவான விடுதியில் எனது முதல் அறையை நான் வாடகைக்கு எடுத்தபோது, அவர்களது போராட்டத்தோடு எவ்வளவு நெருக்கமும் ஈடுபாடும் கொண்டவளாக நான் மாறப் போகிறேன் என்று எனக்குத் தெரிந்திருக்கவில்லை.

அல்ஜீரியாவின் விடுதலையானது பின்னர் இன்னொரு அடிப்படை யுத்தத்துக்கு - அதாவது அமெரிக்க அதிகார இயந்திரத்திற்கு எதிரான கருப்புச் சிறுத்தைகள் கட்சியின் யுத்தத்துக்கு - என்னை இட்டுச்செல்லப்போகிறது என்பது அந்தத் தருணத்தில் என்னால் நினைத்துப்பார்க்க முடியாததாக இருந்தது. எல்ரிட்ஜ் கிளிவர் கள்ளத்தனமாக அல்ஜியர்ஸுக்கு வந்து சேர்ந்து, எனது வாசற்படியில் நிற்கப்போகிறார் என்பதையும், நாங்கள் இருவரும் கூட்டாளிகளாக மாறப்போகிறோம் என்பதையும் முன்னனுமானம் செய்வதற்கு அப்போது எனக்கு எந்த வழியும் இருக்கவில்லை.

சுதந்திர அல்ஜீரியாவில் நான் பன்னிரண்டு ஆண்டுகள் வாழ்ந்திருந்தேன். முன்னாள் அல்ஜீரிய அதிபரின் மனைவியுடன் எனக்கிருந்த நட்பிலிருந்து கிளைத்த தொடர்ச்சியான சம்பவங்களுக்குப் பிறகு 1974 ல், நான் நாடு கடத்தப்பட்டேன். பின்னெப்போதும் நான் அங்கே திரும்பிச் செல்லவில்லை. பல ஆண்டுகளாக எனது கதையைச் சொல்லும்படி என் நண்பர்கள் வற்புறுத்தி வந்தார்கள். இறுதியாக அதில் நான் துணிந்து இறங்கிவிட்டேன். கடந்தகாலம் குறித்து எந்தவிதமான வெறுப்புணர்ச்சியும் கொண்டவளாக நான் இருக்கவில்லை. எனக்கு எந்தக் காழ்ப்புணர்ச்சியுமில்லை. இது ஒரு தொடக்கத்தையும், ஒரு முடிவையும் கொண்ட ஒரு கதையாகும்.

1. போருக்குப் பிந்தைய பாரிஸ்

பாரிஸ் போர்த்தழும்பு கொண்ட நகரமாக இருக்கவில்லை. அது குண்டுவீசி அழிக்கப்படவில்லை. அது காலத்தில் நிலைபெற்றதாகவும், அசையாததாகவும், புலப்படத்தக்க அளவில் சோர்வுற்றதாகவும் இருந்தது. சாம்பல் நிற வான முகட்டின்கீழ் நகர்ப்புறக் கோட்டைகள், நினைவுச் சின்னங்கள், திருச்சபைகள், அரச குடும்பத்தவரின் வீடுகள், கட்டிடங்கள் முதலிய சொத்துகள் மற்றும் பாலங்களைக்கொண்டு பழமையின் பெருமிதமிக்க தோற்றப் பொலிவை வெளிக்காட்டிக் கொண்டிருக்கும் ஒரு நகரமாக இருந்தது. அங்கு நவீனத்துவக் கூர்முனை ஏதும் இருக்கவில்லை. அமெரிக்காவுடனான அதன் ஒப்பீட்டளவிலான வேறுபாடு முனைப்பானதாகவும், அடிக்கடி அச்சுறுத்தத் தக்கதாகவும் இருந்ததுடன் என்னை அது ஈர்த்துக்கொண்டது. மக்கள் குள்ளமானவர்களாக அல்லது நடுத்தர உயரம் கொண்டவர்களாகவும் ஓரளவுக்கு ஈர்ப்பற்றவர்களாகவும், தோற்றத்தில் பழைய பாணியிலானவர்களாகவும் இருந்தார்கள்; பாரிஸ்காரர்கள் புதியபாணியில் நவநாகரிக உடைகளை உடுத்துபவர்களாக இருந்தார்கள் என்றால், அப்படிப்பட்டவர்கள் நகரத்தின் வீதிகளில் காணப்படவில்லை. அங்கு பெண்கள் நேரான அல்லது பெரும்பாலும் மடிப்புகள்கொண்ட பாவாடைகள், காலுறைகள் மற்றும் நடைமுறைக்கு ஏற்ற காலணிகளையும் அணிந்திருந்தார்கள். சாம்பல் அல்லது பழுப்பு நிறத்திலான ஒட்டுமொத்தச் சாயல் ஒன்றை, அவர்கள் முனைப்பாகக் காட்டிக் கொண்டார்கள். ஆண்கள் சாதாரணத்தொப்பிகளை அல்லது மெல்லிய வட்டவடித்தொப்பிகளையும், கழுத்துப் பட்டைகளையும் அணிந்திருந்தார்கள். உங்களை அவர்களுக்குத் தெரிந்திருந்தாலும், இல்லாவிட்டாலும் எல்லோரும் கைகுலுக்கினார்கள். நண்பர்களும், உறவினர்களும் சந்திக்கும் ஒவ்வொரு முறையும் இரு கன்னங்களிலும் முத்தமிட்டார்கள். இது ஒரு நாளில் பலமுறை நடப்பதாக இருக்கக்கூடும். ஆணினத் தொழிலாளர் கூட்டம் பெரும்பாலும்

ஒழுங்கற்ற வடிவம் கொண்ட, ஆழ்ந்த நீலநிறத்திலான பருத்தித்துணிக் குறுஞ்சட்டைகளையும், காற்சட்டைகளையும் அணிந்திருந்தார்கள். எவரொருவரும் ஆங்கிலம் பேசுபவராக இருக்கவில்லை. அந்நிய நாட்டவரான நாங்கள் அவர்களது மொழியைப் பேசுவதற்கான எங்களது முயற்சிக்காக பெருமளவுக்குப் பாராட்டப்படவுமில்லை. ''அது பிரெஞ்சு மொழி அல்ல'' என்பதே கருத்தாக இருந்தது. அதன் பொருள் ''எங்கள் மொழியை நீங்கள் கொல்கிறீர்கள். அதை அனுமதிக்க முடியாது,'' என்பதாகும். ஒட்டுமொத்தத்தில் மக்கள் மேம்பட்டவர்களாக அல்லது தனிச் சிறப்பான விதத்தில் நட்புணர்வு கொண்டவர்களாக இருக்க வில்லை. அவர்களது புன்னகையற்ற நடை உடை பாவனைக்குப் பின்னால் ஒரு நம்பிக்கையின்மையும், எதிர்ப்புணர்வும்கூட இருந்தது. இன்னொரு புறம் உணவு நன்றாக இருந்தது. எனக்கு அது வழக்கத்துக்கு மாறானதாகவும், துணிவோடு எதிர்கொள்ள வேண்டியதாகவும் இருந்தது. விரைவிலேயே நான் சிப்பி நண்டு, சுரைக்காய், நறுமணப் பொருட்கள், சமையலில் பயன்படுத்தப்படும் தாவரங்கள், உணவாகப் பயன்படும் விலங்குகள் அல்லது பறவைகள், அவற்றின் உள்ளுறுப்புகள் மற்றும் திகைக்க வைக்கும் அளவிலான உணவுக்குப்பின் உண்ணும் இனிப்பு வகைகள், உணவுக்கு முன் அருந்தும் மது வகைகள், மற்றும் ஒயினில் தோய்ந்துபோனேன். ஒட்டுமொத்த பிரான்ஸும் பன்னிரண்டு மணி முதல் இரண்டு மணி வரை முதன்மை உணவுக்காக மூடப்பட்டுவிடும். அந்த உணவு எப்போதும் ஒயினுடன் சேர்ந்தே இருக்கும். அது வீடுகளிலோ பணியக உணவகங்களிலோ அல்லது உணவுவிடுதிகளிலோ உண்ணப் படுவதாக இருக்கும். பிறகு ஏழு மணி வரை வேலை செய்வதற்குத் திரும்ப வேண்டியிருக்கும். குறிப்பிட்டதொரு உணவகத்துக்கு நீங்கள் வழக்கமாகச் செல்பவராக மாறிவிட்டால், உங்களுக்குச் சொந்தமாக சிவப்பும் வெள்ளையுமான மேசைக் கைக்குட்டை உங்களுக்கென ஒதுக்கப்பட்டு, சுவர் நெடுக உள்ள மாடப்புரை களிலொன்றில் சேமித்து வைக்கப்பட்டிருக்கும்; குடித்து முடிக்கப்படாத ஒயின்புட்டிகளுக்கும் இது பொருந்தும். சுரங்க ரயில் நிலையமொன்றின் நடைமேடைக்கு நீங்கள் இறங்கிச் செல்லும்போது உங்களது பயணச்சீட்டு சீருடை அணிந்த பெண்களால் துளையிடப்படும். அவர்கள் பெரும்பாலும் போரினால் விதவையானவர்கள் என்று நான் அறிந்து கொண்டேன். நகரப் பேருந்துகளின் பின்பகுதிகள் திறந்தவெளி நடைமேடைகளைக் கொண்டவையாக இருந்தன. சுறுசுறுப்பான

பயணிகள் தளர்வாக இணைக்கப்பட்ட சங்கிலியொன்றைத் தூக்கி அதில் ஏறிக்கொண்டார்கள். கார்கள் சிறியவையாகவும் வெகுசிலவாகவும் இருந்தன; பெரிய அமெரிக்கக் கார்கள் உடனடியாக கவனத்தைக் கவர்ந்தன; மக்கள் ஒன்றுகூடி அவற்றின் அமைப்புமுறை குறித்து விரிவாகக் கருத்துரைத்தனர்; முகப்புப் பெட்டிகள், சின்னங்கள், சக்கர மூடிகள், இருக்கைகள் இன்னபிற. ஒரு லிட்டருக்கு எத்தனை மைல் என்பது முடிவற்ற பேசுபொருளாக இருந்தது.

அங்கே ஒத்ததன்மைக்கான விதிவிலக்குகள் இருந்தன. அவை குறிப்பிடத்தக்கவையாக இருந்தன. பாரிஸில் எனது முதல் நாள் இரவு, எத்வாலுக்கு அருகிலுள்ள உணவுவிடுதியொன்றின் மேசையில் எனது நண்பர்களான பில் ஃபிரைட்லேண்டருடனும், நசீம்பெக்குடனும் நான் அமர்ந்திருந்தேன். கண்ணைக் கவரும் விதத்தில் உடையணிந்திருந்த உயரமான ஒரு பெண் தளர்ந்து தொங்கும் பனிக்கால மேலங்கியொன்றும், அகன்ற விளிம்பு கொண்ட தொப்பியொன்றும் என அனைத்தும் கருப்பு நிறத்தில் அணிந்து உலவிக்கொண்டிருந்தது என் நினைவில் அழியாத மையில் பதிக்கப்பட்டிருந்தது. அந்த உணவகத்தின் சுற்றுச்சுவர் அமைக்கப்பட்ட மேல்தளத்திலிருந்து நான் பார்த்தபோது, அந்தப்பெண் ஒரு பிடிகுழாய் மூலமாக சிகரெட் புகையை இழுப்பதற்காக கையுறையிட்ட தனது கையை உயர்த்தினாள்; பிறகு, தலையை உயர்த்திப் புகையை வெளிவிட்டாள். அவளுக்குப் பக்கத்திலிருந்து மனிதனிடமிருந்து விலகி நின்று சிரித்தாள். உலகியல் அனுபவ அறிவின் மொத்த உருவமாகத் திகழ்ந்த அந்தப்பெண்ணைப் போல் வேறொருவரை நான் எப்போதும் கண்டதில்லை.

அடுத்த நாள் காலையில் வெளியே நடந்துசென்றபோது மறக்கமுடியாத இரண்டாவது காட்சியொன்றை நான் எதிர் கொண்டேன். இடது கரையில் நாட்டர்டேமுக்கு அருகிலுள்ள ஒரு கட்டிடத்தின் வாயிலில் நீண்ட கருப்புநிறப் பாவாடைகளும், சால்வைகளும் போர்த்திய, வட்டவடிவத் தோள்களைக் கொண்ட, வயதான இருபெண்களை நான் எதிர்கொண்டேன். அவர்களது நரை விழுந்த தலைமுடிகள் தளர்ச்சியான பின்கொண்டைக்குள் சீவிச் செருகிவைக்கப்பட்டிருந்தன. எந்தவொரு சைகையுமின்றி, அசையாமல், மூச்சை அடக்கிக் கொண்டு அவர்கள் பேசிக்கொண்டிருந்தனர். அந்தச்சமயத்தில்

பாரிஸ் நகரத்தின் ஒவ்வொரு கட்டிடத்திலும் வழக்கமாகத் தங்கியிருந்த வீட்டுப் பாதுகாவலர்களோடான எனது முதல் எதிர்கொள்ளல் அது. அமெரிக்காவின் கட்டிடக்கண்காணிப்பாளர்கள் செய்துவந்த பணிகளை இவர்கள் செய்துவந்தார்கள். அத்துடன் காவல்துறைக்குத் தகவல் செல்லும் அரைகுறை வேலையையும் அவர்கள் செய்துவந்தார்கள்.

அங்கு சுற்றுக்காவலில் ஈடுபட்டிருந்த காவலர்கள் இருந்தார்கள் - அவர்களை நான் ''காவலர்கள்'' என்று அழைக்கமுடியுமா? நகர வீதிகளில் விளிம்புகள்கொண்ட கெட்டியான தொப்பியும் நடனக்காரர்கள்போல் அவர்கள் சுழன்று திரும்பும்போது சுழலும் மேற்சட்டையும் அணிந்த அந்தப் பகட்டான பேர்வழிகளுக்கு தெருவில் புழங்கும் அந்தப் பெயர் பொருத்தமானதாக இருக்குமா? நிச்சயமாக அவர்களுடைய அழகான முகங்களுக்காகவும், நெகிழ்ச்சியான உடல்களுக்காகவுமே அவர்கள் தேர்ந்தெடுக்கப்பட்டிருப்பார்கள். கன்னியாஸ்திரிகள் எங்கெங்கும் காணப்பட்டார்கள். காற்றில் பறக்கும் சமய நெறியினரின் உடைகளுடனும், கவிகைகளுடனும் நிழற்சாலைகள் நெடுகவும் நடந்துகொண்டும், இருசக்கரவாகனங்களில் சவாரி செய்துகொண்டும் இருந்தார்கள். புன்னகை பூத்த முகங்களைக் கொண்ட மிக இளவயதினரான அந்தப்பெண்கள் வெளிர் நீலம், வெள்ளை அல்லது முற்றிலும் கறுப்புநிற உடைகளை அணிந்திருந்தார்கள். ஆண்களின் உடையும் அதுபோலவே இருந்தது. சமய குருமார்களும், துறவிகளும் கறுப்பு அல்லது நயமற்ற பழுப்புநிற உடையில் முற்காலத்திய ஏசுநாதரின் உருவங்களில் நகரமெங்கும் இருந்தார்கள்.

பாரிஸ் என்னைப் பல வழிகளும் திகைக்கவைத்தது. பட்டுக் காலுறைகளில் பிரிந்த இழைகளைப் பின்னுவது மற்றும் துணிகளிலுள்ள ஓட்டைகளை பின்னியிழைப்பது போன்ற, சில்லறைக் காசுகளுக்காக கண்களைச் சோர்வடைய வைக்கும் வேலைகளைச் செய்யும் ஸடாப்பியூசஸ் (stoppeuses) போன்ற எண்ணற்ற கைவினைஞர்கள் அங்கே இருந்தார்கள். ரட்டாமியூர்ஸ் (Ratameurs) என்று அழைக்கப்படும் சிலர் பானைகள் மற்றும் உலோகப் பொருட்களிலிருந்த ஓட்டைகளை அடைப்பவர்களாக இருந்தார்கள். பியூர் (beaure), ஓஃப்ஸ் (oeufs), ஃபுரோமாஜ் (fromage) ஆகியவற்றை மட்டுமே விற்கும் கடைகள் இருந்தன. நூல், ஊசிகள், சிறிய அலங்காரப்பாய்கள், உடை வடிவ

மாதிரிகளை விற்கும் பிற கடைகள் மெர்சரிஸ் (merceries) என்று அழைக்கப்பட்டன. சற்றே வெப்பமான அல்லது வெப்பமற்ற படுக்கையறைகளுக்கான படுக்கையறை மேற்சட்டைகள் உட்காற்சட்டைகள், மார்புக்கச்சைகள், இரவுத்தொப்பிகள், குவித்து வைக்கப்பட்ட போனட்டரிகள் (Bonneteries), குதிரை மாமிசம் மட்டுமே விற்கப்படும் இறைச்சிக்கடைகள். காபி அருந்தகங்களுக்கும், உணவகங்களுக்கும் வெளியே டஜன் கணக்கில் வியக்கவைக்கும் பிராணிகளைக்கொண்ட சிறு அளவிலான வேகவைக்காத நத்தைக்கறி விற்பனையகங்கள். இவற்றை இதற்கு முன் நான் பார்த்ததேயில்லை. சாப்பிட்டிருப்பதற்கு எங்கே வாய்த்திருக்கப்போகிறது.

இடதுகரையிலிருக்கும் மலிவான விடுதிகள் குளிக்கும் தொட்டிகள் அல்லது துவலைக் குளியல்களுக்கான வசதிகளை வழங்குவதில்லை. அதனால் நான் பொதுக்குளியலறைக்குச் (Bains - douches) செல்வதற்குக் கற்றுக்கொண்டேன். அங்கு அனுமதிச் சீட்டுக்காக செலுத்தும் பணத்துக்கு மிகச்சிறிய சோப்புக்கட்டியொன்றும், நைந்துபோன துண்டொன்றும் நீங்கள் பெற்றுக்கொள்ளலாம். ஆனால் தண்ணீர் சூடாக இருந்தது. கழிவறைகள் விடுதிகளின் கீழ்த்தளங்களில் இருந்தன; ஒரு கையில் கழிவறைக் காகிதத்தைப் பிடித்திருக்கும் நீங்கள் இன்னொரு கையில் மூக்கைப் பிடித்துக் கொள்வீர்கள். 1950 - களில், பிரெஞ்சு நகர்ப்புறக் குடும்பங்களில் 84 சதவீதம்பேர் வீட்டில் குளிக்கும் தொட்டியோ தூம்புத்தாரைக்குளியல் வசதியோ கொண்டவர்களாக இருக்கவில்லை. நெரிசல்மிக்க நேரங்களில் டிராமில் பயணம் செய்வது கடுப்பான அனுபவமாக இருக்கக்கூடும்.

நாங்கள் எல்லோரும் எங்களுக்கான கடிதங்களைச் சேகரித்துக் கொள்ளும் இடமான, ஓபேராவுக்கு அருகிலிருந்த அமெரிக்கன் எக்ஸ்பிரஸ் அலுவலகங்கள் அல்லது சில நூறு ஃபிராங்குகளுக்கு, ஏறத்தாழ ஒரு டாலர் அளவில் நாங்கள் இதுவரை அறிந்திராத, வீட்டுப்பாணியிலான சமையலை உண்ட இடதுகரை உணவகங்களில், நாடுகடத்தப்பட்டவர்களிடையிலும் சுற்றுலாப் பயணிகளிடையிலும் நண்பர்களை உருவாக்கிக் கொள்வது எளிதானதாக இருந்தது. அடிக்கடி நாங்கள் நீண்ட மேசைகளில் ஓரிரவு, ஒருவாரம்... சில சமயங்களில் என்றென்றைக்குமாகப் பேசிக்கொண்டிருந்தோம்.

அமெரிக்காவில் முன்பு நான் உலக அரசாங்க இயக்கத்தில் முற்றிலுமாக மூழ்கியிருந்தேன். அரசியல் குறுக்கிடும்வரை யுனைடெட் வோர்ல்ட் ஃபெடரலிஸ்ட் அமைப்பின் மாணவர் பிரிவின் இயக்குநராக நான் இருந்தேன். அது மக்கார்த்தி யுகம். உலகத்தில் சமூகநீதி தொடர்பான மாணவர் அக்கறை, காலனியம் முடிவுக்கு வந்தது, சமாதானம் மற்றும் நாடுகளுக்கிடையிலான நட்புறவு ஆகியவை அமைப்பிற்குள்ளேயே அதன் இருத்தலை முடிவுக்குக் கொண்டுவருதற்கான ஓர் ஆப்பைச் செருகியது. உலக அரசாங்கம் என்பது உலகக் கம்யூனிசத்துக்கு இணையானது என்று குற்றம் சாட்டிய மக்கார்த்தியிடம் மிகுந்த அச்சம் கொண்டிருந்த மாணவர் பிரிவானது மிகவும் தீவிரமானது என்று அமைப்பிலிருந்து வெளியே தூக்கியெறியப்பட்டது. பாரிஸில் பிளேஸ் தெ லா கோண்ட்ரஸ் கார்பியில் இருந்த இண்டர்நேசனல் ரெஜிஸ்ட்ரி ஆஃப் வோர்ல்ட் சிட்டிசன்ஸ் அமைப்பின் பிரெஞ்சுப் பிரிவைத் தொடர்பு கொண்டேன். அங்கு இல்லினாய்ஸ், வின்னெட்காவைச் சேர்ந்த மேரி மேவரிக் லாயிட்டும், பிரான்ஸைச் சேர்ந்த மூாக் சவரி மற்றும் பியர் ஹோவிலாக்கும், அந்த லட்சியத்துக்காகப் போராடுபவர்களுக்கு, தங்களுடைய பற்றார்வத்தையும், அதிகார பூர்வமானதுபோல் தோற்றமளித்த முத்திரையையும் ஆதாரமாகக் கொண்ட உலகக்குடிமகனுக்கான அடையாள அட்டைகளையும், சர்வதேசக் கடவுச்சீட்டுகளையும் வழங்கிவந்தார்கள். தன்னைத் தானே உலகக் குடிமகன் என்று பிரகடனப்படுத்திக் கொண்டு, தனது அமெரிக்கக் கடவுச்சீட்டைத் தூக்கியெறிந்து விட்டவரான கேரி டேவிஸ் ஐக்கிய நாடுகள் சபையில் ஆறாவது பொதுச்சபை கூடியிருந்த அரங்கிற்கு முன்னால் முகாமிட்டிருந்தார்.

அப்பே பியரை என்னால் மறக்க முடியாது. அவருடைய ரெனால்ட் காரில்தான் பெல்ஜியத்தில் நடைபெற்ற உலக ஃபெடரலிஸ்ட் சங்கங்களின் மாநாடு ஒன்றுக்கு லாயிட்டும், சவரியும், நானும் பயணம் செய்தோம். அந்தச் சமயத்திலும், அதற்குப் பின்னான பல பத்தாண்டுகளிலும் மிகவும் பிரபலமானவராக இருந்த பிரெஞ்சுக்காரரான அப்பே, புகழ்பெற்ற எதிர்ப்புப் போராளி, சமய குருமார்களின் மணம் செய்யா நிலையை முடிவுக்குக் கொண்டுவருவதை ஆதரித்தவரும், வீரச்செயலைத் தேடித்திரிந்த வீரப்பெருந்தகையும், ஏழைகள் மற்றும் ஒடுக்கப் பட்டவர்களின் பாதுகாவலருமான அவர் தன்னைத் தொல்லைக் குட்படுத்திய காம வேட்கை தொடர்பான பிரச்சனைகள் குறித்து தனது வாழ்வின் இறுதிக்காலத்தில் எழுதினார். வாரி ஒழுங்கு

படுத்தப்படாத அவரது தாடி வைக்கோற்புரிபோலிருந்தது. குருமார்களுக்கான அவரது நீண்ட அங்கி அழுக்கடைந்திருந்தது. அவர் கவனமிக்கவராகவும் மென்குரல் கொண்டவராகவும், மிகுந்த கனிவு கொண்டவராகவும் இருந்தார். அவரது கைகள் எந்தக் கட்டுப்பாடுமற்ற விதத்தில் செலுத்து சக்கரத்தை கைவிட்டிருந்தன: அது என்னை நிலைகுலைந்து தடுமாறிப் போகச்செய்திருந்தது.

ஆச்சரியப்படத்தக்க விதத்தில், ஒருசில ஆண்டுகளுக்கு முன்புதான் முடிந்திருந்த போர் குறித்து குறிப்பிடப்படுவதை நான் அரிதாகவே செவியுற்றேன். போகிறபோக்கில் அது மறைமுகமாகக் குறிப்பிடப்பட்டதே தவிர விவாதிக்கப்படவோ அல்லது தன்னிச்சையாக நினைவுக்குக் கொண்டுவரப்படவோ இல்லை. தெற்கில் புகலிடம் தேடி குடும்பங்கள் தலை நகரத்திலிருந்து தப்பியோடிய வெளியேற்றம் குறித்து அவ்வப் போது குறிப்பிடப்பட்டதைத் தவிர்த்து பேச்சிலிருந்து அது விலக்கி வைக்கப்பட்ட விசயமாகவே இருந்தது. நகரத்திற்குத் திரும்பி வந்திருந்த யூதர்களும்கூட தங்கள் போர் அனுபவங்களை நினைவுகூர்வதற்கான மனச்சாய்வோடு இருக்கவில்லை. அரசியல் குறித்து ஆழ்ந்த முனைப்பு கொண்டிருந்தவளான என்னைப் பொறுத்த அளவில், இது புரிந்துகொள்ள முடியாததாக இருந்தது.

அதனால், தோற்கடிக்கப்படுவது எவ்வளவு முக்கியத்துவம் வாய்ந்ததாக இருந்தது, இன்றைய நாள் வரை எந்த அளவுக்கு நிலைகுலையச் செய்வதாக இருந்துவருகிறது என்பதைப் புரிந்து கொள்வதற்காக, போரை அதற்குரிய பின்புலத்தில் வைத்துப் பார்ப்பதற்கு எனக்கு அதிக காலம் தேவைப்பட்டது. பிரெஞ்சுக்காரர்கள் வெல்லப்பட்ட மக்களாக இருந்தார்கள். அவர்கள் பரம எதிரிகளால் ஆக்கிரமிக்கப்பட்டு, பகைவனுக்கு உடந்தையாக இருந்தவர்களால் ஆளப்பட்டார்கள். ஒவ்வொரு சுற்று வட்டாரத்திலும், தேசபக்தி மிகுந்த குடும்பங்களுக்குள்ளேயும் இத்தகைய கடந்தகாலக் கறைகளைக் காணமுடியும்.

ஆக்கிரமிக்கப்படுவதைப் போலவே பகைவனுக்கு உடந்தையாக இருத்தலும் சமூகத்தைத் துளைத்து முடமாக்கியிருந்தது. எதிர்ப்பு உண்மையானதாக இருந்தது. ஆனால் போருக்குப் பிந்தைய காலத்தில் அது மிகைப்படுத்தப்பட்டு கற்பனைக் காவியத்தன்மை கொண்டதாக ஆக்கப்பட்டது. பகைவனுக்கு உடந்தையாக இருந்தது குறித்த உண்மைகள் வெளிப்படையாக

நினைவுகூரப்படுவதற்கு பத்தாண்டுக் கணக்கிலான காலம் தேவைப்பட்டது. பகைவனுக்கு உடந்தையாக இருந்தது தொடர்பான நேர்காணல்களைக் கொண்ட, 1969 ல் தயாரிக்கப்பட்ட, மார்சல் ஓஃபுல்ஸின் இரு பாகத் திரைப்படமான *த சாரோ அண்ட் த பிட்டி* 1981 - ல்தான் பிரெஞ்சு தொலைக்காட்சியில் காட்சிப் படுத்துவதற்கு இசைவாணை வழங்கப்பட்டது. அரை நூற்றாண்டுக்கு முந்தைய உண்மைகளைச் சித்தரித்த *ஃபிரான்ஸே, சி லூ சவியே* திரைப்படம் 1972 -ல் தயாரிக்கப்பட்டு இருபத்திரண்டு ஆண்டு களுக்குப் பிறகு 1994 -ல் தான் வெளியிடப்பட்டது. ஆடம் நோஸ்ஸியர் எடுத்துச் சொன்னது போல், ''அந்த உண்மைகள் கடந்த காலத்தோடு விலங்கிடப் பட்டவையாக இருந்தன.''[1]

1952 மே தினத்தன்று எனக்கான ''அறிவொளி'' வந்துற்றது. அந்தப் ''பொய்''யைக்கண்டுபிடித்தபோது, பாரிஸில் நான் பல மாதங்கள் வாழ்ந்துவிட்டிருந்தேன். ஃபோபோர்க் செந்த் - அந்துவான் வீதியில், நேசனுக்கும் பாஸ்டைலுக்கும் இடைப்பட்ட இடத்தில், தொழிலாளர்களின் வருடாந்திர அணிவகுப்பைக் கண்ணுற்றபடி நின்றிருந்தபோது அது நிகழ்ந்தது.

அந்த நாள் கடுங்குளிரான நாள். பாரிஸைச் சுற்றிலுமிகுந்த காடுகளிலிருந்து அதிகாலையில் சேகரிக்கப்பட்ட லில்லி மலர்கள் மூன்று நான்கினை ஒன்றாகச் சேர்த்துக் கட்டி, குழந்தைகளும் பெண்களும் தெருமுனைகளில் விற்றுக் கொண்டிருந்தார்கள். தவிரவும், அணிவகுப்பில் கலந்து கொண்டவர்கள் குளிர்கால உடையை அணிந்திருந்தார்கள். ஆண்கள் அங்கிகளும், கழுத்துப்பட்டைகளும், வட்டத்தொப்பிகள் அல்லது சுருண்ட விளிம்புத்தொப்பிகளையும் அணிந்திருந்தார்கள். பெண்கள் இரண்டுபகுதி ஆடைகளை அணிந்திருந்தார்கள். அவற்றின் மீது கம்பளிச்சட்டைகள் அல்லது மழைக்கோட்டுகள் தொங்கிக் கொண்டிருந்தன. கால்கள் காலுறைகள் மற்றும் குதி தாழ்ந்த காலணிகளால் பொதியப்பட்டிருந்தன. பெருமிதத்தில் நிமிர்ந்த தலைகளோடு ஃபோபோர்க் செந்த் அந்துவான் வீதி நெடுக அவர்கள் மெதுவாக நடந்துசென்றார்கள்.

பதாகைகள் அவர்கள் யாரென்று அறிவிப்பவையாக இருந்தன: மின் பணியாளர்கள் தொழிற்சங்கம், அலுவலகத் தொழிலாளர்கள் தொழிற்சங்கம், தானியங்கித் தொழிலாளர்கள்

தொழிற்சங்கம், தேசிய ஆசிரியர் கூட்டமைப்பு, பிரெஞ்சுப் பெண்களுக்கான தேசியக் கவுன்சில், ஆப்பிரிக்க ஜனநாயக மாணவர் அவை, அகன்ற விளிம்புகொண்ட, பகட்டான கம்பளித் தொப்பியணிந்து மூாக்டுக்ளோஸ் தலைமையில் கம்யூனிஸ்ட் கட்சியின் மையக்குழு பார்வைக்குப் புலப்பட்டதும், சாலையோற நீண்ட பாதைகளில் இருந்த மக்கள் கூட்டம் அவர்களை நோக்கி கையசைத்து உற்சாப்படுத்தியது.

பதாகைகளில் பலவும் அரசியல் செய்திகளைக் கொண்டிருந்தன: ''ஹென்றி மார்ட்டினை விடுதலை செய்,'' ''யூரோப்பியன் டிஃபன்ஸ் கம்யூனிட்டி வேண்டவே வேண்டாம்,'' ''ஸோரோ பி-ட்ராவை விடுதலை செய்,'' இத்தாலியத் தொழிலாளர்களுக்கான குடும்ப ஒதுக்கீடுகளை மீண்டும் நடைமுறைக்குக் கொண்டுவா,'' ''அல்ஜீரியாவுக்கு சமூகப் பாதுகாப்பு வழங்கு''. 1946 முதல் இந்தோசீனாவில் பிரான்ஸ் ஈவிரக்கமற்ற ஒரு போரை நடத்திவருகிறது என்று கம்யூனிஸ்ட் கட்சியும், அதனோடு நெருக்கமாக இணைந்திருக்கும் தொழிற் சங்கக்கூட்டமைப்பும் (கன்பெடரேசியோன் ஜெனரல் து த்ரவாய் - சி.ஜி.டி) இகழ்ந்துரைத்தன. அமெரிக்காவில் வளர்ந்துவந்தபோது நான் அறிந்து கொண்டிராத ஒரு விசயமான தொழிலாளர் ஒருமைப்பாட்டின் வல்லமைமிக்க வெளிப்பாட்டாலும் இயக்கத்தாலும் நான் வசீகரிக்கப்பட்டேன்.

பிற்பகலின் தொடக்கத்தில் அணிவகுப்பு கலைந்து செல்கையில், ஆயிரக்கணக்கான மனிதர்கள் எங்கிருந்தோ புதிதாகத் தோன்றி, பத்துப்பன்னிரண்டு பேர் தோளோடு தோள் சேர்ந்து அணியமைப்பாக ஓடினார்கள். மறைந்துகொண்டிருக்கும் ஊர்வலத்தை எட்டிப்பிடிப்பதற்காக அவர்கள் கைகளை மடக்கி மெல்லிய ஏற்றஇறக்கத்தோடு உரக்கக் கூச்சலிட்டவாறு விரைந்து சென்றார்கள். இளவயதினராக, சிடுசிடுப்பானவர்களாக, மெல்லிய உடலமைப்பில் எளிமையாக உடையுடுத்து - மேலும் மேலும் அவர்கள் தொடர்ந்து வந்துகொண்டேயிருந்தார்கள். அவர்கள் முழக்கங்கள் எதையும் இடவில்லை, கொடிகள் எதையும், பதாகைகள் எதையும் ஏந்திவரவில்லை. அவர்கள் அல்ஜீரியத்தொழிலாளிகள்.

அவர்கள் அணிவகுப்பில் கலந்துகொள்வதற்காகப் பட்டியலிடப்பட்டிருந்தார்கள். இருப்பினும் அவர்களைச் சேர்த்துக் கொள்வதற்கான தனது ஒப்பந்தத்திலிருந்து சி.ஜி.டி. கடைசி நிமிடத்தில் பின்வாங்கியது. பிறகு அல்ஜீரிய

எதிர்ப்பாளர்களைத் தடுத்து நிறுத்தவும் முயன்றது. சில வாரங்களுக்குப் பிறகு அவர்களது தலைவரான அல்ஜீரியக் களப்பணியாளர் மெஸ்ஸாலி ஹட்ஜ் கைது செய்யப்பட்டபோது அது ஏனென்று நான் புரிந்து கொண்டேன். வட ஆப்பிரிக்காவில் பிரெஞ்சு ஆட்சிக்கு எதிராக நடக்கும் அரசியல் கிளர்ச்சியைக் கட்டுப்படுத்துவதில் பிரெஞ்சு அரசாங்கம் தீவிரமாக ஈடுபட்டிருக்கும் போது அல்ஜீரிய விடுதலைக்கான எந்தவொரு கோரிக்கையும் எழுப்பப்படாமல் தடுத்து நிறுத்தப்படுவதையே சி.ஜி.டி. விரும்பியது. மத்திய அல்ஜீரியாவிலுள்ள ஒரு நகரமான ஓர்லியான்ஸ்வில்லில், மே 14 அன்று மெஸ்ஸாலி ஹட்ஜ் ஒரு பொதுக்கூட்டத்தில் பேச முயன்றபோது, போலிஸ் துப்பாக்கிச் சூடு நடத்தி பலரைக் காயமுறச் செய்து இருவரை மரணமடையச் செய்தது. மெஸ்ஸாலி அங்கிருந்து அப்புறப்படுத்தப்பட்டு பிரான்ஸில் வீட்டுக்காவலில் வைக்கப்பட்டார்.

ஓராண்டுக்குப் பிறகு, சிஜி.டி தனது போக்கிலிருந்து தலைகீழாக மாறி, பாரிஸில் தனது பாஸ்டைல் தின அணிவகுப்பில் மெஸ்ஸாலியின் மூவ்மென்ட் ஃபார் த டிரிம்ப் ஆஃப் டெமாக்கிரடிக் ஃபிரீடம்ஸ் (எம்டிஎல்டி) அமைப்பையும் இணைத்துக் கொண்டது. பிரெஞ்சு போலிஸ் மீண்டும் தாக்கியது. அல்ஜீரியப் போராட்டக்காரர்கள் மீது துப்பாக்கிச் சூடு நடத்தியது. நூற்றுக்கணக்கானவர்களைக் காயப்படுத்தியது. ஏழுபேரைக்கொன்றது.

அந்த 1952 மேதினத்தில்தான் எனக்கு அல்ஜீரியாவோடான முதல் தொடர்பு ஏற்பட்டது. நான் கண்ணால் கண்ட நிகழ்வுகள் பிரெஞ்சு சமத்துவத்தின் பொய்மையைக் காட்டின: புகழ்பெற்ற மேற்கோள் வாசகமான *சுதந்திரம், சமத்துவம், சகோதரத்துவம்* தலைகீழாக இழுத்தெறியப்பட்டது. காலனியவாதமும், இனவாதமும் அதிகாரம் மற்றும் மேலாதிக்கத்தின் இருதூண்களாக எழுந்து நின்றன. யதார்த்தத்தினுள் நான் அதிர்ச்சியில் தள்ளப்பட்டேன்.

அட்லாண்டிக்கைத் தாண்டி என்னை ஏற்றிக்கொண்டுவந்த அந்தக் கப்பலில் கால்வைப்பதற்கு முன்னதாகவே நான் பிரான்ஸை நேசிக்கத் தொடங்கிவிட்டேன். அது எனது விதிப்பயன். ஸோலா மற்றும் டிரைஃபஸாலும், புரூஸ்ட் மற்றும் ஃபிளாபர்ட்டாலும், செஸான், டிகாஸ் மற்றும் மானேவாலும் உரமூட்டப்பட்டதாக இருந்தது. ஸ்காட் ஃபிட்ஜெரால்ட் பிரான்ஸைத் தனதாக ஏற்றுக் கொண்டார். அதுபோலவே எர்னஸ்ட் ஹெமிங்வேவும், ரிச்சர்ட் ரைட்டும், செஸ்டர்

ஹைம்ஸும்... அவர்களது சொந்த நாட்டைப் போலல்லாமல் பிரித்துவைக்கப்பட்ட அமெரிக்க இராணுவத்திலிருந்த கறுப்பின வீரர்கள் பிரான்ஸில் இரண்டாம் உலகப் போரின்போது சமமானவர்களாக வரவேற்கப்பட்டார்கள். ஆனால் அந்த மே தினத்தன்று பிரெஞ்சுக்காரர்கள் நிற வேற்றுமை பாராட்டாதவர்களாக இருக்கவில்லை என்பதை அறிந்து கொண்டேன். இதுவே அதிகரித்துவரும் கோபத்தைத் தூண்டிவிடுவதற்கான பொறிகளின் வரிசையில் முதலாவதாக இருந்தது. ஃபோபோர்க் செந்த் அந்துவானின் இருந்த ஆலிவ் நிறத்தோல்கொண்ட மனிதர்களை, 1940 களில் ஜார்ஜியாவில் ஒரு மாணவியாக நான் அவதானித்த தெற்கின் புழுதிபடிந்த சாலைகளைப் பின்பற்றி தளர்ந்து தள்ளாடி நடந்துசெல்லும் கறுத்த வழிப்போக்கர்களோடு, என்னிடமிருந்த ஏதோ ஒன்று தொடர்புபடுத்திப்பார்த்தது. அவர்கள் நம்பிக்கை யற்றவர்களாக, மனவேற்றுமை கொண்டவர்களாக இருந்ததை நான் கண்டேன். அவர்கள் என் மனதைப் பற்றியிழுப்பவர்களாக இருந்தார்கள்.

அதன்பிறகு, பாரிஸினுள்ளும், அதனைச் சுற்றிலுமிருந்த எண்ணற்ற வட ஆப்பிரிக்கத் தொழிலாளர்கள் மீது அதிக அக்கறை கொண்டவளாக நான் மாறினேன். நகரத்துக்குச் சற்றே வெளிப்புறத்தில் பிரப்பங்கழிகள், தகரம், அட்டைகள் மற்றும் பலகைகளால் கட்டியமைக்கப்பட்ட புலம் பெயர்ந்து வந்த ஆயிரக்கணக்கானவர்களின் புகலிடமாக குடிசை நகரங்களான பிடோன்வில்லேக்களின் வளையமொன்று இருந்தது. அந்த நகரங்கள் பாலங்களின் பெரிய நெடுஞ்சாலைகளையொட்டி இருந்த பள்ளங்கள் அல்லது படுகைகளிலும் பரவியிருந்தன. சிதைந்து சீரழிந்த, உடல்நலத்துக்கு ஒவ்வாத அழுக்குத் தொழுவங்களான அவை கண்ணுக்குப் புலப்படாதவகையில், சாதாரண மக்களின் பாதையிலிருந்து விலகியிருந்தன. அப்படியில்லையென்றால் அவை அவர்களின் மனதிற்குச் சுமையேற்றுபவையாக ஆகிவிடும்.

சீன் நதியின் குறுக்கேயிருந்த பாலத்துக்கு இட்டுச் செல்லும் ஒரு வீதியான ரூ து பான்ட்-தெ-கிரேனெல் வீதிக்கு அருகிலிருந்த தொழிலாளர் குடியிருப்பொன்றில் கொஞ்ச காலம் எனக்கு ஓர் அறையிருந்தது. அந்தப் பாலத்தின்மீது சுதந்திரதேவி சிலையின் மறுவடிவம் ஒன்று நின்றிருந்தது. அந்த வீதியில் வடஆப்பிரிக்க வாடிக்கையாளர்களுக்கான சுவர்த்துளை மளிகைக்

கடைகளும், உணவளிக்கும் மதுவிடுதிகளும் வரிசையாக இருந்தன. கதகதப்பான மாலை நேரங்களில் பிரான்ஸின் தொழிலாளி வர்க்கத்தின் நீலச் சீருடை அணிந்த மனிதர்கள், ஓர் அறையில் எட்டுப்பேரிலிருந்து பன்னிரண்டுபேர் வரை குடியிருந்த, தூங்குமிடங்களாக மாறிவிட்ட, சிறிய வாடகைக் கட்டிடங்களின் வாயிற்கதவுகளில் சாய்ந்துநின்றுகொண்டிருந்தார்கள். நான் கடந்துசென்றபோது, மாலை வணக்கம் (Bonsoir) என்று மெல்லிய குரல்கள் முணுமுணுத்தன.

பாலத்துக்கு அருகில் 'டேன்ஸிங்' என்னும் நடன அரங்கு ஒன்று மாலை நேரங்களில் திறந்திருந்தது. அந்த அரங்குக்கு முன்னால் கையில் இன்னும் சிகரெட்டுகளுடன், தங்களுக்குப் பிடித்த பெண்ணைச் சந்தித்து அளவளாவும் விதத்தில் உடையணிந்த அதே தொழிலாளர்கள் வட்டமடித்தபடி காத்திருந்தார்கள். அவ்வப்போது "கலப்பினத்தைச் சேர்ந்த" இணைகள் (வடஆப்பிரிக்க ஆண்கள் மற்றும் பிரெஞ்சு பெண்கள்) அரங்கை விட்டு வெளியே வந்து சுற்றித்திரிந்தார்கள்.

செந்த் மிஷேல் நிழற்சாலைக்கு அப்பாலிருந்த சிறிய வீதிகளில் ஒன்றான ரூ தெ லா ஹுசெட் வீதியிலிருந்த மலிவான வட ஆப்பிரிக்க உணவகங்களில் உண்பது வழக்கமானதாக மாறிவிட்டது. மூன்று அமெரிக்க நண்பர்களுடன் சேர்ந்து குஸ்குஸ், தாகின்ஸ் மற்றும் அல்ஜீரியாவிலிருந்து வந்த கடுகடுப்பான சிவப்பு ஒயினுக்கும் நான் அடிமையாகிவிட்டேன். மூவரில் ஒருவரான, சான் ஃபிரான்சிஸ்கோவைச் சேர்ந்த ஒல்லியான, வெளிறிய பழுப்பு நிறமும் தொங்குமீசையும் கொண்ட ஃபிராங்க், அந்த வீதிகளொன்றில், சில சமயங்களில் ஒருமணிநேரம், சிலசமயங்களில் ஓரிரு வாரங்கள் அடிக்கடி காணாமல் போய்விடுவார். அவருடைய பெண் நண்பி அவருடைய இரகசிய வாழ்க்கை குறித்து எனக்குத் தெரியப்படுத்தினார்: அவர் அமெரிக்க மற்றும் சீன வம்சாவளியைச் சேர்ந்தவர். போரின்போது இராணுவ விமானமோட்டியாக இருந்தவர். மொராக்கோவின் ரிஃப் மலைகளிலிருந்த கலகக்காரர்களுக்காகத் துப்பாக்கிகளைக் கடத்துபவராக இருந்துவந்தார். தலைக்கவிகையுடன் கூடிய, நீண்ட, வெள்ளைநிற ட்ஜெல்லபா உடை அணிந்து இரு கைகளிலும் துப்பாக்கியொன்றினை ஏந்தியிருந்த அவருடைய புகைப்படமொன்றை அந்தப் பெண் எனக்குக் காட்டினாள்.

வேலையும் விளையாட்டும்

வாழ்க்கை வேண்டிய அளவுக்கு மகிழ்ச்சியானதாக இருந்தது. ஆனால் கையிலிருந்த பணம் தீர்ந்துகொண்டிருந்தது. இன்டர்நேசனல் ஹெரால்ட் டிரிப்யூன் பத்திரிகையில் வந்த விளம்பரம் ஒன்றுக்கு நான் பதிலளித்தேன். அதன்மூலம் நார்த் அட்லாண்டிக் டிரீட்டி ஆர்கனிசேசன் (நேட்டோ) அமைப்பில் பிரான்ஸ் வகிக்கும் பாத்திரத்துக்கு அதை அணியப்படுத்துவதற்காக, அமெரிக்க விமானப்படைக்கான தளங்களை வடிவமைக்கும் ஃபிராங்கோ அமெரிக்கன் கட்டிடக்கலை முகமை ஒன்றில் செயலாளராக நான் சேர்த்துக்கொள்ளப்பட்டேன். கட்டிடக் கலைஞர்களும், பொறியாளர்களும் அமெரிக்கர்களாக இருந்தனர். முகமையின் தலைமைப் பொறுப்பில் இருந்தவர் பிரெஞ்சுக்காரர். டஜன் கணக்கிலான வரைவாளர்கள் எக்கோல் நேசனல் சுப்பீரியர் தெ பீயூஸ்-ஆர்ட்ஸைச் சேர்ந்த மாணவர்களாக இருந்தார்கள்.

இந்த மாணவர்கள் எனக்கு பாரிஸின் கட்டுப்பாடற்ற வாழ்க்கைமுறையை அறிமுகப்படுத்தினர். உயர்கல்வி பயில்வதற்கான பிரெஞ்சுப் பள்ளிகள் மன்னிக்கத்தகாதவிதத்தில் மேட்டுக்குடி சார்ந்தவையாக இருந்தன. ஆனால் இந்தக் கூட்டாளிகள் பூர்ஷ்வாக்களுக்கு எதிரானவர்களாக, நிர்ணயவாதத்துக்கு எதிரானவர்களாக இருந்தார்கள். ஒரு நிலைப்பட்ட, இறுக்கமான ஒரு சமூகத்தின் மனப்போக்குகளை மாற்றியமைப்பதற்கான தங்கள் உறுதியான முடிவைச் செயல்படுத்துபவர்களாக இருந்தார்கள். ஒரு பிற்பகலில், மார்செய்ல்ஸைச் சேர்ந்த தொழிற்சாலை உரிமையாளரின் மகனும், வருங்காலக் கட்டிடக்கலை நிபுணருமான பியர் ரிஸ்டோர்செல்லி, செயின்ட் ஜெர்மெய்ன் நிழற்சாலையின் நடுவில், திருச்சபைக்கும் டியூஸ் மக்காட்ஸ் கபேக்கும் மத்தியில், கழுத்துப்பட்டையும், சட்டையும், மேற்சட்டையும் அணிந்து காற்சட்டையோ உட்காற்சட்டையோ அணியாமல், பலமணிநேரம் எந்தத் தொல்லைக்கும் உட்படுத்தப் படாமல், வெளிப்படையான விதத்தில் எந்தக் கவலையுமின்றி போக்குவரத்தை வழிப்படுத்திக் கொண்டிருந்தான்.

என்னைப் பணியமர்த்தியவர்களின் பதற்றமான எச்சரிக் கைகளுக்குப் புறம்பாக எக்கோலிருந்து வெளியான, ஏற்பாடு செய்யப்பட்ட, அல்லது ஒழுங்கு செய்யப்பட்ட பால் தெஸ் க்வாட் 'இஸட்' ஆர்ட்ஸ் மற்றும் பிற உணர்ச்சிவேகமிக்க நிகழ்வு களுக்கு நான் சென்றேன். குழுநடனம் வலது கரையிலிருந்த சால்

வாக்ரம் என்னும் இசையரங்கொன்றில் இடம்பெற்றது. அது வைக்கோல் கட்டுகளால் அலங்கரிக்கப்பட்டிருந்தது. அங்கிருந்த மேடை ஒன்றில் நிர்வாணநிலையிலிருந்த மாடல் அழகிகளும் மாணவர்களும் பாலுறவில் ஈடுபட்டார்கள் அல்லது பாலுறவில் ஈடுபடுவதைக் களியாட்டமாக ஆக்கினார்கள். அது வேண்டுமளவுக்கு எனக்கு யதார்த்தமானதாகத் தோற்றமளித்தது. இசையானது இரவு முழுக்கக் கிறீச்சிட்டு, உரக்க ஊதல் ஒலியெழுப்பிய காற்றுக் கருவிகளின் எக்காள முழக்கம் மாணவர் ஒருவரால் வழங்கப்பட்டதாக இருந்தது. தரையில் நிறுத்திவைக்கப்பட்டிருந்த பீப்பாய்க் கொள்கலன்களிலிருந்து ஒயின் பெருகியோடியது.

கலைக்கூடங்களில் அந்தக் காலத்துக்குரிய அனைத்துக் கண்டுபிடிப்புக் கலை கொண்டு எங்களை நாங்கள் அலங்கரித்துக் கொண்டோம். மார்புக் கச்சைகள் மற்றும் குறுங்காற்சட்டைகள், பேன்கேக் ஒப்பனை, வண்ணமிகு பச்சை குத்தல்கள், சிறகுகள் மற்றும் பெரிய அளவு கொண்ட போலி நகைகள் ஆகியவற்றுடன் இடதுகரை வீதிகளினூடாக சீன் நதியைக் கடந்து, காபி அருந்தகங்களையும் உணவகங்களையும் கடந்து, போகிற வழியில் எங்கள் கைகளுக்குக் கிடைக்கக் கூடிய எதையும் தின்றுகொண்டும் குடித்துக்கொண்டும் சென்றோம். இரவு முடிவுற்ற நிலையில், பிளேஸ் தெ லா கன்கார்டுக்கு எங்களை நாங்களே இழுத்துப்பறித்துக் கொண்டு சென்று, நீரூற்றுகளில் குளித்துவிட்டு, ஒப்பனை, சாயம், ஆடைஅணிகளின் துண்டுதுணுக்குகளை அங்கேயே விட்டுவிட்டு வந்தோம்.

எனது வார இறுதிநாட்களை பிரின்ஸ் டி பௌல்ஸஸ், (''பிட்டத்தைக் கிள்ளுபவர்கள்'') என்னும் பெயர்கொண்ட இடத்திலுள்ள இரைச்சல்மிக்க, அதிகம் குடிக்கிற, கைகளைப் பற்றி ஆடும் நடன நிகழ்ச்சிகள் நடக்கும் மாணவர்களின் கலைக்கூடங்களில் கழித்தேன்.

வானிலை கதகதப்பானதாக மாறியதும், நான் வேலையை உதறிவிட்டு, கார்களின் வண்டித்தொடரில் என் புதிய நண்பர்களுடன் தெற்கத்திய பிரான்ஸுக்குக் கிளம்பிவிட்டேன். அங்கு கோட் ட அசூரில் ஒரு பயணக் குழுவினராக நாங்கள் உடனடியாக மாறிவிட்டோம். சிற்பி செஸாரையும், ஓவியர் பால்மார்டையும் வைத்து, முன்னிலைக் காவற் குதிரை வீரன் உள்ளிட்டு ஹாலிவுட்டிலிருந்து வந்த ஒரு திரைப்படத் தயாரிப்புக் குழுவாக வேடம் பூண்டு மாலைக்காட்சிகளை நாங்கள் நடத்தினோம். விடுமுறைக்கு வந்த பூர்ஷ்வாக்களிடம் எங்களுக்குத்

தேவையான படுக்கை மற்றும் உணவு வசதிகளை ஏமாற்றிப் பெற்றோம். மரத்திலிருந்து புத்தம்புதிதாகப் பறிக்கப்பட்ட அத்திப்பழங்களை அப்போதுதான் நான் முதன்முதலாகச் சாப்பிட்டேன். வெளிர் மஞ்சள் நிறத்தில் தெளிவற்றதாக இருந்த பாஸ்டிஸ் பானத்தை நாங்கள் அருந்தினோம். ஓவியர் மைரே குய்ராண்டும் நானும் மிகப் பெரிய சதுரமான கழூத்துப்பட்டைத் துண்டை குறுக்காகமடித்து, அதன் ஓரங்களைச் சேர்த்துப்பிடித்து, சில தையல்களை இட்டதன் மூலம் வடித்தெடுத்த, மிகக் குறுகிய நீச்சலுடை ஒன்றை எனதாக்கிக் கொண்டேன். மத்திய தரைக்கடலில் நான் நீந்தினேன். அசையும் மென்துகில் திரைச் சீலைகளினூடாகக் கடற்காற்று உருண்டோட ஆன்டிபஸிலிருந்த பிக்காஸோ அருங்காட்சியகத்தைச் சுற்றிப் பார்த்தேன். அந்த நாட்களில் செந்த் மேக்ஸிமும், செந்த் த்ரோபெஸும் பாசாங்கற்ற மீனவ கிராமங்களாக இருந்தன. நீஸின் கடற்கரைகள் கடலின் காலநிலையால் பாதிப்புக்குள்ளான நீள்வட்டக் கூழாங்கற்களால் மூடப்பட்டிருந்தன.

இவையெல்லாம் என்னை எங்கே இட்டுச்செல்கின்றன என்பது குறித்து எனக்கு எந்தக் கருத்தும் இருக்கவில்லை. ஆனால் அது எனக்குக்கிடைத்த அற்புதமான நேரமாக இருந்தது. என்னோடு பயணம் செய்த ஆண்களும், பெண்களும் வயதானவர்களாக இருக்கவில்லை. ஆனால் அவர்கள் தங்களைப் பற்றி மிகுந்த நிச்சயத்தன்மையோடு இருந்தார்கள். தாங்கள் எங்கே போகிறோம் என்பது அவர்களுக்குத் தெரிந்திருந்தது போல் தோன்றியது. ஒப்பீட்டளவில் நான் ஒரு குழந்தையாக உணர்ந்தேன். நான் புரிந்துகொள்ளாமல் இருந்தது என்னவென்றால் அவர்களுடைய வாழ்க்கைகள் முன்னதாகவே செதுக்கி உருவாக்கப்பட்டிருந்தது என்பதைத்தான். அவர்களுடைய நடத்தையும், வேலையும், கல்வியும், வர்க்கத்தால் முறைப்படுத்தப் பட்டிருந்தது. ஒருமுறை ஒரு தடத்தைப் பின்பற்றத் தொடங்கி விட்டால், திசையை மாற்றுவதில் ஆபத்து இருந்தது. விரைவிலேயே, நான் வேறுபட்ட கண்ணோட்டத்தைக் கொண்டிருந்தேன் என்பதை நான் காணத்தொடங்கிவிட்டேன்: நான் வேறொரு இடத்திலிருந்து வந்தவளாக இருந்தேன். நான் சுதந்திரமானவளாக இருந்தேன். என்னால் தடங்களை மாற்றிக் கொள்ள முடிந்தது.

அந்த எச்சரிக்கையான, முன்கணிப்புக் கொண்ட மனப்பான்மை நாங்கள் பகிர்ந்துகொண்ட உறவுமுறைகளிலும் கூட எதிரொலித்தது. நான் ஒருநிலைப்படாதவளாக இருந்தேன்,

அடிக்கடி கூட்டாளிகளை மாற்றிக்கொள்வதையும், சந்தர்ப்பங்களைப் பயன்படுத்திக்கொள்வதையும் வழக்கமாகக் கொண்டிருந்தேன். உழைப்பின்றி உணவு பெறுதல் ஓர் அமெரிக்க வகைப்பொழுது போக்காக இருந்தது. இருப்பினும், எனது பிரெஞ்சு நண்பர்கள் தீவிர முனைப்புக் கொண்டவர்களாக இருந்தார்கள். அந்தக் கோடைகாலம் முழுவதும் ஆண்கள் காதல் விளையாட்டுகளில் ஈடுபட்டார்கள். ஆனால் என்னை யாரும் அப்படிப்பட்ட நோக்கத்தோடு அணுகவில்லை. அவர்களுக்குத் துணைவர்கள் இருந்தார்கள். அந்தத் துணைவர்கள் உடனிருப்பவர்களாக அல்லது அவர்கள் திரும்பிவருவதற்காகக் காத்திருப்பவர்களாக இருந்தார்கள். மாறாக நான் ஒரு தோழராக இருந்தேன். அதன் அதிர்ஷ்டகரமான விளைவாக தத்தெடுத்துக் கொள்ளப்பட்ட குழந்தையாக நான் உணர்ந்தேன். இன்றைய நாள் வரை நாங்கள் இன்னும் உறுதியான நண்பர்களாக இருந்து வருகிறோம்.

கோடைகாலத்தின் முடிவில் நாங்கள் கலைந்து சென்றோம். நான் நீஸை விட்டு பாரிஸுக்கு பேருந்தில் சிறு கிராமங்களினூடாக, இரண்டாம்தரச் சாலைகளில் பிரான்ஸைக் கடந்துசென்றேன். பழைய உலகத்தினூடாகப் பயணம் செய்து ஒரு கோப்பை நிறைய வரலாற்றை அருந்திய உணர்வு எனக்கு ஏற்பட்டது. கிராமங்களும், நகரங்களும் பத்தொன்பதாம் நூற்றாண்டில் இருக்கவேண்டியவை போலத் தோற்றமளிப்பவையாக இருந்தன: ஈரப்பதம் கொண்டவையாக, தமக்குத்தாமே வேலியிட்டுக் கொண்டவையாக, மௌனமானவையாக இருந்தன.

வழி நெடுகவும் இங்கேயே தங்கியிருப்பதென்று நான் முடிவு செய்தேன். திரும்பிப்போவதற்கு நான் எதை உரிமை கொண்டிருக்கிறேன்? இழப்பதற்கு என்னிடம் என்ன இருக்கிறது?

சர்வதேச உலகக் கருத்தரங்கு மாநாடு

பாரிஸுக்குத் திரும்பிவந்ததும் நான் சார்போனில் பதிவு செய்துகொண்டேன். ஆனால் சரியாக சமாளிக்க முடியவில்லை. நான் வகுப்புகளைத் தவறவிட்டேன். அமெரிக்காவில் இளைஞர் மற்றும் மாணவர் அமைப்பில் சந்தித்தவர்களைத் தேடிக் கொண்டிருந்தேன். எனது பிரெஞ்சு மொழி மேம்பட்டதும், கூட்டங்களுக்கும் மாநாடுகளுக்கும் மொழிபெயர்ப்பாளராகவும் விளக்கவுரை ஆற்றுபவராகவும் பணத்துக்குப் பணியமர்த்தப் பட்டேன்; அந்த ஆண்டுகளில் இரண்டு அல்லது அதற்கு

மேற்பட்ட மொழிகளில் நல்ல செயல்படும் அறிவு கொண்ட மனிதர்கள் கிடைப்பதில் தட்டுப்பாடு நிலவியது. நான் பிற நகரங்களுக்கும், கண்டங்களுக்கும் பயணம் செய்யத் தொடங்கினேன். இளைஞர் கருத்தரங்கு ஒன்றுக்காக வடக்கே ஸ்வீடனுக்கும், எஃப்ஏஓ(யுனைடெட் நேசன்ஸ் ஃபுட் அண்ட் அக்ரிகல்சர் ஆர்கனிசேசன்) கூட்டங்களுக்காக தெற்கே ரோமுக்கும். மாலியிலுள்ள பமாகோவில் மாணவர் மற்றும் இளைஞர் மாநாடொன்றில் விளக்கவுரை ஆற்றுபவராக செயல்பட்டேன். புது டெல்லியில், 1956 ல் யுனெஸ்கோவின் பொது மாநாட்டில் நடந்த சர்வதேசக் கூட்டமொன்றில், ஒரு சுதந்திர நாடு என்கிற விதத்தில், டூனிசியாவின் முதல் தூதுக்குழுவில் நான் இடம் பெற்றேன். பிரதிநிதிகளின் குழு வருங்காலப் பிரதம மந்திரியான மொகம்மத் எம்சாலியின் தலைமையிலானதாக இருந்தது.

1953, ல் ஐசன்ஹோவரின் வெள்ளை மாளிகை, ஐக்கிய நாடுகள் சபையில் பணிபுரிந்த அமெரிக்கப் பணியாளர்களுக்கான விசுவாசப் பிரமாணம் ஒன்றை அறிமுகப்படுத்தியது. தனிவகைப் பட்ட ஐ.நா. முகமையொன்றால் வழங்கப்பட்ட ''தடைநீக்கம்'' என்னும் ஓர் ஆவணம் இல்லாமல், எந்தவொரு அமெரிக்கரும், எந்தவொரு சூழ்நிலையிலும், ஒருநாளோ, ஒரு மணி நேரமோ கூட பணியிலமர்த்தப்பட முடியாது. அந்தப் புகழ் பெற்ற ஆவணத்துக்காக நான் விண்ணப்பம் செய்தேன். அது நிராகரிக்கப் பட்டது. காரணம் எதுவும் தரப்படவில்லை.

இருப்பினும், எனது மூளையின் அடியிலிருந்த, நான் ஐரோப்பாவுக்குப் பயணம் மேற்கொள்வதற்கு சற்று முன்னதாக நடந்த நிகழ்வுகளை நான் நினைவுகூர்ந்தேன். 1951 ன் கோடைகாலத்தில், கார்னெல் பல்கலைக்கழகத்தில் நடந்த உலக இளைஞர் பேரவை (WORLD ASSEMBLY OF YOUTH-WAY) கூட்டத்தில் கலந்துகொண்டேன். அது கம்யூனிஸ்ட் முகாம் நாடுகளைத் தவிர்த்து, உலகம் முழுவதிலுமுள்ள இளவயதினரின் தூதுக் குழுக்களை ஒன்றுகூட்டுவதாக இருந்தது. அமெரிக்காவில் நிலவும் இனவாதம் குறித்து நான் வெளிப்படையாகக் கண்டிக்கக்கூடியவளாக இருந்தேன். எங்கள் விருந்தினர்களில் ஆப்பிரிக்காவைச் சேர்ந்த பல பிரதிநிதிகளுக்கு எங்களுடைய அரசியல் என்னவாக இருந்தது என்பதைத் தெரிந்துகொள்வது விருப்பத்துக்குரியதாகவும், தேவையானதாகவும் இருந்தது. அதன்பிறகு, எனது சொந்த நகரமான ரிட்ஜ்ஃபீல்டுக்கு எஃப்பிஐ முகவர்கள் வந்து என்னைப் பற்றி, குறிப்பாக ''நீக்ரோக்கள்''

குறித்த எனது கருத்துரைகள் தொடர்பாகக் கேள்விகள் கேட்பதற்காக வந்திருந்தார்கள் என்று நான் கேள்விப்பட்டேன். இவையனைத்தும் என்னைக் கறுப்புப்பட்டியலில் சேர்ப்பதற்குத்தான் என்பது தெளிவாகத் தெரிந்தது.

இருப்பினும், இந்தப் பிரச்சனையில் சிக்காமல் இருப்பதற்குப் பல வழிகள் இருந்தன. யுனெஸ்கோவில் இத்தாலிய அரசாங்கத்தின் மூலம் எஃப்ஏஓவின் டூனிசியத்தூதுக்குழுவால் ஊதியம் அளிக்கப்படுபவளாக நான் இருந்தேன். நான் அங்கு பணிபுரிந்த ஆண்டுகளின்போது இன்டர்நேசனல் சிவில் ஏவியேசன் ஆர்கனிசேசன் (ICAO) அந்தத் ''தடைநீக்கத்''தை அங்கீகரிக்க மறுத்தது. அர்ஜென்டினாவைச் சேர்ந்த வால்டர் பினாகி அந்த நிறுவனத்தின் தலைவராக இருந்தார். அமெரிக்கா உள்ளிட்டு, உறுப்பு நாடுகளைப் பொறுத்தஅளவில் சுதந்திரமான கொள்கை ஒன்றை உறுதியாகக் கையாண்டார்.

கினியாவைச் சேர்ந்த கொனாக்ரியில், சுதந்திர வழக்குரைஞர் களின் சர்வதேசச் சங்கக்கூட்டமொன்றில் பனிப்போர் அரசியலின் சிறுபொறியமைவுகளை நான் நேரடியாகக் கண்டேன். சர்வதேச கம்யூனிசம் சார்ந்த அமைப்பு ஒன்றால் நிதியளிக்கப்பட்டு, ஏற்பாடு செய்யப்பட்ட மாநாடு ஒன்றில் எல்லைக்குட்பட்டு அது செயல்படுத்தப்பட்டது. கினிய அரசாங்கத்தால் பணம் கொடுத்து பணியமர்த்தப்பட்ட ஒரு பிரெஞ்சுப்பெண்ணையும், என்னையும் தவிர்த்து, தொழில்நுட்பர்கள், உபகரணங்கள் மற்றும் விளக்கவுரை வழங்குபவர்கள் சீனாவிலிருந்து வந்திருந்தார்கள். மாநாடு நடந்த அன்று, கினிய நீதித்துறை அமைச்சருக்காக தனிப்பட்ட முறையில் விளக்கவுரை அளிக்கும்படி நான் கேட்டுக்கொள்ளப்பட்டேன். அந்த மாநாட்டின் அவைத் தலைவரான அவர் பிரெஞ்சு மொழி பேசுபவராக இருந்தார். அத்துடன் ஐப்பானியப் பிரதிநிதிகள் குழுவின் தலைவர் சரளமாக ஆங்கிலம் பேசுபவராக இருந்தார். அவர்களுடைய சந்திப்பு தங்களது பிரதிநிதிகளின் நிலைபாடுகளை கம்யூனிசப் பிரதிநிதிகளின் சூழ்ச்சித்திறத்தால் தோல்வியுறாத விதத்தில் ஒருங்கிணைப்பதையும், இறுதித் தீர்மானங்களில் அமெரிக்காவை எந்தவொரு விதத்திலும் கண்டனம் செய்வதைத் தவிர்ப்பதையும் நோக்கமாக கொண்டிருந்தது.

மாநாடு நடைபெற்றுக் கொண்டிருக்கும்போது, அமெரிக்காவைப் பழிதூற்றி, கொரிய ஒருங்கிணைப்புக்கு அழைப்பு விடுக்கும் கொரியப் போர் குறித்த வரைவு வாசகம் ஒன்று குழுவில்

அறிமுகப்படுத்தப்பட்டு, நிறைவேற்றப்பட்டது. இருப்பினும், மாநாட்டின் இறுதி நேரத்தில், கினியாவைச் சேர்ந்த அந்த அவைத் தலைவர் அந்தத் தீர்மானத்தை பேரவைக்கூட்டத்தில் வாக்கெடுப்புக்கு விடுவதற்குத் துணிவாக மறுத்துவிட்டார். இதை எதிர்த்து மாநாட்டுப் பிரதிநிதிகள் தங்கள் இருக்கைகளை விட்டுக் குதித்தெழுந்தனர். அவைத்தலைவர் ஒழுங்கைப் பேணும்படி கேட்டுக்கொண்டார். அதற்கு எந்தப்பயனும் இருக்கவில்லை. தனது மனச்சமநிலை அனைத்தையும் இழந்து போன அவர், தனது கைகளை அசிங்கமாகச் சைகை காட்டும் விதத்தில் ஆட்டியபடி, ''கொரியப் பிரச்சனையைத் தீர்ப்பதற்கு கொரியாவுக்குத் திரும்பிப்போங்கள்!'' என்று உரக்கக் கத்தி விட்டு, மேடையிலிருந்து அதிரடியாக இறங்கிப்போனார். சீனத்தொழில்நுட்பர்கள் மின்னல் வேகத்தில் எதிர்வினைபுரிந்து, பேச்சாளர்கள் மற்றும் விளக்கவுரை ஆற்றுபவர்களின் ஒலிவாங்கிகளை அணைத்து அதன்மூலம் ஒலியை மட்டுமின்றி மாநாட்டையும் முடிவுக்குக் கொண்டுவந்தனர். பிரதிநிதிகள் குழப்பத்திலும், திகைப்பிலும் சுற்றிச்சுற்றி வந்த நிலையில், நான் இருந்த இடமான ஆங்கில மொழிச் சவுக்கத்திலிருந்து கூர்ந்து கவனித்த போது, பார்வையாளர்கள் பகுதியிலிருந்து இரண்டு அமெரிக்க அவதானிகள் தங்கள் இருக்கைகளை விட்டு நீங்கி, அரங்கை விட்டு வெளியேறினர்.

உலக இளைஞர்கள் பேரவை (WAY) யின் புரூச்சல்ஸ் தலைமையகத்திலிருந்து பணியாற்றியபோது, காலனியத்துக்குப் பிந்தைய ஆப்பிரிக்காவின் முதல் சுதந்திர நாடான கானாவைச் சேர்ந்த அக்ராவில் 1960 சர்வதேச காங்கிரஸை நடத்த ஏற்பாடு செய்தேன். புதிதாக இறையாண்மைகொண்ட நாடுகளான டோகோ, டாகோமி (தற்போதைய பெனின்), கினியா, செனகல் மற்றும் மாலியைச்சேர்ந்த பிரதிநிதிகளின் பயணங்களுக்காகவும் நான் செயல்பட்டேன். ஒவ்வொரு நாட்டையும் காண்பதற்காக மட்டரகமான விமான நிலையங்களையும், தற்காலிகமான ஓடுபாதைகளையும் கடந்து சென்றேன். அந்தக் காலத்தில் மேற்கு ஆப்பிரிக்காவில் பயணம் செய்வது அபாயகரமானதாக இருந்தது. மிகச் சில விமானங்களே இருந்தன. கால அட்டவணை அரிதாகவே மதிக்கப்படுவதாக இருந்தது. முன்பதிவுகள் கண நேர அறிவிப்பில் நீக்கப்பட்டன. ஒவ்வொரு பயணமும் ஒரு துணிகரச் செயலாக இருந்தது.

கானாவின் குடியரசுத் தலைவரான குவாமே நுக்ருமா உலக இளைஞர் பேரவைக்கு அழைப்பு விடுத்திருந்தார். ஆனால் கூட்டத்துக்கான நாள் வந்தபோது, அவருக்கு வேறு எண்ணங்கள் ஏற்பட்டன: தான் மேற்குலகுக்கு மிகவும் சார்பாக இருப்பதாகவும், போதுமான அளவுக்கு இருமுகாம்களிலிருந்தும் சுதந்திரமாக இல்லாதது போலவும் தோன்றக்கூடும் என்று அவர் கருதினார். அழைப்பிதழ் திரும்பப் பெறப்படவில்லை. ஆனால் கானாவின் அதிகாரிகளுடனான தொடர்புகள் சோதனையானவையாக மாறிவிட்டன. என்னால் ஏற்பாடு செய்யப்பட்ட இரண்டு சூப்பர் கான்ஸ்டலேசன் விமானங்களிலிருந்து வெளியில் வந்த பிரதிநிதிகள் விமானநிலையத்தில் முடிவற்ற, அவசியமற்ற தாமதப்படுத்துதல்களுக்கு ஆளாயினர். நான் பேச்சுவார்த்தை மேற்கொண்ட கானாவின் பணியாளர்கள் ஏற்புத்திறமற்றவர்களாக இருந்தார்கள். கூட்டத்தை நுக்ருமா தொடங்கிவைப்பதாகத் திட்டமிடப்பட்டிருந்தது. அவருக்கு பதிலாக, அவருடைய நல்லெண்ணத்தையும் வெற்றிப்புகழுரையும் தெரிவிப்பதற்காக சமூக நலத்துறை அமைச்சர் அனுப்பப்பட்டிருந்தார். மேற்கு ஆப்பிரிக்க நாடுகள் எடுத்துவைத்த உறுதியற்ற முதலடிகளை நான் மிகவும் நெருக்கத்திலிருந்து பார்ப்பவளாக இருந்தேன்: அவற்றின் செயல்திறமின்மையை, ஒருங்கிணைப்பு இல்லாமையை, இருமனப் போக்கை, தவிரவும் தன் சொந்தக்காலில் நிற்பது குறித்த அதன்பெருமையையும்கூட. எதிர்காலம் குறித்து நான் வியப்பார்வம் கொண்டேன்.

ஆப்பிரிக்கக் கண்டத்தில் அதிகரித்துவரும் கொந்தளிப்பான பின்புலத்தில் அந்தக் கூட்டம் நடைபெற்றது. காங்கோ ஜனநாயகக் குடியரசைச் சீர்குலைக்கும் முயற்சியில் மேற்கொள்ளப்பட்ட பெல்ஜிய இராணுவத் தலையீட்டுக்கு பேட்ரிஸ் லுமும்பாவின் அனுபவ முதிர்ச்சியற்ற புதிய அரசாங்கம் முகம் கொடுத்துக் கொண்டிருந்தது. கடாங்கா பகுதியின் வலிமைமிக்க மனிதரான மோசே த்சோம்பே, முன்னாள் காலனிய இராணுவத்தின் உதவியுடன், எண்ணெய் வளம் கொழிக்கும் பிரதேசத்தை சுதந்திரமானது எனப் பிரகடனம் செய்தார். ஐ.நா.வின் ஆயுதமேந்திய தலையீட்டுக்கு ஏற்பாடு செய்யப்பட்டிருந்தது. புதிய நாட்டின் ஒற்றுமையைப் பேணும் டாக் ஹாமர்சோல்டின் முயற்சியில் பங்கெடுத்துக்கொள்வதற்கான தனது தயார்நிலையை கானா அறிவித்தது. இராணுவரீதியான தலையீட்டுக்கான அதிகாரம் இன்றி, கண்காணிப்புப் படையொன்றைக் கருத்தில்

கொண்டதாக ஐ.நா. வின் தீர்மானம் இருந்தது. காங்கோ ஜனநாயகக் குடியரசின் ஏற்றுக் கொள்ளமுடியாத விதத்திலான பிரிவினையை வலுப்படுத்தும் என்பதன் காரணமாக பின்னாட்களில் இந்தப் படையில் பங்கெடுத்துக்கொண்ட கானாவும் பிற நாடுகளும் தங்கள் படையணிகளைத் திருப்பியழைத்துக் கொள்வதற்கும் இட்டுச் சென்றது. அந்தக் கோடைகாலத்தில் ஒன்பது பிரெஞ்சு காலனிநாடுகள் உள்ளிட்ட பதினொரு நாடுகள் சுதந்திரநாடுகளாக மாறின. இருப்பினும், அல்ஜீரியப்போர் தனது ஆறாம் ஆண்டுக்குள் நுழைந்தது...

போருக்குப் பிந்தைய காலகட்டத்தில் காலனிய நீக்கம் என்பது ஒரு மையப் பிரச்சனையாக இருந்தது. ஒன்பது ஆண்டுகள் நீடித்த வியட்நாமுக்கு எதிரான காலனியப்போர், 1954 - ல் தியன் பியன் பூவில் பிரெஞ்சு இராணுவத்தின் இறுதி அழிவோடு முடிவுக்கு வந்தது. அதே ஆண்டில் பிரான்ஸிடமிருந்து விடுதலை பெறுவதற்கான அல்ஜீரியப் போர் வெடித்தெழுந்தது. உலகம் வினவியது: பிரெஞ்சுக்காரர்களுக்கு ஏற்கனவே பட்டபாடு போதுமானதாக இல்லையா? பெரிய நாடுகள் மூன்றையும் பொறுத்த அளவில் (இங்கிலாந்து, சோவியத் சோலிசக் குடியரசுகள் மற்றும் அமெரிக்க ஐக்கிய நாடுகள்) பிரான்ஸ் புதிய சர்வதேச யதார்த்தங்களுக்குத் தன்னைத் தகவமைத்துக் கொள்ளாத, மங்கி வரும் ஒரு சக்தியாக இருந்தது. ஆனால் பிரான்ஸ் தனது ஏகாதிபத்திய அந்தஸ்தைத் தக்கவைத்துக் கொள்ளவேண்டும் என்பதையும், உலக அரசியலை வழிப்படுத்துவதில் முழு அளவிலான ஒரு கூட்டாளியாகக் கருதப்படவேண்டும் என்பதையும் ஏற்றுக்கொள்ளச் செய்வதற்காக குடியரசுத்தலைவர் டி கால், ஐசன்ஹோவரிடம் போராடினார். எல்லாவற்றுக்கும் மேலாக, பிரான்ஸ் ஐ.நா. பாதுகாப்புக் கவுன்சிலில் மறுப்பாணை அதிகாரம் கொண்ட ஒரு கூட்டாளி அல்லவா? வாஷிங்டன் தனது நிபுணத்துவத்தை வழங்க மறுத்தபோதிலும், அல்ஜீரியாவிலுள்ள சகாரா பாலைவனத்தில் அந்த நாடு மேற்கொள்ளும் அணுகுண்டுப் பரிசோதனைகள் விரைவில் இன்னொரு தனிச்சிறப்பான நாடுகளின் குழுவில் - அணுகுண்டு வைத்திருக்கும் நாடுகள் - அங்கம் வகிக்கும் உரிமையை வழங்கப்போகிறதல்லவா?

பிரெஞ்சுத் தாயகத்துக்கும், வடக்கு, மேற்கு மற்றும் மத்திய ஆப்பிரிக்காவிலுள்ள பிரான்ஸின் முன்னாள் காலனி நாடுகளுக்கும் இடையிலான தொடர்பாக, டி காலின் கடையாணியாக அல்ஜீரியா இருந்தது. இருப்பினும், அல்ஜீரியாவில் இருந்த

கொந்தளிப்பின் வேகம் இனிமேலும் ஐரோப்பாவில் இருக்கும் நேட்டோவை நம்பியிருப்பதற்கான சாக்குப்போக்காக இருக்க முடியாத அளவுக்கு பிரெஞ்சு இராணுவப்படையணிகளை (அதன் பதினான்கு பிரிவுகளில் பன்னிரண்டு பிரிவுகள்) வேண்டி நிற்பதாக இருந்தன. இதற்கு மாறாக, அமெரிக்கா தனது முன்னாள் கூட்டாளியைப் புகழ்ந்து பேசிய அதேசமயத்தில், அல்ஜீரியாவுக்காக பிரான்ஸால் தொடுக்கப்பட்டிருக்கும் போர் இலக்கற்றது என்றும், எவ்வளவு விரைவில் அது முடிவுக்குக் கொண்டுவரப்படுகிறதோ அவ்வளவு விரைவில் படையணிகளைத் தனது கரைகளுக்குக் கொண்டு வருவதன் மூலம் ஐரோப்பாவில் தனது கடமைப்பொறுப்புகளை நிறைவேற்றுவது பிரான்ஸுக்கு சாத்தியமானதாக இருக்கும் என்று கருதியது.

அல்ஜீரியப் போர் என்பது 1950களில் ஐரோப்பாவில் வரையறுக்கும் பிரச்சனையாக மாறிவிட்டது. ஒவ்வொருவரும் ஏதேனும் ஒரு தரப்பை ஆதரித்தார்கள். பிரான்ஸ், ஸ்விட்சர்லாந்து மற்றும் பெல்ஜியம் என நான் எங்கு வாழ்ந்தபோதும் போராட்டங்களில் அணிவகுத்துச் செல்வது, சர்வதேசக் கூட்டங்கள் மற்றும் கலந்துரையாடல்களில் கலந்துகொள்வது, தீர்மானங்களை அறிமுகப்படுத்துவது, சித்திரவதைகளுக்கு வெளிப்படையாகக் கண்டனம் தெரிவிப்பது ஆகியவற்றில் ஈடுபடுபவளாக மாறிவிட்டேன். சாலை நெடுக ஒவ்வொரு நிறுத்தத்திலும் அல்ஜீரியப் போராளிகளையும், பிரதிநிதிகளையும் நான் சந்தித்தேன். 1960 -ல், அக்ராவில் உலக இளைஞர் பேரவைக் கூட்டத்தில், ஆப்பிரிக்காவுக்கான அலைந்து திரியும் தூதுவராக கானாவில் பணியமர்த்தப்பட்ட ஃபிரான்ஸ் ஃபனானும், அல்ஜீரிய மாணவர் பிரதிநிதியான மொகமத் ஷானவ்னும் இருந்தார்கள்.

நாங்கள் ஒன்றாகச் சேர்ந்து அக்ராவில் மூவரணி ஒன்றை அமைத்தோம். காலனியத்துக்கும், இனவாதத்துக்கும் எதிரான தீர்மானங்களுக்கு ஆதரவு தெரிவிப்பதற்கு பிரதிநிதிகளின் குழுக்களை சம்மதிக்கச் செய்வதற்காகச் செயல்பட்டோம். இன்னொரு கண்டத்தில் மீண்டும் தற்செயலாக நாங்கள் மூவரும் ஒன்றுசேரப்போகிறோம் என்பதை அறியாமல், அந்த வளாகத்திலும், அக்ராவிலும் ஒன்றாகச் சுற்றியலைந்தோம்.

அந்தப் பத்தாண்டின் இறுதி வாக்கில், ஐரோப்பாவில் எட்டு ஆண்டுகள் இருந்ததற்குப் பிறகு அரசியல் வாழ்க்கையில் நான் முற்றிலுமாக மூழ்கிவிட்டேன். எனது தனிப்பட்ட

வாழ்க்கை எனது பணிவாழ்க்கையை ஒத்ததாக இருந்தது: இடைவிடாது செயலில் ஈடுபட்டிருப்பது, ஒரு நகரத்திற்கும் இன்னொரு நகரத்துக்கும் இடையில் ஒரு கடமைப்பொறுப்புக்கும் இன்னொரு கடமைப் பொறுப்புக்கும் இடையில் அடிக்கடி மாறிக்கொண்டிருப்பது: அதிவேகமாக இயங்குவது, ஓரிடத்தில் நிலைநில்லாதிருப்பது. எனக்கென்று காத்திருப்பவர் என்று எவரொருவருமில்லை. எனக்கு முப்பத்தொரு வயது. சில ஆண்டுகளாகவே தீவிரமான உறவுகள் எதையும் நான் கொண்டிருக்கவில்லை. அதனால், 1960 செப்டம்பரில், நான் அமெரிக்காவுக்குத் திரும்பிச் செல்வதென்று முடிவு செய்தேன். 1954 - லிலும், மீண்டும் 1957 - லிலும் என் தாயார் ஐரோப்பாவில் என்னைச் சந்தித்தார் என்றபோதிலும், நான்காண்டுகாலம் நான் தாய்நாட்டில் இருக்கவில்லை. ஸ்விட்சர்லாந்துக்கும், ஸ்பெயினுக்கும், மொராக்கோவுக்கும், இத்தாலிக்கும், பிரான்ஸைச் சுற்றியும் நாங்கள் இருவரும் சேர்ந்து மேற்கொண்ட பயணங்கள் எங்கள் இருவருக்குமே இனிமையான வையாக இருந்தன. நான் ஐரோப்பாவுக்கு சென்றதற்கு முன்னதாக அவர் அங்கு காலடியெடுத்து வைத்ததில்லை. நான் தலைமைப் பொறுப்பிலிருந்தேன்; நான் திட்டமிட்டேன், உத்தரவுகளைப் பிறப்பித்தேன். பல மொழிகளின் கலவையொன்றைப் பேசினேன். அவர் என்னை முழுமையாகச் சார்ந்திருந்தார். அது எங்கள் இருவருக்குமே ஆறுதலாக இருந்ததாகக் கண்டோம்.

2. அல்ஜீரியப் போர்

நான் மொகமத் ஷானவ்னைப் பார்ப்பதற்காக நியூ யார்க்குக்குச் சென்றேன். அவர் நியூ யார்க் பல்கலைக்கழகத்தில் பயின்று வந்தார். கானாவில் எங்களுக்கிடையில் உருவான தோழமையுணர்வு இன்னும் என்னிடம் தங்கியிருந்தது. இன்னும் ஒருபடி மேலே சென்று அதை நான் சோதித்துப் பார்க்க விரும்பினேன். அவரும் அவ்வாறே விரும்பினார். கிராண்ட் சென்ட்ரல் ஸ்டேசனில் நாங்கள் கட்டித்தழுவிக்கொண்டபோது, அவர் சொன்னார், ''நான் உனக்காகக் காத்திருந்தேன்.''

அல்ஜியர்ஸில் மாணவனாக இருந்த சமயத்தில் நகரத்தின் அச்சுறுத்தல்மிக்க குடிசைப்பகுதிகளில் ஒன்றான ஹுசேய்ன் டேயில் செயல்பட்டுவந்த சமூகக்குழு ஒன்றில் மொகமத் இணைந்திருந்தார். இளம் அல்ஜீரியர்களுடன் செயலூக்கமிக்க உறவொன்றை நிறுவும் நம்பிக்கையில் எதிர்ப்புப் போராட்டவீரர் ஜெர்மெய்ன் டில்லியன் மற்றும் கத்தோலிக்க முற்போக்கு பாதிரியார்களால் இந்த முன்னெடுப்பு புதிதாகத் தொடங்கப் பட்டதாகும். அந்தச் சமயத்தில் இந்த முன்னெடுப்பு முரட்டுத் துணிச்சல் கொண்டதாகக் கருதப்பட்டது. ஐரோப்பியர்களும், சுதேசி மக்கள் கூட்டங்களும் முற்றிலும் தனித்தனியான உலகங்களில் வாழ்ந்துவந்தார்கள். குடியேறிகளின் கூட்டம் கலந்துறவாடுதலை கண்ணியக்குறைவானதாகக் கருதியது.

1957 - ல், காலனியப் போரினுள் மூன்றாண்டுகள் கடந்து விட்ட பிறகு, பிரெஞ்சு அரசாங்கம் அல்ஜீரியாவை இராணுவக் கட்டுப்பாட்டுக்குள் கொண்டுவந்தது. சமூக மையத்துடன் தொடர்புகொண்டிருந்த ஒவ்வொருவரும் கைது செய்யப் பட்டார்கள். அல்ஜீரிய ஆண்களும் பெண்களும் சித்திரவதை செய்யப்பட்டார்கள். பிறகு ஓராண்டு காலம் சிறையலடைக்கப் பட்டார்கள். ஓராண்டுக்குப்பின் விடுதலையானதும் மொகமத் சுவிட்சர்லாந்திலுள்ள லோசானுக்குப் போய்ச்சேர்ந்தார்.

அங்குதான் அல்ஜீரிய தேசிய மாணவர் சங்கம் (UGEMA) அதன் தலைமையகத்தைக் கொண்டிருந்தது. அமெரிக்கா செல்வதற்கான அமெரிக்க மாணவர் சங்கத்தின் உதவித் தொகைகளில் முதலாவதான ஒன்று அவருக்கு வழங்கப்பட்டது.

நான் தவறு செய்திருக்கவில்லை. அக்ராவில் நாங்கள் பகிர்ந்து கொண்ட தீவிர இலட்சியவாதம் மற்றும் நெருக்கத்தின் தருணங்கள் ஏக்கத்திற்குரிய ஒன்றாக மாறிவிட்டது. எதிர்காலம் குறித்த எண்ணங்களைத் தவிர்த்துவிட்டு, எங்கள் பகல்களையும், இரவுகளையும் நாங்கள் ஒன்றாகக் கழித்தோம்.

நான் நியூ யார்க்கை விட்டு வந்து ஒன்பது ஆண்டுகள் கழிந்து விட்டன. உலகம் பற்றி நான் நன்கு அறிந்துகொண்டேன். எனது அரசியல் தெளிவாக இடதுசாரிகளின் பக்கமிருந்தது: காலனியத்தக்கு எதிரானது. இனவாதத்துக்கு எதிரானது. சோசலிசத்துக்குச் சார்பானது. கலைக்கும் கட்டிடக்கலைக்குமான இரசனை ஒன்றை நான் வளர்த்துக்கொண்டேன். நாகரிகபாணி மற்றும் உடைகள் பற்றிக் கொஞ்சம் தெரிந்துவைத்திருந்தேன். நான் மிக நவநாகரிகமாக இருந்தேன். ஆனால் என்னைப் பற்றி நான் நன்கு தெரிந்து வைத்திருந்தேனா என்பதை என்னால் உறுதிப்படுத்திக்கொள்ள முடியவில்லை. எல்லாம் தானாக நடக்கும் என்றும், நல்லதே நடக்கும் என்றும் இன்னும் நினைந்திருந்தேன். இருப்பினும், ஏதோ ஒரு கட்டத்தில் முடிவொன்றை எடுக்க வேண்டியிருக்கும் என்றும், விமானப் பயணச்சீட்டு ஒன்றை வாங்கிக்கொண்டு, பாரிஸில் உள்ள எனது கலைக்கூடத்துக்கும், சர்வதேச கருத்தரங்கு உலகம் தொடர்பான என் பணிக்குத் திரும்பவேண்டியிருக்கும் என்றும் எனக்குத் தெரிந்திருந்தது. இப்போது என் வாழ்க்கை அந்த இடத்தில்தான் இருந்தது.

ஒரு நாள் அல்ஜீரிய அலுவலகத்தைப் பார்ப்பதற்கு மொகமத் என்னை அழைத்துச் சென்றார். அது, ஐநா சபை மற்றும் அல்ஜீரியக் குடியரசின் இடைக்கால அரசாங்கத்திற்கான ஐநா பிரதிநிதிகளோடான உறவுகளைக் கையாண்டு வந்தது. அந்தப் பணி ''அல்ஜீரியப் பிரச்சனை'' குறித்த ஐநா சபையின் வருடாந்திரப் பொது விவாதம் தொடர்பானதாக இருந்தது. ''அல்ஜீரியப் போரை''ச் சுற்றிவளைத்துக் குறிப்பிடும் வகையில் இந்த மாறுபட்ட சொற்றொடரைப் பயன்படுத்திய பிரான்ஸ், இந்த மோதலின் உண்மைநிலையை ஏற்க மறுத்து, இதை உள்ளூர் எதிர்ப்பியக்கத்தின் மட்டத்திலான உள் விவகாரம் என்று தொடர்ந்து வலியுறுத்தியது. பிரதிநிதி அப்தெல்காதர் சந்தர்லியை

மொகமத் எனக்கு அறிமுகப்படுத்தி வைத்தார். அவர் எனக்கு அலுவலகத்தைச் சுற்றிக் காட்டினார். எங்களை மதிய உணவுக்கு அழைத்துச் சென்றார். உணவகத்திலிருந்து வெளியே வந்தபோது, நியூ யார்க்கில் தங்கியிருக்கவும், அவரது குழுவில் பணிபுரியவும் எனக்கு விருப்பம் இருக்கிறதா என்று சந்தர்லி என்னிடம் கேட்டார். எனக்கு மிகப் பெரிய ஆச்சரியம். என் பதில் உடனடியானதாக இருந்தது, ''ஆமாம், எனக்கு விருப்பம்தான்.''

அல்ஜீரிய தேசியவாதத்தின் தந்தையான மெஸ்ஸாலி ஹட்ஜ் என்பவர் லெத்துவால் நார்ட் ஆப்பிரிக்கான் (வட ஆப்பிரிக்க நட்சத்திரம்) இயக்கத்தை நிறுவிய 1920களின் போதிலிருந்தே அல்ஜீரியர்கள் தங்களைக் காலனியப்படுத்தியவர்களுக்கு எதிரான அரசியல் யுத்தங்களை மேற்கொண்டு வந்தனர். பிரான்ஸின் ஒடுக்குமுறைப் படையணிகளிடம் தடையாணைகளையும், கைதுகளையும், சாவையும் எதிர்கொண்ட அல்ஜீரியர்கள் வருடக் கணக்கில் தங்களைத் தற்காத்துக்கொண்டு, தங்களைத் தாங்களே மறுகண்டுபிடிப்புச் செய்துகொண்டார்கள். அவர்கள் புதிய தலைவர்களை வளர்த்தெடுத்தார்கள். புதிய அமைப்புகளைக் கட்டியெழுப்பினார்கள்: அல்ஜீரியன் பியூப்பிளிஸ் பார்ட்டி (PPA), த மூவ்மெண்ட் ஃபர் த டிரைம்ப் ஆஃப் டெமாக்ரடிக் லிபர்ட்டிஸ் (MDLT), த ஸ்பெஷல் ஆர்கனைசேசன் (OS), த மூவ்மெண்ட் ஃபர் த அல்ஜீரியன் மேனிஃபெஸ்டோ (UDMA), த ரெவல்யூசனரி கமிட்டி ஃபர் த யூனிட்டி அண்ட் ஏக்சன் (CRUA). மற்றவை அனைத்தும் உதவாதபோது, அவர்கள் இரசியமாகப் பயிற்சி எடுத்துக் கொண்டு, ஆயுதமேந்தினார்கள். எளிமையான ஆயுதங்களைக் கொண்டு - துருப்பிடித்துப் பழையதாகிப்போன வேட்டைத் துப்பாக்கிகள், ரைபிள்கள் மற்றும் சாரணர் கத்திகள், தகரடப்பாக்களில் மருந்தடைத்துக் கையால் செய்யப்பட்ட வெடிகுண்டுகள் - அவர்கள் தாக்குதல் நடத்தினார்கள்.

1954 நவம்பர் 1, அனைத்துப் புனிதர்கள் தினத்தன்று, துணிவுமிக்க ஆயிரம் போராளிகள் அல்ஜீரியாவெங்கும் பிரெஞ்சுக் காலனிய இலக்குகள் மீது தாக்குதல்களை மேற்கொண்டார்கள். தேசிய விடுதலை முன்னணி (Front De Liberation Nationale அல்லது FLN) என்ற பெயரில் அனைத்து தேசியவாத அமைப்புகளும், சுதந்திரத்துக்கு ஆதரவு காட்டும் கலகக்காரர்களும் தங்களோடு இணைந்து கொள்ளவேண்டும் என்று அவர்கள் கேட்டுக் கொண்டார்கள். பிரான்ஸை அவர்கள் பேச்சுவார்த்தைக்கு அழைத்தார்கள். இது அசிங்கமான, ஏராளமான மரணங்களை

விளைவித்த எட்டாண்டுகாலப் போரின் தொடக்கமாக இருந்தது. விவசாயிகள் மற்றும் படிப்பறிவற்ற கிராமவாசிகளின் ஒழுங்கற்ற ஒரு படைக்கு எதிராக, தொழில்நுட்பரீதியில் முன்னேறிய, நன்கு ஆயுதந்தாங்கிய, ஐரோப்பிய தேசமொன்று (உலகின் நான்காவது மிகவும் சக்தி வாய்ந்த இராணுவ அமைப்பு) இந்தப் போரைத் தொடுத்திருந்தது.

உள்துறை அமைச்சர் பிரான்சுவா மித்தரோன் ஆக்ரோசமாக எதிர்வினையாற்றினார், ''அல்ஜீரியாவும் பிரான்ஸ்தான்... ஒரே பேச்சுவார்த்தை போர் மட்டுமே.'' அவ்வாறே ஒடுக்குமுறை தொடங்கியது. படைக்கு ஆள் திரட்டப்பட்டவர்கள் மற்றும் கட்டாயமாகச் சேர்க்கப்பட்டவர்கள் என ஆயிரக்கணக்கில், பிறகு இலட்சக்கணக்கிலான படைகளை பிரான்ஸ் அனுப்பி வைத்தது. காவலர்கள், இராணுவ வீரர்கள் என கிட்டத்தட்ட இருபது இலட்சம் பிரெஞ்சுக்காரர்கள் இந்தப் போரில் பங்கெடுத்துக் கொண்டனர். திட்டமிட்ட வகையில் சித்திரவதை நடைபெற்றது. பத்தாயிரக்கணக்கான ஆண்களும், பெண்களும் ஏதோவொரு காரணத்துக்காகக் கைது செய்யப்பட்டனர். நீர்ப்பலகைச் சித்திரவதை, பிறப்புறுப்புக்களில் மின்அதிர்ச்சியளித்தல், மலவாயில் உடைந்த புட்டியைத் திணித்தல் மற்றும் விசாரணையற்ற மரணதண்டனைகளுக்கு ஆளாக்கப்பட்டனர். பிரான்ஸைப் பொறுத்த வரையில் அது இனப்போராக மாறி விட்டது; இடைவிடாது வளர்ந்து பெருகும் அந்த மக்கள் கூட்டம் அவர்களுடைய முழுக்கவனத்தையும் ஈர்ப்பதாக இருந்தது. அல்ஜீரியாவின் வருங்காலச் சந்ததியினரான குழந்தைகளும், இளவயதினரும் ஒழித்துக்கட்டப்பட்டனர், துடைத்தெறியப் பட்டனர், பட்டினி போடப்பட்டனர், முடமாக்கப்பட்டனர்.

கொல்லப்பட்ட மக்களின் எண்ணிக்கை குறித்து வேறுபட்ட கணிப்புகள் இருந்தன. தொண்ணூறு இலட்சம்பேர் கொண்ட மக்கள் தொகையில் 3,00,000 க்கும் 5,00,000 க்கும் இடைப்பட்ட எண்ணிக்கையிலான மக்கள் மரணமடைந்தார்கள். பிரெஞ்சு ஆதாரங்களின்படி,[1] இருபது இலட்சத்துக்கும் அதிகமான ஆண்கள், பெண்கள், குழந்தைகள் - சுதேசி மக்கள்தொகையில் கால்வாசிப்பேர் கண்காணிப்பு முகாம்களில் மந்தைகளாகக் கொண்டுசென்று அடைக்கப்பட்டனர். அவர்களது கிராமங்கள், அவர்களது பயிர்கள், அவர்களது கால்நடைகள் தீக்கிரையாக்கப் பட்டன, கொல்லப்பட்டன. வரலாற்றாளர் அலிஸ்டர் ஹார்ன்னை மேற்கோள் காட்டுவதென்றால், முகாம்கள் ''மத்திய காலத்தைச்

சேர்ந்த அரணமைக்கப்பட்ட கிராமங்களிலிருந்து சமீப காலத்தைச் சேர்ந்த கண்காணிப்பு முகாம்கள் வரை பல வகைப் பட்டவையாக இருந்தன.''[2]

சுதந்திரத்துக்கு முந்தைய நாள், அல்ஜியர்ஸ் பல்கலைக்கழக நூலகத்தின் 5,00,000 நூல்கள் தீக்கிரையாகின. இந்த நெருப்பைப் பற்றவைத்த பல்கலைக்கழக முதல்வரும், தலைமை நூலகரும் மற்ற 9,00,000 குடியேறிகளோடு மத்தியதரைக்கடலைத் தாண்டி, பிரான்ஸுக்குத் தப்பியோடினர். புத்தகங்களை, ''எஃப்எல்என்னுக்கு விட்டுச் செல்லக்கூடாது என்பதற்காக அவற்றை எரித்தனர்.''[3] அல்ஜியர்ஸ், ஓரான், கான்ஸ்டன்டைன் நகரங்களில் துப்புரவுத் தொழிலாளர்களாக இருந்த பெண்களின் உடல்கள், தங்கள் சொந்த இரத்தம் படிந்த மரபான அங்கிகளோடு வீதிகளில் கிடந்தன. அரசாங்கக் கட்டிடங்கள் வெடிகுண்டுகள் வீசித் தாக்கப்பட்டிருந்தன. அல்ஜியர்ஸில் இருந்த முஸ்தாபா மருத்துவனையின் ரேடியாலஜி துறை தரைமட்டமாக்கப்பட்டது. வகுப்பறைகள் அடித்து நொறுக்கப் பட்டு, பள்ளிகள் எரிக்கப்பட்டன. சுதந்திரம் பெற்ற காலத்தின் போது, 25,00,000 குழந்தைகள் காசநோய் அல்லது ரிக்கெட்ஸ் என்னும் எலும்புருக்கி நோயால் பாதிக்கப்பட்டிருந்தார்கள். சர்வதேச செஞ்சிலுவைச் சங்கத்தின் கருத்துப்படி, மக்கள் தொகையில் 50 சதவீதத்தினர் நிராதரவானவர்களாக, பசியோடிருப்பவர்களாக, நோயுற்றிருப்பவர்களாக இருந்தார்கள்.

இப்படிப்பட்ட இரத்தவெறிக்கும், மனிதத்தன்மையற்ற நிலைக்கும் என்ன நியாயப்பாடு இருக்கமுடியும்? 1955 ல், போரின் முதல் ஆண்டில், தயக்கமின்றிப் பயன்படுத்தப்படும் துப்பாக்கி போல, சித்திரவதையானது, பிரான்ஸின் போரில் ஒரு கருவியாக மாறியது. இதை மறுப்பது பிரெஞ்சு அரசியல்வாதி களுக்கும், குடிமைப்பணியாளர்களுக்கும் வழக்கமானதாக மாறியது. 1950 களின் பிற்பகுதியில் பிரெஞ்சு செனட்சபையின் செயலாண்மைப் பொறுப்பாளரின் வீட்டில் மதிய உணவு உண்ணும்வேளையில், ''பிரெஞ்சுகாரர்கள் அத்தகைய காட்டு மிராண்டித்தனத்தைச் செய்யும் தன்மையற்றவர்கள்,'' என்று அவர் அறிவித்ததை நான் செவியுற்றேன். போர் தொடர்பான ஆவணக்காப்பகங்கள் முப்பதாண்டுகாலம் பொதுமக்களின் பார்வைக்குக் கிடைக்காதபடி மூடிவைக்கப்பட்டிருந்தன. ''அரசுப் பாதுகாப்பு'' தொடர்பான ஆவணங்களைப் பொறுத்த வரை அது இன்னும் அறுபது வருடகாலம் நீட்டிக்கப்பட்டுள்ளது.

அல்ஜீரியாவில் 1954 லிருந்து 1962 வரை இடம்பெற்ற ''நிகழ்வு'' களைப் போர் என்று வரையறுப்பதற்கு பிரெஞ்சு தேசியப் பேரவை 1999 ஜூனில்தான் வாக்களித்தது. நீண்டகாலத்துக்குப் பிறகு, 2017 ல், அல்ஜீரியப் போரின்போது எல்லைகளையொட்டியும், இராணுவ முகாம்களைச் சுற்றியும் புதைக்கப்பட்டிருந்த ஒரு கோடியே பத்து இலட்சம் கண்ணிவெடிகளின் நிலப்படத்தை பிரான்ஸ் வழங்கியது.[4]

அல்ஜீரிய அலுவலகம், நியூ யார்க்

அல்ஜீரிய அலுவலகம் இருந்த கிழக்கு 46 வது வீதியில் அமைந்திருந்த ஓர் அடுக்குமாடிக் குடியிருப்பு அந்தப் பணிக்கென மாற்றியமைக்கப்பட்டிருந்தது. முன்பு பெரிய படுக்கையறையாக இருந்த அறையில் எனக்கான பணி மேசை போடப்பட்டது. அந்த அறை வீதியிலிருந்து வெகுதூரத்தில் இருந்தது. அதையொட்டி நீண்டதொரு மேசையும், அல்ஜீரியா குறித்த இலக்கியங்கள் மற்றும் பெரும்பாலும் பிரெஞ்சுமொழியிலான சமீபத்திய செய்தித்தாட்களும், *லெ மாண்ட், பிரான்ஸ் அப்சர்வேட்டியர், ஆப்ரிக் ஆக்சன்,* சிற்சில *பிரான்ஸ் சுவார்* இதழ்கள் அத்துடன் *நியூ யார்க் டைம்ஸ்* மற்றும் *நியூ யார்க் ஹெரால்ட் டிரிப்யூன்* பத்திரிகைகளும் அடுக்கிவைக்கப் பட்டிருந்த புத்தக அலமாரிகளும் இருந்தன. ''கூட்ட அறை''யே ''சந்திப்பு அறை''யாகவும் இருந்தது. அதனால் அதைக் கடந்துசென்ற ஒவ்வொருவரையும் சந்தித்துப் பேச எனக்கு வாய்ப்புக் கிடைத்தது. முன்பு வீட்டின் அமர்வு அறையாக இருந்த அறையில் அப்துல்காதர் சந்தர்லி தனது முன் அலுவலகப் பணியைச் செய்து வந்தார்.

அந்த மிகச்சிறிய நடவடிக்கை, மிகப்பெரிய, வியப்பூட்டும் விளைவுகளைச் சாதிப்பதாக இருந்தது. பிரான்ஸின் அரசுசார் தூதுப்பணியிலிருந்த 93 பணியாளர்களையும், வாஷிங்டன் தூதரகத்திலிருந்த பணியாளர் கூட்டத்தையும் சேர்த்து ஒப்பிட்டுப் பார்த்தால் அது இன்னும் பெரிய சாதனையாக இருந்தது. போரின் நீள்கரங்கள் மத்திய தரைக்கடலின் இருபுறங்களையும் தாண்டி, கருத்தரங்குகள், தீர்மானங்கள், மனுக்கள், எதிர்ப்புகள் மற்றும் அந்நிய உதவி ஆகியவற்றைக்கொண்டு சர்வதேச அரங்கை எட்டியது. அல்ஜீரியா என்பது பிரான்ஸின் உள்விவகாரம், அது கட்டுப்பாடற்ற போராட்டங்கள் என்பதாக நிராகரிக்கப்பட வேண்டியது என்னும் பிரான்ஸின் வாதம் யாரையும் இணங்க

வைப்பதாக இருக்கவில்லை. கூர்நோக்காளர்கள் பலருக்கும் அந்தப் போர், உலகத்தின் ஆடுகளத்திலும், ஐநாசபையிலும், அதே அளவுக்கு யுத்தகளத்திலும் வெற்றி கொள்ளப்பட்டதாக இருந்தது.

அந்த அலுவலகம் இரண்டாவது மற்றும் மூன்றாவது அகன்ற நிழற்சாலைகளுக்கு மத்தியில், ஐநா சபையிலிருந்து நடந்து செல்லும் தூரத்திலிருந்தது. அந்த சர்வதேச நிறுவனத்தின் கூடங்கள் மற்றும் அலுவலகங்களுக்குள்ளேயும் வெளியேயும் போய் வருவதற்கான அனுமதிச்சீட்டு ஒன்றை டூனிசியாவின் நிரந்தரத் தூதுப்பணியினரிடமிருந்து பெற்றுக்கொண்டேன்: ஐநாவின் சுயசேவை உணவகத்தில் மதிய உணவு சாப்பிடுவது, கோல்டா மேயர் போன்ற உலக அரசியல் களத்தின் பெருந்தலைவர்கள் ஆதரவு திரட்டும் இடமான பிரதிநிதிகளின் ஓய்வறையில் காபி வரவழைப்பது, பத்திரிக்கையாளர்களின் அலுவலகங்களுக்குச் சென்று பார்ப்பது, பிரதிநிதித்துவ உறுப்பினர்களுக்கு ஆவணங்களைக் கொண்டுபோய்ச்சேர்ப்பது அல்லது வெறுமனே விவாதங்களைக் கேட்டுக்கொண்டிருப்பது ஆகியவற்றுக்கு அதைப் பயன்படுத்திக் கொண்டேன்.

அந்தச் சிறிய அலுவலகம் அல்ஜீரியக் குடியரசின் இடைக்கால அரசாங்கம், எப்எல்என், ஏஎல்என் (ஆர்மி த லிபரேசன் நேஷனல்) மற்றும் புரட்சியின் மற்ற அனைத்து உறுப்புகளுக்குமான அமெரிக்கத் தலைமையகமாக இருந்தது. எங்களது அலுவலகத்தின் செயல்பாடுகளை, எங்கள் ஒட்டுமொத்த இருத்தலையே குறித்தும் பிரெஞ்சுகாரர்கள் அமெரிக்க அரசுத்துறையிடமும், வெள்ளைமாளிகையிடமும்கூட கசப்போடு புகார் செய்து வந்தனர். நட்பார்ந்த அரபு நாடுகளிடமிருந்து பெற்ற கடவுச் சீட்டுகளுடன் அல்ஜீரியர்கள் அமெரிக்காவில் நுழைவதையும்கூட ஆட்சேபித்தார்கள். அமெரிக்கச் சட்டங்கள் புறக்கணிக்கப் பட்டிருந்ததாக வாஷிங்டன் பதிலளித்தது.

யுனெஸ்கோவின் பிரிவு ஒன்றிற்கு முன்னாளில் தலைவராக இருந்த சந்தர்லி அனுபவம் வாய்ந்த பத்திரிக்கையாளரும் ஐந்து மொழிகளைப் பேசும் பன்மொழி வித்தகருமாவார். குள்ளமானவ ராகவும், வழுக்கைத் தலையராகவும், திடகாத்திரமானவராகவும் இருந்த அவர் தாராளமனம் படைத்தவர். அவருடைய வசீகரிக்கும் பண்பு அனைவரையும் கவரக்கூடியதாகும். எங்களது அலுவலகப் பணியாளர்களின் சிறுகுழு வார இறுதியில் கிராமப்புறங்களுக்குச் சென்று வருவதற்கான சிறு பயணங்களை அவர் ஏற்பாடு செய்வார், மாலை விருந்துணவுக்கு எங்களை அழைத்துச்

செல்வார் அல்லது எங்களை அவரது குடியிருப்புக்கு அழைப்பார். அங்கு அவரது மனைவி ஃபிரான்காவின் சுவைமிக்க இத்தாலிய உணவை நாங்கள் வயிறுமுட்டச் சாப்பிடுவோம். அவ்வப்போது எனக்கு உயிர்பிழைத்திருப்பதற்கான ஒருசில டாலர்கள் காகித உறையிலிட்டு வழங்கப்படும். அது ஊதியம் என்று சொல்லு மளவுக்கு இருக்காது. எங்களுக்கிடையில் எப்போதும் பணத்தைப் பற்றிய விவாதம் நடந்ததில்லை.[5]

சந்தர்லிக்கு உதவியாக இருந்தவர் மிக அழகானவரும், இந்தியாவுக்கும், ஜெனிவாவில் இருந்த ஐநாவுக்கும் எதிர் காலத்தில் தூதுவராக ஆக இருந்தவருமான ரவூப் பூட்ஜாகெட்ஜ் ஆவார். அவர் வில்லியம் ரண்டால்ஃப் ஹெர்ஸ்டின் பேத்தியான மில்லிசென்ட்டை மணம் செய்யவிருந்தார். ரவூப் தொடர்பான விசயங்களில் ஏதோ ஒரு இனிமையும், வெகுளித்தனமும் இருந்தன. நான் சந்தித்த அல்ஜீரியர்கள் பலரிடமும் நான் பார்த்த கண்டனமும், கோபமுமான இருண்டபக்கம் அவரிடம் இருக்க வில்லை. என்னுடன் பணியாற்றிய மற்றவர்கள் பிரெஞ்சு மொழி பேசும் ஈர்ப்புமிக்க அமெரிக்கரான மரியான் டேவிஸ் மற்றும் பகுதி நேரம் பணியாற்றிய எகிப்திய அமெரிக்கப் பத்திரிக்கையாளரான சைமல் மேல்லியின் மனைவி பார்பரா மேல்லியும் ஆவர்.

நான் மொகமத்துடன், நடந்து செல்லும் தூரத்திலிருந்த, கிரீன்விச் கிராமத்தின் மிகச் சிறிய ஆறுமாடிக்குடியிருப்புக்குக் குடிபெயர்ந்தேன். அல்ஜீரியாவிலிருந்த பிரெஞ்சு இராணுவத் திலிருந்து ஓடிவந்துவிட்ட நோயல் ஃபேவ்ரியரும், அவரும் சில மாதங்களுக்குமுன், பிரெஞ்சு காவல்துறை மற்றும் அல்ஜீரியாவிலிருந்த குடியேறிகளின் தீவிரவாதக் கிளை அமைப்பான மெய்ன்ரூஜ்ஜின் (சிவப்புக்கை) கொலைகாரன் ஒருவனால் தாக்கப்பட்டார்கள். கதவு தட்டப்படும் சத்தம் நோயலின் காதில் விழுந்தது. யாரோ ஒருவன் அவர் மீது கத்தியுடன் பாய்ந்தான். அவருக்குப் பின்னாலிருந்த மொகமத் அவரைப் பின்னுக்கு இழுத்துக் கொண்டு கதவை அறைந்து சாத்தினார். நல்ல வேளையாக அவர் மேல் சில கீறல்கள் மட்டுமே விழுந்திருந்தன.

காலை நேரங்களில், வேலைக்குச் செல்லும் வழியில், மேற்கு வீதியின் சுரங்க ரயில் நிலையத்தில் *நியூ யார்க் டைம்ஸ்* எங்களுக்கு காற்றுத்திசைகாட்டியாக இருந்தது. உலக அரங்கில் செயல்படுபவர்கள் என்ற விதத்தில், அதன் முதல் பக்கத்தில் எத்தனைமுறை அல்ஜீரியா திரும்பத்திரும்ப இடம்பெறுகிறது

என்பது எங்கள் முன்னேற்றத்தை அளவிடுவதற்கான கருவியாக இருந்தது. 1958 மற்றும் 1959 ஆகிய முந்தைய இரு ஆண்டுகளில் அல்ஜீரியப் போர் ஏறத்தாழ 200முறை இடம் பெற்றிருந்தது. அல்ஜியர்ஸ் அல்லது பாரிஸிலிருந்து உருவாகும் செய்திகள் எங்கள் அலுவலகத்திலிருந்து வரவில்லையானால் அவை டூனிஸிலுள்ள *டைம்ஸ்*ஸின் நிரந்தர நிருபரான டாம் பிராடியிடமிருந்து வந்தவையாக இருந்தன.

நாங்கள் பத்திரிக்கைக்கான செய்தி வெளியீடுகளையும், உரைகளையும், துண்டறிக்கைகளையும் எழுதினோம். ஆர்வமுள்ள குழுக்களுக்கான தகவல் கூட்டங்களை நாங்கள் ஏற்பாடு செய்தோம்: ஐநாவிடம் ஒப்புதல் பெற்ற அரசுசாரா நிறுவனங்கள், அமெரிக்க மாணவர் அமைப்புகள் மற்றும் சமூக அமைப்புகள். எங்களுடைய அமைப்பு ஜனநாயக அமைப்பாக இருந்தது: மொழிபெயர்ப்பு மற்றும் பத்திரிக்கைகளுக்கு கட்டுரையிலிருந்து இட்ட பணிகளைச் செய்வது மற்றும் சாம்பல் கிண்ணங்களை காலி செய்வது வரை அனைத்து வேலைகளையும் நாங்கள் செய்தோம்.

எங்கள் பணியின் மையப்பகுதி ஐநா சபையோடு தொடர்புடையதாக இருந்தது. அல்ஜீரியப் பிரச்சனை தொடர்பான வருடாந்திர விவாதத்தின் மீது செல்வாக்குச் செலுத்தும் வகையில், நாங்கள் பிரதிநிதிகளையும், ஐநாவின் பணியாளர் களையும் தொடர்புகொண்டு செய்திகளைத் தெரிவித்தோம். பிரான்ஸின் காலனியப் போரை சாத்தியமான அளவு கடுமையான வார்த்தைகளால் கண்டனம் செய்யும் தீர்மானத்துக்குச் சாதகமாகப் பெரும் எண்ணிக்கையிலான வாக்குகளை வென்றெடுப்பதே எங்கள் இலக்காக இருந்தது. சிறையிலிருப்போர், சித்திரவதை, போர் மற்றும் இனப்படுகொலை குறித்த சர்வதேச ஒப்பந்தங்கள் தொடர்பான விதிமீறல்கள், முகாம்களில் உள்ள மக்களின் இடப்பெயர்வு அதுபோலவே அல்ஜீரியாவின் சுதந்திரத்துக்கான உரிமை ஆகியவற்றை இது உள்ளடக்கியதாக இருந்தது. பிரான்ஸின் செல்வாக்குக்குட்பட்டிருந்த வாக்குகளின் எண்ணிக்கை படிப்படியாகக் குறைந்து வந்தது. 1961 ல், அல்ஜீரியா சுதந்திரம் அடைவதற்கு முன்னதாக இடம்பெற்ற கடைசி அமர்வில் பொதுச்சபை அல்ஜீரிய சுதந்திரத்துக்கு ஆதரவாக 63-0 என்ற எண்ணிக்கையில் வாக்களிக்கப்பட்டது. (அமெரிக்கா உள்ளிட்டு) வாக்களிப்பில் கலந்து கொள்ளாதவை 38.

ஒவ்வொரு அல்ஜீரியரின் வீட்டிலும் ஐநாவின் விவாதம் குறித்த செய்தியைத் தெரிந்துகொள்வதற்காக இரவுநேரங்களில் டூனிஸ் வானொலி அல்லது கெய்ரோ வானொலியின் செய்திகளைக் கேட்பதற்காக வானொலிப் பெட்டி ஒன்று ஏற்பாடு செய்து வைக்கப்பட்டிருந்தது. ஒரு வெளிநாட்டுச் செய்தித்தாள் அல்லது புரட்சியின் பத்திரிக்கையான *எல் முஜாஹித்* கையில் கிடைத்ததும் அல்ஜீரியர்கள் நியூ யார்க்கிலிருந்து வெளிவரும் செய்திகளைக் கூர்ந்து கவனித்தார்கள். அவர்கள் அனுபவித்த துயரங்களும், செய்த தியாகங்களும் உலகப் பொதுக் கருத்தோடு ஒத்திருந்தது என்பதற்கு அதுவே நிரூபணமாக இருந்தது. கிழக்கு ஆற்றின் கரைகளின் மீதிருந்த டஜன் கணக்கான பிரதிநிதிகளால் பிரான்ஸ் குற்றம் சாட்டப்பட்டது, இழித்துரைக்கப்பட்டது, கண்டனம் செய்யப்பட்டது என்பது பெருமைப்பட்டுக் கொள்வதற்கான முகாந்திரமாகவும், நம்பிக்கை கொள்வதற்கான காரணமாகவும் இருந்தது.

பிரதிநிதிகளின் தலைமையகத்தில் மது விருந்துகளிலும் வரவேற்புகளிலும் நாங்கள் கலந்து கொண்டோம். ஐநாவுக்கான ஈராக் தூதுவர் அல்ஜீரியத்தூதுக்குழுவுக்கு மரியாதை செலுத்திய போது, நிகிதா குருச்சேவிடமிருந்து மூன்றடி தூரத்தில் நான் நின்றிருந்தேன். அங்கே உலகின் மிகவும் சக்திவாய்ந்த இரண்டு மனிதர்களில் ஒருவர் இருந்த அதே அறையில் நானும் இருந்தேன். ஒரு முக்கியமான விசயத்தைத் தெரிவிப்பதற்காக வந்த எதிர்பாராத விருந்தாளியாக அவர் இருந்ததால் எல்லோரும் ஆச்சரியத்துக் குள்ளானார்கள். காலனியப் பிரச்சனைகளில் சோவியத் யூனியன் இரட்டை அளவுகோல்களைப் பயன்படுத்துவதாகக் குற்றம் சாட்டிய பிலிப்பைன்ஸ் பிரதிநிதிக்கு எதிராக, எள்ளி நகையாடும் விதத்தில், ஐநாவில் தனது காலணியைக் கழற்றி மேசை மீது தட்டிக் காட்டியதற்கு சற்றுப் பிறகு, 1960 அக்டோபரில் அது நடந்தது.

தனது கலகக்காரக் காலனி நாட்டை விடாப்பிடியாகப் பற்றிக் கொண்டு, அதன்மீது போர்தொடுப்பதன் மூலம் வடஆப்பிரிக்காவில் பிரான்ஸ் அமெரிக்காவை நெருங்க விடாமல் இருக்கச் செய்யும் என்ற நம்பிக்கையில் பிரெஞ்சு நிலைப்பாட்டை சோவியத் யூனியன் தொடக்கத்தில் ஆதரித்தது.[6] அதைத் தொடர்ந்து பிரெஞ்சு கம்யூனிஸ்ட் கட்சி அல்ஜீரியாவின் சுதந்திரத்துக்கு எதிரான உறுதியான நிலைப்பாட்டைப் பின்பற்றியது. அதற்கு மாறாக, அல்ஜீரியக் கம்யூனிஸ்ட் கட்சி 1956 ல் செய்துகொண்ட ஒப்பந்தப்படி எஃப்எல்என் உடன் இணைந்தது.

1958 - ல், அல்ஜீரியக் குடியரசின் இடைக்கால அரசாங்கமான ஜிபிஆர்ஏ அமைக்கப்பட்டு, தனக்கான அங்கீகாரத்தை உலகெங்கும் தேடியபோது, நாடுகடந்த நிலையில் இருந்த அல்ஜீரிய ''அரசை'' அங்கீகரிக்கும் நாடுகள் கடுமையான பின் விளைவுகளைச் சந்திக்க வேண்டியிருக்கும் என, போரின் தாக்கம் குறித்த நற்பெயரை மட்டுமே கவனத்தில் கொண்டிருந்த டி கால் எச்சரித்தார். சிலரைப் பழிதூற்றினார், மற்றவர்களைப் புகழ்ந்து பேசி வசப்படுத்தினார், விலைக்கு வாங்க முயற்சித்தார். ஆனால் அல்ஜீரியக் குடியரசின் இடைக்கால அரசாங்கமானது மரியாதை செலுத்தத்தக்கதாக இருந்ததுடன், உரிய இடத்தில் ஆற்றல் வாய்ந்த ஒன்றாக நிறுவப்பட்டிருந்தது. அதேசமயம் ஐநாவிடமும், பிரான்ஸின் கூட்டாளிகளிடமும் முன்வைக்கப்பட்ட பிரான்ஸின் கொள்கை ஆதரவற்று முடங்கிப் போவதாக இருந்தது. 1960 ஆண்டு அதே அக்டோபர் மாதத்தில், சட்ட உரிமையின்படி எப்படியிருந்தபோதிலும் நடைமுறையில் மெய்யான அரசாங்கமான அல்ஜீரியக் குடியரசின் இடைக்கால அரசாங்கத்தை சோவியத் யூனியன் அங்கீகரித்தது. ஆசியக் கம்யூனிஸ்ட் நாடுகளான வடவியட்நாம், வடகொரியா மற்றும் சரியான நேரத்தில் ஆயுதங்களைத் தருவித்து வழங்குவதைத் தொழிலாகக்கொண்ட சீனாவும் மெய்யான இடைக்கால அரசாங்கத்தை அது நடைமுறைக்கு வந்த முதல் மாதத்திலேயே அங்கீகரித்தன. தவிரவும் சோவியத் யூனியன் முன்பிருந்தே சிரியாவுக்கும், எகிப்துக்கும் இரகசியமாக ஆயுதம் வழங்கும் நாடாகவும் இருந்தது. பிற வார்சா உடன்படிக்கை நாடுகள் பல ஆண்டு காலம் கல்வி உதவித்தொகைகளையும் பயிற்சிகளையும் மட்டுமின்றி ஆயுதங்களையும், வெடிமருந்துகளையும் வழங்கிவந்தன.

இந்தக் காலகட்டத்தில் அல்ஜீரிய அலுவலகம் சுதந்திர அல்ஜீரியாவின் மேட்டுக்குடியினராக மாறப்போகும் புரட்சியாளர்களின் தொடர்ச்சியான வருகை ஒன்றைக் கண்டது: வருங்கால அமைச்சர்கள், தூதுவர்கள், அரசியல்வாதிகள், உயர்மட்டக் குடிமை அதிகாரிகள். சில மாணவர்கள் அமெரிக்க அல்லது சர்வதேசக் கல்வி உதவித்தொகையில் வந்தவர்கள். ஒரு சிலருக்கு தீவிர உடல் நலப்பிரச்சனைகள் இருந்தன. மற்றவர்கள் வேறு இடங்களுக்கும், லத்தின் அமெரிக்காவுக்கும், கனடாவுக்கும் செல்லும் வழியில் இங்கு வந்தனர். பெரும்பாலானவர்கள் ஐநா சபையின் வருடாந்திர இலையுதிர்கால அமர்வுகளில் கலந்து கொள்ள வந்தார்கள்: போர்த்துறை அமைச்சர் கிரிம் பெல்காசெம்;[7]

இடைக்கால அரசாங்கத்தின் வருங்காலக் குடியரசுத்தலைவர் பென்யூசெஃப் பென்கெட்டா; செய்தித்துறை அமைச்சர் மொகமத் யாசிட்; வருங்கால செய்தித்துறை மற்றும் வெளியுறவுத்துறை அமைச்சரான மொகமத் பென்யாஹியா; வருங்கால வெளியுறவுத் துறை அமைச்சரும், ஈராக், ஆப்கானிஸ்தான் மற்றும் சிரியாவுக்கான ஐநா சிறப்புத்தூதருமான லஹ்தார் பிராஹிமி; முன்னாள் பொதுப்பணித்துறை அமைச்சர் பூ மென்ட்ஜெல்;[8] வருங்கால செய்தித்துறை, கல்வித்துறை மற்றும் வெளியுறவுத்துறை அமைச்சரான அகமெத் தாலெப்; மனித உரிமைகள் பாதுகாப்பு அல்ஜீரியன் லீக்கின் தலைவரும் அமைச்சருமான அலி யாஹியா அப்தென்னூர்; மற்றும் பிறர்.

குழு விவாதங்களுக்குக்காக அவர்கள் அலுவலகத்தினுள்ளேயும் வெளியேயும் அலைந்துகொண்டிருந்தார்கள். நாங்கள் அவர்களை கடைகளில் பொருட்களை வாங்குவதற்கும் நியூ யார்க்கைச் சுற்றிக் காண்பிப்பதற்கும் அழைத்துச் சென்றோம். நாங்கள் மதிய உணவும் இரவுணவும் சாப்பிட்டோம்: ஹாம்பர்கர் ஹெவன் அல்லது சோக் ஃபுல் ஆஃப் நட்ஸ்ஸுக்கு அவர்களை இட்டுச் செல்வதன் மூலம் அவர்களின் அமெரிக்கத் தோய்வை வளப்படுத்துவதற்காக அப்தெல் காதர் என்னையே நம்பியிருந்தார். புரூக்ளினின் மையப்பகுதியில், அல்ஜீரியாவைச் சேர்ந்த ஒரு பெண் நடத்திவந்த, உண்மையான அல்ஜீரிய உணவை வழங்கும் உணவகமொன்றுக்கு அவர்களை நாங்கள் வழிநடத்திச் சென்றோம். நாங்கள் படக்காட்சிகளுக்குச் சென்றோம். ஜாஸ் இசை கேட்டோம், அத்துடன் சிலரோடு நெருங்கிய நண்பர்களாக மாறினோம். கீட்டன் மற்றும் சாப்ளினின் திரைப்படங்களின் பின்னணியில் கவிஞர்கள் ஒன்றுகூடும், எங்கள் விருப்பத்துக்குரிய, சிறிய இத்தாலிய காபிஅருந்தகங்களில் மொகமத்தோடும் என்னோடும் பென்யாஹியா சுற்றித்திரிந்தார். கபே சொசைட்டி டவுன்டவுனில், ஒரு தோள் வெறுமையாக இருந்த, இறுக்கமான கவுன் அணிந்த, ஒய்யாரமான ஓர் இளம் பெண்ணான மிரியம் மெகிபா பாடுவதைக் கேட்டபடி நாங்கள் இருவரும் லஹ்தார் பிராஹிமியுடன் ஒரு மாலைப்பொழுதைக் கழித்தோம்.

ஐநா விவாதங்கள் தொடர்பாக நியூ யார்க்கில் தங்கியிருந்த வெளிநாட்டுப் பத்திரிக்கையாளர்களான லெ நுவல் ஒப்சர் வேட்டியரைச் சேர்ந்த ழான் டேனியல், லெ மோண்ட்டைச் சேர்ந்த ழான் ழாக் கூச்சூர், ரேடியோ டூனிஸ் மற்றும் ஆஃப்ரிக் ஆக்சன்னைச் சேர்ந்த சிமோன் மேல்லி - ஆகியோர் செய்திகள்,

நேர்காணல்கள் மற்றும் வம்புப்பேச்சுப் பேசுவதற்கும் தங்கள் கட்டுரைகளை நான் தட்டச்சு செய்துதரவேண்டும் என்பதற்காகவும் கூட கிட்டத்தட்ட ஒவ்வொரு நாளும் அங்கு வந்தார்கள். சிமோன் மேல்லி தான் பிரதிநிதித்துவம் செய்த எகிப்தியப் பத்திரிக்கைகளில் ஒன்றுக்காக, சில தகவல்களைத் தந்து, அவற்றை முறைப்படுத்தி, ஒரு கட்டுரையாக மாற்றித்தரும்படி கேட்டார். அதற்குப் பின்வந்த ஆண்டுகளில், தட்டச்சு இயந்திரத்தின் முன்னால் உட்காரும் ஒவ்வொரு முறையும் எனக்கு வழிகாட்டுவதாக இருந்த ஆலோசனையுடன் இணைந்த வேண்டுகோளை முன்வைத்தார்: ஒரு கருத்து. தொடக்கத்திலிருந்து முடிவுவரை மையமான ஒரு உந்துவிசை. அது, ஒருபோதும் விலகிப்போகக்கூடாது.

அல்ஜீரிய சுதந்திரத்தின் கட்டவிழும் நாடகத்தின் ஒரு பகுதியாக இருக்கப்போவதில் தற்பெருமை கொண்டவளாக நான் அர்ப்பணிப்போடு இருந்தேன். இருப்பினும், அரசியல் மற்றும் அரசியல் செயல்நோக்கம் குறித்தும், தன்னறிவு மற்றும் அவதானிப்பின் முக்கியத்துவம் குறித்தும் நான் நிறையக் கற்றுக் கொள்ளவேண்டும் என்று தெளிவாக உணர்ந்துகொண்டேன். காலப்போக்கில், பிரதிநிதிகளின் மத்தியிலிருந்த நுட்பமான பிரிவினைகளை நான் மனதில் வாங்கிக்கொண்டேன். அவர் களுடைய தனிநபர் சார்ந்த பின்னணிகள், முந்தைய அரசியல் தேர்வுகள் மற்றும் சமூக அந்தஸ்து குறித்து மேலதிகம் தெரிந்து கொண்ட நிலையில் இந்தப் பிளவுகள் தெளிவானவையாக மாறின. கடுந்தீவிரவாத அமைப்பான மூவ்மெண்ட் ஃபர் த டிரைம்ப் ஆஃப் டெமாக்கிரடிக் லிபர்டடிஸ் (எம்டிஎல்டி) யைச் சேர்ந்தவர்களுக்கு எதிரான ஃபிரண்ட்ஸ் ஆஃப் த அல்ஜீரியன் மேனிஃபெஸ்டோவின் அரசியல் வீச்செல்லை ஒப்பீட்டளவில் பிற்போக்குத்தனமானது என்பதை அந்த உட்குழுக்கள் அமைதியாக வெளிப்படுத்தின. இந்த இரு அமைப்புகளும் எஃப்எல்என்னில் இணைந்ததன் மூலம் மறைந்து போயின. எனது எதிர்வினைகள் குறித்து நான் கவனமாக இருப்பவளாகவும், அவநம்பிக்கையோடு இருப்பவளாகவும்கூட வளர்ந்திருந்தேன். நின்று சிந்திப்பதற்கு எனக்கு நானே பயிற்றுவித்துக் கொண்டேன்.

அதன் விதிகள், எனது சொந்த நாட்டின் விதிகளாகவோ நான் வாழ்ந்து வந்த மேற்கு ஐரோப்பிய நாடுகளின் விதிகளாகவோ இல்லாத ஒரு சமூகத்தில் நான் ஒன்றுகலந்தேன். பெண்களின் இடமும், குறிப்பாக வெளிநாட்டுப்பெண்களின் இடமும் கணக்கில் எடுத்துக்கொள்ளப்பட வேண்டியதாக இருந்தது.

ஒருவரது மூத்தோருக்கான மரியாதை தொடர்பான வடிவங்கள், ஒருவர் உடை உடுத்தும் விதம், ஒருவரது பழக்கவழக்க நடைமுறைகள், மதநம்பிக்கைகள் மற்றும் சடங்காசாரங்கள் எனது கல்வியின் காரணமாக முற்றிலுமாக இல்லாமல் போய்விடவில்லை என்கிற அதேசமயத்தில், அல்ஜீரியர்களுக்கு ஒழுங்குபடுத்தப்பட்டிருந்தைப்போல் வேறெங்கும் ஒழுங்கு படுத்தப்பட்டிருக்கவில்லை. அவர்களைப் பொறுத்தவரை நான் பிரெஞ்சுமொழி பேசும் ஓர் அமெரிக்கப் பெண். நான் யூதக் குடும்பத்திலிருந்து வந்தவள் என்னும் உண்மை என்னை வரையறுப்பதாக இருக்கவில்லை.

தங்கள் சொந்த மண்ணில் புறக்கணிக்கப்பட்டவர் களாகவும் இழிவாகக் கருப்பட்டவர்களாகவும், கொள்ளையடிக்கப் பட்டவர்களாகவும், சுரண்டப்பட்டவர்களாகவும் அல்ஜீரியர்கள் பிரெஞ்சுகாரர்களுக்கு அருகில் வாழ்ந்தார்கள். கல்வியிலும், அரசியலிலும் இனவாதம் முறைப்படுத்தப்பட்டிருந்தது. அல்ஜீரியாவைச் சேர்ந்த யூதர்கள் அராபியமொழி பேசும் அண்டை வீட்டுக்காரர்களாக இருந்தார்கள். அவர்களுக்கு பிரெஞ்சுக்குடியுரிமை தானாகவே கிடைக்கும்படி செய்ததும், மேம்பட்ட கல்விக்கும், ஐரோப்பியமயமாதலுக்குமான சாலையை அவர்களுக்கு அமைத்துக்கொடுத்ததுமான 1870 ஆம் ஆண்டின் கிராமியூஸ் (Cremieux) ஆணைக்குப் புறம்பாக முஸ்லிம் மக்களைப்போல் அவர்களும் காலனியத்தின் அதேவிதமான ஏளன அவமதிப்புகளுக்கு ஆளாக்கப்பட்டார்கள். இதற்கு மாறாக முஸ்லிம் மக்கள் இறுக்கமானதும், பாகுபாடு காட்டுவதுமான வரிசையான சட்டங்களைக்கொண்ட உள்நாட்டுச் சட்டத்தொகுப்பு ஒன்றின் மூலம் நிர்வகிக்கப்பட்டார்கள். இதே மக்கள்தான் அவர்களுடைய மதப்பற்றுதலின் காரணமாகப் பிரித்து வைக்கப் பட்டார்கள். சுதேசி மக்கள் கூட்டம் முழுவதையும் பிரெஞ்சு காலனியவாதம் நிரந்தரமான அடிமைப்பட்டதொரு நிலையில் கட்டுப்படுத்தி வைத்திருந்தது. இரண்டாம் உலகப் போரின் போது, முஸ்லிம் அல்ஜீரியாவானது தனது சக நாட்டவரான யூதர்களோடு ஒருமைப்பாடு கொண்டதாக இருந்தது. அவர்களைப் பாதுகாத்தது. இருப்பினும், சுதந்திரத்துக்கான போரானது அவர்களுடைய உறவை கிராமியூஸ் ஆணையை விடவும் அதிக அளவில் மாற்றிவிடப்போவதாக இருந்தது. முடிவில், யூதர்கள் அந்த ஒருமைப்பாட்டை நிராகரித்துவிட்டு தங்கள் வாழ்க்கையை

வாழ்ந்துமுடிப்பதற்கு பிரான்ஸுக்கு விரைந்தார்கள். ஓரளவுக்கு இஸ்ரேலுக்கும் சென்றார்கள். பெரும்பாலானவர்களுக்கு அது நாடுகடத்தப்படுதலாக இருந்தது; வெயிலில் வாட்டப்பட்ட மேஹ்ரப் நாட்டின் வழித்தோன்றல்கள் பிரான்ஸில் தங்களைத் தகவமைத்துக்கொள்வது சிரமமாக இருப்பதாகக் காணவிருந்தார்கள். அவர்களது வழியும் கண்ணீர் நிற்கப்போவதாக இருக்கவில்லை.

நான் அல்ஜீரியர்களோடு ஆறுதலாக இருப்பதாக உணர்ந்தேன். அவர்கள் அர்ப்பணிப்பு கொண்ட, உள்ளன்பு கொண்ட, தாராளமனம் கொண்ட போராளிகளாக இருந்தார்கள். நான் அவர்களது கூருணர்வை ஆழம்பார்த்தேன். அவர்களைப் போலவே என்னை நானே ஒரு யூத அமெரிக்கப்பெண்ணாக அல்லாமல், ஓர் அமெரிக்க யூதப்பெண்ணாக அல்லாமல், ஓர் அமெரிக்கப்பெண்ணாகப் பார்த்தேன்.

அல்ஜீரிய அலுவலகம் சுதந்திரப் பரப்புரைக்கான தனியானதோர் இருப்பிடம் என்பதை விடவும் மேலானதாக மாறியது. ஐநாவோடு எப்படிப் பணிபுரிவது என்பதைக் கற்றுக் கொள்ள விரும்பிய பிற விடுதலைப் போராட்ட இயக்கங்களைச் சேர்ந்த செயல்பாட்டாளர்கள் எங்களிடம் அனுப்பிவைக்கப் பட்டார்கள். முதலில் வந்து சேர்ந்தவர் அங்கோலாவைச் சேர்ந்த ஒரு குழுவான யூனியன் ஆஃப் பீப்பிள்ஸ் ஆஃ அங்கோலா (1961 ல் அது அங்கோலன் நேஷனல் லிபரேசன் ஃபிரண்ட்டாக மாறியது) வின் பிரதிநிதியாக இருந்தார். அதன் தலைவராக ஹோல்டன் ரோபர்ட்டோ இருந்தார். தொடக்கத்தில் தனது கடமைப் பொறுப்புகளால் திணறடிக்கப்பட்ட, முற்றிலும் அனுபவமற்ற ஒரு இளைஞராக அந்தத் தூதுவரை எனக்கு நினைவிருக்கிறது. அவர் வியர்த்துக் கொட்டியவாறு இடைவிடாது திக்கித்திக்கிப்பேசினார்.

அல்ஜீரியா இந்தக் குழுவுக்கு அளித்த தொடக்கநிலை ஆதரவின் விளைவாக, 1958 ல் அக்ராவில் நடந்த முதல் அனைத்து ஆப்பிரிக்க மக்களின் மாநாட்டில் அல்ஜீரியத் தூதுக்குழுவொன்று பாட்ரிஸ் லுமும்பா, ஃபெலிக்ஸ் முமியே மற்றும் ஹோல்டன் ரொபர்ட்டோவைச் சந்தித்தது. அந்தத் தூதுக்குழுவுக்கு ஃபிரான்ஸ் ஃபனான் தலைவராக இருந்தார். புதிதாக சுதந்திரம் அடைந்திருந்த காங்கோவுக்கு லுமும்பா

சிறிதுகாலமே பிரதமராக இருந்தபோது, அவருடன் சந்திப்புக்களை மேற்கொள்வதற்காக லியோ போல்ட் வில்லுக்கு அவரும் பயணமானார்.

1960 - ன் தொடக்கத்தில் கோனார்கியில், அந்தக் கோடைக்காலத்தின்போது, அக்ராவில் நடக்கவிருந்த உலக இளைஞர் பேரவை (WAY) கூட்டத்துக்காக மேற்கு ஆப்பிரிக்கப் பயணங்களை ஒழுங்குபடுத்துவதற்கான சுற்றுக்களை நான் மேற்கொண்டிருந்த நிலையில், அந்தச்சமயத்தில் வெளியுலகத்துக்குத் தெரியவராத எம்பிஎல்ஏ (பாப்புலர் ஃபிரண்ட் ஃபர் த லிபரேசன் ஆஃப் அங்கோலா) என்று அழைக்கப்பட்ட ஓர் அமைப்பை உருவாக்கிய ஒரு சிறு குழுவால் நான் தொடர்புகொள்ளப்பட்டேன். ஆப்பிரிக்காவில் அந்தக் குழுவின் முதல் அடித்தளமான, கினியாவின் தலைநகரின் புறநகர் பகுதிகளில், வெறுமையான, ஓலைக்கூரை வேய்ந்த குடிசையில் நாங்கள் சந்தித்தோம். அங்கு மௌனமாக இருந்த நான்கைந்து பேர் தங்கள் சார்பாகப் பேசவந்திருந்த ஒருவருடன் இருப்பதைக் கண்டேன். அவர் அவர்களது விவகாரத்துக்கு அழுத்தம் தந்து வெளிநாட்டில் பேசும்படி என்னைக் கேட்டுக்கொண்டார். அங்கோலாவுக்குள் ஆயுத நடவடிக்கை இன்னும் தொடங்கியிருக்கவில்லை. ஆனால் போர்த்துகீசியச் சர்வாதிகாரியான அந்தோனியோ சாலசார் அந்தப் புதிய அமைப்பை சட்டவிரோதமானது என்று அறிவித்து, அதன் தலைவர்கள் சிலரைக் கைது செய்திருந்தார். பிரெஞ்சு மற்றும் போர்த்துகீசிய மொழியிலிருந்து ஆவணங்களை ஐநா தூதுக் குழுக்களிடம் வினியோகிப்பதற்காக நான் மொழிபெயர்த்துத் தரவேண்டுமென்று அவற்றை அந்தக் குழு என்னிடம் வழங்கியது.

அந்தச் சந்திப்பிற்குப் பின் வந்த கோடைக்காலத்தில், அக்ராவில் உலக இளைஞர் பேரவைக் கூட்டம் நடைபெற்ற போது, எம்பிஎல்ஏ பிரதிநிதி ஒருவர் வந்துசேர்ந்தார். ஃபனானுக்கு அதிகம் எரிச்சலூட்டும் வகையில் ஈர்ப்புமிக்க இளைஞரான அவரை மொகம்மதும் நானும் எங்கள் இறகுக்குள் சேர்த்துக் கொண்டோம். (''அவர்கள் கம்யூனிஸ்டுகள்,'' என்று அவர் சொன்னார்.) சுதந்திரம் அடைந்ததுமே அல்ஜீரியா எம்பிஎல்ஏவுக்குப் பக்க உதவியும், பயிற்சியும் வழங்கியதுடன், போர்த்துகீசிய காலனி நாடுகளான மொசாம்பிக், கினியா பீசோ மற்றும் கேப் வெர்தே ஆகியவற்றிலிருந்த விடுதலை இயக்கங்களுக்கும் அவற்றை வழங்கியது.

ஜே லவ் ஸ்டோன், லூயிஸ் பேஜ் மோரிஸ், நார்மன் தாமஸ் வாஷிங்டனைச் சேர்ந்த மற்றுமொரு மர்மமான திருவாளர். வில்சன் போன்ற தூதுச்செய்தியாளர்கள் மூலமாக அமெரிக்க முகவாண்மை அமைப்புகள் மற்றும் கூட்டாண்மை அமைப்பு களோடான முதல் தொடர்புகளில் சிலவும்கூட அந்த நியூ யார்க் அலுவலகத்தில்தான் இடம்பெற்றன.[9] அவர்கள் பேசுவதற்காகவும், தகவல் பரிமாறிக் கொள்வதற்காகவும் அவ்வப்போது ''அறிவுரை'' வழங்குவதற்காகவும் வந்தார்கள். அந்த அறிவுரைகள் அடிக்கடி புறந்தள்ளப்பட்டன. முற்போக்கு வழக்குரைஞர்களின் சங்கக் கூட்டமொன்றில் அப்தெல்காதர் பேசவிருப்பது எவ்வாறு ஆதரிக்கத்தக்கதல்ல என்று நார்மன் தாமஸ் விளக்கியதை அப்தெல்காதரின் அலுவலகத்தில் ஒருநாள் அமர்ந்து கேட்டுக் கொண்டிருந்தது அப்படிப்பட்ட ஒரு விவகாரமாகும்.

1957 ஜூலை 2 அன்று, செனட்சபையில் ஜான் எஃப். கென்னடி அல்ஜீரியாவில் செலுத்தப்படும் பிரெஞ்சுக் காலனியாதிக்கத்தை இகழ்ந்துரைத்தார். ''ஏகாதிபத்தியத்துக்கு எதிரான உலகளாவிய போராட்டத்தையும், இன்றைய நாளில் தேசியவாதத்தின் அலைவீச்சே மிகவும் ஆற்றல் வாய்ந்த சக்தியாக இருக்கிறது'' என்பதையும் அயலுறவுத்துறை அங்கீகரிக்கும் விதத்தில் அமெரிக்கக் கொள்கையில் மாற்றம் ஒன்றுக்கு அழைப்பு விடுத்தார். அவர் நேட்டோ மூலமாக பிரான்ஸுக்கு ஆயுதம் வழங்கும் வகையிலான ''தலையை மணலில் புதைத்துக் கொள்ளும்'' அதிபர் ஐசன்ஹோவரின் கொள்கைக்காக அவர்மீது தொடர்ந்து தாக்குதல் தொடுத்தார்: ''பிரான்ஸ் 1939 லிருந்தே தொடர்ந்து போரிடும் நிலையிலிருக்கும் ஒரு தேசமாக இருந்து வருகிறது என்பது நினைத்துப் பார்ப்பதற்கே தடுமாற்றத்தைத் தருவதாக இருக்கிறது... டமாஸ்கஸ், ஹனோய், சைகோன், பாண்டிச்சேரி, டூனிஸ் மற்றும் ரபாத் என ஒன்றன்பின் ஒன்றான பின்வாங்கல்களைக் கூர்ந்துகவனித்துக்கொண்டிருப்பது பெரும் பாலான பிரெஞ்சுகாரர்களுக்கு இயல்பாகவே எளிதானதாக இருந்திருக்காது. ஒவ்வொரு வெளியேற்றத்தோடும் சேர்ந்து ஒரு மாபெரும் கட்டுக்கதை மேன்மேலும் தளர்ந்து போனது. ஆனால் பிரச்சனையாக இருப்பது, இனியும் பிரெஞ்சுப் பேரரசு குறித்த கட்டுக்கதையொன்றை காப்பாற்றுவதல்ல. பிரச்சனையாக இருப்பது, பிரெஞ்சு தேசத்தையும் அதுபோலவே சுதந்திர ஆப்பிரிக்காவையும் காப்பாற்றுவது என்பதுதான்.''[10] 1960

அதிபர் தேர்தல் பரப்புரையின்போது, வேட்பாளர் கென்னடி தனது 1957 ஆம் ஆண்டு நிலைப்பாட்டை மீண்டும் வலியுறுத்த வேண்டும் என்பதற்காக எங்கள் அலுவலகம் தொடர்ச்சியான முயற்சிகளை மேற்கொண்டது. ஆனால் அதற்குப் பலனேதும் கிட்டவில்லை. தனது சகோதரரின் நிலைபாட்டில் மாற்றமில்லை என்று ராபர்ட் கென்னடி தனிப்பட்ட முறையில் குறிப்பிட்டார். பதவிக்கு வந்ததும், தனது நிலைப்பாட்டில் தொடர்ந்து நிற்பதாக டுனிசியத்தூதர் மோங்கி சிலிம்மிடம் உறுதியளிக்கவும் செய்தார். ஆனால் இதை அவர் பொதுவெளியில் ஒருபோதும் திரும்பச் சொல்லவில்லை.

இருந்தபோதிலும் தனிப்பட்ட முறையில் பேச்சுவார்த்தைகள் தொடங்கப்பட்டன. 1958 ல், சந்தர்லியும், யாசிட்டும் (அதிகாரபூர்வமற்ற முறையில்) அமெரிக்க வெளியுறவுத் துறைக்குச் சென்றிருந்தார்கள். ஆனால், பிரான்ஸிலிருந்து வந்த புகார்களைத் தொடர்ந்து அவர்களை விட்டு ''விலகியிருக்கும்படி'' வெளியுறவுத்துறையினருக்கு ஆலோசனை கூறப்பட்டது. நீண்டகாலப்போக்கில் வட ஆப்பிரிக்க அரசியலுக்குள் தங்கள் வழியைப் பிளவேற்படுத்தி அமைத்துக் கொள்ளும் ஆசையும், வழிவகைகளும் அமெரிக்கர்களிடம் இருந்தது. அதைக்கொண்டு பாரிஸிலிருந்து பார்த்தபோது அமெரிக்கர்கள் கூட்டாளிகளாக இருந்தார்கள். ஆனால் எதிராளிகளாகவும் இருந்தார்கள்.

வெளியுறவுத்துறைப் பிரதிநிதிகளுக்கும், அல்ஜீரிய செய்தித் தொடர்பாளர்களுக்கும் இடையில் பல இரகசியச் சந்திப்புகள் நடந்ததை வாஷிங்டன் ஆவணக்காப்பகங்கள் வெளிப்படுத்துகின்றன. இருப்பினும், சுதந்திரம் பெறும் நாள்வரை அமெரிக்க வெளியுறவுத்துறைக்கும், அல்ஜீரியக் குடியரசின் இடைக்கால அரசாங்கத்துக்கும் இடையில் அதிகாரபூர்வமாகத் தொடர்புகள் எதுவும் இடம்பெறவில்லை. அப்போதும்கூட சந்தர்லியுடனான முதல் சந்திப்பு உதவிச் செயலாளர் மட்டத்தில் இருக்க வேண்டுமா அல்லது கீழ்நிலைச் செயலாளர் மட்டத்தில் இருக்கவேண்டுமா என்று வெளியுறவுத்துறை மிகுந்த சிரத்தையுடன் விவாதித்துக்கொண்டிருந்த நிலையில் அவர்கள் தனித்து விடப்பட்டார்கள்.

நியூ யார்க்கில் எல்லாக்காலத்திலும் குடியேறிய ஒவ்வொரு அல்ஜீரியரும் இந்த அலுவலகத்துக்கு வழி கண்டுபிடித்து வந்து சேர்ந்தார்: குத்துச்சண்டை வீரர்கள்; சமையல்காரர்கள், மது விடுதிப் பணியாளர்கள் மற்றும் எனது நண்பர் பாப்லோ

(மக்மூத்) பூதிபா போன்ற அறிவுஜீவிகள். அவர் முனைவர் பட்ட மாணவர் மற்றும் மதுவிடுதிப்பணியாளர் என இருவகை யானவராகவும் இருந்தார். இவர்கள் அனைவரும் அல்ஜீரியாவில் பிறந்த அமெரிக்கக் குடிமக்கள். நியூ யார்க் துறைமுகத்துக்கு வந்து சேர்ந்த வர்த்தகக் கப்பல்கள் எங்களுக்கு மெர்குவஸ் கொத்திறைச்சியையும், கப்பல் ஊழியர்களிடம் வசூலித்த நன்கொடைகளையும் கொண்டுவந்து சேர்த்தன. பிரிட்டிஷ் கப்பல்களிலிருந்த ஐரிஷ் குடியரசுப்படை ஆதரவாளர்களான ஐரிஷ் மாலுமிகள் தொப்பியைச் சுற்றுக்குவிட்டு, அதில் சேர்ந்ததை எங்களிடம் வைப்புத்தொகையாகச் செலுத்திவைத்தார்கள்.

ஃபாசிச பியத் நூவார் (Pied-Noir)[11] அமைப்புக்குப் பிறகு மெய்ன் ரூஜ் எங்கள் அலுவலகத்தைத் தாக்கி வெளிப்புறக் கதவை ஆபாசமான, அச்சுறுத்தும் முழக்கங்களால் நிறைந்திருந்தது. குத்துச்சண்டை வீரர்களில் ஒருவரான லஹுரி கோடிக் எங்கள் மெய்க்காவலராகப் பணியாற்றத் தொடங்கினார். லஹுரி சண்டையிட்டதை நாங்கள் பார்த்ததில்லை. அவர் மாடிசன் ஸ்கொயர் கார்டனில் இரவில் நடப்பதற்கென்று பட்டியலிடப் பட்டிருந்த, முக்கியப் போட்டிக்கான அனுமதிச்சீட்டுகளை எங்களுக்குக் கொடுத்தார். அந்தச் சண்டை அமெரிக்காவின் வர்ஜின் லேண்டைச் சேர்ந்த கனத்த எடைகொண்ட எமிலி கிரிபித்துக்கு எதிராக கியூபாவைச் சேர்ந்த பென்னி ''த கிட்'' பேரட்டை நிறுத்தியது. பேரட்டைக் கொன்றுவிடுவது போல் கிரிபித் சம்மட்டியடி கொடுத்துக்கொண்டிருந்தார். நடுவர் அருகில நின்றுகொண்டிருந்தார். 'மொகமத்தும் நானும் அருவருப்புற்று செய்வதறியாது கூர்ந்து கவனித்துக்கொண்டிருந்தோம். இனியும் காலம் தாழ்த்த முடியாது என்னும் நிலை வரை கூட்டம் இன்னும் இன்னும் என வற்புறுத்திக் கொண்டிருந்தது. பேரட் தூக்குப் படுக்கையில் தூக்கிச்செல்லப்பட்டார். பத்து நாட்களுக்குப் பிறகு மருத்துவமனையில் இறந்துபோனார். லஹுரியின் போட்டி ரத்து செய்யப்பட்டது. அதற்குப் பிறகு அவர் சண்டையிட வில்லை என்று நான் நம்புகிறேன்.

1961 வசந்த கால முடிவின் போது, எனது தந்தை எனக்குக் கைமாற்றித் தந்திருந்த, காலாவதியாகிப்போன ஓல்ட்ஸ்மொபைல் வாகனமொன்றை நியூ யார்க்கிலிருந்து நியூ ஆர்லியன்ஸ்ஸுக்கு நானும் மொகம்மதுவும் ஓட்டிச் சென்றோம். மொகமத்

தெற்கிற்கு ஒருபோதும் சென்றதில்லை. நாங்கள் இருவரும் சேர்ந்து பயணம் செய்ததில்லை. எங்களுடைய வேலைச் சுமைகளோடு தொடர்பறுத்துக்கொண்டு பயணம் மேற்கொண்டோம். அது மகிழ்ச்சிப் பயணமாக இருந்தது.

நாங்கள் அட்லாண்டாவில் நின்று, மார்ட்டின் லூதர் கிங்க் ஜூனியரின் தலைமையகமான சதர்ன் லீடர்ஷிப் கான்பரன்ஸுக்கு சென்றோம். அங்கு பணிபுரிந்தவர்கள் அன்று கொண்டாட்டத்தில் இருந்தார்கள். ரிச் பல்பொருள் அங்காடி (இப்போது மாசி) கறுப்பர்களை உள்ளே அனுமதித்தது. ஆறுமாதத்துக்கு முந்தைய உள்அமர்வு முயற்சி ஒன்று மக்னோலியா ரூம் உணவகத்தின் மேல்தளத்தில் கிங் கைது செய்யப்படுவதற்கும், அவரைக் கொடூரமான ஜார்ஜியா சங்கிலிக் கும்பலுக்கு மாற்றப்படுவதற்கும் இட்டுச்சென்றது. அவரது வாழ்க்கை ஐயப்பாட்டுக்குரிய நிலையில் இருந்தது. பல ஆண்டுகளுக்கு முன்னால் நான் செயல்பட்டு வந்த அமைப்பான யுனைடெட் ஓர்ல்ட் ஃபெடரலிஸ்ட் அமைப்பின் மாணவர் பிரிவின் அமைப்பாளரான ஹாரிஸ் வோஃபோர்ட் அதிபர் வேட்பாளரான ஜான் எப். கென்னடியிடம் கோரெட்டா ஸ்காட் கிங்கைச் சந்திக்கும்படி அழுத்தம் தந்தார். அதைத் தொடர்ந்து கென்னடியின் தலையீடு கிங்கை சங்கிலிக் கும்பலிலிருந்து விடுவிப்பதற்கு இட்டுச்சென்றது. மார்ட்டின் லூதர் கிங்கின் தந்தை கென்னடியை ஆதரிக்க முற்பட்டபோது, கறுப்பர்களின் வாக்குகள் அதைப் பின்பற்றின; தராசை கென்னடியின் பக்கமாகச் சாய்த்தன.

ஜார்ஜியா, அலபமா, மிஸ்ஸிஸிப்பி ஆகியவற்றின் ஊடாக நகரத்தை அடுத்து நகரமாக நாங்கள் வாகனமோட்டிச் சென்ற போது, மொகமத் தன்னளவில் மேன்மேலும் எச்சரிக்கைக் குரியவராக மாறினார். அவரது தலைமுடியும், கண்களும் கறுப்பாக இருந்தன. அவரது தோல் ஆலிவ் நிறச்சாயலில் இருந்தது. அவரது மூக்கு கூராக இருந்தது. அந்த ஆண்டுகளில் நிலவிய தீவிரப்பதற்றமான சூழ்நிலையில், அவர் எச்சரிக்கையுணர்வோடு அலைபாய்ந்து கொண்டிருந்ததாக நான் உணர்ந்தேன். வன்முறை குறித்ததும், ''தெற்கத்திய நீதிமுறை'' குறித்ததுமான ஒரு சித்திரம் எங்கள் மனங்களில் தோன்றியது. நியூ ஆர்லியன்ஸில் உயரமான களைச் செடிகளும், காட்டுப்பூக்களும் சூழ்ந்த, போருக்கு முந்தைய, பழமையான ஒரு வீட்டின் அறையொன்றை நாங்கள் கண்டு பிடித்தோம், நகரத்தைச் சுற்றி வந்தோம், ஜாஸ் இசை கேட்டோம், கம்போ சாப்பிட்டோம்.

ஜூன் மாதத்தொடக்கத்தில், டூனிஸுக்குச் செல்வதற்காக அங்கிருந்து கிளம்பினோம். மாணவர் மாநாட்டில் மொகமத் கலந்து கொண்ட அதேசமயத்தில் நான் செய்தித்துறை அமைச்சகத்துக்குச் சென்று, அலுவலர் குழு உறுப்பினர்களை அறிமுகம் செய்து கொண்டேன். மொகமத்தின் அமெரிக்க மனைவியும், மேயர் ஃபியோரெல்லோ லா கார்டியாவின் உடன்பிறந்தவரின் மகளுமான ஒலிவ் லாகார்டியா யாசிட்டுடனும், அவரது பெண்குழந்தை ஹடியாவுடனும் மகிழ்ச்சியான ஒரு நாளைக் கழித்தேன். அந்தக் குழந்தையின் தொட்டில் அவ்வப் போது ஒலிவ்வின் பாதத்தால் உந்தித் தாலாட்டப்பட்டது. அந்த மாளிகையின் திரையிடப்பட்ட ஜன்னல்களினூடாகப் பாய்ந்து வெயில் தரையில் வடிவுருக்களை உருவாக்கியது. நான் கடை வீதியில் அலைந்துதிரிந்து எனது பெற்றோருக்காக சிறியதொரு கம்பளவிரிப்பை விலைக்கு வாங்கினேன். அதற்காக நான் பேரம் பேசியிருக்கவேண்டும் என்று மொகமத் சொன்னார். மத்திய தரைக்கடலை ஒட்டியிருந்த ஆளரவமற்ற கடற்கரையொன்றில் நாங்கள் நீந்தப்போனோம். வீதிகளிலிருந்த மக்கள் மத்தியிலும், காபி விடுதிகளிலும், அல்ஜீரியர்களையும், முந்தைய வாழ்க்கையில் எங்களோடு தொடர்பு கொண்டிருந்த தோழர்களையும் சந்தித்ததில், நாங்கள் எங்கள் ‘‘வீட்டிலிருந்து’’ அதிக தூரத்தில் இல்லை என்பதுபோல் உணர்ந்தோம். சூழ்நிலை கதகதப்பாகவும், எதிர்நோக்கத் தக்கதாகவும் இருந்தது.

கிழக்கு ஆப்பிரிக்கா

அடுத்த ஐநா அமர்வு சமயத்தில் நியூ யார்க்குக்குத் திரும்பிச் செல்வதற்கு முன்னால், இரண்டாவது அனைத்து ஆப்பிரிக்க இளைஞர் கருத்தரங்கில் விளக்கவுரை ஆற்றுவதற்காக டார் எஸ் ஸலாம் சென்றேன். அப்போது தாங்கன்யிகா என்றும் இப்போது தான்சானியா என்றும் அழைக்கப்படும் தனது நாட்டை, தனது தலைமையில் காலனிய நிலையிலிருந்து சுதந்திரத்துக்கு 1961 ன் இறுதிக்கு முன்பாக இட்டுச்சென்றவரான ஜூலியஸ் நைரேரேவால் அழைப்புவிடுக்கப்பட்ட அந்தக் கருத்தரங்கு, சுதந்திரம் பெற்ற ஆப்பிரிக்க நாடுகள் மற்றும் போராடிக்கொண்டிருக்கும் விடுதலை இயக்கங்களையும், குறிப்பாக அல்ஜீரியா மற்றும் போர்த்துக்கீசியக் காலனி நாடு களையும் சேர்ந்த பிரதிநிதிகளை ஒன்றுகூட்டியது. கல்வியாளரும், தொழிற்சங்கத்தலைவருமான நைரேரே, பாபா என்று அதாவது தனது நாட்டின் தந்தை என்று அழைக்கப்பட்டார்.

கருத்தரங்கின்போது, அனைத்து ஆப்பிரிக்கவாதியும், காலனிய எதிர்ப்பாளருமான ஜோமோ கென்யாட்டாவைச் சந்திப்பதற்கு பிரதிநிதிகளின் குழு ஒன்றுக்கான பயணம் ஒன்று ஏற்பாடு செய்யப்பட்டது. அவர், கென்யாவின் தொலை தூரப் பகுதியொன்றில் சிறையிலும், வீட்டுக்காவலிலும் வைக்கப் பட்டிருந்ததற்குப் பிறகு, நைரோபிக்கு அருகிலுள்ள சிற்றூர் ஒன்றுக்கு பிரிட்டிஷ் அதிகாரிகளால் அப்போதுதான் இடமாற்றம் செய்யப்பட்டிருந்தார். 1951ல் நடந்த மாவ்மாவ் கலகத்திற்கு கென்யாட்டா தலைமை தாங்கினார் என்று குற்றம் சாட்டப் பட்டது. ஆனால் எந்த ஆதாரமும் எப்போதும் கண்டுபிடிக்கப் படவில்லை. 1963 ல் சுதந்திரம் பெற்றபின் அவர் கென்யாவின் குடியரசுத் தலைவராக ஆனார், அத்துடன் பதினைந்து ஆண்டுகள் பதவியிலிருந்தார்.

அந்த வீடு ஒற்றைத்தளம்கொண்ட, சதுரமான கட்டிடமாக இருந்தது. எல்லாப் பக்கங்களிலும் கம்பிவேலித் தடுப்பால் சூழப்பட்டு, ஆயுதமேந்திய பிரிட்டிஷ் இராணுவ வீரர்களால் காவல் காக்கப்பட்டது. தடுப்பிலிருந்து சற்று தூரத்தில் கென்யர்களின் பெருங்கூட்டமொன்று அவர்களது தலைவரின் குடியிருப்பைச் சுற்றி, மெதுவாகச் சுற்றிவருவதற்கான வட்டப் பாதை ஒன்றை ஏற்படுத்தி, இரவும் பகலும் அசைந்தாடியபடி பாடிக்கொண்டிருந்தது. பலரும் தொலைதூர மலைகளிலிருந்து வந்திருந்தனர். தங்கள் முதுகுகளின் மேல் தங்கள் பிரதேசத்தைச் சேர்ந்த விலங்குகளின் தோல்களை அணிந்திருந்தனர். மக்களின் வரிசைகளுக்கு அப்பால், கென்யாவின் புகழ்பெற்ற தேயிலைத் தோட்டங்களின் மலைத்தொடர்கள் நீண்டு கிடப்பதை என்னால் பார்க்க முடிந்தது.

கென்யாட்டா இளவயது ஆப்பிரிக்கர்களின் குழு ஒன்றையும், விளக்கமளிப்பவளான என்னையும் சுற்றுச்சுவருக்குள் வரும்படி அழைத்தார். தனது மகள் மார்க்கரெட்டுடன் இருந்த அவர் எங்கள் ஒவ்வொருவருடனும் வரிசையாகப் பேசினார். நாங்கள் எங்கிருந்து வருகிறோம் என்று விசாரித்தார். பார்க்கவந்ததற்கு எங்களுக்கு நன்றி கூறினார். பிறகு அவர் எங்களைத் தடுப்புக்குப் பக்கத்தில் இட்டுச் சென்றார். ஸ்வாஹிலி மொழியில் ஒரு குரல் பெருக்கியின் மூலம் நலம் விரும்பிகளின் கூட்டத்திடம் பேசினார். அல்ஜீரியப் பிரதிநிதியை வரவேற்கும்படி அழைப்பு விடுத்தார். அந்தப் பிரதிநிதி பிரெஞ்சுமொழியில் ஒரு

சிற்றுரையாற்றினார். சுதந்திரத்துக்காகப் போராடும் அவர்கள் இருவரது நாடுகளும் விரைவில் வெற்றி பெறும் என்னும் அந்தப் பிரதிநிதியின் உறுதிப்பாட்டை நான் ஆங்கிலத்தில் விளக்கினேன்.

நாங்கள் கென்யாவைவிட்டு நீங்குவதற்கு முன்பாக, நகரத்திலிருந்து ஒரு கல்வீசும் தூரத்திலிருந்த நைரோபி தேசியப் பூங்காவுக்கு ஜீப்பில் அழைத்துச்செல்லப்பட்டோம், பூங்கா பார்வையாளர்களுக்கு மூடப்பட்டிருந்தது. ஆனால் நாங்கள் சிறப்பு விருந்தினர்கள் என்ற முறையில் அனுமதிக்கப்பட்டோம். அலையலையாகத் தாவரங்களின் பசுமை ததும்பிய, காடடர்ந்த நிலத்தினூடாக ஜீப்கள் உருண்டோடின. மறிமான்களும், வரிக்குதிரைகளும், காஸல் மான்கள், இலாண்ட்மான்கள், இம்பாலா மான்கள் மற்றும் நெருப்புக் கோழிகளின் கூட்டங்களும் அக்கம்பக்கமாகப் பயணம் செய்தன. தனது குகையிலிருந்த சிங்கம் ஒன்றையும், எங்கெங்குமிருந்த குரங்குகளையும், காண்டாமிருகங்களையும் பார்த்தோம். ஒரே ஒரு மனிதனைக் கூடப் பார்க்கவில்லை.

ஃபிரான்ஸ் ஃபனான்

1961 அக்டோபரில் ஃபிரான்ஸ் ஃபனான் வாஷிங்டனில் தரையிறங்கியபோது, இரத்தப் புற்றுநோயால் கடுமையாகப் பாதிக்கப்பட்டிருந்தார். அவர் வந்துசேர்ந்தது குறித்து எங்கள் அலுவலகத்துக்குத் தெரிந்ததும், அவருடைய தேவைகளுக்கு நாங்கள் பொறுப்பேற்றுக்கொண்டோம். அவர் நியூ யார்க் போய்ச்சேர வில்லை.

ஃபனான் கடலுக்கு அப்பால் அப்போது பிரான்ஸுக்குச் சொந்தமான பகுதியாக இருந்த மார்ட்டினிக்கில் பிறந்து வளர்ந்தவர். (ப்யூர்டோ ரிகோ அமெரிக்காவோடு எந்தவிதமான தொடர்பைக் கொண்டிருக்கிறதோ அதே விதமான தொடர்பை மார்ட்டினிக் பிரான்ஸோடு கொண்டிருந்தது). இரண்டாம் உலகப்போரின் போது, டி காலின் சுதந்திர பிரெஞ்சுப் படைகளில் சேர்வதற்காக, விச்சி ஆட்சியிலிருந்த அந்தத் தீவை விட்டு ஃபனான் தப்பிச் சென்றார். அவர் வடஆப்பிரிக்காவுக்கு கப்பலேற்றி அனுப்பப்பட்டார். அங்கு அவர் ஐரோப்பாவுக்கு மாற்றல் ஆவதற்குக் காத்திருந்த சமயத்தில் காலனிய அல்ஜீரியா குறித்த முதன்முதலான, மனப்பதிவுகளைப் பெற்றார். ஜெர்மனியின் எல்லைக்கு அருகில் கோல்மரின் போர் நடவடிக்கையில் காயமுற்றார். அவருக்கு கிராஸ் த கெர் பதக்கம் வழங்கப்பட்டது.

1945 ல் அவர் மார்ட்டினிக் திரும்பினார். உயர்நிலைப் பள்ளிப்படிப்பை முடித்தார். பிறகு அவர் பிரான்ஸிலுள்ள லியோனுக்குச் சென்றார். அங்கு அவர் மருத்துவப் பள்ளியில் சேர்ந்து மனநல மருத்துவத்துறையில் சிறப்புப் பயிற்சி பெற்றார். அவர் தத்துவமும் பயின்றார். நாடகத்துறையிலும் தொடர்பு கொண்டிருந்தார். இங்குதான் அவர் தனது முதல் நூலான *பியூ நுவார், மாஸ்கஸ் பிளாங்க் (பிளாக் ஸ்கின்ஸ், வொய்ட் மாஸ்க், 1952)* நூலை எழுதினார்.

ஃபனான் மனநல மருத்துவம், இன அரசியல், கால்பந்து என தான் ஈடுபட்ட எல்லாவற்றிலும் பேரார்வம் காட்டுபவராக இருந்தார். அவர் மருத்துவத்தில், நிறுவனம் சார்ந்த ஐரோப்பிய மனநல மருத்துவத்தில், முன்னணியில் நின்ற பிரெஞ்சுக் கடலோனியப் பகுதியைச் சேர்ந்த ஒருவரான ஃபிரான்சுவா தாஸ்செல்ஸ் என்பவரால் பயிற்றுவிக்கப்பட்டார். 1953 ல், அல்ஜீரியாவில் உள்ள பிளைடா-ஜான்வில் மனநல மருத்துவ மனையில் தங்கியிருந்து பணி புரியும் மனநல மருத்துவராக அமர்த்தப்பட்டார். இங்கு அவர் அந்நியமாதல் சார்ந்த ஓர் உலகத்தைக் கண்டறிந்தார்: துயிலூட்டும் மருந்துகள் மிக அதிக அளவு ஒரேவேளையில் செலுத்தப்படுவது, முன்மூளை அறுவைச் சிகிச்சை மற்றும் பிற உளவியல் சார்ந்த அறுவைச் சிகிச்சைகளை உள்ளடக்கிய சிகிச்சை முறைகள் நடைமுறையில் இருந்தன. மருத்துவமனை நகரத்திலிருந்து பல மைல்களுக்கு அப்பாலிருந்தது, நோயாளிகள் உடல்ரீதியாகவும், உளரீதியாகவும் பூட்டி வைக்கப் பட்டிருந்தனர். அங்கு, அடைத்து வைக்கப்பட்டுள்ளவர்களை சமூகத்தின் வெளிப்பகுதிகளிலேயே தடுத்துவைத்திருப்பதற்கான அனைத்தும் வழங்கப்பட்டன.

ஃபனானின் வருகைக்கு ஒரு சில ஆண்டுகளுக்கு முன்பு வரை, அந்த மருத்துவமனை ''குழிகள்'' (பிரெஞ்சு மொழியில் forses) உள்ளிட்ட கட்டமைப்புகளை, உள்ளடக்கியிருந்தது. அவற்றில் அடைத்துவைக்கப்பட்டிருந்தவர்கள் மேல்தளத்திலிருந்து அவர்களிடம் திணிக்கப்படும் உணவைப் பெறுவதற்காக கூட்டத்தில் நெருக்கியடித்தனர். அந்தக்குழிகளில் அரைப்பட்டினியாகக் கிடந்த ஆண்களும் பெண்களும் கெட்டுப்போன மாமிசத்துண்டு களுக்காகவும், ஊசிப்போன ரொட்டிக்காகவும் ஒருவரோடொருவர் சண்டையிட்டுக்கொண்டனர். கட்டிடங்கள் வட்டவடிவத்தில் இருந்தன. குழிகளில் அடைக்கப்படாதபோது அவர்கள் குழிகளுக்கு மேலே, தங்கள் உடல்களைக்கூட கிடத்த முடியாத அளவுக்குச்

சிறியதாக இருந்த ஒற்றைச் சிறையறைகளில் அடைத்துவைக்கப் பட்டிருந்தனர். ஃபனான் அங்கு வந்து சேர்ந்தபோது அவை பயன்பாட்டில் இல்லையென்றபோதிலும், 1960 களிலும்கூட அந்தக் கட்டிடங்கள் இருக்கத்தான் செய்தன. சுதந்திரத்துக்குப் பிறகு அவற்றின் சிதிலங்களை எங்களுக்குக் காட்டிய ஸ்விஸ் உளவியலாளர் எலிசபெத் துப்ரியூவிடமிருந்து இதையெல்லாம் நான் தெரிந்துகொண்டேன்.

ஃபனான் மின்அதிர்ச்சி சிகிச்சையைக் கையாண்ட போதிலும், இரும்புச்சட்டைகள், சங்கிலிகள் மற்றும் சுவர்களையும் கூட தவிர்த்துவிட்டார். அதேசமயம் குழு மருத்துவமுறை, தொழிலாற்றல் (ergo) மருத்துவமுறை, இசை, கலை மற்றும் விளையாட்டுச் சிகிச்சைமுறை ஆகியவற்றை அறிமுகம் செய்தார். இவற்றில் நோயாளி செயலூக்கமிக்க பாத்திரத்தை வகிப்பவராக இருந்தார். சுற்றிலுமிருந்த அல்ஜீரிய கிராமங்களில் சமூக பண்பாட்டு வாழ்க்கை குறித்து ஆய்வுசெய்து, அந்த நிறுவனத்தை மாற்றியமைக்கத் தொடங்கினார். மருத்துவக்கூடங்களில் ஒன்றின் உட்புறத்தில் அராபிய காபி விடுதியொன்றைக் கட்டினார். முஸ்லிம் விடுமுறை நாட்கள் கொண்டாடப்பட்டன. அராபிய இசை நிகழ்ச்சிகளும், அதுபோலவே பாரம்பரியக் கதைசொல்லி களோடான அமர்வுகளும் ஏற்பாடு செய்யப்பட்டன. நோயாளிகள் செய்தித்தாளொன்றை எழுதிப்பதிப்பித்தார்கள். கால்பந்து மைதானம் ஒன்று கட்டியமைக்கப்பட்டது. அது இன்றைய நாளிலும் இருந்துவருகிறது.

‘‘உளவியல் மருத்துவம் என்பது ஓர் அரசியல் என்றார் ஃபனான். தன் முன்னால் இருந்ததாகத் தான் கண்ட தீமைகளைப் பரிசோதிப்பதையும், ஆய்வுசெய்வதையும், எதிர்த்துப் போராடு வதையும் அவர் ஒருபோதும் நிறுத்தியதில்லை. பின்னாளில் பகல்நேர உளவியல் மருத்துவ மையமொன்றைத் தொடங்கிய இடமான டூனிஸில், நோயாளிகள் அவர்களுடைய சமுதாயச் சூழலிலிருந்து தனித்துப் பிரித்துவைக்கப்படக்கூடாது, வீட்டுச் சூழல் என்பது அவர்களது சிகிச்சையோடு இரண்டறக் கலந்திருக்கிறது என்ற கருத்தை அவர் பரிசோதனை செய்தார்.

சுதந்திரத்துக்கான போர் 1954 நவம்பரில் தொடங்கிய பிறகு, ஃபனான் அல்ஜீரிய விடுதலை இராணுவத்தோடு தொடர்புகளை ஏற்படுத்திக்கொண்டார். மருத்துவ உதவியையும், மன நல மருத்துவ உதவியையும், அதுபோலவே புகலிடத்தையும்

சுதந்திரப் போராட்டக்காரர்களுக்கு வழங்கினார். 1956 ல் தனது மருத்துவப் பதவியை விட்டு விலகினார். அல்ஜீரியாவின் ரெசிடென்ட் ஜெனரலாக இருந்த ராபர்ட் லகோஸ்ட்டுக்கு முகவரியிட்டிருந்த திறந்த கடிதமொன்றில் அவர் அறிவிக்கிறார்:

> உளவியல் மருத்துவம் என்பது, மனிதன் தனது சொந்தச் சுற்றுச்சூழலில் ஓர் அந்நியனாக இனியும் இல்லாமல் இருப்பதைச் சாத்தியப்படுத்தவேண்டும் என்பதைத் தனது நோக்கமாகக் கொண்டதொரு மருத்துவத் தொழில்நுட்பமாக இருக்கும் நிலையில், அராபியர் என்பவர் தனது சொந்த நாட்டிலேயே அந்நியப்பட்டவராக, ஆளுமை குலைக்கப்பட்டநிலையில் வாழ்கிறார் என்று நான் உறுதி கூறுகிறேன்... சட்ட ஒழுங்கின்மையும், சமத்துவமின்மையும், பன்மடங்காகப் பெருகும் மனிதக் கொலைகளும் சட்டமியற்றும் கோட்பாடுகளின் மட்டத்துக்கு உயர்ந்துவரும் நிலையின்போதான அந்த நேரத்தில், குறிப்பிட்ட சில விழுமியங்களைப் பேணிக்காப்பதற்காக என்ன விலை வேண்டுமானாலும் கொடுக்கவிரும்புவது என்னும் கருத்து எவ்வளவு அபத்தமானதாக இருந்தது... அல்ஜீரியாவில் இடம்பெற்ற நிகழ்வுகள் மக்களின் மூளையைச் செயல்படாதிருக்கச் செய்வதற்கான சிதைந்துபோன முயற்சியொன்றின் விளைவேயாகும்.[12]

அதன்பிறகு லகோஸ்ட் ஃபனானை அல்ஜீரியாவிலிருந்து நாடுகடத்தினார். அதனால் மருத்துவர் ஃபனானும் அவரது மனைவியும் டூனிஸுக்குச் சென்றனர். அங்கு அவர் அல்ஜீரிய இடைக்கால அரசாங்கத்தின் தலைமையகத்தில் இணைந்து, பல்வேறு வேலைகளில் பங்கெடுத்துக்கொண்டார். எஃப்எல்என் செய்தித்தாளான *எல் முஜாகித்* தில் ஒரு நிறுவன எழுத்தாளர் மற்றும் அல்ஜீரிய விடுதலைப்போராளிகளுக்கும், போருக்கு இரையானவர்களுக்குமான பகல்நேர மருத்துவமனையொன்றின் மனநல மருத்துவர் மற்றும் தலைமை மருத்துவராக இருந்தார். அல்ஜீரியா-டுனிசியா எல்லையிலிருந்த கார்டிமோவில் அவர் அல்ஜீரிய விடுதலை இராணுவ அதிகாரிகளிடம் உரையாற்றினார். குறிப்பாக, அவர் அல்ஜீரியாவில் பிறந்தவரோ அல்லது அங்கு வளர்ந்தவரோ அல்ல என்பதையும், ஒரு முஸ்லிமும் அல்ல என்பதையும் கவனத்தில் கொண்டால் அல்ஜீரிய அதிகாரப் படிநிலையில் ஃபனானின் உயர் வளர்ச்சி குறிப்பிடத்தக்கதாகும்.

1958 டிசம்பரில், அக்ராவில் நடைபெற்ற அனைத்து ஆப்பிரிக்க மக்கள் மாநாட்டிற்கான அல்ஜீரியப் பிரதிநிதிகள் குழுவின் தலைவராக இருந்தார். இந்த அமைப்பு குறுகிய காலமே இருந்தது என்றாலும் அரசியல்ரீதியாக வலுவான அமைப்பாக இருந்தது. இங்குதான் அவர் காங்கோவைச் சேர்ந்த பேட்ரிஸ் லுமும்பாவையும், அங்கோலாவைச் சேர்ந்த ருய் வென்சுரா என்று அழைக்கப்படும் ஹோல்டென் ரொபர்டோவையும், கேமரூனைச் சேர்ந்த ஃபெலிக்ஸ் மூமியேவையும் சந்தித்து, நெருக்கமான உறவுகளை வளர்த்துக்கொண்டார், 1959 - ல், அவர் கானாவுக்கான அல்ஜீரியாவின் முதல் தூதராக அமர்த்தப் பட்டார். அங்குதான் நான் அவரைச் சந்தித்தேன்.

1960 ஆகஸ்ட் மாதத்தில் அந்த நாளில் நான் அக்ராவில் பல்கலைக்கழக வளாகத்தின் குறுக்காக நடந்து, பேரவை மன்றத்துக்குச் செல்லும் வழியில், நான்குபேர்கொண்ட குழு ஒன்றால் நிறுத்தப்பட்டேன். அவர்களில் மூன்றுபேர் கருப்புநிறக் கம்பளி ஆடைகளும், கழுத்துப்பட்டைகளும் அணிந்து, வெப்ப மண்டல ஆப்பிரிக்க வெய்யிலில் திணறிப்போய், நகைப்பிற்கிடமாக இருந்தனர். நான்காவது மனிதரான ஃபனான் வெளிர்நிறக் கால்சட்டையும் அரைக்கை வெள்ளைச் சட்டையும் அணிந்து, மேலங்கியைக் கைக்கு அடியில் வைத்துக் கொண்டு, கழுத்துப் பட்டை இல்லாமல் இருந்தார். அவர் ஓரடி முன்னேவந்து அடிப்படை ஆங்கிலத்தில் இளைஞர் காங்கிரஸின் உலகப் பேரவைக்கூட்டம் எங்கு நடைபெறுகிறது என்று கேட்டார். நான் அந்த உச்சரிப்பைப் பற்றிக்கொண்டு பிரெஞ்சு மொழியில் பதிலளித்தேன். அந்த வழியில் இட்டுச்சென்றேன். அவரும் நானும் பேசி உடனடியாகத் தொடர்பை ஏற்படுத்திக் கொண்டோம். நான் பிரெஞ்சுக்காரியாக இருப்பேன் என்று முதலில் நினைத்ததாக பின்னர் அவர் என்னிடம் தெரிவித்தார். நான் அப்படியில்லை என்று அறிந்துகொண்டதும் அவர் ஆசுவாசம் கொண்டவராக ஆனார்: நாம் பரஸ்பரம் புரிந்துகொண்டு பகிர்ந்து கொள்ளலாம்.

மற்றவர்கள் மௌனமாகப் பின்தொடர்ந்துவந்தார்கள். மன்றத்தின் நுழைவாயிலில் நான் அவர்களை விட்டுச்சென்றேன். நாங்கள் அனைவரும் கைகுலுக்கிக்கொண்டோம். ஆனால் அறிமுகங்கள் எதுவும் செய்துகொள்ளவில்லை. காங்கிரஸின் அமர்வில் அவர்கள் கலந்துகொண்டார்கள். அடுத்த நாள் ஃபனானைத் தவிர மற்றவர்கள் திரும்பிப்போய்விட்டார்கள்.

அவர்களது மௌனமும், தோற்றமும் எனக்கு போரின் கீழ்ப்பக்கத்தைக் குறித்து ஆழ்ந்த மனப்பதிவை தோற்றுவிப்பதாகவும், இருண்மையான தாகவும் ஏமாற்றக்கூடியதாகவும், தவிர்க்கமுடியாதவிதத்தில் கள்ளத்தனமானதாகவும் இருந்தது. பிரான்ஸுக்கு எதிரான போரில், மாலி மற்றும் அல்ஜீரிய சஹாராவினூடாக தெற்குப் போர்முனையொன்றைத் திறப்பதற்கான சாத்தியம் குறித்து அந்தக்குழு புலனாய்வு செய்துகொண்டிருப்பதாக பின்னர் நான் தெரிந்துகொண்டேன். கொனார்கி துறைமுகத்தை விட்டு நீங்கி, மாலியினூடாக தமன்ராசெட்டுக்கும், அய்ன் சாலாவுக்கும் வழிபிடித்து, அந்தத்தடத்தில், மனிதர்கள் மற்றும் ஒட்டகங்களின் முதுகுகளில் ஆயுதங்கள் ஏற்கனவே பயணம் செய்துகொண்டிருந்தன.

ஃபனான் நீண்ட முகமும், வலுவான அகன்ற தாடையும், ஆழத்தில் அமைந்த தூண்டித்துருவிப்பார்க்கும் கண்களும் கொண்டவராக இருந்தார். அவர் குள்ளமானவராக இருந்தார். அவரது உடல் விறைப்பானதாக இருந்தது. ஒட்டுமொத்தச் சித்திரம் தன்முனைப்போடு இருந்தது. துரத்தப்பட்டுக்கொண்டிருக்கும் அவசரமான ஒரு மனிதனாக அவர் இருந்தார். உலக இளைஞர் பேரவையின் அதிகாரபூர்வமான அவதானிப்பாளராக இருந்தவரான ஃபனான் பிரதிநிதிகளிடம் உரையாற்றுவதற்காக அழைக்கப்பட்டார். அல்ஜீரிய தேசிய மாணவர் சங்கமான யூஜிஈ எம்ஏ - வை மொகமத் சஹ்நவுன் பிரதிநிதித்துவம் செய்தார். இவர்கள் இருவரும் பிரான்ஸைக் கண்டனம் செய்வதும், அல்ஜீரிய விடுதலையை ஆதரிப்பதுமான வலுவான தீர்மானம் ஒன்று ஒருமனதாக நிறைவேற்றப்படும் என்று உறுதியளித்தார்கள். 1949 ல் அது நிறுவப்பட்ட காலத்திலிருந்தே உலக இளைஞர் பேரவையானது காலனியத்துக்கு எதிரான சண்டையில் முன்னணிப் படையாக இருந்தது. இந்த அமைப்பு அல்ஜீரிய விடுதலைக்கு ஆதரவாக வெளிக்கிளம்பியபோது, பிரான்ஸின் தேசிய இளைஞர்கள் கவுன்சில் அதன் நிலை பாட்டைக் கண்டனம் செய்துவிட்டு, உறுப்பினர் பதவியிலிருந்து விலகிக்கொண்டது.

ஃபனான் கூட்டத்தில் பேசிய அந்த நாளில், ஒரு மன நல மருத்துவராகத் தனது வேர்களை அவர் வெளிப்படுத்தினார்: தான் சிகிச்சை செய்த அல்ஜீரியர்கள் மீதான போர், வறுமை, இனவாதம் ஆகியவற்றின் தாக்கங்கள் குறித்து, புதிதாக வெளியிடப்பட்டிருந்த தனது *அல்ஜீரியப் புரட்சியின் ஐந்தாம் ஆண்டு* (ஆங்கிலத்தில் இந்நூல் *ஏ டையிங் கலோனியலிசம்*

என்ற பெயரில் வெளியிடப்பட்டது) நூலிலிருந்து நோய் விவரங்கள் பலவற்றைப் படித்துக்காட்டினார். ஒரு நோய் விவரஆய்விலிருந்து இன்னொன்று என ஃபனான் பேசிக் கொண்டே போனதில் பொறுமையிழந்த சஹ்நவுன் ஒலிவாங்கியை அவரிடமிருந்து பறித்துக்கொண்டு திடுமென நுழைந்து, சுதந்திரத்துக்காகப் போரிடவேண்டியது குறித்தும், அதை ஆதரிக்கவேண்டியது குறித்தும், பிரான்ஸைக் கண்டனம் செய்யவேண்டியது குறித்ததுமான விசயத்துக்கு கூட்டத்தை மீண்டும் கொண்டுவந்தார்.

பாலஸ்தீனம், தென்னாப்பிரிக்கா, சீனா ஆகியவை குறித்த முற்போக்கான தீர்மானங்களைக் கொண்டுவருவதற்கும், காலனியத்தை முடிவுக்குக்கொண்டுவருவதற்கும் நாடுகளிடையே நட்புறவு ஒப்பந்தங்களை ஏற்படுத்துவது குறித்துப் போராடுவதற்கும் உந்துதல் தந்தவாறு சஹ்நாவுனும், ஃபனானும், நானும் கூட்டம் நடந்த அரங்கிலும், அந்த வளாகத்திலும் பல மணி நேரத்தைக் கழித்தோம். ஆப்பிரிக்க சுதந்திரத்துக்கும், அதையும் தாண்டி ஏகாதிபத்திய எதிர்ப்புப் போராட்டத்துக்குமான ஓர் அர்ப்பணிப்பின் மூலமாக நாங்கள் பிணைக்கப்பட்டிருந்தோம். ஃபனானின் அல்ஜீரியத் தூதரகத்தை நாங்கள் காணச் சென்றோம். அது சிறிய அடுக்குமாடிக் குடியிருப்பே தவிர வேறல்ல. அது மிகவும் எளிமையானதாக இருந்தது. அதன் தோற்றம் மிகவும் மருத்துவ ரீதியானதாக இருந்தது என்பதன் காரணமாக நான் மனம் கவரப்பட்டவளாக இருந்தேன்.

எங்களால் வித்தியாசமானவர்களாக இருக்க முடிய வில்லை. மொகமத் கூர்மையானவராகவும், சட்டென்று எதிர்வினை புரிபவராகவும் இருந்தார், ஃபனான் ஈவிரக்கமற்றவராகவும், பகுத்தாராய்பவராகவும் இருந்தார். அவர்கள் இருவருக்குமான தன் விருப்பார்ந்த, போற்றுதல்கொண்ட பணிபயிலும் கற்றுக் குட்டியாக நான் இருந்தேன். குடியரசுத்தலைவர் பாட்ரிஸ் லுமும்பாவைப் பிரதிநிதித்துவம் செய்தவரான, சீருடை அணிந்திருந்த, இளவயதினருக்கான அமைச்சர் மாரிஸ் மாப்ளோவுடன் இணைந்து பிரதிநிதிகள் மத்தியில் அவர்கள் முனைப்பாகத் தெரிந்தார்கள். சுதந்திரத்துக்காகவும், நீதிக்காகவும் அவர்கள் தங்கள் உயிரைப் பணயம் வைத்தவர்களாக இருந்தார்கள். சில மாதங்களுக்குப் பிறகு லுமும்பாவுடன் சேர்த்து மாப்ளோவும் கொல்லப்படவிருந்தார்.

ஓர் இரவு ஃபனானும் நானும் நடனமாடுவதற்குச் சென்றோம். கானாவைச் சேர்ந்த ஒரு புகைப்படக்காரர் எங்களைப் புகைப்படம் எடுப்பதற்காக தனது காமிராவின் பார்வையைக் குவித்தார். நடன தளத்தின் ஓரத்தில் அவரைப் பற்றிப்பிடித்த ஃபனான், அந்தப் புகைப்படத்தை அழித்துவிடும்படி எச்சரித்தார். (இருப்பினும் சில நாட்களுக்குப் பிறகு அக்ரா செய்தித்தாளொன்றில் அந்தப் புகைப்படம் வெளியானது). அனைத்து பிரெஞ்சு சிகரெட்டுகளின் மீதும் புறக்கணிப்பொன்றை எப்ஸல்என் முன்வைத்தது. எனது கைவாஸ் சிகரெட்டுகளை அவருடன் பகிர்ந்துகொண்டபோது, குற்றத்தில் இருவரும் பங்குதாரர்களாகி, இருவரும் சேர்ந்து தடையை மீறினோம்.

ஓர் உறவுமுறையில் நான் எதை வேண்டுகிறேன் என்று அவர் என்னிடம் ஒருமுறை கேட்டார். ''என் தலையைச் சாய்த்துக் கொள்வதற்கு யாரோ ஒருவரின் தோள் வேண்டும்,'' என்ற நான் பதிலளித்தபோது, அவர் விடாப்பிடியாகச் சொன்னார், ''இல்லை, இல்லை, இல்லை: உன் சொந்தக் கால்களில் எழுந்துநின்று, உன் சொந்த இலக்குகளை நோக்கி தொடர்ந்து முன்னேறிச்செல்.'' அவருடைய சொற்கள் அடிக்கடி என்னிடம் திரும்பி வருகின்றன. மற்றவர்களுக்கு அந்த அறிவுரை தேவைப் படும் நேரத்தில் நான் அங்கு இருந்தால் அவற்றை திரும்பவும் சொல்வேன்.

ॐ

1960 ஆம் ஆண்டின் இலையுதிர் காலத்தில் அக்ராவிலிருந்து டூனிஸுக்கு அவர் திரும்பியபோது, தன்னுடன் பணியாற்றியவரான மேரி - ஜேன் மேனுவல்லானிடம் இன்னொரு நூலை தான் சொல்லி எழுதச் செய்வதற்குத் தயாராக இருப்பதாகத் தெரிவித்தார். முந்தைய நூலான **ஐந்தாம் ஆண்டை** அந்தப் பெண்ணைக் கொண்டுதான் சொல்லி எழுதச் செய்திருந்தார். இந்த நூல் அல்ஜீரியாவிலிருந்து கேப்புக்கு (ஃப்ரம் அல்ஜீரியா டு கேப்) என அழைக்கப்பட விருந்தது; ஆப்பிரிக்காவுக்கு அவர் மேற்கொண்ட பயணங்களை அணுகுவதாக இருந்தது. மேரி-ஜேன் அந்த உரையாடலை நன்றாக நினைவில் வைத்திருக்கிறார். ஃபனானும், அவரது மனைவி ஜோசியும், அவர்களது மகன் ஒலிவியரும் மேரி-ஜேனின் குடும்பத்தாரோடு இரவுணவு சாப்பிட்டுக் கொண்டிருந்தனர். ''ஃபனான் நன்றாக இருப்பதாகத் தோற்றமளிக்கவில்லை. அவரது தோல் பச்சைநிறச் சாயல் கொண்டிருந்தது,'' என்று அவர் என்னிடம் சொன்னார்.

எலெய்ன் மோஹ்டெஃபி ✾ 67

இரண்டு நாட்களுக்குப் பிறகு, ஃபனான் ஒரு கத்தை சிறு காகிதங்களை ஆட்டிக் காட்டியபடி மேனுவல்லானிடம் மீண்டும் வந்துசேர்ந்தார். ''உங்களுக்கு ஒரு நல்ல விசயம் வைத்திருக்கிறேன்,'' என்று அவர் அறிவித்தார். ''எனக்கு லுகேமியா வந்திருக்கிறது.''* அதைத் தொடர்ந்து விரைவாகச் சென்னார், ''ஆனால் அதனுடன் நான் போராடப்போகிறேன்.''

''எதனோடு போராடுவீர்கள்?'' மேரி-ஜேன் அதிர்ச்சியுடன் கேட்டார்.

''கார்டெக்ஸ்ஸோடு!''**

உணவுநேரம் முழுவதும் இருகுடும்பங்களும் இறுக்கத்தோடு அமர்ந்திருந்தனர். ஆனால் ஃபனான் வழக்கம்போல் போர், அரசியல், கறுப்பு ஆப்பிரிக்காவில் அவர் கழித்தகாலம் ஆகியவை குறித்து இடைவிடாமல் பேசிக்கொண்டிருந்தார். உணவின் முடிவில், மேசையிலிருந்து அழுகிப்போன ஆப்பிள் பழமொன்றை எடுத்து அதைத்சுழற்றியபடி, ''இந்த ஆப்பிள் பழம் பார்ப்பதற்கு நன்றாக இல்லை. இது லுகேமியாவால் பாதிக்கப்பட்டிருக்கிறது.''

ஃபனானை எப்படிக் காப்பாற்றுவது என்பதே அவரது பரிவாரங்களிலும், இடைக்கால அரசாங்கத்தின் அலுவலகங்களிலும் இருந்த ஒவ்வொருவரின் அக்கறைக்குரிய விசயமாக மாறியது. அவர் சோவியத் யூனியனுக்குச் செல்வதற்கான ஏற்பாடுகள் செய்யப்பட்டன; ஜோசியும், ஒலிவியரும் அவருக்குத் துணையாகச் சென்றனர். எல்லாம் நல்லபடியாகப் போய்க் கொண்டிருந்தாகத் தோன்றியது. ஃபனான் மாஸ்கோவிலிருந்து மகிழ்ச்சிக் களிப்போடு திரும்பி வந்தார். அவருக்கு பத்துபவுண்ட் எடை அதிகரித்திருந்தது; அவரது இரத்தம் இயல்பான நிலையில் இருந்தது. சோவியத் மருத்துவர்கள் அவருக்கு இன்னும் ஐந்து ஆண்டுகளை வழங்கியிருந்தனர். புதிய குணப்படுத்துதல் தோன்றுவதற்கு அது போதுமான காலமாகும்.

பிற்பகல் நேரங்களில், ஃபனான் தனது பிரதியை மேரி-ஜேனிடம் ''சொல்ல'', அவர் அதை அகன்ற வெள்ளைக் காகிதங்களில் வேகமாக பென்சிலில் எழுதிக்கொண்டார். அவர்

---

* லுகேமியா: இரத்தப் புற்றுநோய்.

** கார்டெக்ஸ் (cortex) : மூளையின் மேற்பரப்பில் உள்ள சாம்பல் நிறப்பொருள்.

தளத்தில் நடந்துகொண்டே தொடர்ந்துபேசினார். ''அவர் சொன்ன வார்த்தைகளை ஒருபோதும் மாற்றிச்சொன்னதில்லை. அறையைச் சுற்றி நடக்கும் அவரது காலடிகளுக்கு ஒத்திசைந்ததாக அவரது வாக்கியங்கள் அனைத்தும் தாமாகவே சரளமாகத் தொடர்ந்தன. அவர் ஒருபோதும் அமர்ந்துகொண்டதில்லை. கைகளில் குறிப்பேதும் இருந்ததில்லை.'' மேரி-ஜேன் அந்தக் காகிதங்களைத் தட்டச்சு செய்து அடுத்துவரும் அமர்வில் அவற்றைத் திருப்பித் தந்தார். பக்கங்களை அவர் மறுதட்டச்சு செய்ததில்லை; அவருக்குத் தெரிந்தவரை ஃபனான் மாற்றம் எதையும் செய்யவில்லை அல்லது மிகச்சிறு மாற்றங்களையே செய்தார். இவ்வாறாக அவர்கள் கிட்டத்தட்ட ஆறுமாத காலம் பணி செய்தனர். அவர்களிடையே லுகேமியா மறுபடி ஒரு போதும் குறிப்பிடப்படவில்லை.

1961 ஆகஸ்டில், அந்தப் புத்தகம் முடிவுற்றது. ழான் போல் சார்த்தருடனான வரலாற்று முக்கியத்துவம் வாய்ந்த மூன்று நாள் சந்திப்புக்காக ஃபனான் ரோமுக்குச் சென்றார். சிமோன் தெ போவாவும், அவரது காதலரும், *ல தாம்ஸ் மாடர்ன்ஸ்*ஸில் சார்த்தரோடு பணிபுரிந்துவந்தவருமான கிளாட் லான்ஸ்மேனும் அங்கிருந்தார்கள். இவர் பாரிஸைச் சேர்ந்த முற்போக்கு பதிப்பாளரான ஃபிரான்சுவா மாஸ்பரோவுக்கு *லா டேமன்ஸ் தெ லா தெர் (த ரெட்சட் ஆஃப்த எர்த்* - ஒடுக்கப் பட்டவர்கள்) நூலாக மாறப்போகும் பிரதியைக் கொண்டு சென்றவராவார்.

லான்ஸ்மேனின் கூற்றப்படி, ஃபனான் அல்ஜீரியப் புரட்சி குறித்தும், ''வெளியே'' டுனிசியாவில் இருக்கும் அரசியல் வாதிகளுக்கு எதிரான விதத்தில், ''உள்ளே'' இருக்கும் போர்வீரர்களின் புரட்சிகரப் பண்புகள் குறித்து நிறுத்தாமல் பேசினார். அங்கோலாவிலும், அவரது நண்பரான லுமும்பா அப்போதுதான் படுகொலை செய்யப்பட்ட இடமான காங்கோவிலும் உள்ள சூழ்நிலை குறித்து அவர்களுக்காக அவர் பகுப்பாய்வு செய்தார். ''நகரத்திலுள்ள உதிரிப்பாட்டாளிகளும், ஏழைகளும், படிப்பறிவற்ற விவசாயிவர்க்கமும் கைகளில் ஆயுதமேந்தி உலகத்தை மாற்றுவார்கள்,'' என்று ஃபனான் சொன்னார். ஆப்பிரிக்காவின் எதிர்காலத்துக்காகவும், தனியொரு ஆப்பிரிக்க மனிதனின் குணப்படுத்தலுக்காகவும் ஆயுதம் ஏந்த வேண்டியதன் முக்கியத்துவத்துக்கு அவர் மேன்மேலும் அழுத்தம் தந்தார். சார்த்தர் உற்றுக்கேட்டார். வசீகரிக்கப்பட்டார்.

இரண்டு மாதங்களுக்குப் பிறகு, வார இறுதி நாளொன்றில், ஃபனான் தன்னந்தனியாக, நோயுற்று மரணவாயிலில் நிற்பவராக வாஷிங்டன் வந்துசேர்ந்தார். அந்த நோய் மீண்டும் வெளிக்கிளம்பியிருந்தது. விமானநிலையத்திலிருந்து நகரத்திலுள்ள ஓர் உணவகத்துக்கு எப்படி வெற்றிகரமாக வந்துசேர முடிந்தது என்பது அவருக்கேகூட புரியாத புதிராக இருந்தது. இதுதான் முடிவு என்று அவர் எண்ணினார்: அந்த உணவகம் தனக்கு ஒரு செவிலியரை ஏற்பாடு செய்துதரவேண்டும் என்று அவர் கோரினார். நிர்வாகம் மறுப்புத் தெரிவித்தது. இந்த மனிதன் ஒருவேளை செத்துக்கொண்டிருக்கலாம் என்பதை அறிந்து கொண்டபோது, இறுதியில் இணங்கிப்போனது. அக்டோபர் 10 அன்று, அந்தச் செவிலியரின் உதவியுடன், மேரிலேண்டைச் சேர்ந்த பெதெஸ்தாவிலுள்ள நேஷனல் இன்ஸ்டிடியூட்ஸ் ஆஃப் ஹெல்த்துக்குச் செல்வதற்கு அவரால் வழிகாண முடிந்தது. அங்கு அவரை மருத்துவமனையில் சேர்ப்பதற்கான ஏற்பாடுகள் செய்யப்பட்டன. சிஐஏ வால் செய்யப்பட்ட இடமாற்றம் என்பதில் தான் ஃபனானின் தலைவிதி இருந்தது என்று பல விவரணைகளில் நான் படித்திருக்கிறேன். ஃபனான் அமெரிக்க உளவு முகமையால் ஏமாற்றப்பட்டுக் கொண்டுசெல்லப்பட்டார் என்னும் பசப்பல் சினமூட்டச்செய்வதாக இருக்கிறது. பெதெஸ்தாவிலுள்ள அரசு மருத்துவமனை அவருக்குச் சிகிச்சை செய்வதற்கான தேவையை ஏற்றுக்கொள்ளவேண்டியிருப்பது வாஷிங்டனின் வழக்கமான நடைமுறையாகும். விசாவை அதிகாரபூர்வமாக்குவது டூனிஸ் தூதரகத்தின் வழக்கமான நடைமுறையாகும். இந்தத் தொடர்புக்கான முன்முயற்சி ஜிபிஆர்ஏ வைப் பிரதிநிதித்துவம் செய்வதற்கான தகுதிவாய்ந்த யாரோ ஓர் அதிகாரியால் எடுக்கப்படவேண்டியதாக இருந்தது. ஃபனான் கடுமையாக நோய்வாய்ப்பட்டவராக இருந்திருக்கலாம். ஆனால் அவரது தலை மிகச்சரியாகச் செயல்பட்டுவந்தது. அது, சிஐஏ வுக்கு எந்த உருவத்திலும், அல்லது எந்த வடிவத்திலும் ஒருபோதும் இடம் தருவதாக இருந்திருக்க முடியாது.

செத்துக்கொண்டிருந்த அந்த மனிதனோடு யாரும் உடனிருக்கவில்லை. அந்த நிகழ்வு நடந்தேறும் வரை அவரது வருகை எங்கள் அலுவலகத்துக்குத் தெரிவிக்கப்படவில்லை. ஃபனானை எப்போதாவது சந்திப்பவராக இருந்தது எங்கள் அல்ஜீரிய அலுவலகத்தில் நான் ஒருத்தி மட்டும்தான். பெதெஸ்தாவுக்கு வழக்கமாகச் சென்று அவரைக் கண்ட முக்கியமான இரண்டு தொடர்பு நபர்களில் ஒருத்தியாக நான் இருந்தேன்.

மருத்துமனையில் தங்கியிருந்த காலம் முழுவதும் ஃபிரான்ஸ் தெளிவானவராக இருந்தார். அவரைக் காணவந்தவர்களில் அவர் மீண்டெழுவதில் நம்பிக்கை கொண்டவர்கள் யார், நம்பிக்கை கொள்ளாதவர்கள் யார் என்பதை அவர் வெகுவிரைவாகக் கண்டு கொண்டார்; அதற்கேற்றவாறு மாறுவதாக அவர் களோடான உரையாடல் இருந்தது. ஒரு சமயம் சீர்திருத்தக் கிறித்தவ மதகுரு ஒருவர் ஃபனானின் படுக்கையருகில் வந்து, அவர் இனப் பாகுபாட்டுக்கு ஆளானவராக இருந்தால் தான் உதவிசெய்யத் தயாராக இருப்பதாகக்கூறினார். ஃபனான் தன்னைத்தானே காப்பாற்றிக் கொள்வதாகச் சட்டெனத் திருப்பிச் சொல்லிவிட்டு நன்றி கூறினார்.

டூனிஸிலும், புரட்சி தொடர்பான அலுவலகங்களிலும் தான் இல்லாத குறையை ஃபனான் உணர்ந்தார். தன் தோழர் களோடு இல்லாதகுறையை அவர் உணர்ந்தார். ஒரு சமயம் அவரது மருத்துவமனை அறையில் நாங்கள் தனியாக இருந்த போது, ஃபிரான்ஸ் தனது படுக்கையிலிருந்து எழுந்து, நிமிர்ந்து உட்கார்ந்து, என்னிடம் திரும்பிச் சொன்னார்: ''தனது நாட்டுக்காகச் சாவது மோசமான விசயம் அல்ல.''

ஜோசியும், ஒலிவியரும் வாஷிங்டன் வந்துசேர்ந்தபோது, ஆறுவயதான ஒலிவியரை, மருத்துவமனையிலிருந்து தூரத்திலிருந்த, மொகமத்தோடும் என்னோடும் தங்குவதற்காக நியூ யார்க்குக்கு இட்டுச் சென்றேன். நாங்கள் அவனுக்கு நியூ யார்க்கைச் சுற்றிக் காண்பித்தோம். இயங்கு பட்டையில் சவாரி செய்வதற்காக சென்ட்ரல் பார்க் சென்றோம். எம்பயர் ஸ்டேட் கட்டிடத்தின் உச்சிவரை சவாரி செய்தோம்; ஸ்டேட்டன் தீவுக்குச் செல்வதற்குப் படகேறினோம். அவனுடைய அனுபவங்களைப் பதிவு செய்வதற்காக எங்கள் நண்பர் பூதிபா அவனுக்குப் புகைப்படக் கருவியொன்றைக் கொடுத்தார்.

ஒலிவியரை நான் நியூ யார்க்குக்கு இட்டுச் சென்ற அன்று மருத்துவமனையின் பனிபடர்ந்த ஜன்னல்மீது என் பெயரை எழுதும்படி அவன் கேட்டுக் கொண்டான். பிறகு அதனைப் பார்த்தெழுத முற்பட்டான். ஃபிரான்ஸ், ''அவன் மாறிக் கொண்டிருக்கிறான்,'' என்று கருத்துரைத்தார்.

சாவதற்கு சில நாட்கள் முன்னதாக, சார்த்தரின் உணர்ச்சிப் பாங்கான, பேரார்வமிக்க முன்னுரையை உள்ளடக்கிய (*ரெட்சட் ஆஃப் த எர்த்* - ஒடுக்கப்பட்டவர்கள்) நூலின் முதல் பிரதிகளைப் பெற்றார். அந்த முன்னுரை சார்த்தரின் எழுத்துகளில் மிகவும்

எலெய்ன் மோஹ்டெஃபி ✿ 71

சிறந்ததாகப் பலராலும் கருதப்படுகிறது. ஃபனானுக்கு அது ரோமில் நடந்த அவர்களது சந்திப்பைத் திரும்ப நினைவுக்குக் கொண்டுவருவதாக இருந்தது. ஃபனான் மரணத்தின் வாசலில் இருந்த சமயத்தில், மாலை நேரத்தில் படுக்கைக்குச் செல்லும்படி கெஞ்சிக்கேட்டுக் கொண்டதன் மூலம், சார்த்தர், ''தானாகவே ஒதுங்கிக் கொண்டார்,'' என்று அவர் நினைவுகூர்ந்தார். இரத்தத்தின் அமைப்பை முழுமையாகப் புதுப்பிப்பதன் மூலம் லுகேமியாவோடு போராடுவதற்கான புதிய வழியொன்றை அறிமுகம் செய்து, அதில் ஓரளவு வெற்றியும் பெற்றவருமான ஒரு பிரெஞ்சு மருத்துவரோடு கிளாட் லான்ஸ்மானுக்குத் தொடர்பிருந்தது. சம்பந்தப்பட்ட அந்த மருத்துவர் அமெரிக்காவுக்கு வந்து ஃபனானைக்காணவிருந்தார். அவரது தீர்ப்பு: ''மிகவும் தாமதமாகிவிட்டது.'' 1961 டிசம்பர் 6 அன்று ஃபனான் இறந்தார். அவருக்கு முப்பத்தாறு வயது ஆகியிருந்தது.

2009 -ல் வெளியான தனது நினைவுக்குறிப்பில், தான் வாஷிங்டனுக்கு வந்து சேர்ந்த அந்தச் சமயத்தில், ஃபனான் இறந்து போயிருந்தார் என்று லான்ஸ்மான் சொல்கிறார்: பிரான்ஸின் படுக்கைக்கருகில் நான் லான்ஸ்மான்னைச் சந்தித்து வரவிருக்கும் பிரெஞ்சு மருத்துவரின் வருகை குறித்து அவர் பேசியதை செவியுற்றிருந்தேன் என்பதால், அவருடைய நினைவு மங்கிக் கொண்டிருக்கிறது என்ற முடிவுக்கு நான் வரவேண்டியிருக்கிறது. லான்ஸ்மான் வாஷிங்டனில் சில நாட்கள் தங்கினார். ஃபனானை வந்து பார்த்தார். பிறகு லாஸ் ஏஞ்சல்ஸுக்குப் புறப்பட்டுச் சென்றார். அவர் திரும்பிவந்தபோது, ஃபனான் உண்மையிலேயே இறந்து போயிருந்தார்.[13]

லான்ஸ்மான் நியூ யார்க்கில் எங்களோடு சேர்ந்து கொண்டார். ஜோஸியையும், ஒலியவிரையும்போல அதே ஹில்டன் உணவகத்தில் தங்குவதற்கு இடப்பதிவு செய்து கொண்டார். லாஸ் ஏஞ்சல்ஸில் தனக்கு ஏற்பட்ட மோசமான நிகழ்வுகள் குறித்து நம்பத்தகாத கதைகளை எங்களுக்குச் சொன்னார். அதற்குத் தனது யூத மூக்கு தான் காரணம் என்று குறைபட்டுக்கொண்டார். விளக்குச் சமிக்ஞைக்காக அவர் நின்றபோது, தனது வாடகைக் காரின் திறந்த ஜன்னல் வழியாக யூத எதிர்ப்பு இழிசொற்களை முரட்டுத்தோற்றம்கொண்ட ஒரு மனிதன் அவரிடம் உரக்கக் கத்தினான். அதன்பிறகு அந்தக் காரோட்டி அவரைச் சாலையிலிருந்து கீழே தள்ளிவிட முயன்றான். லான்ஸ்மான் அவனைச் சாமளித்துத் தப்பிவிட்டார்.

ஜோசி பல வாரங்கள் எங்களோடு சேர்ந்து சுற்றிக்கொண்டு நியூ யார்க்கில் காலங்கழித்துக்கொண்டிருந்தார். ஃபனான் விரும்பிய, நீண்ட, பல வண்ணங்கொண்ட, தொங்குபாவாடையொன்றை அவர் எனக்குக் கொடுத்தார். ''அவர் உன்னை மிகவும் நேசிக்கிறார்,'' என்று அவர் சொன்னார். ஜோசியும், ஃபிரான்ஸும் லியோனிலிருந்த திரையரங்கொன்றில் சந்தித்திருந்தார்கள். அனுமதிச்சீட்டு வாங்குவதற்காக ஜோசி வரிசையில் நிற்பதை அவர் கவனித்தார். ஜோசியைப் பின் தொடர்ந்துசென்று அவருக்குப் பக்கத்தில் ஃபிரான்ஸ் அமர்ந்து கொண்டார். ஜோசி சிற்றுருவம் கொண்டவராக, அழகான வட்டமுகமும், அடர்த்தியான, கருத்த தலைமுடியும், அகன்ற பழுப்புக் கண்களும், பிரெஞ்சுக்காரர்கள் சொல்வதுபோல் (உண்பதற்கு உகந்த) நன்கு வடிவமைந்த இதழ்களும் கொண்டவராக இருந்தார். பானையில் ஏராளமாக இருக்க, உங்களுக்கு ஓர் அகப்பை நிறைய மட்டுமே கொடுக்கப்படுவதாக ஊகிக்கச் செய்வதுபோல், அவர் சிறுசிறு வாக்கியங்களாகக் குசுகுசுவென்று பேசும் பழக்கம் கொண்டவராக இருந்தார். அவர் மர்மத்தன்மையையும், பாலியல் உணர்வையும் வரவழைப்பவராக இருந்தார்.

ஃபிரான்ஸின் இறப்புக்குப்பிறகு, ஜோசி அரசியலில் தொடர்ந்து ஈடுபடுபவராக நீடித்தார்; டூனிஸிலேயே தங்கியிருந்தார். சுதந்திரத்துக்குப்பிறகு, அவரும், ஒலிவியரும் அல்ஜியர்ஸுக்கு இடம்பெயர்ந்தார்கள். அங்கு அவர் தேசியப் பத்திரிகைத் துறையில் ஒரு செய்தியாளராகப் பணியாற்றினார். ''சரியான குதிரையின் மீதுதான் பந்தயம் கட்டியவள் என்று நான் ஒருபோதும் அறியப்படவில்லை,''[14] என்று அவர் என்னிடம் சொன்னதற்கேற்ப, 1965 ல் நடந்த ஆட்சிக் கவிழ்ப்புக்குப்பிறகு, அவர் பூமிடியனை ஆதரித்தார். சுதந்திரப் போரின்போது, டூனிஸிலிருந்த அல்ஜீரிய அரசுக்கு எதிராக, பூமிடியனையும், ''எல்லைப்புற இராணுவ''த்தையும் ஃபிரான்ஸ் ஆதரித்தார்.

ஃபனானின் எழுத்து குறித்து அல்ஜீரியர்களுக்குத் தயக்கங்கள் இருந்தன. அல்ஜீரியாவின் முன்னணி வரலாற்றாளரான மொகம்மத் ஹர்பி, ஒடுக்கப்பட்டவர்கள் நூலுக்கான தனது 2002 ஆண்டுப் பின்னுரையில், ''விவசாய வர்க்கத்துக்கு அவர் வகுத்தமைத்து உருவாக்கும் பாத்திரத்திலிருந்தும், தேசிய மனசாட்சியிலிருந்தும், மதத்தின் குறிப்பிடத்தக்க தன்மையிலிருந்துமே எங்களது கருத்து மாறுபாடுகள் தோன்றின.'' சாராம்சமான

விதத்தில் தனது வாழ்க்கையை அறியொணாவாதி* களிடையே கழித்தவராக இருந்துவிட்ட நிலையில், ''அல்ஜீரியப் பண்பாட்டுப் புலத்துக்குள் அறிவொளித்தன்மை எப்படிப்பட்ட கேலிக்குரியதொரு இடத்தைப் பெற்றிருந்தது என்பதைக் கணிப்பதற்கு இயலாதவராக'' ஃபனான் இருந்தார். ஹார்பி மேலும் சொல்கிறார்:

ஃபனான் சர்வதேசியகீதத்திலிருந்து கீழ்கண்ட கருத்தை எடுத்துக்கொண்டு அதைத்தனக்கானதாக ஆக்கிக்கொண்டார்: கடந்த காலம் தொடர்பானதை, தூய்மையான கற்பலகையாக நாம் ஆக்குவோமாக *(Dupasse faisons table rasa)*. (ஆனால்) மார்க்ஸின் பங்களிப்புகளை விட்டுத் திசைவிலகிச் சென்றோமென்றால், ஃபனானின் அடிப்படைச் சித்தாந்தங்களை நம்மால் புரிந்துகொள்ள முடியாது... ஏகாதிபத்தியம் குறித்த கலப்பற்ற ஒரு பொருளாதாரப் பகுப்பாய்வைக்கொண்டு திருப்தியடைவராக ஃபனான் இருக்கவில்லை... அத்துடன் உலகில் உண்மையிலேயே ஒடுக்கப்பட்டவர்களாக, முழுமுற்றாகச் சுரண்டப்பட்டவர்களாக இருப்பவர்கள் காலனியப்படுத்தப்பட்டவர்கள்தான்.[15]

ஹார்பி பின்வரும் முடிவுக்கு வருகிறார்: ''மேற்குக்கு எதிரான பிரச்சனையை தேசியம் என்னும் ஒற்றை விருப்பத் தேர்வினால் மட்டுமே கடந்துசென்றுவிடமுடியாது: அதற்கான உலகளாவிய பேரவாவே அதற்கான உந்துசக்தியாக இருக்கும்.''

ஒடுக்கப்பட்டவர்கள் நூலானது, உலகெங்கும் உள்ள போராளிகளுக்கு அவசியம் படிக்க வேண்டிய நூலாக, புரட்சிக்கான ஒரு கையேடாக மாறியது. கறுப்புச் சிறுத்தைகள் கட்சியைச் சேர்ந்த ஹுயூவே நியூட்டனுக்கும், பாபி சீலுக்கும் அது இனவெறி கொண்ட ஒரு சமுதாயத்தினால் பலியானவர்களுக்குத் தேவைப்பட்ட முன் மாதிரியான, வன்முறை சார்ந்த, மாற்றியமைக்கும் தத்துவம் ஒன்றுக்கான உருமாதிரியாக இருந்தது.

❀❀❀

* அறியொணாவாதி (Agnostic) : கடவுள் உண்டு அல்லது இல்லை என்பதில் உறுதியான நிலைபாடற்றவர்.

3. அல்ஜியர்ஸுக்கு இடம் பெயர்தல்

நான் அல்ஜீரியாவுக்குச் சென்றதேயில்லை. ஆனால் நான் ''அல்ஜீரியமயமாகிக்கொண்டிருந்தேன். மொகமத்தோடு நான் காதல் கொண்டிருந்தேன். என் வாழ்வை மிகவும் பாதித்த அந்தப் புதிய நாட்டின் ஒரு பகுதியாக இல்லாமல் எப்படி நான் இருக்க முடியும்?

ஈவியனில் நடந்த, நீண்டுசென்றதாகத் தோன்றிய பேச்சு வார்த்தைகளுக்குப் பிறகு 1962, மார்ச் 19 அன்று, போர் நிறுத்தம் ஒன்று நடைமுறைக்கு வந்தது. டி கால் விட்டுக் கொடுக்காமல் பேரம் பேசக்கூடிய ஒருவராக இருந்தார். இறையாண்மை கொண்ட ஓர் அரசாங்கத்தோடு - அது இடைக்கால அரசாக இருந்தபோதிலும்கூட - சமமான இருவர் என்பதாக பேச்சுவார்த்தை நடத்துவதற்கு அவர் மறுத்தார். அல்ஜீரியர்கள் எஃப் எல்என் களாகப் பேச்சுவார்த்தையில் கலந்துகொண்டனர்.

ஏப்ரல் மாதத்தில், போரை வேண்டிய அளவுக்கு அனுபவித்து விட்டார்கள் என்பதை அடையாளம் காட்டுவதற்குப் போதுமான அளவு பெரும்பான்மையுடன், அல்ஜீரியாவின் சுயநிர்ணய உரிமைக்கான கருத்து வாக்கெடுப்பில் 91 சதவீத பிரெஞ்சு வாக்காளர்கள் அங்கீகரித்தார்கள். ஜூலை 1 அன்று, ''அல்ஜீரிய மக்களிடம் பின்வருமாறு கேட்கப்பட்டது: 1962 மார்ச் 19 பிரகடனங்களில் வரையறுக்கப்பட்டுள்ள சட்டவிதிகளின்படி பிரான்ஸின் ஒத்துழைப்போடு அல்ஜீரியா ஒரு சுதந்திரமான நாடாக மாறவேண்டுமா?'' இதற்கான முடிவுகள் அபரிமிதமானவையாக இருந்தன: அறுபது இலட்சம் மக்கள் சுதந்திரத்துக்கு ஆதரவாக வாக்களிக்க வந்தார்கள்; 16,534 பேர் எதிராக வாக்களித்தார்கள்.

போர் நிறுத்தம் நடைமுறைக்கு வந்த சிறிது காலத்திலேயே மொகமதும் நானும் பாரிஸுக்குக் கிளம்பினோம். அதன் பிறகு அல்ஜீரிய தேசிய மாணவர் அமைப்பின் போர்க்காலத் தலைமையகம்

யூஜீஈஎம்ஏ (UGEMA) அமைந்திருந்த சுவிட்சர்லாந்தைச் சேர்ந்த லோசானுக்குச் சென்றோம். ஆனால் அங்கேயே தங்கிவிட வில்லை. தனது தாயையும், தனது சகோதரிகள் இருவரையும் பார்ப்பதற்காக மொகமத், தாய்நாடு திரும்பவேண்டும் என்று தவிப்போடிருந்தார். அல்ஜீரியாவில், குறிப்பாக அல்ஜியர்ஸ் மற்றும் ஓரான் ஆகிய பெரிய நகரங்களில் குழப்பம் நிலவியது. குடியேறிகள் மற்றும் இராணுவ அதிகாரிகள் இணைந்து உருவாக்கிய ஃபாசிச மக்கள் படையான ஆர்கனைசேசன் தெ லா ஆர்மி சிக்ரெத் (OAS) அல்ஜீரிய மக்களை அச்சுறுத்தி, வாழ்க்கையின் அனைத்து மட்டங்களையும் சேர்ந்த ஆண்களையும் பெண்களையும் தண்டனையிலிருந்து விலக்கீட்டுரிமை கொண்டு கொன்று குவித்துக்கொண்டிருந்தது. காட்டுமிராண்டித்தனத்தின் இறுதி வெடிப்பு ஒன்றில், அவர்கள் நகரங்களையும், கிராமப் புறங்களையும் தீயிட்டும், வெடிவைத்தும் துப்பாக்கிக் குண்டு களாலும் கொடூரமாகத் துன்புறுத்தினார்கள். இருந்த போதிலும் போர் முடிந்துவிட்டது. பிரான்ஸ் வெளியேறிக் கொண்டிருந்தது. பயங்கரவாதிகளும்கூட புறப்பட்டுச்செல்ல வேண்டியிருந்தது.

மொகமத் அல்ஜீயர்ஸுக்குக் கிளம்பினார். இதற்கிடையில், ஈவியன் அமைதிப் பேச்சுவார்த்தைகளுக்கான அல்ஜீரியத் தூதுக்குழுவின் தலைமையகத்துக்கு நான் சென்றிருந்தேன். அவர்கள் பணியாற்றிய கருத்தரங்க அறைகள், அன்றாட முன்னேற்றங்கள் குறித்த செய்திஅறிக்கைகளை க்ரிம் பெல்காசெம் வெளியிடும் இடமாக இருந்த செய்தியாளர் அறை உள்ளிட்ட பகுதிகளை சுற்றிக்காண்பிப்பதற்கு மொகமத் பென்யாஹியா என்னை அழைத்துச் சென்றார். உணவறையில் இருந்த சமுதாய மேசையில் பிரதிநிதிகளோடு நான் மதிய உணவருந்தினேன். மீண்டும் ஒருமுறை அவர்களுடைய அடிப்படைச் சமத்துவ நிலையின் ஒரு பிரதிபலிப்பான, அல்ஜீரிய நடைமுறையின் நேரடித் தன்மையையும், முறைசாராத்தன்மையையும் நான் அடையாளம் கண்டுகொண்டேன்.

ஜூலை 1 வாக்கெடுப்பும், அல்ஜீரிய சுதந்திரப்பிரகடனமும் வன்முறையை ஒரு முடிவுக்குக்கொண்டுவரும் என்று ஊகித்து, பாரிஸுக்குத் திரும்பிச்சென்று, அல்ஜியர்ஸில் நிலைமை அமைதியடைவதற்காக நான் காத்திருந்தேன். ஆனால் இன்னொரு நெருக்கடி உள்ளூர உருவாகிக்கொண்டிருந்தது. ஜூன் மாதத்தில், லிபியாவிலுள்ள திரிபோலியில் அல்ஜீரியத்தலைவர்களின்

பேரவைக் கூட்டம் நடந்து முடிந்தநிலையில், ஜிபிஆர்ஏ உடைந்து சிதறியது. பல ஆண்டுகாலம் உள்ளே அமுக்கி வைக்கப் பட்டிருந்த அதிகாரத்துக்கான போட்டியின் நீராவி பீறிட்டுப் பொங்கியது.

ஒருபக்கம் பென்யூசெஃப் பென்கெட்டாவின்கீழ் இடைக்கால அரசின் உறுப்பினர்கள். மறுபக்கம் அஹ்மெத் பென் பெல்லாவும், விடுதலை இராணுவத்தின் தலைவரான கர்னல் ஹுவரி பூமிடியனும் இருந்தார்கள். முந்தைய குழு அல்ஜியர்ஸுக்குக் கிழக்கில் இருந்ததும், பெர்பர் இனத்தவரின் தலைநகரமாக இருந்ததுமான டிஸி ஊசுவுக்குப் பின்வாங்கியது. பிந்தைய குழு மொரக்கோ எல்லையை ஒட்டியிருந்த மேற்கத்திய அல்ஜீரியாவின் த்லெம்சென் நகரத்துக்குப் பின் வாங்கியது. இந்த முறிவு பெரும்பாலும் கருத்தியல்ரீதியானது என்று விவரிக்கப்பட்ட போதிலும்கூட, மனிதர்கள் மற்றும் அதிகாரத்துக்கான யுத்தமாகவே இருந்தது. கிழக்கத்திய குழுவின் தலைமையகத்துக்கும் மேற்கத்திய குழுவின் தலைமையகத்துக்கும் இடையில் இருந்த எண்ணற்ற இராணுவப் பிரதேசங்கள் இந்த இருமுகாம்களுக்கும் ஆதரவாகவோ அல்லது எதிராகவோ நிலையெடுத்திருந்தன.

ஆகஸ்ட் 30 அன்று பூமிடியனின் இராணுவம் அல்ஜீயர்ஸ் நோக்கித் தனது அணிவகுப்பைத் தொடங்கியது. அந்த இராணுவம் மிகச்சிறப்பான சுடுதிறனைக் கொண்டிருந்தது. அதை அவர் தனது எதிராளிகளுக்கு எதிராக அதன் விளைவு குறித்த எந்தவிதமான அக்கறைமின்றிப் பயன்படுத்திக்கொண்டார். பிரெஞ்சு இராணுவத்துக்கு எதிராக பல ஆண்டுகாலம் போரிட்டவர்கள் இப்போது தங்கள் நண்பர்களையும், உறவினர் களையும் நேருக்கு நேராக எதிர்கொள்ளவேண்டியவர்களாக இருந்தார்கள். போரை நிறுத்தமுயன்ற குடிமக்கள் மீது துப்பாக்கிசூடு நடத்தப்பட்டது. அல்ஜியர்ஸில், ''ஏழாண்டு காலப்போர் போதும்'' என்று அலறியபடி ஆயிரக்கணக்கானோர் நகரத்தின் மையத்திலிருந்த ஃபோரத்துக்கு அணிவகுத்துச் சென்றார்கள். பென்ஹெட்டாவும், ஜிபிஆர்ஏவின் முன்னாள் உறுப்பினர்களும் ஆட்சிசெய்வதற்கான சட்டபூர்வமான தங்கள் உரிமையைக்கோரும் ஒரு முயற்சியாக அல்ஜிரியர்ஸுக்குள் நுழைந்தார்கள்; செப்டம்பர் 4 அன்று பென் பெல்லா அல்ஜியர்ஸில் புலப்பட்டார்; செப்டம்பர் 9 அன்று பூமிடியன் தனது இராணுவத்தை நகரத்துக்குள் இட்டுச் சென்றார். பென் பெல்லாவும், பூமிடியனும்

சேர்ந்து ஆட்சிப் பொறுப்பை ஏற்றுக்கொண்டார்கள். இந்த நிகழ்வுகள் அல்ஜீரியாவின் எதிர்காலத்தில் நீடித்த பாதிப்புகளை ஏற்படுத்தின. வாக்குப் பெட்டிகளை விடவும் படைவலிமையும், ஒடுக்கும்தன்மையுமே ஆட்சி புரிவதற்கான சாராம்சமான கருவிகளாக மாறின.

செப்டம்பர் மாதத்தில் ரோமில் நான் மொகமத்துடன் சேர்ந்து கொண்டேன். அங்கு அவரும், அல்ஜீரியாவின் ஒரே ஒரு விமான இயக்கப் பொறியாளரான கிளாட்சிக்ஸுவும் சுதந்திர அல்ஜீரியாவின் பிரதிநிதிகள் கலந்துகொண்ட, ஐநாவின் இன்டர்நேசனல் சிவில் ஏவியேசன் ஆர்கனைசேசனின் முதல் சர்வதேசக் கருத்தரங்கக் கூட்டமொன்றில் கலந்துகொண்டார்கள். நீண்ட வாரக்கடைசி ஒன்றை போகன்வில்லாக்களுக்கும் பைன் மரங்களுக்கும் மத்தியில் கழிப்பதற்காக, இருப்பதிலேயே மிகச்சிறிய ஃபியட் காரை நாங்கள் மூவரும் நேப்பிள்ஸுக்கு ஓட்டிச்சென்றோம். கேப்ரிக்கு ஒரு படகில் சென்றோம். அந்தத் தீவின் அலை அலையான மேடுபள்ளங்களைக்கொண்ட மலைகளையும், மாபெரும் கடலையும், இத்தாலியக் கடற்கரையையும் மனதில் கொள்வதற்காக அதன் உச்சிக்கு ஏறிச்சென்றோம். அந்தக் கருத்தரங்கின் முடிவில் ஃபுளோரன்ஸுக்கும், அதன்பிறகு வெனிஸுக்கும் மொகமதுவும் நானும் இரயிலில் சென்றோம். டூகல் அரண்மனையை அடுத்து ஒரு படுக்கையும், காலை உணவும் கிடைக்கக்கூடிய ஓர் அறையை நாங்கள் கண்டு பிடித்தோம். எங்கள் ஜன்னல் வழியாக பியாசா சான் மார்க்கோவைப் பார்த்தோம். திருச்சபை மணியோசைகளும், புறாக்கூட்டங்களும் அற்புதமான அந்தச் சில நாட்களுக்கு எங்கள் தோழர்களாக இருந்தன. வெனிஸ் சர்வதேசத் திரைப்பட விழா நடந்த இடத்துக்கும் நாங்கள் நடந்து சென்றோம். இருக்கைகளுக்கு இடையிலிருந்த நடைவழியில் தரையில் அமர்ந்து, பசோலினியின் *மம்மா ரோமாவை* அன்னா மக்னானியுடனும், ஸுர்லினியின் *குரோனகா ஃபேமிலியரை* மாஸ்ட்ரோவான்னியுடனும் பார்த்தோம். அது அவ்வளவு எளிதானதாக இருந்தது.

நாங்கள் மீண்டும் பிரிந்தோம். நான் பாரிஸுக்குச் சென்றேன். மொகமத் அல்ஜியர்ஸுக்குத் திரும்பினார். அல்ஜீரியாவுக்குப் பயணம் செய்வது எப்போது பாதுகாப்பானதாக இருக்கும் என்று எனக்குத் தெரியப்படுத்தவிருந்தார்.

அல்ஜீயர்ஸ்

1962 அக்டோபர் இறுதி வாக்கில், நீண்ட காலத்துக்கு முன்பே கடந்துபோய்விட்ட ஒரு யுகத்தைச் சேர்ந்த, கனமான, மெதுவாகப் பறக்கக்கூடிய ஃபுருகெட் டபுள் டெக்கர் விமானமொன்றில் நான் வந்துசேர்ந்தேன். எல்லா இருக்கைகளும் எடுத்துக்கொள்ளப்பட்டிருந்தன. எனக்குப் பக்கத்திலிருந்த மனிதர் தன்னைத்தானே அறிமுகம் செய்துகொண்டார்: கம்யூனிஸ்ட் நாளிதழான *அல்ஜெர் ரிபப்ளிக்கனைச்* சேர்ந்த செய்தியாளர் அப்தெல்ஹமித் பென்சைன். நான் அமெரிக்காவைச் சேர்ந்தவள் என்றும், போரின்போது எஃஎல்என் உடன் பணிபுரிந்தவள் என்றும் அறிந்துகொண்டபோது அவரது எதிர்வினை கண்களை அகலத் திறந்து ஆச்சரியத்தில் ஆழ்வதாக இருந்தது. நாங்கள் முற்றிலும் அந்நியர்களாக இருந்தோம். ஆனால் அதன் பிறகு நீண்டகாலம் கழித்து சொந்த நாட்டுக்குத் திரும்பிவந்த அகதிகள் போல், உற்சாகத்தோடும் மதிப்புணர்வோடும் ஒருவருக்கொருவர் வணக்கம் தெரிவித்துக்கொண்டோம்.

விமானத்திலிருந்து இறங்குவதற்கான அட்டைகள் வழங்கப் பட்டதற்குப் பிறகு, விமானத்தில் இருந்த பெரும்பாலான மனிதர்கள் தங்கள் பிரெஞ்சு அடையாள ஆவணங்களுடன் அந்த அட்டைகளை, தங்கள் பேனாக்களை வெளியே எடுத்து தங்கள் சொந்தக் கைகளால் அத்தகைய அட்டைகளை நிரப்பிய ஒரு சிலரிடம் கொடுத்தார்கள். அவர்கள் பிரான்ஸிலிருந்து திரும்பி வரும் அல்ஜீரியத் தொழிலாளர்கள்: அவர்கள் அனைவரும் எழுத்தறிவற்றவர்கள். பிரான்ஸிலிருந்து அல்ஜீரியாவுக்குத் திரும்பிவரும் ஒவ்வொரு முறையும் இதே விதமான அனுபவத்தில் நான் பங்கெடுத்துக்கொண்டேன். பிரெஞ்சு மொழியிலோ அராபிய மொழியிலோ ஒரு வார்த்தைகூடப் பேசாத என் தாயாரேகூட தனது அல்ஜீரியப் பயணங்களின்போது எப்படியோ பயணிகளின் தரை இறங்குவதற்கான அட்டைகளை நிரப்பியிருக்கிறார்.

விமானம் தரையிறங்கியபோது இரவு வீழ்ந்திருந்தது. ஓடுபாதையைச் சுற்றிலும் நவம்பர் 1 அன்று நடக்கவிருக்கும் அல்ஜீரியப் புரட்சியின் ஆண்டுவிழாவுக்கு வருபவர்களை வரவேற்பதற்கான வரவேற்புக் குழுவினர் சுற்றியலைந்து கொண்டிருந்தார்கள். ஓடுபாதையின் கீழ்ப்பகுதியில் ஒரு மனிதர் என்னைத் தழுவிக் கொள்வதற்காக முன்னோக்கி வந்தார். அது நூரி, அப்ரூஸ், அவரை எனக்கு அமெரிக்காவில் ஒரு மாணவராக

இருந்த போதே தெரியும். அல்ஜீரியர்களுக்கான முதல் அமெரிக்க மாணவர் நிதி நல்கையில் பென்சில்வேனியா பல்கலைக்கழகத்தில் சேர்ந்திருந்தார். அத்துடன் போரின் இறுதி ஆண்டுகளில் தொழில்முறை அணி ஒன்றுக்கு கால்பந்து விளையாடினார். 1956 மே மாதத்தில் அல்ஜீரிய மாணவர்கள் வேலைநிறுத்தத்தில் ஈடுபட்டபோது அவர் தூலுஸில் படித்துக்கொண்டிருந்தார் என்று எனக்குத் தெரியும். எஃப்எல்என்னில் அவரது செயல்பாடுகளுக்காக அவர் பின்னர் சிறையிலடைக்கப்பட்டார். நூருத்தீன் இப்போது புதிய வெளியுறவு அமைச்சகத்தின் ஒரு பகுதியாக இருந்தார்.

நான் நினைவுகூர்வதன்படி, அதே விமானத்தில் வந்த ஆப்பிரிக்க விடுதலை இயக்கங்களின் பிரதிநிதிகளான போர்த்துக்கீசியக் காலனி நாடுகளைச் சேர்ந்தவர்கள், தென்னாப்பிரிக்காவின் ஏஎன்சியைச் சேர்ந்தவர்கள் ஆகியோர் நிறைந்திருந்த ஒரு பேருந்துக்கு வழிகாட்டப்பட்டேன். நகரத்திற்குள் செல்லும் பயணத்தின்போது நாங்கள் விரைவிலேயே எங்களுக்குள் தொடர்புகளை ஏற்படுத்திக் கொண்டு அறிமுகம் செய்துகொண்டோம். இருப்பினும், நாங்கள் போய்ச்சேரவேண்டிய இடமான முந்தைய ரூ டைலிவீதியில், இப்போதைய ரூ பென்மகிடிவீதியில் இருக்கும் ஹோட்டல் தெ அங்லெத்தரை நெருங்கும் வரை நாங்கள் பெரும்பாலும் இருளிலேயே இருந்தோம். நவீனத் தோற்றம்கொண்ட, தெற்கு ஐரோப்பிய பாணியிலான ஒரு நகரத்துக்கு நாங்கள் வந்துசேர்ந்தோம். ஹோட்டலுக்கு அருகில் மத்திய அஞ்சல் அலுவலகத்துக்கும், பல்பொருள் அங்காடிக்குமான, புதிய இஸ்லாமிய பாணியிலமைந்த இரண்டு பெரிய கட்டிடங்களை எங்களால் காண முடிந்தது. அல்ஜியர்ஸ் இரண்டு நகரங்களாக இருந்தது என்பது மறுநாள்தான் தெளிவானது.

மத்திய தரைக்கடலுக்குள் இறங்கும் மலையின் ஒரு பக்கத்தில் அது கட்டியமைக்கப்பட்டிருக்கிறது. அதன் அழகு திடுக்குறச் செய்வதாகவும், காலப்போக்கிலான அதன் பரிணாம வளர்ச்சி தெளிவாகத் தெரிவதாகவும் இருக்கிறது. உள்ளார்ந்த, மர்மமான அதன் சுற்றுவட்டாரங்கள் மேற்கத்திய விளிம்பில் தொடங்கி, பல நூற்றாண்டுகாலச் சுண்ணாம்புப்பூச்சில் குளித்து, அந்த நகரத்துக்கு *அல்ஜியர்ஸ் லா பிளாங்க்* என்ற பெயரைப் பெற்றுத்தந்திருக்கிறது. கீழ்மட்டத்திலுள்ள, காலத்தால் பழமைப் பட்ட மசூதிகளிலிருந்து தொடங்கி, சுழற்படிக்கட்டுகள் மற்றும் இடைகழிகளினூடாக மேல் நோக்கிச்செல்லும் இந்தக் கஸ்பாதான் புகழ்பெற்றவிதத்தில் *த பேட்டில் ஆஃப் அல்ஜியர்ஸ்*

திரைப்படத்தில் பதிவு செய்யப்பட்டுள்ளது. இதன் அடித்தளமான பிளேஸ் த மர்டைர்ஸ் என்னும் கடலுக்கு மேலாக உள்ள அகன்ற திறந்தவெளி குதிரையில் அமர்ந்திருக்கும் டியூக் ஆஃப் ஆர்லியன்ஸின் மூர்க்கமான சிலையால் நீண்டகாலமாகப் பாழ்படுத்தப்பட்டுக்கொண்டிருந்தது. காலனியக்காலம் நெடுகவும் அங்கு பார்வையில் இருந்த அது சுதந்திரத்தைத் தொடர்ந்து பிரான்ஸுக்கு கப்பலேற்றித் திரும்பக் கொண்டுசெல்லப்பட்டது.

கிழக்கு நோக்கிச் சென்று நிழல் கவிந்த மேற்கவிகைகளால் சிறப்பாகச் செம்மைப்படுத்தப்பட்ட, நான்கு மற்றும் ஆறு தளங்களைக்கொண்ட ''ஐரோப்பிய'' நகரத்தின் தொடக்கங் களையும், அதன் பிறகு, நீளிருக்கைகளையும், மாலை நேரங்களில் மனிதக்குரல்களைப் போலிசெய்யும் பறவைகளால் உயிர்பெறும் மரங்களையும்கொண்ட மனம் மகிழவைக்கும் சிறு பூங்கா ஒன்றையும் நாங்கள் கண்டோம். சுறுசுறுப்பான இன்னொரு வர்த்தக வீதிக்கு மேல்நோக்கித் திரும்புவதற்கு முன்னால் அல்ஜியர்ஸ் நகரத்தின் மையப்பகுதியின் முக்கியப்புள்ளியான குறிப்பிடத்தக்க, நவீன அராபியக்கட்டிடமான மத்திய அஞ்சல் அலுவலகக் கட்டிடத்துக்குச் செல்லும் இரண்டு முக்கியப் பொதுவழிகள் கடலையொட்டிச் செல்கின்றன. மலைப்பக்கம் தொடர்ந்து மேலே சென்றால், நாட்டுப்புற மாளிகைகளையும், அரசாங்கக் கட்டிடங்களையும் கொண்ட சுற்றிவளைத்துச் செல்லும் பக்கப் பாதைகளின் வலைப்பின்னல் அமைப்பு அமைந்திருக்கிறது. அதற்கப்பால், புதிய நெடுஞ்சாலைகள் மற்றும் காணச்சகிக்காத அடுக்குமாடிக் கட்டிட வீட்டுவசதித் திட்டங்களின் விரிவாக்கம் ஒன்றும் நிகழ்வதாக நான் நம்பினேன். பல பத்தாண்டு காலம் இந்த நகரத்துக்குள் நான் அடியெடுத்து வைத்திருக்கவில்லை. ஆனால் இன்று கஸ்பாவானது அதன் உட்பிணைப்புகள் மற்றும் மேற்கூரைப்பகுதிகள் நொறுங்கி விழத்தொடங்கியுள்ளது என்று என்னிடம் சொல்லப்பட்டது.

ஆண்டுவிழாக் கொண்டாட்டங்களில் ஈடுபட்ட விடுதலை இயக்கங்களைப் பிரதிநிதித்துவம் செய்தவர்கள் மத்தியில் அங்கோலாவின் எம்பிஎல்ஏ - வைச் சேர்ந்த கவிஞர்களான விரியாட்டோ டா குரூஸும், மரியோ டி அன்ட்ரேடும், அதுபோலவே குடியரசுத்தலைவர் அகோஸ்டினோ நீட்டோவும், லுசியோ லாராவும் இருந்தார்கள்; மொசாம்பிக்கின் எஃஆர்ஈ எல்ஐஎம்ஓ அமைப்பைச் சேர்ந்த எடுவார்டோ மாண்ட்லேனும், மார்ஸிலினோ டோஸ் சான்டோஸும் இருந்தார்கள்; தென்னாபிரிக்காவின் ஏன் என் சி அமைப்பைச் சேர்ந்த ஒலிவர்

டேம்போவும், ஜானி மகடினியும் இருந்தார்கள்; நமீபியாவின் எஸ் டபிள்யூஏபிஓவைச் சேர்ந்த சாம் நுஜோமாவும் இருந்தார். இவர்கள் தங்களது நாடுகளின் வரலாற்றில் இன்றியமையாத பாத்திரங்களை வகித்தவர்கள். நாங்கள் ஒருவரையொருவர் நன்கறிந்து கொள்ளவேண்டியவர்களாக இருந்தோம். நாங்கள் கடலுக்குச் சற்று மேலேயிருந்த கீழ்பக்க வீதிகளுக்கு இட்டுச் செல்லும் சாய்தளத்திலிருந்த ஒரு சிறு உணவகத்தில் மதிய உணவுக்காக ஒன்று கூடினோம். நகரத்தைச் சுற்றிலும் நடந்த நாடகங்கள் மற்றும் இசைநிகழ்ச்சிகளிலும், பழைய ஓட்டோமான் அரண்மனையில் நடந்த வரவேற்பு நிகழ்ச்சிகளிலும் நாங்கள் கலந்து கொண்டோம். கஸ்பாவில் நாங்கள் நடந்துசென்று, பல்வேறு போராட்டங்களின் கதைகளைப் பறிமாறிக்கொண்டு இரத்த உறவுகளை உணர்ந்தோம். நாங்கள் சக போராளிகளாக இருந்தோம். எதிர்காலம் எங்களுடையதாக இருந்தது. அல்ஜீரியர்கள் அதைச்செய்துமுடித்தார்கள். அவர்களால் அப்படிச் செய்து முடிக்கமுடிந்தது.

கொண்டாட்டங்கள் பகட்டானவையாக இருந்தன: போரில் கலந்துகொண்டவர்களும், பெண்களும், இளவயதினரும், மாணவர்களும், தடகளவீரர்களும் ஆர்மி நேஷனல் பாப்புலர் (ANP) என்று புதிதாகப் பெயர்சூட்டப்பட்ட இராணுவத்தின் வீரர்களுடன் பத்தாயிரக்கணக்கில் அணிவகுத்துச் சென்றார்கள். எழுபது நாடுகளின் பிரதிநிதிகள் அங்கே முன்னிலை வகித்தார்கள். வாழ்த்துரைகளைக் கேட்டு என் மனம் கிளர்ச்சியால் நிறைவுற்றது. நியூ யார்க்கில் நான் சந்தித்த அல்ஜீரியர்களிடையேயும் அது போலவே கடந்த காலதத்தில் என்னோடு தொடர்பிலிருந்த தீவிரவாதப் போக்குக்கொண்ட பிரெஞ்சுக்காரர்களிடையேயும் அங்குமிங்குமாக நான் ஓடித்திரிந்தேன். பரவசம் கட்டுக்கடங்காததாக இருந்தது. அகமத் பென் பெல்லாவை அதிகாரத்துக்குக் கொண்டு வந்த கவலைக்கிடமான நிகழ்வுகள் கடந்துசென்றுவிட்டன. இருந்தபோதிலும் அவர்களது கோபம் சிலரால் மனதில் வாங்கிப் பதியப்படாததாக இருந்தது என்று எனக்கு நினைவுறுத்தப் பட்டது. அல்ஜீரிய நண்பரொருவர் சொன்னது போல், ''அமெரிக்காவைக் கண்டுபிடித்தது நான்தான் என்று பென் பெல்லா நினைக்கிறார்.''

நான் போய்ச்சேர்ந்தபோது, மொகமத் ஆர்கனைசேசன் ஆப்பிரிக்கா யூனிட்டி (தற்போது ஆப்பிரிக்கன் யூனியன்) அமைப்பை தொடங்குவதற்கான கலந்தாய்வுகளுக்கு முன்னேற்பாடுகளைச் செய்வதற்கான பணியின் பொருட்டு

அடிஸ் அபாபாவுக்குப் போயிருந்தார். வெளியுறவுத்துறை அமைச்சகத்திலிருந்த ஆங்கிலம் தெரிந்த வெகுசிலரில் ஒருவராக இருந்தவரான அவருக்கென்று ஒதுக்கப்பட்ட பணிகள் பலமடங்காகப் பெருகின. அவர் நகரத்தில் அரிதாகவே இருந்தார். இருந்தபோதிலும், ஒருசில நாட்களுக்குள்ளாகவே நான் அல்ஜியர்ஸில் நீண்ட காலம் இருக்கவேண்டியிருக்கும் என்று தெரிந்துகொண்டேன். வளமைகுன்றிய காலனிய நாட்டிலிருந்து புதியதொரு சோசலிச நாட்டை உருவாக்கும் பரிசோதனை முயற்சி, சர்வதேச அரங்கில் மரியாதைக்குரிய ஓர் அரசைக் கட்டியெழுப்பும் மகத்தான பணி கவலையில் ஆழ்த்துவதாக இருந்தது. மொகமதுடன் என்னுடைய எதிர்காலம் என்னவாக இருந்தபோதிலும், நான் இங்கேயே குடியமர்ந்துவிடவேண்டும் என்று என் உள்ளுணர்வு சொன்னது. குடியிருப்பதற்கு ஓர் இடத்தையும் ஒரு வேலையையும் நான் கண்டுபிடிக்கவேண்டும்.

நியூ யார்க்கில் என்னோடு பிணைப்பை ஏற்படுத்திக் கொண்ட எனது நண்பரான மொகமத் பென்யாஹியா மற்றும் அவரது தோழர்கள் மூாக் சார்பி, அலைன் முஸாயி மற்றும் மஹியடைன் முஸாயி ஆகியோருடன் நகரத்துக்கு மேலே தனிச்சிறப்பான ஹைட்ராவின் பாராது பிரிவில் இருந்த, தோட்டத்துடன் அமைந்த, நன்கு பராமரிக்கப்பட்ட பண்ணை வீடொன்றுக்கு நான் குடிபெயர்ந்தேன். பண்ணைவீடு காலியாக இருந்தது. வீட்டு உபயோகப் பொருட்கள் கொண்டதாக இருந்தது. இதற்குமுன்பு அங்கு குடியிருந்தவரான சவோன், எல்லாவற்றையும் அங்கேயே விட்டுச்சென்றிருந்தார்: தட்டுமுட்டுச் சாமான்கள், படுக்கைப் பொருட்கள், சமையல் பாத்திரங்கள், வெள்ளிப் பாத்திரங்கள், வழங்கு பொருட்கள் மற்றும் துணிமணிகள், மழைக்காலணிகள், குடைகள் உட்பட. கிட்டத்தட்ட பத்து லட்சம் எண்ணிக்கை கொண்ட பிற குடியேறிகளுடன் சேர்ந்து, பிரெஞ்சு ஆட்சியின் கடைசி நாட்களிலான அவர்களுடைய வெளியேற்றம் அவசரகதியிலானதாக இருந்தது. ''அவர்களுடைய'' நாட்டில் வாழ்வதற்கும் வேலை செய்வதற்கும் வரும்படி புதிய நாட்டின் தலைவர்கள் அவர்களைத் திரும்ப அழைத்தார்கள். ஆனால் குடியேறிகள் அதனைச் செவிமடுக்கவில்லை. அவர்கள் பிரான்ஸில் இருந்துகொண்டு, பிரெஞ்சு அரசாங்கத்திடம் இழப்பீடு பெறுவதற்கு வரிசையில் நின்றார்கள்.

அவர்களைக் குடியேறிகள் என்று நான் அழைப்பதற்குக் காரணம் என்னிடம் அதைவிட வேறு நல்ல வார்த்தை எதுவும் இல்லாததுதான். அவர்கள் அந்நிய நாட்டவர்கள் அல்ல.

அவர்களில் பெரும்பான்மையினர் அல்ஜீரிய மண்ணில் பிறந்தவர்கள். பல தலைமுறைகளுக்கு முன்னால் ஐரோப்பாவிலிருந்து வந்திருந்தபோதும் அவர்கள் இப்போது ஐரோப்பியர்கள் அல்ல. அவர்கள் பணித்துறை அதிகாரிகளாக, கீழ்மட்ட ஊழியர்களாக, சிறிய அளவில் தொழில்செய்பவர்களாக, இராணுவ வீரர்களாக, காவல்துறையினராக, தொழில்நிபுணர்களாக, தொழில்நுட்பர்களாக இருந்தார்கள். சிலர் வரலாற்றுப்போக்கில் சுதேசிகளிடமிருந்து திருடப்பட்ட அல்லது பறித்துக்கொண்ட நிலத்தில் ''குடியேறி'' யிருந்தார்கள். எனக்குத் தெரிந்திருப்பது என்னவென்றால், அவர்கள் உணர்ச்சியற்றவர்களாக, இன வெறியர்களாக, கொடூரமானவர்களாக, ஈனத்தனமானவர்களாக இருந்தார்கள் என்பதுதான். பேராசைகொண்ட தங்கள் கைகளில் அதிகாரத்தை வைத்திருந்த அவர்கள் ''நல்ல'' வாழ்க்கையை வாழ்ந்தார்கள். வெள்ளையர்களின் உலகத்தை அவர்கள் பிரதிநிதித்துவம் செய்தார்கள். அதில் வெகுசில விதிவிலக்குகளே இருந்தன.

ஹைட்ராவில் இருந்த எங்கள் சின்னஞ்சிறு குழுவிடம் கார் இருக்கவில்லை; உள்ளூர் போக்குவரத்து கிட்டத்தட்ட இல்லாமலிருந்தது. வாடகைக்கார்கள் அரிதாகவே இருந்தன. அதனால் நாங்கள் நகரத்தில் வாழ்வதற்கான இடங்களைத் தேடத் தொடங்கினோம். வெளியேற்றத்தில் இணைந்துகொள்ள மறுத்த ஒரு பிரெஞ்சு மூதாட்டி ஐரோப்பியப் பகுதியில் கைவிடப்பட்ட சொத்துக்களுக்கான சாவிகளைக் கையில் வைத்திருந்தார். அல்ஜியர்ஸின் முக்கியமான வியாபார வீதிகளில் ஒன்றான ரூ திதூச் முராத் வீதியில் மூன்று படுக்கையறைகளைக் கொண்ட, முழுமையாக வீட்டுஉபயோகப்பொருட்கள் நிறைக்கப்பட்ட அடுக்குமாடிக்கட்டிட வீடொன்றுக்கு அவர் எங்களை இட்டுச் சென்றார். வீட்டு உபயோகப்பொருட்கள் இருண்ட நிறத்தில், கவர்ச்சியற்றவையாக ஆனால் உறுதியானவையாக இருந்தன. முந்தைய உரிமையாளர்கள் வாழ்நாள் முழுவதும் இங்கேயே தங்கியிருக்கும் நோக்கத்தில் இருந்திருக்கின்றனர். இப்போது அது எங்கள் வீடாக மாறிவிட்டது.

டூனிஸிலிருந்த இடைக்கால அரசாங்கத்தில் பென்யூசுப் பென் ஹெட்டாவின்கீழ் பொன்யாஹியா பொதுச்செயலாளராகவும் பிரான்ஸுடனான போரை முடிவுக்குக் கொண்டுவந்த அமைதிப் பேச்சுவார்த்தைக்கான அல்ஜீரியத் தூதுக்குழுவின் ஒரு பகுதியாகவும் இருந்தார். உடல் மெலிந்த, ஒரு கட்டு எலும்புகளுக்கு மேல் எதுவுமில்லாத, வெளிறிய தோல்கொண்ட, அடிக்கடி சிமிட்டும்

வெளிறிய பச்சைக்கண்களைக்கொண்ட அவர், தனது அறிவாற்றலுக்காகவும், விருப்பாற்றலுக்காகவும் பெயர் பெற்றவர். அவர் சட்டம் பயின்றவர். ஆனால் அதை தன் சொந்த நலனுக்குப் பயன்படுத்திக்கொள்ள மறுத்தவர். ஒரு தன்னார்வ அமைப்பின் பிரதிநிதிகளைக்கொண்ட தூதுக்குழு ஒன்று நியூ யார்க்கிலிருந்த அல்ஜீரியத் தலைமையகத்தைப் பார்வையிட வந்து, அவருடைய தனிப்பட்ட பயண நெறிமுறை குறித்து விசாரித்தபோது, அவர், ''நான் ஒரு அல்ஜீரியன், எங்கள் சுதந்திரத்துக்குப் போராடும் எந்தவொரு அல்ஜீரியனிடமிருந்தும் நான் வேறுபட்டவனல்ல,'' என்று பதிலளித்தார்.

கண்ணியமானவராக, தாராளமனப்பான்மைகொண்டவராக இருந்த அவர் என்னுடன் வசிப்பவராகவும் இருந்தார். நாங்கள் பகிர்ந்துகொண்ட அந்த அடுக்குமாடிக் குடியிருப்பு, புதிய அரசு நிலைபெற்று அவரது நண்பர்களுக்கும், உடன் பணியாற்றியவர் களுக்கும் அவர்களது செயல்பாடுகள், பணிகள் மற்றும் ஊதியங்கள் வழங்கப்படுவதற்காகக் காத்திருந்த நிலையில் அவர்களது இரவுநேரச் சந்திப்பிற்கான இடமாக மாறியது. இருந்தபோதிலும், பூமிடியனாலும், பென் பெல்லாவாலும் அதிகாரத்திலிருந்து தூக்கியெறியப்பட்ட பென்ஹட்டாவின் இடைக்கால அரசாங்கத்தில் ஒரு முக்கியச் செயல்பாட்டாளராக அவர் அடையாளம் காணப்பட்டார். தவிரவும், பென்யாஹியா உள்ளிட்டு, பூமிடியனையும், பென் பெல்லாவையும் எதிர்த்தவர்கள் படிப்படியாக அதிகார அமைப்புக்குள் உள்ளிழுக்கப்படுவதற்கு சில மாதங்கள் ஆயிற்று. பென்யாஹியாதான் எனக்கு அல்ஜீரிய சுற்றுலாத் துறையின் தேசிய அலுவலக (ஓஎன்ஏடி)த்தலைவரான ஜமால் கெஸ்ரி (நேரு என்ற புனைபெயரில் நன்கு அறியப் பட்டவர்)யை அறிமுகம் செய்துவைத்தவர். ஜாமல் கெஸ்ரி அல்ஜீரியாவில் எனக்கு முதன்முதலாக வேலை கொடுத்தவராவார்.[1]

சாவிகளை வைத்திருந்த அந்த பிரெஞ்சு மூதாட்டி, உரிய காலத்தில், கடல் காட்சியைக் காணக்கூடிய, இரண்டு மாடங்களையும், பெரிய ஒற்றைப் படுக்கையறையையும் கொண்ட அடுக்குமாடிக் குடியிருப்பொன்றைக் கண்டுபிடித்துக் கொடுத்தார்.

பணி

மக்கள் ஒரு பணியிலிருந்து இன்னொரு பணிக்கு திகைக்க வைக்கும் செயல்துடிப்போடு மாறிக்கொண்டிருந்தனர். எனது அனுபவம் அந்தக் காலத்துக்கான வகைமாதிரியாக இருந்தது.

சுற்றுலாத்துறையில் சில மாதங்கள் இருந்ததற்குப் பிறகு, உண்மையிலேயே ஒவ்வொரு நாளும் வேலை மாறுதல் பெற்று, குடியரசுத் தலைவர் பென் பெல்லாவின் செய்தி மற்றும் தகவல்துறை ஆலோசகரான செரிப் கெல்லல்லுக்கு உதவியாளராக மாறினேன். பாலாய்ஸ் து கவர்ன்மெண்டில் அவருடன் ஓர் அலுவலகத்தைப் பகிர்ந்துகொண்டேன். ஒரு வரவேற்பின்போது நாங்கள் அறிமுகம் செய்துவைக்கப்பட்டோம்; நான் பேசுவதைச் செவிமடுத்து அவர் என்னிடம் கேட்டார், "நீங்கள் எங்கிருந்து வருகிறீர்கள்?" "நியூ யார்க்கிலிருந்து," என்று நான் பதிலளித்தேன். நாங்கள் ஆங்கிலத்தில் சில வார்த்தைகளைப் பரிமாறிக் கொண்டோம். சில நாட்களுக்குப் பிறகு, கெல்லல் ஓஎன்ஏடி அலுவலகத்தில் தோன்றி தன்னுடன் பணிபுரியும்படி கேட்டுக்கொண்டார்.

அங்கே செல்வதற்கு நான் தயாராக இருந்தேன். சுற்றுலாத் துறை அலுவலகம் கீழ்கஸ்பாவில் முன்னாள் ஓட்டோமான் அரண்மனையொன்றில் அமைந்திருந்தது. வேறு காலங்களையும், வேறு மகிழ்ச்சிகளையும் நினைவுக்குக் கொண்டுவரக்கூடிய, வரலாற்றுத் தொடர்புடைய தள அடுக்குகளையும், பளிங்குக் கற்பலகைகளால் சூழப்பட்ட, கம்பீரமான முற்றத்து நீரூற்று ஒன்றையும் கொண்ட அந்த இடம் கனவுத்தன்மையான ஓர் இடமாக இருந்தது. ஆனால் 1962-63 ன் பனிக்காலத்தின்போது அங்கு வெப்பமூட்டும் வசதி இருக்கவில்லை. பெரும்பாலான அலுவலர்கள் டூனிஸிலிருந்த இடைக்கால அரசின் உளவுத்துறை அல்லது எதிர் உளவுத்துறை முகவர்களாக இருந்தவர்கள். வேறு பதவிகளுக்கு அழைக்கப்படுவதற்காகக் காத்துக்கொண்டிருந்த சமயத்தில், தங்களது ஊதியத்தைப் பெற்றுக்கொள்ளும் முக்கியமான நோக்கத்திற்காக ஓஎன்ஏடி - யில் நிறுத்திவைக்கப்பட்டிருந்தார்கள். இவர்கள் இரட்டைவேடம் போடுவதற்கும், இரட்டைப் பேச்சு பேசுவதற்கும், சதிக்கோட்பாடுகளுக்கும் நன்கு பழக்கப்பட்ட மனிதர்களாக இருந்தார்கள். எங்கள் பெருவிரல்களைச் சுழற்றிக் கொண்டும், நட்பாக இருக்கமுயன்று கொண்டும், அல்ஜீரிய சுற்றுலாத்துறையின் எதிர்காலம் குறித்துப் பேசிக்கொண்டும் நாங்கள் இருந்தோம். சுற்றுலாத்துறை வெகுமக்களுக்கானதாக இருக்கப்போகிறதா அல்லது மேட்டுக் குடிகளுக்கானதாக இருக்கப்போகிறதா?

ஆனால் அங்கு அப்போது மட்டுமல்ல, அதற்குப்பின் வரவிருந்த பல ஆண்டுகாலத்திற்கும் சுற்றுலாப்பயணிகள் யாரும் இருக்கவில்லை. இருப்பினும், அல்ஜீரிய அதிகார அரசியலின்

சுவையை நான் ருசி பார்த்தேன். அலுவலர்களில் சில உறுப்பினர்கள் நன்கு அறியப்பட்ட எஃப்எல்என் போராளிகளான ஃபிரான்ஸைன் செர்ஃபடியும், கவிஞர் கொலட் மில்கியும்-அலுவலகம் தொழிற்சங்கமயப்படுத்தப்படவேண்டும் என்றும், அமைப்புரீதியான கூட்டம் ஒன்று பற்றியும், நிர்வாகிகளைத் தேர்ந்தெடுப்பது பற்றியுமான அறிவிப்பொன்றை வெளியிடுவது என்றும் முடிவு செய்தார்கள். அந்த விளம்பரம் எவ்வளவு வேகமாக வெளியானதோ அதேவேகத்தில் தவறானதென்று நீக்கப்பட்டது. யூஜிடிஏ வின் தேசியத் தலைவர் ரஹ்மவுன் டெக்கர் அதுவரையில் முகவாண்மைப் பணியாளர்களாகப் பிரதிநிதித்துவம் செய்தவர்களை நியமனம் செய்வதற்காக ஒரு குழுவுடன் நேரில் வந்திருந்தார். என்னுடன் பணிபுரிந்தவர்களால் மேற்கொள்ளப்பட்ட தன்னெழுச்சியான அறிவிப்பு ''சட்டவிரோதமானது'' என்று அறிவிக்கப்பட்டது. அதன் பிறகு எப்போதும் எந்தக் கூட்டமோ அல்லது செயல்பாடோ நடைபெறவில்லை.

அரசாங்க மாளிகையில் வெளிநாட்டுச் செய்தியாளர்களை வரவேற்று உபசரிப்பது எனது பணியாக மாறியது. அவர்களுக்குத் தகவல்களை வழங்கவும், சந்திப்புகளுக்கான நேரத்தை ஏற்பாடு செய்யவும் வேண்டியிருந்தது. அவர்கள் பிரதிநிதித்துவம் செய்த அமைப்புகள் நன்கறியப்பட்டவை: இத்தாலிய வானொலி மற்றும் தொலைக்காட்சி, *ஃபிரான்ஸ் அப்சர்வேட்டியர், லெ ஃபிகரோ மற்றும் லெ ஃபகரோ லிட்டரேரியர், கொம்பாட், லெ'க்ஸ்பிரஸ், த நியூ யார்க் டைம்ஸ், டைம், ரியூட்டர்ஸ், யூபிஐ*... நான் செய்தித்தாள் துண்டுகளை வெட்டியெடுத்து ஆர்வத்துக்குரிய தலைப்புகளின் ஆவணக்காப்பகம் ஒன்றை உருவாக்கினேன். ஆங்கிலத்திலிருந்த அதிகாரபூர்வமற்ற அனைத்துக் கடிதங்களும் என் மேசைக்கு வந்தன. பென் பெல்லாவின் புகைப்படங்களின்மீது போலிக்கையெழுத்திட்டு, வேண்டிக்கேட்பவர்களுக்கு அதை அனுப்பிவைத்தேன். மிகைப் படுத்தப்பட்ட, ஊதிப்புடைத்த "B" எழுத்துக்களைக்கொண்ட ஆடம்பரமான கையெழுத்து அது. அதை அவர் வெளியே காட்டும் முகத்தின் போலித்தனமற்ற பிரதிபலிப்பு என்று பிற்காலத்தில் நான் பார்க்கவிருந்தேன்.

தன்னியல்பாகச் செயல்படுதல் என்பது ஒரு பொது வழக்குச் சொல்லாகும். 1963 மார்ச் மாதத்தில் அதிகாரபூர்வமான முதல் பார்வையாளராக மொராக்கோ மன்னர் இரண்டாம் ஹாசன் தனது முழுமையான பரிவாரங்கள் மற்றும் அணிமணி

ஆடைத்தொகுதியுடன் வரவிருக்கிறார் என்பதை கெல்லல் அறிந்தபோது, வெளியுறவுத்துறையில், புதிதாக அமைக்கப்பட்ட மரபான முன்னேற்பாட்டு நெறிமுறையை அலுவலகம் பொருத்தமற்றது என்று கருதியதால், அவரது வருகைக்கான முன்னேற்பாட்டு நெறிமுறை ஒன்றை உருவாக்கித் தருமாறு என்னிடம் கேட்டுக் கொண்டார். உலகின் பல்வேறு இடங்களிலும் நடந்த அதிகாரபூர்வமான வருகைகள் தொடர்பான செய்தித்தாட்கள் மற்றும் செய்திச்சுருள்கள் குறித்த நினைவுகளின் திரைப்படத்தை நான் பின்னோக்கிச் சுற்றச்செய்து, ஒரு செயல்திட்டத்தோடு திரும்பிவந்தேன். நான் திருப்தியடையும் வகையில், சுதந்திரப் போராட்டத்தியாகிகளின் *(செளகாதா)* குழந்தைகளான ஒரு சிறுவனும், ஒரு சிறுமியும் மன்னருக்கு மலர்கொத்துகள் வழங்குவது உள்ளிட்டு அந்தத்திட்டம் வார்த்தைக்கு வார்த்தை அப்படியே பின் பற்றப்பட்டது.

தன்னியல்பாகச் செயல்படுவது என்பது எனது தனிச் சிறப்புரிமையாக மட்டும் இருக்கவில்லை. அது தேசம் முழுவதும் வியாபித்திருந்தது. தன்னியல்பாகச் செயல்படுவது தொடர்பாக மகத்தான மனிதரான பென் பெல்லாவும்கூட ஓர் அடிமையாகவும், பலியானவராகவும் மாறினார். ஒவ்வொரு நாளும் அவர் புதிய திட்டங்களை அறிமுகப்படுத்தினார். ஆனால் அவற்றை நடைமுறைப் படுத்தத் தேவையான நடவடிக்கைளைப் புறக்கணித்தார். பெயரளவுக்கு மட்டுமே செயல்பட்ட அலுவலகங்களையும், முகவாண்மைகளையும், குழுக்களையும் அவர் உருவாக்கினார். விவசாய சீர்திருத்தம், உட்கட்டமைப்பு, பொருளாதார வளர்ச்சி, வீட்டுவசதி போன்றவை வசியம் செய்யப்பட்ட மக்கள் கூட்டத்திடம் ஒளிரும் வார்த்தைகளால் அறிவிக்கப்பட்டன. ஆனால் அவை வெளிச்சத்துக்கு வரவில்லை. எதிர்ப்பையும், முரண்பாட்டையும் எதிர்கொண்ட நிலையில், அவர் வற்புறுத்தலுக்கு இணங்கினார் அல்லது வன்முறை கொண்டு அடக்கினார். புரட்சியின் போற்றுதலுக்குரிய தலைவர்கள் ஒருவர்பின் ஒருவராக பதவி நீக்கப்பட்டார்கள் அல்லது பதவி விலகினார்கள். அவர் கீழான ஆளுமைகளை நோக்கித்திரும்பினார், பேரம் பேசினார், இணை அரசியல் கட்டமைப்புகளை உருவாக்கினார். அவர் கைதுகள் செய்வதற்கு உத்தரவிட்டார், சித்தரவதையை அனுமதித்தார்.

பென் பெல்லா பிரபலமானவராக இருந்தார். சொல்வன்மை மிக்கவராக இருந்தார், ஈர்ப்புமிக்கவராக இருந்தார். அவர் சிறிதளவே கல்வி கற்றவராக இருந்தபோதிலும் தனது பிம்பம்

குறித்து மேலதிக விழிப்புணர்வு கொண்டவராக இருந்தார். அதிகாரமும், இச்சகம் பேசுதல் அதிகரித்ததும் சம்பவங்களை மிகவும் உண்மையானவிதத்தில் ஆய்வு செய்வதிலிருந்து அவரைத் தனிமைப்படுத்துவதாக இருந்தது. அதைத்தொடர்ந்து அவை அவருக்கு அவர் மீதே அபரிமிதமான நம்பிக்கையையும் அவரது கூட்டாளிகள் மற்றும் உடன்பணியாற்றுபவர்கள் மீது ஒரு சந்தேகத்தையும் ஏற்படுத்துபவையாக இருந்தன.

ஆறு மாதங்களுக்குள்ளாக கெல்லல் வாஷிங்டனுக்குத் தூதராக நியமிக்கப்பட்டார். தன்னுடன் வருமாறு அவர் என்னைக் கேட்டுக்கொண்டார். ஆனால் எல்லாம் புதிதாக இருந்த அல்லது அப்படித் தோற்றமளித்த இடமான அல்ஜியர்ஸில் தங்கியிருப்பதையே நான் தேர்ந்தெடுத்தேன். சொல்லும்படியான தொழில் வல்லுநர்கள் யாரும் இங்கே இருக்கவில்லை. பன்மொழிபேசும் தொழில்திறனாளிகள் இருக்கவில்லை. படிப்பறிவுள்ளவர்கள் ஒரு சிலரே இருந்தனர். ஒன்பதிலிருந்து பத்து மில்லியன் வரையில் இருந்த மக்கள்தொகையில் நாட்டை மேலாண்மை செய்ய 1500 பல்கலைக்கழக மாணவர்களும், 500 பட்டதாரிகளும் மட்டுமே இருந்தனர். இது தவிர ஆயிரத்து ஐநூறு பேர் நிதி நல்கைகளின் மூலம் வெளிநாடுகளில் பயின்று வந்தனர். இவர்களில் பெரும்பாலானவர்கள் சோவியத் முகாம் நாடுகளில் இருந்தனர். பயிற்சிபெற்ற தொழில்நுட்பர்கள் யாரும் இங்கே இருக்கவில்லை. பிரெஞ்சு நிர்வாகத்துறை மிகச் சிலரை மட்டுமே விட்டுவிட்டு வெளியே போய்விட்டது. அல்ஜீரியா ஏழைமக்களைக் கொண்ட முழுமையான கிராம சமூகமாக இருந்தது. 90 சதவீதம்பேர் படிப்பறிவற்றவர்கள். இவர்கள் உலகின் நான்காவது மிகப்பெரிய இராணுவச் சக்தியை மண்டியிடச்செய்த திகைப்பேற்படுத்தும் தீரச்செயலைச் செய்துமுடித்தவர்கள்.

நான் தனியாக இருக்கவில்லை. சில ஆயிரம் அந்நிய நாட்டவர்கள், புதிய நாட்டின் அந்த முதல் மாதங்களின்போது பிரான்ஸ், டுனிஸியா மற்றும் மொராக்கோ ஆகிய நாடுகளிலிருந்து சுதந்திர அல்ஜீரியாவுக்கு வந்த கலகக்காரர்கள் இங்கே இருந்தார்கள். பெரும்பான்மையானவர்கள் போரின்போது கைப்பெட்டி தூக்குபவர்களாக (Porteurs de valises) எஃப்எல்என் - இல் பணியாற்றியவர்கள், புரட்சிக்காக மக்களையும், ஆயுதங்களையும்,

பணத்தையும் இடம் விட்டு இடம் கொண்டுசென்றவர்கள். பிரான்ஸில் இராணுவ சேவைக்கு அழைக்கப்பட்டபோது அதற்குப் போகாதவர்களும், தலைமறைவானவர்களும், பிரெஞ்சு இராணுவத்திலிருந்து ஓடிப்போன சிலரும்கூட இங்கே இருந்தார்கள். இவர்களில் பலரும் உயர்ந்த அளவில் பயிற்சிபெற்றவர்களாக இருந்தார்கள்: மருத்துவர்கள், பொறியாளர்கள், தொழில் நுட்பர்கள், ஆசிரியர்கள், பேராசிரியர்கள், வழக்குரைஞர்கள். இவர்கள் நாட்டை விட்டு ஓடிப்போனவர்களான கறுப்புப் பாதங்களுக்கு (pied-noirs) எதிராக சிவப்புப் பாதங்கள் (pied-rouges) என்று அழைக்கப்பட்டார்கள். இந்தச் சொல்லாடல் போலிப் புகழ்ச்சியல்ல என்றபோதிலும் தந்திரமானது. இவர்கள் புதியதோர் உலகத்தைக் கட்டியெழுப்பப்போகும் இலட்சயவாதிகளாக இருந்தார்கள்; தொலைநோக்குப் பார்வை கொண்ட இவர்களது மனச்சாட்சிகள் இவர்களை இங்கே வந்தாகவேண்டும் என்று கூறின.

துணிவுமிக்க இந்தத் தனிநபர்களோடு சேர்ந்து, போரின் போது சுதந்திர அல்ஜீரியாவுக்கு அசைக்கமுடியாத ஆதரவை வழங்கிவந்த நாடுகள், புதிய அரசாங்கத்துக்கு நிபுணர்களை, குறிப்பாக மருத்துவக்குழுக்களை அனுப்பியதன் மூலம் ஒத்துழைப்பை வழங்கின: யூகோஸ்லாவியா, கியூபா, சீனா, பல்கேரியா, எகிப்து, சிரியா, லெபனான், சோவியத் யூனியன் இன்ன பிற. சுதந்திரத்துக்குச் சில மாதங்கள் முன்பிருந்தே பொது மருத்துவமனைகளும் தனி மருத்துவமனைகளும் பணியாளர் களின்றிக் காலியாகவிட்டது மட்டுமின்றி, மருத்துவ உபகரணங்கள் மற்றும் மருந்துகளின் பற்றாக்குறையால் இன்னலுக்குள்ளாகியிருந்த இடத்தில் இவை இன்றியாமையாதவையாக மாறிவிட்டிருந்தன. இதனோடு சேர்ந்து இந்தக் குழுக்கள் மொழிப் பிரச்சனையையும் எதிர்கொள்ளவேண்டியிருந்தது. பிரெஞ்சுமொழியை இவர்கள் பேசும்மொழிக்கு சுருக்கமாகவேனும் மாற்றுவது எப்படி? பெரும்பான்மையான மக்கள் தங்கள் உடல் நிலையை விளக்கிச் சொல்வதாக இருந்த அல்ஜீரிய அராபிய மொழிவழக்குகளைப் புரிந்துகொள்வதற்கு அதிகப்பொறுமையும், அதிக நேரமும் தேவைப்படுவதாக இருந்தது. ஒரு தடவைக்கும் மேலாக, எனது தோழி ஜோக்ரா செல்லமியுடனும், வலிப்புநோய் கொண்ட அவருடைய சகோதரனுடனும், கடற்கரையையொட்டி இருந்த ஒரு சீன மருத்துவமனைக்கு நான் சென்றிருந்தேன். மக்களுக்கு உடல்நலத்தைத் திரும்ப வழங்குவதில் பணியாளர்களின்

கவனத்தையும், அனுதினமும் அவர்கள் கையாண்ட நோயாளிகளின் எண்ணிக்கையையும், சேவையின் தரத்தையும், அவர்களது மென்மையான சாந்தகுணத்தையும் கண்டு நாங்கள் திகைத்துப் போனோம்.

இப்போது, 1964 - ல் குடியரசுத்தலைவரின் அமைச்சரவையின் பழமைவாதியான இயக்குநர் ஒருவரின் வருகையைத் தொடர்ந்து, குடியரசுத்தலைவர் மட்டத்தில் ஓர் அமெரிக்கப் பெண் பணியமர்த்தப்பட்டிருப்பது அந்தச் சூழலுக்குப் பொருத்தமற்றது என்ற எண்ணம் ஏற்பட்டது. சர்வதேச நீதியியல் நீதிமன்றத்தின் எதிர்கால உறுப்பினராக ஆகவிருந்த மொகம்மத் பெட்ஜோயியின் தலைமையிலான அரசு தலைமைச்செயலகத்துக்கு நான் பணிமாற்றம் செய்யப்பட்டேன். எனது முந்தைய பதவி வேறுயாராலும் நிரப்பப்படவில்லை.

சட்டங்களை எழுதும் தகுதியேதும் எனக்கு இருக்கவில்லை. எனக்கு சட்டப்பின்னணியேதும் இருக்கவில்லை. ஆங்கிலமும் அவசியமானதாக இருக்கவில்லை. பென் பெல்லாவின் அலுவலர்களின் தலைமைப்பொறுப்பிலிருந்த அகமது லாய்டியிடம் நான் முறையீடு செய்தேன். அவர் தொலைபேசியில் பேசினார். அது அங்கிருந்து என்னை கஸ்பாவையும், நகரத்தின் ஐரோப்பியப் பகுதியையும் பிரித்த சிறிய வீதிகளிளொன்றில் அமைந்திருந்த, அரசின் தேசிய செய்தி முகவாண்மையான அல்ஜெரி பிரஸ் சர்வீஸ் (ஏபிஎஸ்) க்கு விரைவாகக் கொண்டுசென்றது. அங்கு நான் மெய்யாகவே ஆங்கில மேசைக்கு பொறுப்பானவளாகவும், அதேபோல தினமும் பொதுக்கருத்துப் பக்கத்தில் எழுதும் எழுத்தாளர்களில் ஒருவராகவும் மாறினேன். பிரெஞ்சு மொழி செய்தித்தாட்கள் அடிக்கடி எனது கட்டுரைகளைப் பகுதியாகவோ முழுமையாகவோ பதிப்பித்தன. அங்கு லெ மோண்ட் உள்ளிட்ட பிரெஞ்சு செய்தித்தாட்கள் அவ்வாறு வெளியிட்ட போதான தனிச்சிறப்பான உயர்ந்த தருணங்களும் இருந்தன. கட்டுரைகளின் தலைப்பின்கீழ் எழுத்தாளரின் பெயராக என் பெயர் எப்போதும் இடம்பெறவில்லை.

1968 - ல், ரேடியோ டெலிவிசன் அல்ஜீரியன் (ஆர்டிஏ) அமைப்புக்கு நான் இடம் மாறினேன். அங்கு நான் தேசிய மற்றும் சர்வதேசிய நிகழ்வுகள் குறித்து கவனம் செலுத்தும் வானொலி நிகழ்ச்சிகளை வாரத்துக்கு மூன்றுமுறை எழுதி இயக்கினேன். பெரிய சர்வதேசக் கூட்டங்களுக்காக தினமும் பிரதிநிதிகளுக்கான ஆங்கில ஒலிபரப்புகளை நான் ஏற்பாடு செய்தேன்.

மிகவும் மறக்கமுடியாத எனது நேர்காணல்களில் ஒன்று பிரேசிலின் கால்பந்து நட்சத்திரமான பீலேவுடனானது. வியட்நாம் மீதான அமெரிக்கப்போர் குறித்த அவரது கண்டனத்தை வெளிப் படுத்துமாறு அவரை ஊக்கப்படுத்தி, அதைப் பதிவு செய்தேன்.

அல்ஜீரியாவுக்கு வந்து இரண்டு ஆண்டுகளுக்குப் பிறகு, மொகமதுவும் நானும் ஒருவரிடம் ஒருவர் பிரியாவிடை பெற்றுக் கொண்டோம். அவர் ஓர் அரசியல் நிபுணராகவும், உலகம் சுற்றுபவராகவும் மாறினார். அல்ஜியர்ஸில் அவரது இடைநிற்றல் களின்போது மட்டுமே அவரை நான் பார்த்தேன். எங்களுடைய வாழ்க்கையில் ஒன்றுசேர்ந்திருக்கும் தருணங்கள் அவ்வப்போது வார இறுதி நாட்களில் கிராமப்புறத்துக்குச் செல்லும் கார்ப் பயணமாகக் குறுகிவிட்டது. எனது அடுக்குமாடிக் குடியிருப்பில் நீளிருக்கையில் அமர்ந்துகொண்டு, தான்சானியாவில் தான் சந்தித்த ஒரு பெண்ணைப் பற்றி, ''அவளது தோல் பட்டுப் போலிருந்தது,'' என்று விவரித்தபோது, நாங்கள் இறுதி நிலைக்கு வந்துவிட்டோம் என்று எனக்குத் தெரிந்துவிட்டது. ''பிரிந்து விடுவது என்று முடிவெடுப்பதற்கான நேரம் இது என்று நான் நினைக்கிறேன்,'' என்று நான் சொன்னேன். அவர் ஆச்சரியப்பட்டார், ஆனால் மறுப்பேதும் சொல்லவில்லை. நான் அவரது மேலங்கியைக் கையில் கொடுத்து கதவுக்கு அவரை நடத்திச் சென்றேன்.

நாங்கள் அவ்வப்போது ஒருவரையொருவர் கூட்டங்களில், அரசாங்கக் கட்டிடங்களின் பொதுக்கூடங்களில் தற்செயலாகச் சந்தித்துக் கொண்டோம். பல ஆண்டுகளுக்குப் பிறகும்கூட, பிரான்ஸுக்கான அல்ஜீரியத்தூதராக அவர் இருந்தபோது, நாங்கள் ஒருவரையொருவர் பார்த்துக்கொள்வதில் மனநிறைவடைந்தோம். பழைய குற்ற உடந்தை உணர்வு இன்னும் கொஞ்சம் மிச்சமிருந்தது. ஆனால் ஆசை இருக்கவில்லை. என் தலைக்குள்ளிருந்த புகைப்படங்களை ஒன்றாகச்சேர்த்தால் அது ஒரு திரைப்படமாக மாறும். மிச்சமிருந்ததென்னவோ நல்ல நினைவுகள் மாத்திரமே. அல்ஜீரியாவுக்கு நான் அவரோடு வந்தேன். ஆனால் அவருக்காக மட்டுமே வரவில்லை. ஒரு குறிக்கோளை ஆதரித்தேன். அதன் விளைவுகளை ஏற்றுக்கொண்டேன்.

சில காலத்திற்குப்பிறகு, அவர் ஓர் அல்ஜீரியப்பெண்ணை மணந்துகொண்டபோது, அதை எனக்குத் தெரிவித்தார். அது எனக்கு விசித்திரமானதாக இருந்தது. அதைத் தெரிவிப்பதற்கு

எனக்குக் கடன்பட்டிருந்ததாக அவர் உணர்ந்தார். அதற்கு மாறாக எனக்கு நானே பொறுப்பு வேறுயாருமல்ல என்பதில் நான் உறுதியாக இருந்தேன். அல்ஜீரியர்கள் மற்றும் அந்நிய நாட்டவர்கள் மத்தியில், பல வட்டாரங்களிலும் நண்பர்களைக்கொண்டவளான நான் மகிழ்ச்சியான கூடாரவாசியாக இருந்தேன். முழுநேர வாழ்க்கைத் துணையாக ஒருவரை நான் கொண்டிருக்கவில்லை. ஆனால் நான் எண்ணற்ற ஆர்வத்துக்குரிய அனுபவங்களைத் துய்த்தேன். அல்ஜீரியாவைக் கட்டியமைக்கும் பொறியமைப்பில் நன்கு பொருந்தக் கூடிய ஒரு பற்சக்கரம்போல நான் உணர்ந்தேன். இன்னொரு ஆழ்ந்த மட்டத்தில் எனக்கொரு புகலிடத்தைக் கண்டேன்.

சொந்த வீட்டில் இருப்பதைப்போல் உணர்ந்ததால், அல்ஜீரியக் குடியுரிமைக்கு விண்ணப்பிக்கும், எதிர்காலத்தில் முக்கியமான விளைவுகளை ஏற்படுத்தும் ஆற்றல் வாய்ந்த முடிவை எடுத்தேன். அந்தச் சமயத்தில் இரட்டைக் குடியுரிமை என்பது அமெரிக்க நிர்வாகத்தைப் பொறுத்தஅளவில் வேண்டவேவேண்டாத ஒன்றாக இருந்தது. விண்ணப்பித்து கிட்டத்தட்ட ஓராண்டுக்குப் பிறகு, எனது வேண்டுகோள் நிராகரிக்கப்பட்டதாகத் தகவல் தெரிவிக்கும் வழக்கமான கடிதம் ஒன்றை நான் கிடைக்கப் பெற்றேன். விளக்கம் ஏதும் தரப்படவில்லை. இன்றைய நாளின் தொலைவிலிருந்து பார்க்கும்போது நான் அதிர்ஷ்டசாலியாக இருந்தேன் என்பதை நான் உணர்கிறேன்.

நகர வாழ்க்கை

இரவானதும் அல்ஜியர்ஸ் மூடப்பட்டுவிடும். பாரிஸிலும் நியூ யார்க்கிலும் இருக்கும் கிளர்ச்சிதரும் எந்தவொன்றையும் போல முற்போக்கு எண்ணம்கொண்ட பிரெஞ்சு மற்றும் அல்ஜீரியத் திரைப்பட ஆர்வலர்களால் நடத்தப்பட்ட சினிமாதெக்கைத் தவிர்த்துவிட்டால் இரவு வாழ்க்கை ஒளிகுன்றியதாகவே இருந்தது. பிரெஞ்சு மற்றும் வடஆப்பிரிக்க உணவுகளை தனிச்சிறப்பான வகையில் வழங்கும் பல உணவகங்களும், கடற்கரையையொட்டி மெச்சத்தக்க கடலுணவை வழங்கும் உணவகங்களும் இருந்தன. ஆனால் எங்களில் பெரும்பாலானவர்கள் வாங்கிய ஊதியம் அவற்றின் திசைக்கு அடிக்கடி பயணிப்பதை அனுமதிப்பதாக இருக்கவில்லை.

முக்கியமான வர்த்தக வீதிகளையொட்டியிருந்த கடைகள் ஈர்ப்பற்றவையாகவும், பொருட்களை இருப்பில் வைக்காதவை யாகவும் இருந்தன. முன்னாள் மோனோபிரிக்ஸ் கடையும்கூட

பெரும்பாலும் காலியாக இருந்த காட்சிப்பேழைகளிலும் அலமாரித்தட்டுகளிலும் எஞ்சியிருந்த மிகக்குறைவான வணிகச் சரக்குகளையே காட்சிக்கு வைத்திருந்தன. சில வருடங்களுக்கு முன்பு, ரூ தி தூர்ச்சி முராத் வீதியில் ஒரு நடை செல்வதென்பதே கடையில் பொருள் வாங்குவதற்கான ஒரு சுற்றுலாவாக மாறிவிடும். உள்ளூரிலேயே உருவான பாணியின் முதல் வெளிப்பாடு யாஸ்மினா என்று பெயரிடப்பட்டது என்று நான் நம்புகிறேன். இன்னொரு புறம் கஸ்பாவின் கீழ்ப்பகுதிகளைப் பார்க்கச்செல்லும் பயணங்கள் உடனடியாகத் திருப்தியளிப்பவையாக இருந்தன. அங்கே பாரம்பரியப்பொருட்கள் கிடைத்தன: கையால் முடையப்பட்ட கூடைகள் மற்றும் பாய்கள், மட்பாண்டங்கள், உடைகள் மற்றும் கழுத்துப்பட்டிகள், தொங்கலாடைகள், பெண்களின் பாரம்பரிய உடைகள், குழந்தைகளுக்கான பொதி துணிகள் மற்றும் உடைகள், அதுபோலவே நாட்டை விட்டு ஓடிக்கொண்டிருக்கும் மக்கள்கூட்டம் விட்டுச்சென்ற இரண்டாங்கைப் பொருட்கள்.

நான் வேலை செய்யாமல் இருந்தபோது, பெரும்பாலான மாலைநேரங்களையும், வார இறுதி நாட்களையும் நண்பர்களோடும், உடன் பணியாற்றுபவர்களோடும் ஒரே குடும்பத்தினரைப் போல் கழித்தேன். அலுவலகம் விட்டு நீங்கியதும், நடு நகரத்திலிருந்த ஒரு விடுதிக்கு குடிவகைகளுக்காகவும், தின்பண்டங்களுக்காகவும் சென்றோம். தட்டு நிறைய வதக்கிய அன்கோவி மற்றும் சார்டைன் மீன்கள், கடல் நத்தைகள், ஆலிவ் பழங்கள், நறுக்கப்பட்ட வறுத்த மிளகாய்த் துண்டுகள், பதப்படுத்தப்பட்ட லிமாய்ன்ஸ் போன்றவை மேசைமே[illegible] மீது வைக்கப்பட்டிருந்தன. இவை மதுவை விலைகொடுத்து வாங்கி அருந்திவிட்டு உண்ணப்பட்டன. பிறகு நாங்கள் கூட்டாகச் சமையல் செய்வதற்காக யாராவது ஒருவரின் வீட்டுக்குச் சென்றோம். தெற்கத்திய வறுத்த கோழியைச் சமைப்பது எனது தனித்திறமையாக இருந்தது.

எனது கட்டிடத்தில் இருந்த மக்களான - சிமோன் மற்றும் மொகமத் ரெச்சூக்குடனும், அவர்களுடைய குழந்தைகளான லெய்லா, அமீர் மற்றும் எனது குட்டிச் செல்லம் ஹிச்செம்முடனும் பிணைப்பை ஏற்படுத்திக்கொண்டேன். கத்ராவின் அசாதாரணமான சமையலைப் பகிர்ந்துகொள்வதற்கு எனக்கு ஓர் இடம் அங்கு எப்போதும் ஏற்பாடு செய்யப்பட்டிருக்கும். கத்ரா தெற்கு சஹாராவின் வேசி இல்லம் ஒன்றில் பிறந்து ஓர் அடிமையாக வளர்ந்தவள். சுதந்திரத்தின்போது அவளுடைய பிரெஞ்சு

உரிமையாளர்கள் மத்தியதரைக்கடலைக் கடந்து விரைந்து சென்றுவிட்டார்கள். அவள் வடக்கே வந்து சமையல்காரியாகவும், வீட்டில் தங்கியிருந்து குழந்தையைப் பராமரிப்பவளாகவும் வேலை தேடிக்கொண்டாள். அந்தக் கட்டிடத்தில் தன்னியல்பாகவே இணைந்து செயல்படக்கூடியவரும், இனிமையானவரும், ஈர்ப்பு மிக்கவருமான ஸ்விட்சர்லாந்தைச் சேர்ந்த உளவியலாளர் எலிசபெத் மிஸ்டெலி என்பவரும் இருந்தார். அவரோடு ஞாயிற்றுக்கிழமை கிராமப்புறப் பயணங்களையும், பாய்னெம் வனத்துக்கு அல்லது செரியாவிலுள்ள மலைக்குச் செல்லும் இன்பச்சுற்றுலாக்களையும் பகிர்ந்துகொண்டேன்.

துணிவுமிக்க அல்ஜீரியப்பெண்கள் சிலருடன் மகத்தான பாசவுணர்வை நான் வளர்த்துக்கொண்டேன்: தான் வைத்திருந்த குண்டு காலந்தவறி வெடித்தபோது, தனது இருகால்களும் பிய்த்தெறியப்பட்ட யாமினா பெல்காசெம், எனது கைகளால் தூக்கிச்சென்று பயணியர் இருக்கையில் அமர்த்திவிடும் அளவுக்கு எடை குறைந்தவர். பழிகேடான வில்லா சுசினி[2]யில் பிரெஞ்சு இராணுவத்தால் சித்திரவதை செய்யப்பட்ட போர் நாயகியான நஸிமா ஹப்லால். நத்தைகளை எப்படி சமைப்பதற்குத் தயார் செய்வது என்று காட்டிய நஸிமாவும்கூட மிகச் சிறந்த சமையல் கலைஞர்தான். அகலமான ஜாடியொன்றில் அவற்றை மாவில் மூழ்கடிக்கவேண்டும். அந்தச்சமயத்தில் அவை தங்கள் குடலைக் காலி செய்யும். அது விரும்பத்தகாத காட்சிதான். ஆனால் அது வேடிக்கையான உணவாகும்.

வட ஆப்பிரிக்க சமையல்பாணி உலகின் தலைசிறந்த சமையல்பாணிகளில் ஒன்றாகும். தாவரங்கள் மற்றும் நறுமணப் பொருட்களின் (மசாலாப்பொடி) பயன்பாடு இனிப்பு மற்றும் காரத்தின் கலவை, மட்டான கொதிநிலையில் புழுங்கவைத்துத் தயாரிக்கப்படும் உணவு வகைகள், கம்பியில் குத்தி அல்லது உலோகச் சட்டத்தின் மீது வைத்து சுடப்படும் அல்லது வாட்டப் படும் மாமிச உணவுகள், வீட்டில் செய்யப்பட்ட தட்டையான ரொட்டிகள், தேனையும் அல்மாண்ட் கொட்டைகளையும் கலந்து ரோஜா அல்லது ஆரஞ்சு மலர் சாற்றைத் தெளித்துச் செய்யப்பட்ட, உணவுக்குப்பின் சாப்பிடப்படும் உயர்தர இனிப்பு வகைகள் என இவையனைத்தும் நாக்கின் சுவைக்கு ஆர்வமூட்டுபவையாகவும், போதிப்பவையாகவும் இருக்கின்றன; குஸ்குஸ்ஸின் ஒவ்வொரு வகையும் நிச்சயமாக இப்படிப்பட்டதுதான். ரமதான் நோன்பின்

போது, பகல்நேர விரதத்தின் முடிவில் அடிக்கடி என்னுடன் பணியாற்றுபவர்களோடு நான் சேர்ந்துகொள்வேன். ஏபிஎஸ்-ஸில் அது கண்கவர் காட்சியாக இருக்கும்: செய்தி அறையில் ஒரு உயிர்பிராணியும் எஞ்சியிருக்காது. உலகம் முடிவுக்கு வந்திருந்தாலும்கூட அல்ஜீரியாவில் எவரொருவருக்கும் அந்தத் தகவல் தெரிந்திருக்காது: வீதிக்கு மறுபுறம் இருந்த ஓர் உணவகத்துக்கு நாங்கள் எல்லோரும் செல்ல முற்பட்டோம். மேசைகள் ஒன்றை அடுத்து ஒன்றாக நீண்ட வரிசையில் போடப்பட்டிருந்தன, சோர்பா என்னும் செம்மறி ஆட்டுக் கறித்துண்டுகள் கொண்ட காய்கறிசூப் தட்டுகளில் எங்களுக்காகச் காத்திருந்தது. முன்னால் வந்தவர்கள் கையில் சிறு கறண்டியுடன், விருந்துக்கும், கொண்டாட்டத்துக்குமான நேரத்தை அறிவிக்கும் பீரங்கி வெடிப்பதை எதிர்பார்த்துக் காத்திருந்தார்கள். என்னுடன் பணியாற்றுபவர்களில் சிலர் முதலில் ஒரு சிகரெட்டைப் புகைக்கவேண்டுமென்பதற்காக நின்றார்கள்.

ஒரு செய்தியாளர் என்னும் விதத்தில், பலாய்ஸ் தூ பீயூப்பிள் மற்றும் வியட்நாம், வடகொரியா, ஸ்வீடன் மற்றும் சோவியத் யூனியனின் அதிகாரபூர்வமான வரவேற்புகளின் அழைப்பிதழ் பட்டியலிலும்கூட நான் இடம்பெற்றிருந்தேன். செரிஃப் பெல்காசெம் மற்றும் மொகமத் பென்யாஹியாவைச் சுற்றியிருந்த ''உட்குழு''வைச் சேர்ந்தவர்களின் வீடுகளில் நடந்த மாலைநேர உரையாடற்குழுக்களில் நான் கலந்து கொண்டேன். பிரென்ஸா லாட்டினாவில் என் ஆத்ம நண்பர்களான பாலே சாண்டியாகோ மற்றும் அமெரிக்கோ நுனெஸுடன் நான் நேரத்தைக் கழித்தேன். வார இறுதிநாட்களில், கடலுக்கு அருகிலுள்ள வீதிகளில் வரிசையாகப் போடப்பட்டிருந்த நீண்ட மேசைகளில் செம்மறியாட்டுத் தலைக்கறியோடான உணவு, கடலுணவு மற்றும் பச்சைக் காய்கறித்துண்டுகள் கலந்த உணவை உண்பதற்காக கிளப் தெ பின்ஸ் அல்லது ஃபோர்ட் த லியூவில் உள்ள கடற்கரைக்கு எனது மினி ஆஸ்டின் காரில் மற்றவர்களை ஏற்றிச் செல்வேன். கடல் தாண்டி என்னைக் காணவந்தவர்களான பியர் ரிஸ் போர்செல்லி, யெவ் அந்த்வான், சிந்தியா ஹார்ன், மனோலோ ஜிமினெஸ், வில்லியம் மற்றும் மேரி லாயிட், அதேபோல் அமெரிக்கன் நியூஸ் சர்வீஸ் மற்றும் *கார்டியன்* - ஐச் சேர்ந்த அமெரிக்கக் கலகக்காரர்களுக்கு அந்த இன்பநுகர்வுகளையும், அதேபோல் கீழ்ப்பக்கம் மற்றும் மேல்பக்கக் கஸ்பாக்களில் நடந்து செல்வதையும், கைவினைப்பொருள் அருங்காட்சியகத்தையும், புகழ்பெற்ற

நுண்ணோவியக் கலைஞரான ராசிம்மின் படைப்புகள் காட்சிக்கு வைக்கப்பட்டுள்ள கலை அருங்காட்சியகத்தையும் காணச் செல்வதையும் நான் அறிமுகப்படுத்தினேன்.

எனது தாயார் என்னைப் பார்க்க சிலமுறை வந்திருந்தார். மகத்தான சுற்றுலாத்தலங்களுக்கு நாங்கள் காரில் சென்றோம்: ஆர்பெர் காம்யூவால் கொண்டாடப்பட்ட ரோமானிய சிதிலங்கள், இருந்த இடமான திபாஸா, யுனெஸ்கோவின் வரலாற்றுப் புகழ்பெற்ற இடங்களின் பட்டியலில் இடம்பெற்ற ஒரு ரோமானிய நகரமான டிம்காட், நுமிடியன் காலகட்டத்தைச் சேர்ந்த (ஏறத்தாழ கி.மு. 200) மிகப்பெரிய நீத்தார் நினைவுச்சின்னமான மியூசோலி ராயல் தெ மாரிடானி. பெனியென்னியில் கையால் செய்த குளோசான்னே நகைகளை வாங்குவதற்காக, செங்குத்தான, வளைந்து வளைந்து செல்லும் மலைப்பாதைகளில் நாங்கள் மலையேறினோம்.

அவ்வப்போது எங்களில் சிலர் பதினொன்றாம் நூற்றாண்டைச் சேர்ந்த எம்சாபின் தலைநகரான கர்டாயாவுக்குக் கிளம்பிச் சென்றார்கள். கவனத்தைக் கவரும் அதன் கட்டிடக்கலை விவிலியம் அல்லது குர்ஆனின் கட்டிட அமைப்புகளை மனதில் தோன்றச்செய்யும். அல்லது நாங்கள் கரையோரமாகப் பயணம் செய்து பெஜாயாவுக்கு அருகிலுள்ள ஆள்நடமாட்டமற்ற கடற்கரைக்கும், மத்திய தரைக்கடலின் நீலத்தின் மீதான வெளிக்கோடாக, செந்நீல லாரல் மலர்களை விளிம்பாகக் கொண்ட பழைய உணவகம் ஒன்றுக்கும் பயணம் செய்தோம்.

எனது பத்திரிகைத்துறை நண்பரான ஜோக்ரா செல்லமியும் நானும் சாகச உணர்வையும், பழங்கதை உணர்வையும் தூண்டுகிற புதுமையான பெயர்களைக்கொண்ட ஒரு பேரீச்சை மரத்தோப்பிலிருந்து இன்னொன்றுக்கும், ஒரு சஹாரா பாலைவனச் சோலையிலிருந்து இன்னொன்றுக்குமாக அந்த நீண்ட பகுதியைக் கடந்தோம்: பூசாத்தா லகுவாத், கர்டாயா, உவார்க்லா, துக்கூர் (இங்கு நாங்கள் பாலைமணலில் படுத்துறங்கினோம்), எல்ஊத் (இது முற்றிலுமாக இணைக்கப்பட்ட வெள்ளைக் குவிமாடங்களாகக் கட்டப்பட்டது), பிஸ்க்ரா. கற்பனையால் மட்டுமே காணத்தக்க, மனங்கவரும் நிலக்காட்சிகளைக் கொண்ட ஆரஸ்மலைகளில், பள்ளத்தாக்குகளால் சூழப்பட்ட பேரிச்சை மரங்களுக்கு மத்தியில் நாங்கள் நடந்துசென்றோம். சிவப்பு நிறமான, இருண்ட

சரிவுகளில் மேலேறிச்சென்றோம். கூஃபி ''மாடி முகப்புகளில்'' நின்று அந்த அழகை உள்வாங்கியபடி கீழ்நோக்கிப் பாயும் நீரோடைகளின் அதிர்வொலிகளை நாங்கள் உற்றுக் கேட்டோம்.

நான் தனியாக இருக்கவில்லை. ஒத்திசைவான காதல் அல்லது வாழ்நாள் கூட்டாளி என்பதாக இல்லாவிட்டாலும், அவ்வப்போதான காதலுணர்வுகொண்ட இடையீடுகளுக்கான நேரத்தையும்கூடக் உருவாக்கிக்கொண்டேன். பாலுணர்வு, காதல் மற்றும் திருமணத்தைப் பொறுத்தஅளவில் இந்தச் சமூகத்தின் கட்டளைச் சட்டங்கள் எவ்வளவு இறுக்கமானவையாக இருந்தன என்பதை நான் படிப்படியாகக் கண்டுணர்ந்து கொண்டிருந்தேன். ஆண்கள் காதலையும், பாலுணர்வையும் சுதந்திரமாகக் கொடுத்துவாங்கிக் கொண்டிருந்தார்கள்; ஆனால் திருமணம் செய்து கொள்வதற்காகக் குடும்பத்துக்குத் திரும்பிச் சென்று கொண்டிருந்தார்கள் என்பதே பொது விதியாக இருந்தது. இங்கு பெண்மையின் ஆட்சிப்பரப்பு ஒப்பற்றதாக இருந்தது. அந்த ஆட்சிப்பரப்பின் எல்லைக்குள் அந்நிய நாட்டைச்சேர்ந்த பெண் தொடர்பாக தீர்மானகரமான வெறுத்தொதுக்குதல் இல்லையென்றபோதிலும், பரிவுணர்ச்சி என்பது மிகச்சிறிதளவே இருந்தது. உள்ளுக்குள் வளர்ந்து நிற்கும் இந்த தடைக்கல்லைத் தாண்டிவரத் துணிந்தவர் யாரோ அவரே துணிவான மனிதராவார்.

ஏபிஎஸ்-ஸில் நான் பணி செய்துகொண்டிருந்த சமயத்தில், எனது புகழுக்கான உரிமைகோருதல் ஒன்றைப் பெற்றேன்: கில்லோ போன்டிகோர்வோவின் *த பேட்டில் ஆஃப் அல்ஜியர்ஸ்*ஸில் ஒரு பாத்திரம் கிடைத்ததுதான் அது. அந்தப் படம் ஏபிஎஸ் தலைமையகம் இருந்த இடத்துக்கு ஒருசில வீதிகளுக்கு அப்பால் தான் எடுக்கப்பட்டது. செய்தியாளர் கூட்டம் தொடர்பான ஒரு காட்சிக்காக துணை நடிகர்களைத் தேடி உதவியாளர் ஒருவர் வந்தார். அந்தக் காட்சியில் பிரெஞ்சு இராணுவ அதிகாரி சுதந்திர போராட்ட வீரரான (பிரெஞ்சு பேச்சுவழக்கில் *ஃபெல்லகா*) லார்பி பென் மகிடியை பத்திரிகையாளர்கள் முன்னிலையில் கொண்டு வந்து நிறுத்துவார். திரையின் வலதுபக்கமூலையில் தெளிவாகப் புலப்படும்படி, அந்தத் திரைப்படங்களின் திரைப்படத்தில் நான் குறைந்தபட்சம் முப்பது விநாடிகள் தோன்றியிருக்கிறேன். சர்வதேசக் கருத்தரங்குகளிலும், தொலைக்காட்சி நேர்காணல் களிலும், மற்றும் வெளியுறவுத்துறை அமைச்சர் அப்துலசீஸ் பூட்டிஃப்லிகாவுக்கு மொழிபெயர்ப்புச் செய்வதற்காகவும், விளக்கவுரை வழங்குவதற்காகவும் வழக்கமாக கட்டாயம்

தேவைப்படுபவளாக இருந்தேன். ஆர்கனைசேசன் ஆஃப் ஆப்பிரிக்கன் யூனிட்டி (ஓஏயு) அமைப்பின் தொடக்கக் கூட்டத்தில் குடியரசுத் தலைவர் பென் பெல்லா கலந்துகொண்டபோது, அவர் புறப்பட்டுச் செல்வதற்கு முன்பாக, அவரது பேச்சை ஆங்கிலத்தில் மொழிபெயர்ப்பதற்காக பூட்டிஃப்லிகா என்னை அழைத்தார். அந்தப் பேச்சில், அந்த அமைப்பு அந்தக்கண்டத்தின் விடுதலை இயக்கங்களுக்கு ஆயுதம், பணம் மற்றும் பயிற்சியும் கொடுத்து உறுதியானவிதத்தில் ஆதரவுதரவில்லையென்றால், ஓயூஏவின் சாசனம் நடைமுறைக்கொவ்வாததாகவே இருக்கும் என்று அவர் முன்கணித்துச் சொன்னார். ஒற்றுமைக்கும், சுதந்திரத்துக்குமான தனது தாழ்மையான வேண்டுகோள்களாலும், காலனியச்சக்திகள் மீதான தனது கண்டனங்களாலும் அந்தக் கூட்டத்தில் அவர் ஒரு பரபரப்பை ஏற்படுத்தினார்: ''நாம் அனைவரும் சற்றே சாவதற்கு ஒப்புக்கொள்வோமாக... அதன் மூலமாக இன்னும் காலனிய ஆட்சியின் கீழிருக்கும் மக்கள் சுதந்திரத்தைப் பெறட்டும். அத்துடன் ஆப்பிரிக்க ஒற்றுமை என்பது ஒரு வீண் வார்த்தையாக மாறாமல் இருக்கட்டும்.''

1963 ஆகஸ்டில், எகிப்தைச் சேர்ந்த கமால் அப்தெல் நாசர் அல்ஜியர்ஸுக்கு வந்தார். பத்தாயிரக்கணக்கான அல்ஜீரியர்களின் ஆரவாரக்கூச்சல்களோடு ஒரு நாயகனாக அவர் வரவேற்கப் பட்டார். தங்களது சுதந்திரப்போராட்டத்தின் உண்மையான, மிகச்சிறந்த ஆதரவாளர்களில் ஒருவரான அந்த மகத்தான ராபியத் தலைவரைக் கணநேரமேனும் கண்டுவிடும் ஆர்வத்தில் நகரத்தின் நடுப்பகுதியிலிருந்த வீதிகளில் அவர்கள் திரளாகக் குவிந்திருந்தார்கள். பலாய்ஸ் தூ பியூப்பிளில் நடைபெற்ற அவருக்கான மாலைநேர வரவேற்பு மற்றும் இரவு விருந்தில் நீள்வட்ட மேசையொன்றில் எகிப்தியப் பரிவாரங்களோடும் அவர்களின் அல்ஜீரிய எதிரிணைகளோடும் நான் அமர்ந்திருந்தேன். மேசையின் ஒரு கடைசியில் அல்ஜீரியாவின் தனியார் வாகன ஓட்டிகளும், வழிகாட்டிகளும், பிற அரசியல் சாராத பணியாளர்களும் எங்களோடு உணவருந்தினர். எகிப்தியர்களால் தாங்கள் கண்ட காட்சியை நம்பமுடியவில்லை: இங்கிருந்த ஜனநாயக நடத்தை தங்கள் நாட்டில் இல்லை என்று சொல்வதற்கு அவர்கள் வெட்கப்படவேண்டியவர்களாக இருந்தார்கள்.

நான் விளக்கவுரை அளிக்க வேண்டியிருந்த இன்னொரு உயர்பதவியாளர் தான்சானியாவைச் சேர்ந்த யூலியஸ் நைரேரே ஆவார். அல்ஜியர்ஸுக்கு வெளியிலிருந்த, வளமான சமவெளியிலிருந்த

ஒரு பெரிய பண்ணையைக் காண்பதற்கு பென் பெல்லா அவரை இட்டுச்சென்றார். அந்த இலையுதிர் காலத்தில் அறுவடை செய்யப்பட்டு, ஐரோப்பாவுக்குக் கப்பலேற்றப்படுவதற்காகத் தயார் செய்யப்பட்ட பெரிய, பழுப்பு மஞ்சள் நிறமான, சிறுபுள்ளிகள் கொண்ட, ஆப்பிள் பழம் ஒன்றை பென் பெல்லா தனது மூன்று விரல்களால் தூக்கிப்பிடித்துச் சொன்னார்: ‘‘யூலியஸ், இந்தப் பழம் உங்களுக்குத்தான்.’’* அந்தப் பண்ணை ஆட்டோ கெஸ்ஸபன் என்று அழைக்கப்பட்ட தேசிய விவசாய சுயமேலாண்மைத் திட்டத்தின்கீழ் முன்னாள் விவசாயத் தொழிலாளர்களால் நிர்வகிக்கப்பட்டது. இந்தத் திட்டம் ஐரோப்பியக் குடியேறிகளால் காலியாக விட்டுச்செல்லப்பட்ட பண்ணைகள், கட்டிடங்கள் உள்ளிட்ட தொழில்முயற்சிகள் எதுவாக இருந்தாலும் அவை யனைத்தும் அல்ஜீரிய மக்களின் கட்டுப்பாட்டுக்குள் கொண்டு வருவதை உறுதிசெய்வதாகும். சொத்துடைமை அல்ஜீரிய மக்களின் பெயருக்கு மாற்றப்பட்டுவிட்டது. ஆனால் முந்தைய உரிமையாளரின் படுக்கையறையில் யாரும் உறங்குவதில்லை. யாரும் ஆக்கிரமிக்காத அவருடைய படுக்கைக்குப் பக்கத்தில் இரவு மேசையில் மாத்திரைக்குவியலொன்று, நாட்டைவிட்டு ஓடிப் போய்விட்ட போர்ஜியோவுக்காகக் காத்திருந்தது.

ஏழுக்கும், எட்டுக்கும் இடைப்பட்ட மில்லியன் ஏக்கர் நிலமும், நடைமுறையில் ஒவ்வொரு தொழில்முயற்சியும், அதுபோலவே 200,000 லிருந்து 300,000 வரையிலான வீடுகளும், அடுக்குமாடிக் குடியிருப்புகளும் அல்ஜீரிய சுய மேலாண்மைத் திட்டத்தின் கட்டுப்பாட்டின்கீழ் வந்திருந்தன. மார்ச் ஆணைகள் என்று அழைக்கப்பட்ட அந்த ஆணைகள் முந்தைய உரிமையாளர்கள் ‘‘காலி’’ செய்ததற்குப் பிறகான சட்டபூர்வமான உரிமையாளராக அல்ஜீரியா மாறுவதற்கான செயல்பாட்டுத் தேதியைப் பிரதிநிதித்துவம் செய்பவையாக இருந்தன. பண்ணைகள், சுரங்கங்கள், தொழில்துறை நிறுவனங்களை தொழிலாளர்களால் தேர்ந்தெடுக்கப்பட்ட குழுக்களே மேலாண்மை செய்வது தொடர்பான விவரங்களை அந்த ஆணைகள் நிறுவின. இவை கியூபாவிலும், யூகோஸ்லாவியாவிலும் செய்யப்பட்ட மாதிரியிலான புரட்சிகரமான நடவடிக்கைகளாகும். ஒரு படுக்கையறை கொண்ட எனது அடுக்குமாடிக் குடியிருப்பு காலியான ஒன்றாக இருந்தது. வாடகையை (உத்தேசமாக மாதம் முப்பது டாலர்) நான் நகர அதிகாரிகளிடம் செலுத்தினேன்.

---

* இந்த வாக்கியம் மூலநூலில் பிரெஞ்சு மொழியில் உள்ளது.

சொத்துரிமை மாறுதல் என்பது துரதிருஷ்டவசமாக, துயராற்றும் நடவடிக்கையில் ஒரே ஒரு அடியெடுப்பாக மட்டுமே இருந்தது. காலனியத்தின் விளைவான குறைவளர்ச்சியானது, மற்ற இடங்களைப் போலவே, இனவாதம் மற்றும் சமத்துவ மின்மையைப் பயன்படுத்தி, நாட்டின் வள ஆதாரங்களை எடுத்துக்கொள்வதையும், அதன் பண்பாட்டை அழிப்பதையும் இலக்காகக்கொண்டு நிறுவப்பட்டிருந்தது. புத்துயிரூட்டுவதற்கான தேடலானது பல பத்தாண்டு காலக் கடின உழைப்பையும், அறிவொளிகொண்ட தலைமையையும் வேண்டி நிற்பதாக இருக்கப் போகிறது.

அல்ஜியர்ஸ் அறுபதுகளின் விடுதலை மற்றும் ஃபாசிச எதிர்ப்பு அமைப்புகளின் மையமாக விரைவிலேயே மாறி விட்டிருந்தது. இராணுவ சர்வாதிகாரிகளான ஃபிராங்கோ மற்றும் சாலசாரின் எதிராளிகளான ஸ்பெயினிலிருந்தும், போர்ச்சுக்கலிலிருந்தும் நாடுகடத்தப்பட்டவர்களையும், அது போலவே பிரேசில், அர்ஜென்டினா, வெனிசுவேலா மற்றும் மத்திய அமெரிக்காவிலிருந்து வந்த அரசியல் எதிராளிகளையும், அதுபோலவே கெரில்லா இயக்கங்களின் பிரதிநிதிகளையும் நான் தெரிந்துகொண்டேன். தென் வியட்நாமின் தேசிய விடுதலை முன்னணி (வியட்காங்) யிலிருந்து ஏஎன்சி, எஸ்டபிள்யூஏபிஓ, எஃப்ஆர்ஈஎல்ஐஎம்ஓ மற்றும் எம்பிஎல்ஏ, எத்தியோப்பியாவைச் சேர்ந்த விமானக்கடத்தல்காரர்களான மாணவர்கள், பாலஸ்தீன விடுதலை இயக்கங்கள் வரையிலான நினைவுக்கெட்டும் ஒவ்வொரு விடுதலை அமைப்புக்கும் அல்ஜியர்ஸில் ஓர் அலுவலகம் இருந்தது.

இந்த அமைப்புகளில் பல, குறிப்பாக ஆங்கிலம் பேசும் பின்னணிகளிலிருந்து வந்தவை, தமது மொழிபெயர்ப்பு மற்றும் விளக்கவுரைச் சேவைகளுக்காக என்னைத் தேடி வந்தன. ஏஎன்சியின் நிறுவனரான ஒலிவர் டேம்போவுடன் நெல்சன் மண்டேலா; தொழிற்சங்கத்தலைவரும் ஜிம்பாப்வே ஆப்பிரிக்கன் பீப்பிள்ஸ் யூனியனின் தலைவரும் தனது நாட்டின் தந்தையுமான ஜோஜவா நிகோமோ; அல்லது நமீபியா நாட்டின் தந்தையான சாம் நுஜோமா ஆகியோர் அல்ஜிரியர்ஸுக்கு வந்துசேரும்போது எனக்கு ஒரு தொலைபேசி அழைப்பு வரும் என்பதில் நான் உறுதியாக இருந்தேன். வட ஆப்பிரிக்கர்கள் தங்கள் மொழிகளில் ‘‘உயிர்காப்பாளர்’’ என்னும் வரிசையில் எனக்கு ஒரு பெயரைக் கண்டுபிடித்தார்கள்.

ஹெய்ல் செலாஸ்ஸியின் ஆட்சிக்கு எதிரான இளவயதிரான ஏழு எத்தியோப்பிய மாணவர்கள் தகவல் தொடர்புத்துறை அமைச்சகத்திலிருந்த எனது அலுவலகத்துக்கு வந்து, எனது மேசையைச் சுற்றி நின்றபோது, புரட்சிகரமான ஒரு செயலில் வெற்றிகண்டவர்களும், ஆனால், தங்கள் பாதையை இழந்துவிடும் ஆபத்தில் இருந்தவர்களுமான அந்தத் தோழர்களின் குழுவை நான் பார்த்து மனம் நெகிழ்ந்துபோனதாக உணர்ந்தேன். அவர்கள் சூடானுக்கு ஒரு விமானத்தைக் கடத்தினார்கள். அங்கிருந்த அதிகாரிகள் அவர்கள் வருவதற்குத் தயாராக இல்லாத ஒரு நகரமான அல்ஜியர்ஸுக்கு அவர்களை மூட்டைகட்டி அனுப்பிவைத்தார்கள். அவர்களது விமானம் கிழக்கு ஜெர்மனிக்கோ அல்லது சீனாவுக்கோ செல்வதாக இருந்தது. ஒப்புதல் சான்று பெறுவதிலும், மொழிபெயர்ப்பிலும் அவர்களுக்கு நான் உதவினேன். ஆங்கிலம் பேசும் போராளிகளிடமும், அகதிகளிடமும் அவர்களை அறிமுகப்படுத்திவைத்தேன்.

வாழ்க்கை கிளர்ச்சியூட்டுவதாகவும், நிகழ்வுகள் நிறைந்த தாகவும் இருந்தது. உள்ளே பார்த்துச் சிறகடித்துக்கொண்டு ஜன்னலின் மீதிருக்கும் ஈயாக நான் இருந்தேன்.

ஆட்சிக் கவிழ்ப்பு

அல்ஜீரிய மக்கள் ஜனநாயகக் குடியரசு பிரெஞ்சு காலனியத்தாலும், போராலும் பிரசவிக்கப்பட்டு, 1962-ல் இந்த உலகத்துக்கு வந்துசேர்ந்தது; நவீனத்துவமான அதன் தோற்றங் களுக்குப் புறம்பாக அது குறைவளர்ச்சி கொண்டதாக இருந்தது. 132 ஆண்டுகால பிரெஞ்சு ஆட்சிக்கு பிறகு, இங்கே ஒன்பது மில்லியன் மக்கள் தொகையில் 500 பல்கலைக்கழகப் பட்டதாரிகள் இருந்தார்கள். 90 சதவீதத்துக்கும் மேலான படிப்பறிவற்றவர்களைக்கொண்ட கிராமப்புற சமூகமாக அது இருந்தது. சுதந்திரத்தின்போது நாட்டை தொழில்நுட்பர்கள், ஆசிரியர்கள், மருத்துவப்பணியாளர்கள் இல்லாததாக ஆக்கிவிட்டு ஒரு மில்லியன் குடியேறிகள் வெளியேறினார்கள். ''நவீனத்துவத்தின் தோற்றங்கள்'' பலவாக இருந்தன: சாலை மற்றும் இரயில் பாதை வலைப்பின்னல்கள். பகுதியளவு நவீனமான நகரங்கள், பிரெஞ்சு மொழி பேசும் ஒரு மேட்டுக்குடி. பாரம்பரியமும், ஐரோப்பிய பாணியும் கலந்த உடை, காபி விடுதிகள், திரையரங்குகள், தேசிய வானொலி மற்றும் தொலைக்காட்சி. ஒருகட்சி ஆட்சி முறையின் ஜனரஞ்சகச் சொல்லாடலை, எஃஎல்என்-ஐ, ஒருவேளை

அப்பாவித்தனமாக நம்புவதையும், மன்னிப்பதையும் மிகவும் விரும்பியவர்களாக நாங்கள் இருந்தோம். அது ஜனநாயகத்துக்கான பாதையாக இருக்காது என்று எங்களிடம் சொல்லப்படுவதை நாங்கள் விரும்பவில்லை. இருப்பினும், மக்கள்இராணுவத்தின் முதுகின்மேல் சவாரி செய்து அதிகாரத்துக்குள் நுழைந்தவர்களான, சதிகளிலும், சூழ்ச்சிகளிலும் நன்குபழக்கப்பட்ட தனிநபர்களால் சுதந்திரத்தின்போது நிறுவப்பட்ட நடைமுறைகளைத் தலைகீழாக மாற்றுவதற்கு தேசியத்தின் மகிமை போதுமானதாக இருக்கவில்லை.

1965 ஜூன் 19 அன்று காலை பணிக்குச் செல்வதற்காக நகரத்துக்குள் நான் காரை ஓட்டிச் சென்றேன். காற்று நிச்சலனமாக இருந்தது. வீதிகள் விநோதமானவிதத்தில் நிசப்தமாக இருந்தன. வீதிச்சந்திப்புகளில் டாங்கிகள் நிறுத்திவைக்கப்பட்டிருந்தன. போக்குவரத்து எதுவும் இருக்கவில்லை. இந்தப்பகுதி த பேட்டில் ஆஃப் அல்ஜியர்ஸ் திரைப்படத்துக்கான அரங்க அமைப்பாக இருந்ததா? திரைப்படம் எடுப்பவர்கள் கஸ்பாவைச் சுற்றிலும் மட்டுமே செயல்பட்டுக்கொண்டிருந்தார்கள் என்று நான் நினைத்தேன். ஆனால் யாரும் திரைப்படம் எடுத்துக் கொண்டிருப்பதாக நான் பார்க்கவில்லை.

ஏபிஎஸ் அலுவலகத்தின் முன் நான் காரை நிறுத்தினேன். நடைபாதையில் நின்றுகொண்டிருந்த என்னுடன் பணியாற்றுபவர் களிடமிருந்து அதிகாலை நேரத்தில் ஓர் ஆட்சிக்கவிழ்ப்பு நடந்ததாக நான் அறிந்துகொண்டேன். ''பூமிடியன், பென் பெல்லாவை பதவி நீக்கம் செய்துவிட்டார்,'' என்று யாரோ சொன்னார்கள். பாதுகாப்புத்துறை அமைச்சர் ஹூவாரி பூமிடியன்: பென் பெல்லாவைப் பதவியில் அமர்த்திய அந்த மனிதர், 1963 -ல் பென் பெல்லாவைப் தனது வாரிசு என்று அறிவிக்கப்பட்டு அவருக்காகத் துணைக்குடியரசுத்தலைவர் பதவியை உருவாக்கக் காரணமானவர். அந்தச் சமயத்தில் பென் பெல்லா உணர்ச்சிவசப் பட்டுச் சொன்னார், ''இராணுவம் ஓர் அரசியல் பாத்திரத்தை வகிக்கவேண்டும்.''

''பென் பெல்லா இறந்துவிட்டாரா அல்லது உயிரோடிருக்கிறாரா?'' நான் வினவினேன். யாருக்கும் தெரியவில்லை.

முகவாண்மைக்குள் அவர்கள் அதிர்ச்சியோடு சுற்றி வந்து கொண்டிருந்தார்கள். சாலையின் நடுப்பகுதியில் தகவல் தொடர்பு அமைச்சகத்தின் அதிகாரியொருவர் ஓர் அறிவிப்பை

வழங்குவதற்கு செய்தி அறைக்கு வந்தார்: ''இதெல்லாம் நமது அக்கறைக்குரிய விசயமல்ல. நாம் எளிய மக்கள். பணிக்குத் திரும்பிச் செல்லுங்கள்.'' மதிய வாக்கில் தேசிய வானொலி இராணுவ இசையையும், அல்ஜீரிய தேசிய கீதத்தையும் ஒலிபரப்பியது. அறிக்கைகள் எதுவும் ஒலிபரப்பப்படவில்லை.

வதந்திகளுக்கு மாறாக, தானும் தனது பாதுகாப்பு அமைச்சரும் ஒரு கையின் இருவிரல்கள்போல் ஒன்றாகச் சேர்ந்திருப்பதாக தனது இடிமுழக்கக் குரலில் பென் பெல்லா உரக்கக் கத்தியதை நேற்றுத்தான் ''எளிய மக்க''ளாகிய நாங்கள் செவிமடுத்திருந்தோம். ''வெளிநாட்டுப்பத்திரிகைகள்தான் அல்ஜீரியப்புரட்சிகரத் தலைமைக்குள் ஒரு மோதல் இருப்பதாக வதந்திகளைப் பரப்பி வருகின்றன. எப்போதையும்விட அதிக ஒற்றுமையோடு நாங்கள் இருக்கிறோம்,'' என்று அவர் அறிவித்தார்.[3]

என் கேள்விக்கு பதில் கிடைத்தது: அவர் உயிரோடிருக்கிறார். காவலில் வைக்கப்பட்டிருக்கிறார். அவரைச் சந்தித்துப் பேசமுடியாது.

இரவு வந்ததும் மத்திய அஞ்சலக அலுவலகத்துக்கு அருகிலுள்ள முக்கியப் பொதுவழிப்பாதைகளில் போராட்டக்காரர் களுடன் - மாணவர்கள், இளவயதினர், குழந்தைகளும்கூட - நான் இணைந்துகொண்டேன். நாங்கள் தண்ணீர் குழாய்களால் நீர் பீச்சியடிக்கப்பட்டோம், கண்ணீர்புகை குண்டுகளால் குருடாக்கப்பட்டோம். முகத்தை மறைப்பதற்குக் கைக்குட்டைகள் கூட இல்லாமல், ஆயத்தமற்றநிலையில் இருந்த நாங்கள் அலறினோம், நாங்கள் ஓடினோம். தெருக்களில் நிறுத்தப் பட்டிருந்த கார்களின் பக்கங்களின் மேல் தட்டப்பட்ட தாளலயங்களின் பின்னணியில், ''யாஹியா பென் பெல்லா!'' ''குடியரசுத்தலைவர் பென் பெல்லா!'' ''சர்வாதிகாரிகள் ஒழிக!'' என்னும் உரத்தகுரல்களை என்னால் கேட்க முடிந்தது. தொடர்ந்து வந்த ஐந்தாறு இரவுகளில் நாங்கள் வெளியில் வந்து கூட்டம் கலையும் வரை தெருக்களில் இருந்தோம். ஆரம்ப இரவுகளில் எங்கள் எண்ணிக்கை நூறுகளில் இருந்தது; இறுதியில் ஆயிரங்களில் இருந்தது. எதிர்ப்புகள் பலவீனமாக இருந்தன; நாங்கள் ஆற்றலற்றவர்களாக இருந்தோம்.

போராட்டங்கள் மேற்கு அல்ஜீரியாவின் ஓரானிலும், அன்னாபாவிலும் பெரியவையாகவும், மிகவும் வன்மையானவை யாகவும் இருந்தன. சில பெண்கள் உள்ளிட்டு பன்னிரண்டுக்கு

மேற்பட்டவர்கள் அன்னாபாவில் கொல்லப்பட்டதாக பிரெஞ்சு செய்தித்தாட்கள் தெரிவித்தன. அவர்களது தியாகம்கூட மக்கள் எழுச்சியொன்றை உருவாக்கவில்லை. இன்னொருபுறம், ஆட்சியைக் கவிழ்த்த தலைவர்களுக்கும் ஆதரவு இருப்பதற்கான வெளிப்படையான அடையாளங்கள் எதுவும் இருக்கவில்லை. பெரும்பாலான பிரதேசங்களில் பென் பெல்லாவின் கைது பற்றியும், பூமிடியனால் அவர் இடமாற்றம் செய்யப்பட்டது பற்றியுமான செய்திகளை மக்கள் அசட்டை மனப்பான்மையோடு உள்வாங்கிக்கொண்டனர்.

மூன்றாவது மாலை நேரத்தில் கியூப செய்தி நிறுவனமான பிரென்சா லட்டினா ஆட்சிக்கவிழ்ப்பை (கோல்பே) ஃபிடல் காஸ்ட்ரோ இகழ்ந்துரைக்கும் முக்கியப் பேச்சொன்றின் பிரதி வந்துசேர்ந்தது. ஆட்சிக்கவிழ்ப்புச் செய்த தலைவர்களை அவர் கடுங்கோபத்துடன் தாக்கினார். அவர்களை ''சகோதரப் படுகொலை செய்தவர்கள்'' என்று குற்றஞ்சாட்டினார். அவருடைய வன்மம் குறிப்பாக வெளியுறவுத்துறை அமைச்சர் அப்தெலசிஸ் பூட்டஃப்லிகாவை இலக்காகக்கொண்டிருந்தது, ''ஏனென்றால் - யாரும் சந்தேகம் கொள்ளத்தேவையில்லை - ஆட்சிக் கவிழ்ப்பிற்கான மூளையாகச் செயல்பட்ட இவர் ஒரு புரட்சியாளர் அல்ல. மாறாக, வலதுசாரி மனிதராவார். இவ்வாறுதான் இவர் அறியப்பட்டிருக்கிறார்... இவர் சோசலிசத்தின் எதிரியாவார். இதன்பொருள் இவர் அல்ஜீரியப் புரட்சியின் எதிரி என்பதாகும்.'' ''எந்த ஆதாயமும் இல்லாமல் - பொருளாயதப்பயன் எதையும் நம்பாமல் - 1962 ல் ஏவுகணை நெருக்கடியின்போது, ஏகாதிபத்தியத்தின் கோபத்தைக் கியூபா துணிவாக எதிர்கொண்ட, எதிர்காலத்தில் முக்கியத் தாக்கங்களை ஏற்படுத்தக்கூடியதாக இருந்த அந்த நாட்களில்'' கியூபத் தலைவரைத் தழுவுவதற்காக அதிபர் கென்னடியை மீறி பென் பெல்லா வாஷிங்டனிலிருந்து கியூபாவுக்கு வந்ததை அவர் நினைவுகூர்ந்தார்.[4]

1963 ல், எல்லைப் பிரச்சனை தொடர்பாக மொராக்கோவின் படையெடுப்பை அல்ஜீரியா எதிர்கொண்டபோது, பென் பெல்லாவின் உதவிக்கு வருவதற்கு காஸ்ட்ரோ காலம் கடத்தவில்லை. இரண்டு விமானங்களில் கியூப இராணுவ வீரர்களையும், இரண்டு வர்த்தகக்கப்பல்களில் தன்னிடமிருந்த சிறந்த சோவியத் ஆயுதங்களையும், டாங்கிகளின் பட்டாளம் ஒன்றையும், 5,000 டன் சர்க்கரையையும் அட்லாண்டிக்கைத்

தாண்டி அவர் இரகசியமாக அனுப்பிவைத்தார். இரு தரப்புகளுக்குமிடையில் நேரடிப் பேச்சுவார்த்தைகளின் மூலம் தீர்வுகாணப்பட்டபோது, கியூபர்கள், போருக்குத்தயாரான நிலையில் ஆணைகளுக்காகக் காத்திருந்தார்கள்.

பிரென்சா லாட்டினாவிலிருந்த என் நண்பர்களான பாலேவும், அமெரிகோவும் எனது காரில் அந்தப் பேச்சின் பிரதிகளை ஏற்றினார்கள். பாலேவும், நானும் அவற்றை வெளிநாட்டுப் பத்திரிகை நிறுவனங்களுக்கும், தூதரகங் களுக்கும் கொண்டுசென்று வழங்கினோம். அடுத்தநாள் இரண்டு காவலர்கள் முகவாண்மையின் வெளிப்புறம் இருபத்துநான்கு மணிநேரமும் காவலிலிருக்கும்படி பணியமர்த்தப்பட்டார்கள். ஆனாலும் அதைப் பொருட்படுத்தாது அது தொடர்ந்து செயல் பட்டுக்கொண்டிருந்தது. சில வாரங்களுக்குப் பிறகு, அந்தக் காவலர்கள் எவ்வித எச்சரிக்கையோ அல்லது விளக்கமோ தராமல் காணாமல் போயினர்.

பொதுமக்கள் எதிர்வினை காட்டாமல் இருந்ததை எப்படிப் புரிந்துகொள்வது? இராணுவம் பற்றிய பயம் காரணமாக இருந்ததா? எஃப்எல்என், தேசியத் தொழிற்சங்கம், அல்லது இளவயதினர், மாணவர் மற்றும் பெண்கள் அமைப்புகள் போன்ற தேசிய நிறுவனங்கள் எதுவும் ஆட்சி மாற்றத்தை எதிர்ப்பதற்கு அழைப்பு விடுக்காததுதான் காரணமாக இருந்ததா? தேசிய வானொலி மற்றும் தொலைக்காட்சி நிலையங்கள் ஆக்கிரமிக்கப் பட்டு, பூமிடியனின் தலைமையிலான புதிதாக அமைக்கப்பட்ட புரட்சிகரக் கவுன்சிலுக்கு ஆதரவான செய்திகள் விரைவிலேயே ஒலி/ஒளி பரப்பப்படத் தொடங்கின. செய்தித்தாட்கள் மற்றும் ஏபிஎஸ்-ஸின் குரல்வளைகள் நெரிக்கப்பட்டன.

ஓர் ஆளைத்தவிர வேறெதுவும் மாறவில்லை என்பதே பொதுவான நிலைபாடாக இருந்தது. ‘‘தனிநபர் அதிகாரம்’’ என்பதுதான் குற்றமாக இருந்தது. ஆட்சிமாற்றத்துக்குக் காரணம் என்று பலவிதமான விளக்கங்களும் அறிஞர்களால் வழங்கப் பட்டன. பென் பெல்லாவுக்கும், அப்தெலஸிஸ் பூட்டஃப்லிகாவுக்கும் இடையிலிருந்த கசப்புணர்வுகளின் காரணமாக அரசாங்கத்தை விட்டு பூட்ஃப்லிகா வெளியேறவேண்டும் என்று பென் பெல்லா கோருவதற்கு இட்டுச்சென்றது என்பது பெரும்பாலும் வழக்கமாக மேற்கோள் காட்டப்படும் ஒரு விளக்கமாகும். பென் பெல்லாவுக்கும், குறிப்பாக, பெர்பெர் பிரதேசத்தில் பெருத்த ஆதரவைக்கொண்ட, மிகுந்த மரியாதைக்குரிய தலைவரும்,

அரசின் எதிரி என்று சிறையிலடைத்து வைக்கப்பட்டிருந்தவருமான ஹோசின் அய்த் - அஹமதுவுக்கும் இடையிலான உடன்பாடுதான் காரணம் என்னும் இன்னொரு விளக்கமும்கூட சரியானதாகவே தோன்றுகிறது. அவர்களுடைய ஒப்பந்தத்தைத் தொடர்ந்து அவர் விடுதலை செய்யப்படுவதற்குத் திட்டமிடப்பட்டது. அதன் பிறகுதான் பூமிடியன் தனது நகர்வை மேற்கொண்டார். ஒரு வருடத்திற்குப் பிறகு சிறையிலிருந்து தப்பிச்செல்லும் வரை அய்த்-அஹமத் சிறையிலேயே இருந்தார்.

இராணுவத்தின் மீது அவநம்பிக்கை கொண்டவர்கள் என்பதாக அறியப்பட்ட அமைப்புகள் மற்றும் தனிநபர்களின் தரப்பிலான தொடக்கநிலை எதிர்வினையானது பூமிடியனையும் அவரது பரிவாரங்களையும் கேள்விக்குட்படுத்துவதாகவும், எதிர்காலம் குறித்து பேச்சுவார்த்தை நடத்த முயற்சிப்பதாகவுமே இருந்தது. ஒரு மாதத்திற்குப் பிறகு, ஆர்கனைசேசன் த ரெசிஸ்டன்ட் பாப்புலர் என்றொரு அமைப்பு தோன்றியது. மாணவர்களும், இளவயதினரும், அரசியல் பிரமுகர்களும் ஒன்றுபட்டு உருவாக்கிய அது, ஆட்சியின் கடுங்கோபத்துக்கு இலக்காக மாறியது. சில வாரங்களுக்குள்ளாகவே அதன் தலைவர்கள் சிறையிலடைக்கப்பட்டனர்.

நன்கு அறியப்பட்ட, குறிப்பிட்ட சில பிரமுகர்கள் தலைமறைவானார்கள் அல்லது கைது செய்யப்பட்டு, சித்திரவதை செய்யப்பட்டார்கள்: வரலாற்றாளர் மொஹம்மத் ஹர்பி, கம்யூனிஸ்ட் கட்சியின் முன்னாள் தலைவர்கள், பென் பெல்லாவுக்கு நெருக்கமானவர்கள் என்று அறியப்பட்ட அரசியல் பிரமுகர்கள், அரசாங்க அமைச்சர்கள். லா கெஸ்டியோன் நூலின் ஆசிரியரான ஆன்றி அலெக்கால் இரகசியமாகத் தப்பியோட முடிந்தது. அல்ஜீரியாவின் சிவப்புப்பாதங்கள் எனப்படும் அந்நிய நாட்டவர்கள் பலர் - சிலர் பழிவாங்கப்படுவோம் என்ற அச்சத்திலும், மற்றவர்கள் ஆட்சிக்கவிழ்ப்பைக் கண்டனம் செய்யும் விதத்திலும் விரைந்து வெளியேறினார்கள். பல்வேறு அறிக்கைகள், படுகொலைகள் குறித்துச்சுட்டிக்காட்டின.

அல்ஜியர்ஸில் இருந்த பணித்துறை அதிகாரிகள் பலரையும் போல நானும் பென் பெல்லாவையும், அவருடைய ஆட்சியையும் விமர்சிப்பவளாக இருந்தேன். அவர் எடுத்த முடிவுகள் தான்தோன்றித்தனமாக இருந்தன; அவரது வார்த்தையே சட்டமாக இருந்தது. அல்ஜீரிய மக்கள் குறித்த உண்மை தனக்கு

மட்டுமே தெரியும் என்பது போன்றதும், அவர்களைப் பிரதிநிதித்துவம் செய்வதற்கான தகுதி தனக்கு மட்டுமே இருக்கிறது என்பது போன்றதுமான ஒரு திமிர்த்தனம் அவரிடமிருந்தது-''அல்ஜீரியாவின் ஒரே நம்பிக்கை நான்தான்''- என்று ஒரு சமயம் அவர் சொன்னார். கடைசியாக யார் பேசுவதை அவர் கேட்கிறாரோ அவரைப் பாராட்டுவது அவருடைய வழக்கம் என்பது நன்கு அறியப்பட்டதாக இருந்தது. புகழ்பெற்ற பிரெஞ்சு சுற்றுச் சூழலியலாளரான ரெனெ தூமான்ந் விசயத்தில், அல்ஜீரியாவின் ''விதிவிலக்கானதன்மை'' குறித்து நம்பிக்கை வைக்காததற்காக அவரை வெளிப்படையாகக் கண்டனம் செய்ததுபோல், மற்றவர்களைவிட ''மேலான''வராக அவர் தன்னைக் காட்டிக் கொள்ளும் பிரகடனங்களை வெளியிடுவதில் கைதேர்ந்தவராக மாறினார்.

நிர்வாகம் செய்வதன் நுண்ணிய விவரங்கள் அவரால் நழுவ விடப்பட்டன. 1964ல், சார்த்தே த அல்ஜெரை விரிவு படுத்துவதற்காக நாட்டின் தலைவர்கள் சந்தித்தனர். பொருளாதாரம் மற்றும் சமூகத்திற்கான நிறுவனத்தின் அடிப்படை வடிவமாக ''சுய-மேலாண்மை''யை அமைதியான விதத்தில் மேற்கொண்டனர். அந்த அடிப்படை முடிவை எப்படி நடைமுறைப்படுத்துவது என்பது பென் பெல்லாவின் பிரதானமான செயல்திட்டமாக எப்போதும் மாறவில்லை. உள்நாட்டிலும், சர்வதேச அளவிலும் அது ஒத்திசைந்து இருப்பதே போதுமானதாக இருந்தது. அவருடைய அக்கறை தனிநபர்களோடும், அதிகாரத்தோடும் தொடர்புடையதாக இருந்தது.

சுதந்திரம் பெற்றதிலிருந்து மூன்று ஆண்டுகளில், மூன்று பொதுவான குழுவினங்களின்கீழ், நாட்டின் அரசியல் சக்திகளின் படிப்படியான மறுசீரமைவு ஒன்று உருவாகி வந்தது: இராணுவம் மற்றும் இரகசியக் காவல்துறை, முற்போக்காளர்கள், மற்றும் மதம் சார்ந்த வலைப்பின்னல்கள். அல்ஜீரியாவின் அறிவிக்கப்பட்ட ஜனநாயக இலட்சியங்களும், மனிதநேய இலட்சியங்களும் பென் பெல்லாவின்கீழ் கைதுகள், சித்திரவதைகள் மற்றும் வெளியேற்றப்படுதல்களால் வழக்கமாகத் தடைப்படுத்தப்பட்டன. பென் பெல்லா குறித்து வெளிப்படையாக விமர்சிப்பவர்களாக மாறிய, டூனிஸிலிருந்த இடைக்கால அரசின் தலைவரான ஃபெர்ஹத் அப்பாஸ் உள்ளிட்ட, சுதந்திரப் போராட்டத்தின் குறிப்பிடத்தக்க தலைசிறந்த ஒளிவிளக்குகள், சஹாராவில் தாங்கள் சிறையிலடைக்கப்படுவதை மட்டுமே காண நேர்ந்தது.

ஹோசின் அய்த்-அஹமத் மற்றும் மொஹமத் பூடியஃப் போன்ற மற்றவர்கள் அவரைத் தூக்கியெறிவதற்குச் சதித்திட்டம்தீட்டி, மலைகளில் ஒரு கெரில்லாக்கிளர்ச்சிக்கு ஆயத்தம் செய்தார்கள். பென் பெல்லா கொடுங்கோலாட்சி செய்வதாக குற்றம் சாட்டப் பட்டார். அவரது முரண்பாடுகள் முன்னிலைப்படுத்தப்பட்டன. தேசியப் பிரச்சனைகள் தொடர்பான விசயங்களில் பத்திரிகைகள் சுயதணிக்கைமுறையைத் தவறாமல் கடைப்பிடித்ததால், ஆட்சி முறை குறித்ததும், அது தொடர்பான விமர்சனம் குறித்ததுமான தகவல்கள் வதந்திகள் மற்றும் வாய்மொழி மூலம் பரவின.

நேற்றைய கலகக்காரர்கள் இப்போது ஒரே இரவில், பென் பெல்லாவை நிராகரித்துவிட்டார்கள். வீதியில் போராடுபவர்களால் ஆதரிக்கப்படுவதற்கு புதிய தலைவர்கள் யாரும் இருக்க வில்லை; ஆட்சிக் கவிழ்ப்பால் வார்த்தெடுக்கப்பட்ட மாற்றம் ஒரு கொடுங்கோலருக்கு பதிலாக இன்னொரு கொடுங்கோலரைக் கொண்டுவருவதைத் தவிர வேறொன்றுமில்லை என்று பலரும் அஞ்சினார்கள்.

ஆனால் எல்லா விசயங்களும் ஒரு நாள் சரிசெய்யப் பட்டுவிடும் என்ற நம்பிக்கை எஞ்சியிருந்தது. நாங்கள் எல்லோரும் வேலைக்குத் திரும்பினோம்.

❀❀❀

4. கறுப்புச் சிறுத்தைகளைச் சந்தித்தல்

1967 கோடைகாலத்தில் ஹவானாவில் நடைபெற்ற ஆர்கனைசேசன் ஆஃப் லத்தின் அமெரிக்கன் சாலிடாரிட்டி (ஓஎல்ஏஎஸ்) கூட்டத்தில் அல்ஜெரி பிரஸ் சர்வீஸ் (ஏபிஎஸ்) நிறுவனத்தை நான் பிரதிநிதித்துவம் செய்தேன். இது, முற்போக்கு அரசியல் கட்சிகள், அமைப்புகள் மற்றும் லத்தின் அமெரிக்க கெரில்லா இயக்கங்களின் பிரதிநிதிகள் தங்கள் ஒற்றுமையை வெளிப்படுத்துவதற்கும், உதவியை ஒருங்கிணைப்பதற்கும், போராட்டத்தின் இலக்குகளை வரையறுப்பதற்குமான ஒரு கருத்தரங்காக இருந்தது. நான் நியூ யார்க்குக்குப் பயணம் செய்து, ரிட்ஜ்ஃபீல்டில் என் பெற்றோரைப் பார்ப்பதற்காக நின்று - நான் போகுமிடம் குறித்து அவர்களிடம் ஒரு வார்த்தையும் சொல்லாமல் - பிறகு, மெக்ஸிகோ நகரத்துக்குப் பயணம் செய்தேன். அங்கு கியூபத் தூதரகத்தில் எனக்கு ஒரு பயணச்சீட்டும், விசாவும் காத்திருந்தன. விமானநிலையத்தில், கியூப விமானத்தில் ஏறிய பயணிகள் அனைவரும் சிறப்புக்கூடம் ஒன்றில் அடைக்கப்பட்டு, புகைப்படம் எடுக்கப்பட்டனர். அது போலிஸ் விசாரணைக்காக வரிசையில் நிறுத்தப்பட்டது போலிருந்தது. ஒவ்வொரு கடவுச்சீட்டும் சாலிடா டி மெக்ஸிகோ *பாரா ஹபானா* [1] என்று முத்திரையிடப்பட்டது.

ஹவானாவில் நான் ஜோசி ஃபனானையும், அவரது மகனான ஒலிவியரையும் சந்தித்தேன். அடுத்து ஆறு வாரங்களை நாங்கள் கியூபப் புரட்சியின் ஜூலை 26 ஆண்டு விழாக் கொண்டாட்டங்களில், பங்கெடுத்துக் கொண்டும், ஓஎல்ஏஎஸ் கருத்தரங்குகளில் கலந்து கொண்டும், தீவைச் சுற்றிப்பார்த்தும் கழித்தோம். மக்களின் மனஉறுதி ''மேலோங்கி''யிருந்தது: முற்போக்கானதாகவும், தற்பெருமை கொண்டதாகவும் இருந்தது. இரண்டாண்டுகளுக்கு முன்பே சே குவேரா காணாமல் போயிருந்தார். ஆனால் ஓஎல்ஏஎஸ் கூட்டத்தின்போது, பொலிவிய மலைகளில் நடந்த சண்டை குறித்த செய்தி

தலைப்புச்செய்தியாக ஆனது, சே குவேரா இன்னொரு நாட்டை புரட்சிக்குள் இட்டுச்செல்கிறார் என்று எங்களில் பலர் கற்பனை செய்வதற்கு இட்டுச்சென்றது. அந்தோ பரிதாபம், அந்த எண்ண ஓட்டம் விரைவிலேயே மாறியது. அவர் சிறைப்பிடிக்கப்பட்டுக் கொல்லப்பட்டார்.

நானும் ஜோசியும் அல்ஜீரியத் தூதுக்குழுவோடும், சார்ஜ் த்த, அஃப்பயர்ஸோடும் தொடர்பு கொண்டிருந்தோம். 1965 ஜூனில் அல்ஜீரிய கோல்பிஸ்டாஸுக்கு (ஆட்சியைக் கவிழ்த்தவர்கள்) எதிராக ஃபிடல் கோபத்தை வெளிப்படுத்தியதிலிருந்து கொஞ்ச காலத்திற்குப் பிறகுவரை கியூபாவுக்கும், அல்ஜீரியாவுக்கும் இடையிலான சரிவு கண்டிருந்த தூதரகப் பிரதிநிதித்துவம் தூதரக மட்டத்தில் சீரமைக்கப்படவில்லை. ஓஎல்ஏஎஸ் கருத்தரங்கிலிருந்து சிற்றலை வானொலி மூலமாக அல்ஜீரியாவிலிருந்த ஏபிஎஸ் ஒலிவாங்கிகளுக்கு செய்திக் கட்டுரைகளை இரவுநேரங்களில் காற்று குறைந்தபட்சம் சரியான திசையில் வீசும் இரவுகளில் மட்டுமாவது - அனுப்பினேன். ஹவானாவில் ஜோசி *எல்முஜாஹித்* பத்திரிகையின் சிறப்புத் தூதராக இருந்தார். கருத்தரங்கின் தொடக்கத்தில் அவர் இரண்டு கட்டுரைகளை எழுதினார். பிறகு, எனது தினசரி ஒலிபரப்புகள் அல்ஜீரிய ஊடகங்களுக்குப் போதுமானவை என்று முடிவு செய்து விட்டார்; எதற்காக செய்ததையே மீண்டும் செய்யவேண்டும்? இரவு நேர ஒலிபரப்பை எனது பெயரில் நான் செய்தேன். ஆனால் *எல்முஜாஹித்*தில் வெளியான கட்டுரைகள் ''சிறப்புத்தூதர் ஜே. ஃபனான்'' அல்லது ''அல்ஜீரி பிரஸ் சர்வீஸின் சிறப்புத் தூத''ரின் பணிகள் என்று பெயர் எதுவும் குறிப்பிடப்படாமல் வெளியாயின. அல்ஜீயர்ஸுக்கு வீடு திரும்பியபோதுதான் என் பெயர் வெட்டப்பட்டிருந்ததை நான் புரிந்துகொண்டேன். நான் மகிழ்ச்சி கொள்ளவில்லை. அவர்கள் பிரபலமானவர்களாக இல்லாதபோது, தகுதி வாய்ந்த செய்தியாளர்களுக்கான பற்றாக்குறையை மறைப்பதற்காக செய்தித்தாட்களில் அந்நிய நாட்டவர்களின் பெயர்கள் தவிர்க்கப் படும் அல்லது அவற்றை ''அராபியமயமாக்கும்'' போக்கு இருந்துவந்தது. சந்தடியின்றி வளர்ந்துவந்த இந்தப்போக்கை ஏற்றுக்கொள்ள வேண்டியிருப்பதாக அனைவரும் உணர்ந்தார்கள்.

கியூபாவின் சன் மற்றும் ஆஃப்ரோ கியூபன் கோம்பர்சாஸ் அல்லது பிற்காலத்தில் சல்சாவாக உருவெடுத்த, காங்கோ குழுக்கள் ஆகியவற்றின் பிறப்பிடமான சாண்டியாகோ டி

கியூபாவில் கியூபப்புரட்சியின் தொடக்கம் முதன்முதலாகக் கொண்டாடப்பட்டது. அந்த நகரம் அடிமைகளின் வழித் தோன்றல்கள் மற்றும் ஹெய்தியக் குடியேறிகளின் இருப்பிடமாக இருந்தது; அங்குதான் 1959 ஜனவரி 1 அன்று ஃபிடல் காஸ்ட்ரோ புரட்சியின் வெற்றியைப் பிரகடனம் செய்தார். நாங்கள் நடனமாடினோம், முரசுகள், ஊதுகுழல்கள், இசை இயக்குபவரின் சிறுகோல்கள், கிட்டார்களின் ஓசைக்கேற்ப இரவு முழுவதும் நகரத்தின் ஊடாக வளைந்து வளைந்து ஊர்ந்து சென்றோம்.

கூட்டத்தின் முடிவில், ''இந்தக் கண்டமே புரட்சியைக் கருக்கொண்டிருக்கிறது,'' என்று காஸ்ட்ரோ உணர்ச்சிவேகத்தில் பிரகடனம் செய்தார். இந்த அறிவிப்போடு சேர்த்து சோசலிச நாடுகளின் மீதும் நேரடித்தாக்குதல் ஒன்றை மேற்கொண்டார். ''சர்வதேசியம் என்பது இருக்குமானால், ஒருமைப்பாடு என்பது உச்சரிக்கத்தக்க ஒரு வார்த்தையாக இருக்குமானால், இந்த அரசாங்கங்களுக்கு சோசலிச முகாமிலுள்ள எந்தவொரு அரசிடமிருந்தும் (சோவியத் யூனியன் என்று நாம் புரிந்துகொள்ள வேண்டும்) குறைந்தபட்சமாக நாம் எதிர்பார்க்கும் உதவியான நிதி அல்லது தொழில்நுட்ப உதவியை மறுப்பது... கியூப மக்களைப் பட்டினிபோட்டுச் சாகடிக்கும் முயற்சியில் ஈடுபட்டிருக்கும் ஏகாதிபத்தியத்துக்கு உதவுவதாகவே இருக்கும்.''[2]

சில இரவுகளுக்குப் பிறகு, அதிகாலைப் பொழுதில், நானும் ஜோசியும், தங்கள் நாட்டில் ஆட்சியதிகாரத்தை நோக்கி எப்படி முன்னோக்கி நகர்வது என்று தளபதியிடம் ஆலோசனை கேட்ட சால்வடோர் அலெண்டேயின் கட்சியைச் சேர்ந்த சிலி நாட்டு சோசலிஸ்டுகளின் சிறு குழுவொன்றுடன், காஸ்ட்ரோவுக்குப் பக்கத்தில் நின்றுகொண்டிருந்தோம். ''தோழர்களே,'' அவர் பதிலளிக்கத் தொடங்கினார். ''நீங்கள் புரட்சியை ஏற்படுத்த வேண்டும்.'' பிறகு அவர் அதை ஒவ்வொரு வார்த்தைக்கும் அழுத்தம் கொடுத்து, மெதுவாக இரண்டுமுறை திருப்பிச் சொன்னார்: ''நீங்கள் புரட்சியை ஏற்படுத்தவேண்டும்!'' அவரது சுருக்கமான பதில் சொல்லாட்சிமிக்கதொரு சைகைக்குறிப்புக்குச் சற்றே மிகைப்பட்டதாக இருந்ததால் சிலி நாட்டவர்கள் மகிழ்ச்சியடைந்தார்கள்.

ஓஎல்ஏஎஸ் மேடையில் காஸ்ட்ரோவுக்கு அருகில் அமர்ந்திருந்தவர் ஸ்டூடன்ட் நான்-வயலன்ட் கோஆர்டினேசன் கமிட்டி (எஸ்என்சிசி) யின் தலைவர்களில் ஒருவரும் அந்தக்

கூட்டத்தின் சிறப்பு விருந்தினருமான ஸ்டாக்லி கார்மைக்கேல் ஆவார். ஹபானா லிப்ரே உணவகத்தில் நடந்த ஸ்டாக்லியின் திகைக்கவைத்த செய்தியாளர் கூட்டத்தில், உலகெங்குமுள்ள சுமார் 150 ஊடகப் பிரதிநிதிகளுடன் நான் கலந்துகொண்டேன். முழுவதும் வெள்ளை உடையும், கறுப்புக் கண்ணாடியும் அணிந்து - தையற்கலையைச் சிறப்பாக வெளிப்படுத்திய - அந்த உயரமான, அழகான, கறுப்பு அதிகாரத்தின் சொல்வன்மைமிக்க பேச்சாளரான அவர் தனது சக எஸ்என்சிசி உறுப்பினர்களான ஜார்ஜ் வேர் மற்றும் ஜூலியஸ் லெஸ்டருக்குப் பக்கத்தில் நின்று கொண்டு, கூட்டத்தைக் கைதட்டவும், சிரிக்கவும், உற்சாகப் படுத்தவும் தூண்டிக் கொண்டிருந்தார். ''எங்கள் நிறமே எங்களை ஒடுக்குவதற்கான ஓர் ஆயுதமாகப்பயன்படுத்தப்படுகிறது என்ற காரணத்தால், எங்கள் நிறத்தை விடுதலைக்கான ஓர் ஆயுதமாக நாங்கள் பயன்படுத்த வேண்டியிருக்கிறது,'' என்று அவர் முழங்கினார். உலகின் மூன்று மிகப்பெரிய புரட்சிகளுக்குத் தலைமைதாங்கியவர்கள் ''கறுப்பு மனிதர்கள்: மா சேதுங், ஹோசி மின் மற்றும் மகாத்மா காந்தி,'' என்று அவர் அறிவித்ததை அன்று இரவு அல்ஜியர்ஸுக்கு அனுப்பிய எனது கட்டுரைக்குத் தலைப்பாக நான் ஆக்கினேன்.

வன்மையான மாறுதல்களுக்கு உள்ளாகிக்கொண்டிருக்கும் ஓர் உலகத்தில் அந்தச் செய்தியாளர்கூட்டம் இடம்பெற்றது. அமெரிக்கா வியட்நாம் போரில் ஆழமாக ஈடுபட்டிருந்தது. டெட்ராயிட் கறுப்பின மக்கள் முன்னெடுத்த, அமெரிக்க வரலாற்றிலேயே மிகப்பெரிய கலகம், அந்த நகரத்தை முற்றிலுமாக நாசப்படுத்தியது. சே குவேரா பொலிவியாவில் சண்டையிட்டுக் கொண்டிருந்தார். வெனிசுவேலாவிலும், கௌதமாலாவிலும், நிகராகுவாவிலும் கெரில்லாக்கள் ஆபத்தான விதத்தில் வெளியில் சுற்றிக் கொண்டிருந்தார்கள். வெள்ளையர்களின் உலகம் சாகும் தறுவாயில் உள்ளதாக ஸ்டாக்லி விவரித்தார். அது அழியப் போகிறது என்று கூறினார்.

செய்தியாளர்கூட்டத்துக்குப் பிறகு, நான் எழுந்து நின்று என்னை அறிமுகப்படுத்திக்கொண்டேன். ''நீங்கள் அறிவித்த உலகச் சுற்றுப் பயணத்தில் ஆப்பிரிக்கா உள்ளடக்கப் பட்டிருக்கிறதா?'' என்று நான் கேட்டேன். அவர் வியட்நாமுக்குப் புறப்பட்டுச்செல்வதாகவும், திரும்பிவரும்போது அல்ஜீரியாவில் இடைநிற்பது தனக்கு மிகுந்த மகிழ்ச்சியூட்டும் என்றும் சொன்னார். அல்ஜீரியத் தூதுக்குழுவின் தலைவர் முஸ்தாபா

பூர்ஃபா அதற்கு ஒப்புதல் தெரிவித்தார். நாங்கள் மூவரும் சந்தித்தோம். எஃஎல்என் சார்பாக முறையான அழைப்பொன்றை பூர்ஃபா அவருக்கு வழங்கினார்.

1967, செப்டம்பர் 6 அன்று கார்மைக்கேல் அல்ஜியர்ஸுக்கு வந்துசேர்ந்தார். அவருடைய மொழிபெயர்ப்பாளர் என்ற முறையில் விமானநிலையத்தில் நான் அவரோடிருந்தேன். அதிகாரிகள் மற்றும் செய்தியாளர்களோடான அவரது சந்திப்புகளில் கலந்துகொண்டேன். விமானப் படிக்கட்டுகளிலிருந்து ஓடுபாதைக்கு இறங்கும்போது அவர் முதலில் சொன்ன வார்த்தைகள்: ''இதோ இங்கே இருக்கிறேன், இறுதியாக என் தாய்நாட்டில்.''

ஸ்டாக்லியும், நானும் நாடெங்கும் ஒன்றாகப் பயணம் செய்தோம். உள்ளூர் அதிகாரிகளாலும், அதுபோலவே மாணவர்கள் மற்றும் சமூகக்குழுக்களாலும் அவர் வரவேற்கப்பட்டார். நாங்கள் தோற்றமளித்த அனைத்து நிகழ்ச்சிகளிலும் அவர் இனவாதம் பற்றிப் பேசினார். அவரது பேச்சுகள் தினமும் பத்திரிகைகளில் வெளியாயின. முன்னாள் பிரெஞ்சுக் குடியேறி ஒருவரின் பணியாட்களால் சுயமாக நிர்வகிக்கப்பட்ட, ஓரானுக்கு அருகிலிருந்த ஒரு பெரிய பண்ணையில், கம்பியில் குத்தி, வாட்டிப்பதப்படுத்தப்பட்ட முழுச் செம்மறி ஆட்டுக் குட்டியின் இறைச்சியான மிகநேர்த்தியான மெச்சோவி (mechovi) யுடன் சேர்ந்து, சர்க்கரை கலந்த சுவையான மெஸ்ஃபோஃப் (mesfouf) உணவு தட்டுகளில் எங்களுக்கு வழங்கப்பட்டது. நீண்ட மேசைகளில் நாங்கள் சாப்பிட்டோம். ஸ்டாக்லி குழுமியிருந்த மக்களிடம் வசீகரமும், போர்க்குணமும் கலந்து பேசினார். ஏகாதிபத்தியத்துக்கு எதிரான போராட்டத்தில் கறுப்பு அதிகாரம் என்பது பிரிக்கமுடியாத கூறு என்பதற்கு அவர் அழுத்தம் தந்தார். அந்தப் பண்ணையில் இருந்த தொழிலாளர்கள் முதன்முதலாகப் பார்த்திருந்த அமெரிக்கர்கள் நாங்கள்தான். அவர்கள் அவருக்கு பலத்த கைதட்டலை வழங்கினார்கள். எங்களுக்குக் கூடைகள் நிறையப் பழங்களை வழங்கினார்கள்.

அல்ஜீரியாவில் அலுவலகங்கள் மற்றும் தங்குமிடங்களை அமைத்துக் கொள்வதற்கு அவர் முடிவு செய்தால் அதற்கு ஆதரவை வழங்குவதாக நாட்டின் அங்கீகரிக்கப்பட்ட ஒரே

கட்சியான எஃப்எல்என்னின் தலைவர் செரிஃப் பெல்கார்சம் வாக்குறுதியளித்தார். தனது சொந்தநாட்டுக்கு ஓர் அரசியல் அறிவிப்பை அனுப்பவேண்டும் என்பது அவருடைய திட்டமிட்ட நோக்கமாக இல்லையென்றால், அவர் தனது மன உணர்ச்சியை வெளிக்காட்டிக் கொள்பவராக இல்லையென்ற போதிலும், தான் பெற்ற வரவேற்பில் ஸ்டாக்லி மகிழ்ச்சியடைந்தார் என்று நான் நம்புகிறேன். தனது நினைவுக்குறிப்புகளில் அவர் என்னை ‘‘மிகவும் இனியவராக’’ இருந்தார் என்று குறிப்பிட்ட போதும், அவரும் நானும் எந்தவிதமான இணக்கத்தையும் வளர்த்துக் கொள்ளவில்லை.

அல்ஜியர்ஸில் இருந்தபோது, ஸ்டாக்லி கினியத் தூதரகத்தைத் தொடர்புகொண்டு, கொனாக்ரிக்குச் செல்வதற்கான ஏற்பாடுகளைச் செய்தார். அது அவருடைய வாழ்க்கையே மாற்றுகிற ஒரு பயணமாக இருந்தது.

அவர் குடியரசுத்தலைவர் அஹமத் சேகு தூரேவாலும், அவரது நிரந்தர விருந்தினரான பென் பெல்லாவுக்கு ஓராண்டுக்குப் பிறகு, 1966 ல் ஆட்சிக்கவிழ்ப்பால் தூக்கியெறியப்பட்ட, கானாவின் முன்னாள் குடியரசுத்தலைவர் குவாமே நுக்ருமாவாலும் வரவேற்கப்பட்டார். ஸ்டாக்லி சாகும் வரையிலான அவரது வழிகாட்டியாக நுக்ருமா மாறினார். சர்வதேச அளவில் தென்னாப்பிரிக்கப் பாடகியாக அறியப்பட்ட மிரியம் மகிபாவையும் சேகு தூரே அவருக்கு அறிமுகம் செய்து வைத்தார்.

ஃபிலடெல்பியாவைச் சேர்ந்த, சிற்றுருக்கொண்ட, மிகவும் அழகான கேத்தி சிம்ஸ் என்னும் தன்னுடைய நண்பி தன்னைப் பின்தொடர்ந்து அல்ஜியர்ஸுக்கு வரப்போவதாக ஸ்டாக்லி என்னை எச்சரித்தார். அவரைப் பார்த்துக்கொள்ள வேண்டுமென்றும், கொனார்கிக்கு விமானத்தில் அனுப்பிவைக்க வேண்டும் என்றும் என்னை அவர் கேட்டுக்கொண்டார். அதை நான் செய்தேன். சில வாரங்களுக்குப் பிறகு எந்தவித முன்னறிவிப்புமின்றி கேத்தி அல்ஜியர்ஸுக்குத் தனியாகத் திரும்பிவந்தார். ஸ்டாக்லி மிரியத்திடம் காதலில் வீழ்ந்திருந்தார். அவர்கள் விரைவில் திருமணம் செய்து கொள்ளவிருந்தார்கள்.

கேத்தி சில வாரங்கள் என்னோடு தங்கியிருந்தார். நாங்கள் அந்தச்சமயத்தில் வடக்கு அரைக்கோளத்தின் பனிக்காலக் குளிர் பருவநிலையை அவர் தாங்கிக்கொள்வதற்கு உதவும் வகையில்

பெரியதொரு சிவப்பு நிற போன்சோ மேலாடையை வெட்டித் தைத்தோம். கொடுமையான விதத்தில் நிலைகுலைந்துபோன ஸ்டாக்லியுடனான காதல் விவகாரத்தின் காலநிலை மாறுதலை அவர் எப்படித் தாங்கிக் கொள்ளப்போகிறார் என்பது மிகவும் சிக்கலானதாகத் தோன்றியது. ''அவரை நீ மறந்துவிடப் போகிறாய்,'' என்று நான் கேத்தியிடம் சொன்னேன். எனக்கே அது நிச்சயமற்றதாகத் தோன்றியபோதிலும்கூட. கேத்தி வியக்கத்தக்க அளவு கூர்மதிகொண்டவராக, அன்பான கூட்டாளியாக இருந்தார். அவர் அல்ஜியர்ஸை விட்டுச் செல்வதைக் காண்பது எனக்கு வருத்தம் தருவதாக இருந்தது.

1968-ன் பிற்பகுதியில், அப்போது தகவல்துறை அமைச்சராக இருந்த என் நண்பர் மொகமத் பென்யாஹியா, ஆர்கனைசேசன் ஆஃப் ஆப்பிரிக்கன் யூனிட்டி அமைப்பின் சார்பாக 1969 ஜீலையில் நடத்தத் திட்டமிட்டிருந்த முதல் பான் - ஆப்பிரிக்கன் கல்சுரல் ஃபெஸ்டிவல் விழாவை ஒருங்கிணைப்பதற்காகக் கூட்டிய அலுவலர் கூட்டத்தில் என்னையும் கலந்துகொள்ளுமாறு கேட்டுக்கொண்டார்.

அந்த ஆண்டுகளின் போதான அல்ஜீரிய நிர்வாகத்தில் இருந்த ஒரே அமெரிக்கர் நான் மட்டும்தான்.

ஙு

1969 ஜுனில் என் வாழ்க்கை கறுப்புச்சிறுத்தைகள் கட்சியோடான தொடர்புக்குள் தூக்கியெறியும் நாடகார்த்தமான ஒரு திருப்பத்தை மேற்கொண்டது. அந்த எதிர்கொள்ளல் பல ஆண்டுகாலத்துக்கு முன்னால் நான் விட்டுச்சென்ற நாட்டோடு என்னை மீண்டும் ஒருங்கிணைத்தது.

அந்தச்சமயத்தில், கறுப்புச்சிறுத்தைகள் கட்சி அமெரிக்காவில் மிகவும் கெட்டபெயரெடுத்த, குறிப்பிடத்தக்க கறுப்பர் அமைப்பாக இருந்தது. எஃபிஐ - யின் இயக்குனர் ஜே. எட்கர்ஹுவரைப் பொறுத்தவரை, சிறுத்தைகள் ''நாட்டின் உள்நாட்டுப்பாதுகாப்புக்கு மிகப்பெரிய அச்சுறுத்தலாக'' இருந்தார்கள். 1967 ஆகஸ்ட் 25 அன்று, தனது இருபத்து மூன்று கள அலுவலகங்களுக்கு முன்வைத்த ஒரு நினைவுறுத்தலில், காயின்டெல்புரோ (COINTELPRO) என்று அழைக்கப்பட்ட கிளர்ச்சி எதிர்ப்பு நடவடிக்கைக்கு புதிய ஆற்றலை வழங்கி, "இடர்பாட்டுக்குள்ளாக்குவதற்கு, ஊடறுப்பதற்கு, தவறாக வழிநடத்துவதற்கு, நற்பெயருக்குக் களங்கம் ஏற்படுத்துவதற்கு,

அல்லது வேறுவகையில் கறுப்பின தேசியவாதிகளின் நடவடிக்கை களைப் பயனற்றுப்போகும்படி செய்வதற்கு'' அவர்களை வழிநடத்தினார். ''கறுப்புச்சிறுத்தைகள் கட்சி எதற்கு ஆதரவாக நிற்கிறதோ அதை அழித்து விடு'' மாறு அவர் ஆணையிட்டார்.[3]

அதிபர்களான லின்டன் பி. ஜான்சனும், ரிச்சர்ட் நிக்சனும் வியட்நாம் போருக்கான எதிர்ப்பில் அந்நியத் தலையீடு இருப்பதாகக் கண்டார்கள். படிப்படியாக சிஐஏ வானது வெளிநாடுகளில் வாழ்கிறவர்களும், வெளிநாட்டுக்குப் பயணம் செய்பவர்களுமான அமெரிக்கர்களை உளவு பார்ப்பதில் சிஐஏ குறித்த காங்கிரஸின் சட்ட ஆணையையும் மீறி ஈடுபடுத்தப் பட்டது. விரைவில் 300,000 அமெரிக்கர்கள் இடம்பெற்றிருந்த அதி இரகசிய உளவுக்குழுவான எம்ஹெச்/சிஹெச்ஏஓஎஸ் (MH/CHAOS) சிஐஏ தலைமையகத்தின் அடித்தளத்திலிருந்து செயல் பட்டு அல்ஜியர்ஸுக்கும், என்னிடமும் பயணம் செய்யவிருந்த கறுப்புச் சிறுத்தைகள் குறித்த தகவல்களைத் திரட்டத்தொடங்கியது.[4]

கறுப்புச்சிறுத்தைகள் கட்சி அதன் பார்வைக்காகவும், அதுபோலவே அதன் செயல்பாடுகளுக்காகவும், அதன் அரசியலுக்காகவும் அறியப்பட்டதாக இருந்தது. சிறுத்தைப் போராளிகள் தலை முதல் கால் வரை கறுப்புத் தோலாலான உடையை உடுத்தியிருந்தனர். ஆஃப்ரோ பாணியில் தலையலங்காரம் செய்திருந்தனர். குண்டு நிரப்பிய துப்பாக்கிகளை உயர்த்திப் பிடித்தவாறு அணிவகுப்பு நடத்தினர். அவர்களது சொல்லாட்சி எங்கள் அனைவரிடமும் அதிர்ந்தது: ''மக்களுக்கு அதிகாரம்'' மற்றும் ''பன்றிகளை வெளியேற்றுவோம்'' ஆகியவை அன்றாட வெளிப்பாடுகளாக மாறின. அவர்களது செயல்பாடுகள் கனிவு கொண்டவையாக - குழந்தைகளுக்குக் காலை உணவு, உடல் நலம் பேணுதல், பள்ளிக்குப் பின்னான திட்டங்கள் - அல்லது கடுமையான தாக்குதலாக இருக்க முடிந்தது. அவர்கள் தங்களைத் தாங்களே புரட்சியின், அமெரிக்கப்புரட்சியின் முன்னணிப்படையென்று அழைத்துக்கொண்டார்கள். அவர்களது தாக்கம் மகத்தானதாகவும், நீண்டகாலம் நீடித்திருக்கப் போவதாகவும் இருந்தது.

நான் வெளிநாட்டில் இருந்த ஆண்டுகளில், அமெரிக்காவில் நடந்த நிகழ்வுகளைத் தொடர்ந்து கவனித்து வந்தேன். வியட்நாம் போருக்கு எதிரான போராட்டங்கள் குறித்துப் படித்தறிந்ததன் மூலம் வாழ்ந்து அனுபவித்தேன். கறுப்பர்கள் மற்றும் சிறுபான்மையினரின் கிளர்ச்சி மேலோங்கிய நிலை -

கலகங்கள், போராட்டங்கள், தலைமறைவு நடவடிக்கைகள் - எனது செயல்திட்டத்தில் பல ஆண்டு காலம் உயர்ந்த இடத்தில் இருந்தது. அவற்றைப்பற்றி ஏபிஎஸ்ஸிலும், ஆர்டிஏவிலும் நான் விரிவாக எழுதினேன். அதன் விளைவாக சிறுத்தைகளோடான எனது எதிர்கொள்ளல் முற்றிலும் எதிர்பாராத ஒரு சந்திப்பாகவோ அல்லது ஏற்பாடு செய்யப்பட்ட ஒரு சந்திப்பாகவோ இருக்கவில்லை. அவர்கள் யாரென்று எனக்குத் தெரிந்திருந்தது. திகைப்பூட்டும் தொடக்கங்களிலிருந்தே அவர்களது நடவடிக்கைகளை நான் தொடர்ந்து கவனித்து வந்தேன். ஹியூவே நியூட்டன், பாபி ஷீல், மற்றும் எல்ரிட்ஜ் கிளிவர் ஆகியவை எனக்கு நன்கு அறிமுகமான பெயர்களாக இருந்தன; அவர்களது முரட்டுத் துணிச்சலும், அரசியல் அறிவுக்கூர்மையும் என்னை மனக் கிளர்ச்சியில் ஆழ்த்தியது.

1969 ஜுன் மாதத்தொடக்கத்தில் ஓர் இரவில் எனது கட்டிடத்தின் மின்தூக்கியிலிருந்து வெளியில் காலடி எடுத்து வைத்தபோது தொலைபேசி மணி ஒலிப்பதைக்கேட்டு, எனது அடுக்குமாடிக்குடியிருப்பின் பாதிவரை படிக்கட்டுகளில் அவசரமாக மேலே ஏறினேன். அது ஜிம்பாப்வே ஆப்பிரிக்கன் பீப்பிள்ஸ் யூனியன் பிரதிநிதியான சார்லஸ் சீக்கரிமா. அந்தச் சமயத்தில் கடும் இனவாதப்போக்குகொண்ட வெள்ளையினக் குடியேறிகளின் சிறுபான்மை அரசாங்கம் ஒன்றால் ஆளப்பட்ட ஒரு நாட்டில், தெற்கத்திய ரொடிசியாவைச் சேர்ந்த அந்த அமைப்பு போர்க்குணம் கொண்ட விடுதலை இயக்கமாகும். சார்லஸ் சில மணிநேரமாக அழைத்துக்கொண்டிருப்பதாகச் சொன்னார். அவர் சொன்ன செய்தி சுருக்கமானது: ''எல்ரிட்ஜ் கிளிவர் நகரத்தில் இருக்கிறார், அவருக்கு உதவி தேவைப்படுகிறது.''

எந்த விளக்கமும் இல்லை. விக்டோரியா ஹோட்டலின் முகவரியை அவர் தந்தார். ''அவரைப் போய்ப்பார்.''

எல்ரிட்ஜ் கிளிவர்

எல்ரிட்ஜ் கிளிவர் சோல் ஆன் ஐஸ் நூலின் ஆசிரியர், மேதைமையும், வாக்குமூலத் தன்மையும் கொண்ட, திகைப்பூட்டும் அந்தப்புத்தகம் அவரைப் பிரபலமானவராக ஆக்கியது. அவர் கறுப்புச்சிறுத்தைகள் கட்சியின் தகவல் அமைச்சராகவும், அதன் தளராத ஒருங்கிணைப்பாளராகவும், பேச்சாளராகவும், ஹியூவேவை விடுதலை செய் (FREE HUEY) என்னும் பிரச்சார நடவடிக்கையை உருவாக்கியவராகவும் (கட்சியின் தலைவரான ஹியூவே நியூட்டன்

கொலைக்குற்ற விசாரணைக்காகச் சிறையில் காத்திருந்தார்) இருந்தார். அவரது தலைமையின்கீழ் கறுப்புச்சிறுத்தைகள் கட்சி நாற்பதுக்கும் மேற்பட்ட கிளைகளைக்கொண்டதாக திடீர் வளர்ச்சியடைந்து தலைமறைவு இராணுவ வலைப்பின்னல் ஒன்றை வளர்த்தெடுத்துக்கொண்டதாக மேம்பாடு கண்டது. 200,000 பிரதிகள் விற்பனையாவதாகப் பெருமைப்பட்டுக் கொண்ட கறுப்புச்சிறுத்தைகள் கட்சியின் பத்திரிகையொன்றுக்கும் அவர் ஆசிரியராக இருந்தார்.

1968 ஏப்ரலில் மார்ட்டின் லூதர் கிங்கின் படுகொலைக்குப் பிறகு, கலிஃபோர்னியா ஓக்லேன்டில் போலீஸோடான துப்பாக்கிச் சூடொன்றில் கிளிவர் சிக்கிக்கொண்டார். அவர் படுகாயமடைந்தார், அதே சமயம் சக சிறுத்தையான பாப்பி ஹட்டன் கொல்லப்பட்டார். மூன்று போலீஸ் அதிகாரிகளும்கூட படுகாயமடைந்தார்கள். கொலை முயற்சியில் ஈடுபட்டதாக கிளிவர் குற்றம் சாட்டப்பட்டார். விசாரணைக்காகக் காத்திருந்த அவர் ஆள்கொணர் மனுவொன்றினால் சிறையிலிருந்து விடுதலை செய்யப்பட்டார். அதன்பிறகு அவர் அமைதி மற்றும் சுதந்திரக் கட்சியின் பட்டியலில் அமெரிக்க அதிபர் பதவிக்குப் போட்டியிட்டார். நாடெங்கும் சுற்றியலைந்து உணர்ச்சிவசப்பட்ட மக்கள்கூட்டங்களில் உரையாற்றினார். 1968 நவம்பரில், சிறை விடுப்பு மீறலில் ஈடுபட்டதாக அவர் குற்றம் சாட்டப்பட்டு, சிறைக்குத் திரும்பும்படி ஆணையிடப்பட்டார்; ஆனால் கலிஃபோர்னியா உச்சநீதிமன்றம் அவரை ‘‘முன்மாதிரி சிறை விடுப்பாளர்’’ என்று கருதியது. அவர் சிறைக்குத் திரும்பியது, ‘‘அரசியல் இலக்குகளை நாடும் அவரது பொறுப்பற்ற பேச்சு அவரது சக வேட்பாளர்கள் பலர்மீதும் தாக்குதல் தொடுப்பதாக இருந்தது,’’ என்பதன் காரணமாக நடந்ததாகும். நீதிமன்றம் மேல்முறையீட்டைத் தள்ளுபடி செய்தது.

கிளிவர் இந்தச் சமுதாய அமைப்பை அறிவார்: ‘‘நான் அரசால் வளர்க்கப்பட்டேன். லாஸ் ஏஞ்சல்ஸ்ஸில் உள்ள ஜுவைனல் ஹாலிலிருந்து பன்னிரண்டு வயதில் தொடங்கி, இடையில் உள்ள எல்லா நிறுத்தங்களிலும் நின்று, ஃபோல்சம் சிறைக்கு நான் ஏணிப்படிகளில் ஏறிவந்தேன்.’’[5] இந்தச் சமுதாய அமைப்பும் அவரை அறியும்: சிறைக்குத் திரும்புவது அவரது சாவுக்கு இட்டுச்செல்லக்கூடும் என்று அவர் அஞ்சினார். என்ன நிகழ்ந்தாலும், அவர் நாட்டைவிட்டு வெறியேறிவிடவேண்டும் என்று ஹுயூவே நியூட்டன் ஆணையிட்டதே அவரது புறப்பாட்டை இறுதி செய்வதாக இருந்தது.

அவரது ஆதரவாளர்களில் ஒரு குழுவினர் ஐநாவிலிருந்த கியூபத்தூதுவர்களுடன் தொடர்பை ஏற்படுத்திக் கொண்டார்கள். தனது சுயசரிதையான *சோல் ஆன் ஃபயர்* நூலில் கிளிவர் சொல்வதன்படி, மாண்ட்ரீலுக்கு ஒரு விமானத்தில் ஏறும்போது, வயதான மனிதனைப்போல் வேடம் பூண்டு, நீண்டு தொங்கும் ஆடையணிந்து, கால்களைத் தேய்த்து நடக்கும் தளர்நடைபாணியில் நடந்துசென்றார். அவரது தப்பித்தல் குறித்த பிற மாறுபட்ட விவரணைகள், அவர் ஒரு சர்வதேசப்பயணியாக, திறமைவாய்ந்த அயல்நாட்டுத்தூதர்போல் மாறுவேடம் பூண்டிருந்ததாகத் தெரிவித்தன: கறுப்பு நிறத்தில் சம்பிரதாய உடையும், வட்டவடிவக் கறுப்புத்தொப்பியும் அணிந்து பென்சில் மீசை வைத்திருந்தார். கனடாவிலிருந்து கிளம்பி கியூபாவுக்குச் செல்லும் சரக்குப் படகொன்றில் மறைந்திருந்து 1968 கிறிஸ்துமஸ் நாளன்று வந்துசேர்ந்தார்.

சார்லஸின் தொலைபேசி அழைப்புக்குப் பிறகு, அன்று அதிகாலையில், கஸ்பாவுக்கும் ''ஐரோப்பிய''ப் பகுதிக்கும் இடையில் அமைந்திருந்த, சிறிய பக்க வீதியொன்றில் நடந்து விக்டோரியா ஹோட்டலுக்குச் சென்றேன். மழை தூறிக் கொண்டிருந்தது என்று நான் நினைக்கிறேன். சிறியதொரு நுழைவாயில் நடைவழியின் முடிவில் குறுகிய முகப்பிடத்தின் பின்னால் உள்ளே நுழைந்து நின்றுகொண்டிருந்த ஒரு பணியாள் அறை எண்ணை எனக்குக் கொடுத்தார். கொஞ்சம் மனக் குழப்பத்தோடு நான்காவது தளத்துக்கு நான் படிகளில் ஏறினேன். நான் ஆர்வமும், கவலையும் கொண்டவளாக இருந்தேன். கறுப்புச்சிறுத்தைகள் கட்சியின் தலைவர் ஒருவருக்கு நாற்பது வயதான இந்த வெள்ளையினப் பெண்ணால் அல்ஜியர்ஸில் என்ன செய்யமுடியும்?

நான் கதவைத் தட்டினேன், கிளிவர் கதவைத் திறந்தார். அவர் என்னைப்போல் இருமடங்கு பருமனமாக இருந்தார். ஆற்றலின் பிறப்பிடமாக இருந்த அந்த மனிதனின் உடல் அந்தச் சிறிய அறையை விஞ்சியதாக இருந்தது. அவரது தலையின் உச்சி கூரையை உரசுவதாக இருந்ததையும், அவர் பிறகு சற்றே குனிந்திருந்ததையும் நான் கண்டேன். நிறைமாதக் கர்ப்பிணியாக இருந்த அவரது மனைவி இரண்டு படுக்கைகளிலொன்றில் நீட்டிப்படுத்திருந்தார். என்னைப் பார்த்து அவர் தலையசைத்தார்.

நாங்கள் நின்றுகொண்டிருந்தோம். கிளிவர் பேசினார். அவர் பேசும்போது, என் கண்களை நேராகப் பார்த்தபோதும் அவரது உடலின் மேல் பாதி ஒத்திசைவான ஓர் அசைவைத் தோற்றுவித்தது. நான் எப்போதும் பார்த்திராத அளவு மிகவும் நேரான, மிகவும் நீண்ட விரல்களைக்கொண்ட, கவனத்தை ஈர்க்கத்தக்க கைகளை அவர் கொண்டிருந்தார். ஒன்றைத் தெளிவாக விளக்குவதற்கும், வலியுறுத்துவதற்கும், புகைபிடிப்பதற்கும் அவற்றை அவர் பயன்படுத்தினார். அந்தக் கர்ப்பிணிப்பெண் படுக்கையில் படுத்திருந்தபோதும் நாங்கள் இருவரும் புகை பிடித்தோம். அந்த அறை புகை சூழ்ந்ததாக மாறியது.

புகலிடம் தேடுபவர்களான பிற ஆப்பிரிக்கர்களை மீண்டும் ஒன்றிணைக்கும் முயற்சியின் காரணமாக - அவர்களில் பெரும்பாலானவர்கள் விமானக்கடத்தல்காரர்களாக இருந்தார்கள், அமெரிக்காவில் அவர்களைக் கைது செய்வதற்கான பிடி ஆணைகளும் இருந்தன - கியூப அதிகாரிகளிடம் தான் சிக்கிக் கொண்டது எப்படி என்று அன்றைய நாளில் அவர் என்னிடம் சொன்னார். நாடுகடத்தப்பட்டவர்கள் அவர்களது எதிர்பார்ப்புக்கு மாறாக, சக புரட்சியாளர்கள் என்றவிதத்தில் திறந்த கரங்களுடன் வரவேற்கப்படவில்லை: அதற்குமாறாக, அவர்கள் தீவிர விசாரணைக்கு உட்படுத்தப்பட்டார்கள். பெரும்பாலானவர்கள் தனிமைப்படுத்தப்பட்டார்கள். பலர் கியூபாவின் கிராமப் புறங்களிலிருந்த பண்ணை முகாம்களில் வாழ்ந்தார்கள் அல்லது வேலை செய்தார்கள். மற்றவர்கள் சிறையிலடைக்கப்பட்டார்கள்.

கியூப அதிகாரிகளுக்கு இவை எளிதில் சிக்கலை விளைவிக்கும் பிரச்சனைகளாக இருந்தன. காலப்போக்கில் அமெரிக்கக் களப்பணியாளர்களுக்கான அவர்களது ஆதரவு மிகுந்த எச்சரிக்கையுடன் வழங்கப்படுவதாக மாறியது. காரணங்கள் எதுவாக இருந்தபோதிலும், கிளிவர் கியூபாவின் இரகசிய விருந்தாளியாக இருப்பதிலேயே திருப்திகொள்ள வேண்டும் என்று அவர்கள் முடிவு செய்தார்கள். அவர் மேலதிகமாக எதிர்பார்த்தார்: அமெரிக்காவுக்கான வானொலி நிகழ்ச்சிகள் போன்ற முன்னுரிமைகளுடன் விடுதலை இயக்கத்தின் தலைவராக அவர் ஆதரிக்கப்பட்டுத் தூக்கிப்பிடிக்கப் படவேண்டும்; கறுப்புச் சிறுத்தைகள் கட்சியின் போராளிகளுக்கு கெரில்லாப் பயிற்சியளிக்கவேண்டும். ராபர்ட் வில்லியம்ஸும், ஸ்டாக்லி கார்மைக்கேலும் பெற்ற உற்சாகமான வரவேற்புகள்

குறித்து அவர் கவனத்தோடு இருந்தார். ஸ்டாக்லி காஸ்ட்ரோவுடன் பயணம் செய்தார். ஹவானாவில் மேடையில் அவருக்குப் பக்கத்தில் அமர்ந்திருந்தார். கிளிவர் கியூபத்தலைவரை எப்போதும் சந்தித்திருக்கவேயில்லை.

இருந்தபோதிலும் கிளிவர் தனது சொந்தச் செயல் திட்டத்தைப் பின்பற்றினார். தேடப்பட்ட அமெரிக்கர்களால் தனது அடுக்குமாடிக்குடியிருப்பைப் படிப்படியாக நிறைத்தார். ஐந்து மாதங்களுக்குள்ளாக ரியூட்டர்ஸ் செய்தி நிறுவனம் அவர் கியூபத் தலைநகரத்தில் இருப்பதை உறுதி செய்தபோது, அவருக்குப் புகலிடம் வழங்கியவர்களுக்கு ஒரு பெருஞ்சுமையாக அவர் கருதப்பட்டார். காட்டிக்கொடுத்தவர் ஓர் அமெரிக்கப் பெண்: பன்னி ஹியர்ன் என்னும் அவர் கியூபப்புரட்சியைப் போற்றிப் பாராட்டுபவர். ஃபிடல் உள்ளிட்ட கியூப மேல்தட்டினரில் பெரும்பாலானவர்களை அறிந்தவர்.[6]

"கியூபர்கள் என்னை அடைத்து வைத்திருந்தார்கள்," என்று கிளிவர் என்னிடம் சொன்னார். அல்ஜீரியாவில் அவர் வரவேற்கப்படுவார் என்றும், கியூபாவை விடவும் அங்கு அவர் அதிக சுதந்திரத்துடன் அரசியல் நடவடிக்கைகளில் ஈடுபட முடியும் என்றும் அவரை அவர்கள் நம்பவைத்தார்கள். கியூபப் பயண ஆவணங்கள் உட்பட அனைத்து ஏற்பாடுகளும் செய்யப் பட்டிருப்பதாக அவர்கள் சொன்னார்கள். ஆனால் அல்ஜியர்ஸ் விமான நிலையத்துக்கு வந்துசேர்ந்தபோது, வரவேற்புக்குழு எதுவும் அங்கே இருக்கவில்லை. கியூபத்தூதரக அதிகாரி ஒருவர் மட்டுமே இருந்தார். பிறகு, அல்ஜீரிய அதிகாரிகள் இனியும் அவருக்குப் புகலிடம் அளிக்கத் தயாராக இருக்கவில்லை என்று கியூபத்தூதரகத்திலிருந்த கிளிவரின் தொடர்பாளர் அறிவித்தார். அதன் விளைவாக, அவரது பயணத்தின் இறுதிச் சேரிடமாக ஜோர்டான் அல்லது சிரியாவிலிருந்த பாலஸ்தீன விடுதலை அமைப்பின் முகாம்களிளொன்றுக்கு அனுப்பிவைக்கும் கருத்தை முன்வைத்தார்கள். அடுத்த விமானத்தில் மத்தியக் கிழக்குக்குப் புறப்படுவதற்கான பயணச்சீட்டைப் பதிவு செய்திருந்தார்கள்.

கிளிவர் தனது கதையைப் பாதியில் நிறுத்தி, ஒப்பனை மேசையில் கிடந்த சில விமானப்பயணச் சீட்டுகளைக் கையிலெடுத்துக்கொண்டு, அவற்றைக் காற்றில் ஆட்டினார்: உங்களால் எனக்கு உதவமுடியுமா?" என்று கேட்டார்.

ஏதோ தவறு நிகழ்ந்திருந்தது. இரண்டு ஆண்டுகளுக்கு முன்பு அல்ஜீரியாவில் ஸ்டாக்லி கார்மைக்கேலுக்கு வழங்கப்பட்ட உற்சாகமான வரவேற்பையும், அரசியல் அந்தஸ்தையும், எல்லை தாண்டி வந்த மற்ற அமெரிக்கர்களுக்கு, அமைப்போடு இணையாமல் வழிவிலகிச்சென்றவர்களுக்கும்கூட உதவி செய்வதற்கு அதிகாரிகள் எவ்வளவு தயாராக இருந்தார்கள் என்பதையும் நான் நினைத்துப்பார்த்தேன். தாங்கள் எங்கிருக்கிறோம் என்பது தெரியாமல் அல்லது எந்தத் தொடர்புகளும் இல்லாத ஒரு நாட்டில், பிரெஞ்சுமொழியும் பேசத்தெரியாமல், அராபிய மொழியும் பேசத்தெரியாமல் எப்படி உயிர்வாழப் போகிறோம் என்பது புரியாமல் வாயிற்படியில் வந்து நின்ற சில அமெரிக்கர்களை, வழக்கமாகக் கறுப்பர்களைச் சந்திப்பதற்கு எஃஎல்என் தலைமையகத்திற்கு வரவேண்டுமென்று நான் எத்தனைமுறை கேட்டுக்கொள்ளப்பட்டேன் என்று என்னால் எண்ணிக்கணக்கிடமுடியாது. கட்சிச்செயல்பாட்டாளர்கள் எப்போதும் கருணையோடு நடந்துகொண்டார்கள். தற்காலிகமாகத் தங்குமிடத்தையும், சில தினார் பணத்தையும் அவர்கள் அடிக்கடி வழங்கினார்கள்.

கியூபர்கள் உண்மையிலேயே தங்கள் திட்டத்தை முன்வைத்து, அதற்கு எதிர்மறையான ஒரு பதிலைப் பெற்றிருந்தார்களா? என்னால் நம்பமுடியவில்லை. ''வழக்கத்துக்கு மாறானது,'' நான் சொன்னேன், ''இது இங்கே இயல்பாக நடக்கும் காரியங்களைப் போலில்லை. விடுதலை இயக்கங்களுக்குப் பொறுப்பாக இருக்கும் மனிதரை எனக்குத் தெரியும். நான் அவரை அழைக்கப் போகிறேன்.''

எல்ரிட்ஜ் அறையைவிட்டு நீங்கினார். கூடத்தின் குறுக்காகச் சென்று பாப் ஸ்கீரைக் கூட்டிக்கொண்டு திரும்பிவந்தார். நன்கறியப்பட்ட கலகக்காரப் பத்திரிகையாளரும், *ராம்பார்ட்ஸ்* பத்திரிகையின் ஆசிரியரும், ஃபேர் ப்ளே ஃபர் கியூபா அமைப்பின் உறுப்பினருமான ஸ்கீர், கிளிவரின் நெருக்கமான நண்பரும், ஆலோசகருமாவார்; அவர் கிளிவரை உடனடியாகப் பின்தொடர்ந்து அல்ஜியர்ஸுக்கு வந்திருந்தார். ஸ்கீர் அறைக்குள் நுழைந்த சமயத்தில், இரண்டாவது படுக்கையின் மேல் குவித்து வைக்கப்பட்டிருந்த துணிகளின் குவியலொன்றை ஒருபுறம் ஒதுக்கித்தள்ளிவிட்டு, அங்கு நான் அமர்ந்திருந்தேன். அப்போது நான் மேலான விதத்தில் இயல்பு நிலையை அடைந்திருந்தேன். என்ன செய்யவேண்டும் என்று எனக்குத் தெரிந்துவிட்டது.

சில மணி நேரத்திற்குப் பிறகு, விடுதலை இயக்கங்களுக்குப் பொறுப்பாக இருந்த எஃஎல்என் அலுவலகத்தின் தலைவரான தளபதி சிலைமன் ஹாப்மன்னோடு என்னால் பேச முடிந்தது. உரையாடல் சுருக்கமானதாக இருந்தது. முன்னெச்சரிக்கையாக கிளிவர் யாரென்று நான் விவரித்திருந்தேன்: எல்லாவற்றுக்கும் மேலாக, கலிஃபோர்னியா, ஒக்லேண்டிலிருந்து அல்ஜியர்ஸ் வெகுதூரத்திலிருந்தது. அவர் கியூபாவிலிருந்து அல்ஜியர்ஸுக்கு வந்து சேர்ந்திருக்கிறார் என்றும், இந்த நாட்டிலேயே தங்கியிருக்க விரும்புகிறார் என்றும், தனது வருகையை சர்வதேச பத்திரிகையாளர் கூட்டமொன்றில் அறிவிக்க விரும்புகிறார் என்றும் விவரித்திருந்தேன். கவலையோடு நான் மூச்சை உள்ளிழுத்துக்கொண்டு பதிலுக்காகக் காத்திருந்தேன்.

அல்ஜீரிய அரசியல் பணிக்குழுவில் ஒருவராக இருப்பதற்கான தனித்துவமானதும், ஆர்வமூட்டக்கூடியதுமான பின்னணியைக் கொண்டவராக ஹாப்மன் இருந்தார். அவரது தந்தை பிரெஞ்சு வெளிநாட்டுப்படையின் ஓர் உறுப்பினராக இருந்தார்; அவரது தாய் அல்ஜீரியாவைச் சேர்ந்தவர். அவர் பிரெஞ்சு இராணுவத்தில் ஒரு தொழில்முறை வீரராக, டாங்கி நிபுணராக இருந்தார். 1957 ல், அல்ஜீரியத் தோழர்களைக்கொண்ட ஒரு சிறு குழுவுடன் - அனைவரும் அதிகாரிகள் - அவர் இராணுவத்தை விட்டு ஓடிப்போய் அல்ஜீரிய விடுதலை இராணுவத்தில் இணைந்தார். பிற்காலத்தில் ''வாலி ஆஃப் த அல்ஜியர்ஸ் வில்லாயா,'' அதாவது, தலைநகரம் மற்றும் அந்தப் பிரதேசத்தின் ஆளுநர் என்று பெயரிட்டு அழைக்கப்படவிருந்தார்.

''பிரச்சனையில்லை,'' என்பதே ஹாப்மனின் மணிச் சுருக்கமான பதிலாக இருந்தது. அவருக்கு ஒரு நிபந்தனை இருந்தது: கிளிவர் அல்ஜியர்ஸில் இருப்பது குறித்த அறிவிப்பு முதலில் ஏபிஎஸ்-ஸால் வெளிப்படுத்தப்படுவதாக இருக்கவேண்டும்.

இந்தச் செய்தியை கியூபத்தூதரகம் எப்படி எடுத்துக் கொள்ளும் என்று எனக்குத் தெரியவில்லை. அவர்களைச் சிக்கலிலிருந்து விடுவிப்பதாக இருக்கும் என்று பாப் ஸ்கீர் சொன்னார். அவர்களிடமும் அவ்வாறே சொன்னார். கிளிவரின் இடமாற்றம் குறித்த ஏற்பாடுகள் அல்ஜீரியர்களிடம் எப்போதும் தெரிவிக்கப்படவில்லை. இருப்பினும், அவர்கள் கேத்தலினின் வருகை குறித்து அறிந்திருந்தார்கள். துறைமுகத்துக்கு அருகிலுள்ள பெயர் தெரியாத உணவகமொன்றில், ஒரு கியூபரோடு அல்லது எப்படியிருப்பினும் கியூபப்பயண ஆவணங்களை வைத்திருக்கும்

ஒரு மனிதரோடு ஏன் ஒளித்து வைக்கப்பட்டிருந்தார் என்று அவர்கள் வியப்பில் ஆழ்ந்திருந்தனர் என்று நான் தெரிந்து கொண்டேன். தான் "இரட்டை வஞ்சிப்பு" செய்யப்பட்டதாக எல்ரிட்ஜ் நம்பினார்; ஆனால் ஏன்? காஸ்ட்ரோவின் ஆட்சிக்கும் பூமிடியனின் அல்ஜீரியாவுக்கும் இடையிலான உறவுகள் ஆட்சிக்கவிழ்ப்பின்போதிருந்து மிகப் பெருமளவில் சீரழிந்து போனதால் இரு நாடுகளுக்கிடையிலான கூட்டுறவு முற்றிலும் இயங்காமல் நின்றுபோய்விட்டதா? அல்லது திறனற்றவர்களாகவும், பொருத்தமற்றவர்களாகவும் இருந்த கியூபத்தூதுவர்கள் அல்ஜீரிய அதிகாரிகளோடு தொடர்பில்லாமல் தனிமைப்பட்டிருந்தது எல்ரிட்ஜின் தலைவிதியா? விசயம் எதுவாக இருந்தாலும், கியூபர்கள் விளையாடிய ஆட்டத்தால் அவர் மன அமைதி குலைந்தவராக இருந்தார். அவர்கள் தன்னை "அகற்றிவிட" விரும்புகிறார்களா என்று அவர் வியந்து கூச்சலிட்டார்.

பின்பு அவர் சொன்னார்: "என் உயிரைக் நீங்கள் காப்பாற்றி விட்டீர்கள்."

"இருக்கட்டும், எல்ரிட்ஜ், நான் செய்ததெல்லாம் ஒரு தொலைபேசி அழைப்பு மட்டுமே."

௭

அல்ஜியர்ஸில் இருந்த அந்தக் குழுவினர்-பாப் ஸ்கீர், கேத்தலின், மற்றும் எல்ரிட்ஜ் - கியூபத்தூதரகத்தின் காரைச் சார்ந்து அவர்களுடைய உணவகத்துக்குள் அடைந்துகிடந்தார்கள். எனது மினிக்கு எல்ரிட்ஜ் முத்திரையிட்டதுபோல் என்னிடம் "சக்கரங்கள்" இருந்தது. அதனால் அவர்களை ஒரு சுற்றுலா அழைத்துச்செல்ல என்னால் முடிந்தது. கஸ்பாவுக்குக்கீழே கடலை நோக்கியிருந்த திறந்தவெளி மீன் உணவகமான லா பெச்செரியை அவர்களுக்கு நான் அறிமுகம் செய்துவைத்தேன். தொழில்நுட்பரீதியாகப் பேசினால், எல்ரிட்ஜ் அதிகாரபூர்வமாக வெளியில் வரும்வரை அவர்கள் ஒளிவுமறைவாகவே இருக்க வேண்டும். ஆனால் அதன்பிறகு ஸ்கீரும் எல்ரிட்ஜும் லா பெச்செரியில் வழக்கமாகத் தாங்களைத் தாங்களே காட்சிப் படுத்திக் கொண்டிருந்தார்கள். பனிச்சறுக்கு விளையாடுமிடத்தில் ஒட்டகங்களைப்போல் அவர்கள் நின்றிருந்தார்கள். ஆனால் அவர்கள் இங்கே இருந்தது செய்தியாளர்கூட்டம் நடக்கும் வரையில் எப்படியோ வெளியில் தெரியாமல் இருந்தது.

ஸ்கீரும், எல்ரிட்ஜும் நுணுக்க விவரங்களை நுட்பமாகப் பார்த்தார்கள். திட்டமிடும் கட்டத்திலேயே ரியூட்டர்ஸ் செய்தி நிறுவனம் உள்ளே கொண்டுவரப்பட்டது. அவர்களைத் தடுத்து நிறுத்துவது சிரமமானதாக இருந்தது. முதல் செய்தி வெளியீடு அல்ஜீரியன் பிரஸ் ஏஜென்சி மூலமாக இருக்கவேண்டும் என்னும் ஹாப்மேனின் நிபந்தனையை நான் தொடர்ந்து நினைவுபடுத்திக் கொண்டிருக்கவேண்டியிருந்தது. ஏபிஎஸ்-ஸின் அதிகாரபூர்வமான செய்திக்குச் சில நிமிடங்களுக்குப் பிறகு அந்த அறிவிப்பு ரீயூட்டர்ஸின் தந்திக்கம்பியை அடைந்தது.

செய்தியாளர்கூட்டம் ஜூலை 15 அன்று, நகரத்தின் மையத்திலிருந்த அல்ஜியர்ஸ் பல்கலைக்கழகத்தில் சால் டெஸ் ஆக்தெஸில் நடந்தது. அரங்கம் அல்ஜீரிய மற்றும் வெளிநாட்டுப் பத்திரிகையாளர்கள், மாணவர்கள், விடுதலை இயக்கப் பிரதிநிதிகள், வெளியுறவுத்துறை அதிகாரிகள் ஆகியோரால் நிரம்பியிருந்தது. 1968 நவம்பரில் கிளிவர் சான் ஃபிரான் ஸிஸ்கோவிலிருந்து மறைந்துபோன நாளிலிருந்து இதுதான் அவரது முதல் பொதுவெளித் தோன்றுதலாகும்.

எல்ரிட்ஜ் விறைப்பாகவும், உணர்ச்சிவசப்பட்டவராகவும் இருந்தார். ஒரே இடத்தில் முன்னும் பின்னுமாக நடப்பதை அவரால் நிறுத்த முடியவில்லை. அவர் கேத்தலினைக்கொண்டு தங்கள் பயணமூட்டையைக் குடைந்து தனக்குப் பிடித்த, பிரகாசமான நிறங்கொண்ட டாஷிகி சட்டையொன்றையும், தங்கத்தாலான காதுவளையம் ஒன்றையும் தேடச்செய்தார். அந்தப் பெண்ணின் கர்ப்பநிலை என்னவாக இருந்தபோதிலும் அவர் திகைக்க வைப்பவராகத் தோற்றமளித்தார்: அமெரிக்கா முழுவதும் அவர் காட்சிப்படுத்திய அவரது நேர்த்தியான தலையலங்காரமான ஆஃப்ரோ - மற்றும் அந்த கறுப்புக் கண்ணாடியையும் சேர்த்து.

கேத்தலினும், எல்ரிட்ஜும், நானும் மேடையில் அமர்ந்திருந்தோம். தரைப்பகுதியில் பிரெஞ்சு மொழியில் என்ன சொல்லப்படுகிறதோ அதை நான் ஆங்கிலத்தில் தாழ்ந்த குரலில் திருப்பிச் சொல்லிக்கொண்டிருந்தேன். ஜூலியா ரைட் (எல்லன் மற்றும் ரிச்சர்ட் ரைட்டின் மகள்) மற்றும் அவரது கணவர் ஹென்றி ஹெர்வே ஆகிய இருவரும் பார்வையாளர்களுக்கு ஆங்கிலத்திலிருந்து பிரெஞ்சுமொழியில் மொழிபெயர்ப்பதற்காக பாரிஸிலிருந்து வந்திருந்தார்கள்.

பாரிஸைச் சேர்ந்த பல்கலைக்கழகச் சூழலுக்குப் பழக்கப் பட்டிருந்த ஹெர்வே அந்த நடைமுறைப்படி மாணவர்களிடம் ஆணைகளை இட்டு கூட்டத்தைத் தவறாக வழிநடத்தினார். கூட்டம் நடக்கத் தொடங்கி மக்கள் குறுக்கீடு செய்யத் தொடங்கியதும், அவரது நயமற்ற உணர்ச்சிக் குறிப்புச் சொற்களான ''வாயைமூடு,'' ''கீழே உட்கார்,'' ''வெளியே போ,'' ஆகியவை கோபக்கூச்சல்களைச் சந்தித்தன. வெறுப்பேற்படுத்தும் கீச்சொலிகளால் அவர் மேடையிலிருந்து கீழிறக்கப்பட்டார். ஒரு பிரெஞ்சுக்காரரால் தொல்லைதரப்படுவதை காலனியத்திற்குப் பிந்தைய அல்ஜீரியாவில் எவரொருவரும் ஏற்றுக் கொள்ளப் போவதில்லை. மொழிபெயர்ப்புப் பணியை ஜூலியா மேற்கொண்டார்.

அமெரிக்காவில் நடக்கும் போராட்டம் பற்றியும், தான் அல்ஜியர்ஸில் இருப்பது குறித்தும், ஆப்பிரிக்காவில் இருப்பது குறித்துமான மனக்கிளர்ச்சி பற்றியும் எல்ரிட்ஜ் பேசினார். ''நாங்கள் ஆப்பிரிக்க வரலாற்றின் பிரிக்கமுடியாத ஒரு பகுதியாக இருக்கிறோம். எங்கள் கடந்த காலம் தோட்டங்களில் தொடங்குவதாகவும், எங்களுக்கு வேறெந்தக் கடந்த காலமும் இல்லை என்றும் வெள்ளை அமெரிக்கா எங்களுக்குப் போதிக்கிறது. எங்கள் பண்பாட்டை நாங்கள் திரும்பவும் கைக்கொள்ளவேண்டும்.''

''ஒடுக்கப்பட்ட மக்களுக்கு தோலின் நிறத்தைவிடவும் புரட்சிகரக் கோட்பாடுகளின் அடிப்படையிலான ஒற்றுமையே தேவைப்படுகிறது,'' என்று சொன்ன அவர் மேலும் ''நமது போராட்டம் புரட்சிகரமானது,'' என்று சொல்லிமுடித்தார்.

அனைத்து ஆப்பிரிக்கப் பண்பாட்டு விழா

அனைத்து ஆப்பிரிக்கப் பண்பாட்டு விழாவை 1969 ஜூலை 21 முதல் ஆகஸ்ட் 1 வரை நடத்துவது என்று திட்டமிடப்பட்டது. வெளிப்புறத்தில் நடக்கும் எழுச்சிமிக்க, ஆடம்பரமான நிகழ்ச்சியொன்றில் கலந்து கொள்வதற்காக ஆப்பிரிக்கக் கண்டத்தின் ஒவ்வொரு நாடும், புலம் பெயர்ந்த ஆப்பிரிக்கர்களும் கலைஞர்கள், இசைக்கலைஞர்கள் மற்றும் அறிவுஜீவிகளை அனுப்பி வைத்தார்கள். பண்பாடு மற்றும் பொருளாதாரம் தொடர்பான உள்ளடக்கங்களைக்கொண்ட துறைசார் ஆய்வுக் கூட்டங்களும், கருத்தரங்குகளும்கூட செயல்திட்டத்தில் இடம்பெற்றிருந்தன. அழைக்கப்படவேண்டிய ஆப்பிரிக்க அமெரிக்கர்களின் பட்டியலொன்றை வழங்க

வேண்டியது எனது பணிகளில் ஒன்றாக இருந்தது. அதனால் எல்ரிட்ஜ் கிளிவர் அல்ஜியர்ஸுக்கு வந்துசேர்வதற்கு மிகவும் முன்னதாகவே கறுப்புச் சிறுத்தைகள் கட்சி பட்டியலில் சேர்க்கப் பட்டிருந்தது. கிளிவரும், அவரது குழுவினரும் வந்துசேர்ந்திருப்பது குறித்து, நான் உடனடியாக எனது மேலதிகாரியான மொகமத் பென்யாகியாவிடம் தெரிவித்தேன்.

விழாவுக்கு முந்தைய வாரத்தில், விழாவில் கலந்து கொள்பவர்களுக்காக, அனைத்து உணவகங்களிலும் அரசு மாளிகைகளிலும் தங்கியிருந்தவர்கள் வெளியேற்றப்பட்டார்கள். 1930 -ல் சார்லி சாப்ளினால் திறந்துவைக்கப்பட்ட, நகரத்தின் மையத்திலிருந்த, கலாபூர்வமாக அலங்கரிக்கப்பட்ட உணவகமான ஹோட்டல் அலெட்டியில் சிறுத்தைகள் குழுவைத் தங்கச் செய்வதற்கான ஏற்பாடுகள் செய்யப்பட்டன. நகரத்தின் முக்கியப் பொதுவழிகளில் ஒன்றான, திதூச் முரத் வீதியில் கடைமுகப்பு கொண்ட ஓர் இடமும் கறுப்புச் சிறுத்தைகள் கட்சிக்கு அவர்களுடைய தளமாகப் பயன்படுத்திக் கொள்வதற்காக வழங்கப்பட்டது. அவர்களது ஆஃப்ரோ-அமெரிக்க மையமானது தகவல் அமர்வுகள், கலந்துரையாடல்கள், திரைப்படங்கள் ஆகியவை நாள் முழுவதும், இரவிலும் நடக்கும் விழாவின் மையப்புள்ளிகளில் ஒன்றாக மாறியது. தலைமை அதிகாரி டேவிட் ஹில்லியர்ட், கல்வி அமைச்சர் ரேமண்ட் (மசாய்) ஹெவிட், பண்பாட்டுதுறை அமைச்சர் எமோரி டக்ளஸ் ஆகியோர் அமெரிக்காவிலிருந்து சிறுத்தைகளின் செய்தித்தாட்களுடனும், துண்டுப் பிரசுரங்களுடனும் வந்துசேர்ந்தார்கள். மையத்தில் குழுமியிருந்த, சிறுத்தைகளின் கருத்தியலை தெரிந்துகொள்ள விரும்பியவர்களும், அவர்கள் வகித்த பாத்திரத்தாலும், அவர்களது செயல்திறனால் ஈர்க்கப்பட்டவர்களுமான இளம் அல்ஜீரியர்களிடம் அவற்றை அவர்கள் தாராளமாக வழங்கினார்கள்.

தொடக்க நாளன்று அல்ஜியர்ஸின் வீதிகளினூடாக விழாவில் பங்கேற்கும் நாலாயிரம் பேர் அணிவகுத்துச் சென்றார்கள். அவர்கள் முப்பத்தொரு நாடுகளையும், ஆறு விடுதலை இயக்கங்களையும், குறிப்பாக அமெரிக்காவிலும், பிரேசிலிலும் புலம்பெயர்ந்து வாழும் மக்களையும் பிரதிநிதித்துவம் செய்தார்கள். திதூச் முரத் வீதியிலும், லார்பி பென் மகிடி வீதியிலும் இசைக்கலைஞர்களும் நடனக்கலைஞர்களும் ஆப்பிரிக்கமுரசுகளின் ஒலிகளுக்கேற்ப நிகழ்ச்சிகளை நிகழ்த்திக் காட்டினார்கள். முகத்திரையிட்ட பெண்களும், உணர்ச்சிவயப்பட்ட

இளவயதினரும் அவர்களை உற்சாகப்படுத்தினார்கள், கை தட்டினார்கள், குலவையிட்டார்கள், பலர் வீதியினுள் தள்ளப் பட்டு, அணிவகுப்பில் இணைந்து கொண்டார்கள். இதற்கிணையான எதையும் அல்ஜியர்ஸ் எப்போதும் பார்த்ததில்லை. அனைத்து ஆப்பிரிக்காவின் (Pan-AF) பெரிதும் விரும்பப்பட்ட நட்சத்திரங்களாக அமெரிக்கர்கள் இருந்தார்கள்: ஆர்ச்சி ஷெஃப், கிராச்சன் மோன்கர் III, சன்னி மர்ரே, கால் மாஸ்ஸே, கிளிஃபோர்ட் தார்ன்டன், அலன் சில்வா, டேவ் பர்ரெல் மற்றும் ஆஸ்கார் பேட்டர்சன்; பாடகிகள் நினா சிமோன் மற்றும் மரியோன் வில்லியம்ஸ்; கவிஞர்கள் மயா ஆஞ்செலு, டான் லீ மற்றும் டெட் ஜோன்ஸ்; எழுத்தாளர்கள் எட் புல்லின்ஸ், பார்பரா சேஸ்-ரிபோ, நதன் ஹேர் மற்றும் ஜூலியா ரைட். இவர்களுடன் அல்ஜியர்ஸுக்குத் திரும்பிவந்திருந்த ஸ்டாக்லி கார்மைக்கேலும் அவரது மனைவி மிரியம் மகிபாவும்.

கிளிவருக்கும், மகத்தான ஜாஸ் சாக்ஸபோன் கலைஞரான ஆர்ச்சி ஷெஃப்புக்கும் இடையிலான முதல் சந்திப்பை நேரில் காண்பதற்குத் தயாரான நிலையில் ஹோட்டல் அலெட்டியின் முகப்பு அறையில் இருந்தேன். அவர்கள் அடையாளம் கண்டு கொண்டதைப்போல் ஒருவரையொருவர் பார்த்துக்கொண்டார்கள். ஒருவரையொருவர் சுற்றிவந்தார்கள். பிறகு அவர்களுடைய கைகள் சிக்கலான ஒத்த அசைவுகளுடன் சந்தித்துக்கொண்டன. ஒரு வார்த்தையும் பேசுவதற்கு முன்னால் அவர்களது உடல்கள் அசைந்தாடின. அவர்களின் பேச்சு மிகவும் எளிமையானதாக இருந்தது; அவர்களது சந்திப்பின் பொருள் அவர்கள் இயல்பில் ஆப்பிரிக்க அமெரிக்கர்களாகவும், புரட்சியாளர்களாகவும் இருந்தவர்களின் பரஸ்பரப் பாராட்டு என்பதாக இருந்தது.

விழாவை ஆவணப்படமாக எடுப்பதற்காகப் பணியமர்த்தப் பட்ட புகைப்படக்கலைஞரும், திரைப்படத் தயாரிப்பாளருமான வில்லியம் கிளெய்ன் எல்ரிட்ஜ் கிளிவரைக் குறித்தும், ஆப்பிரிக்க அமெரிக்கர்களின் போராட்டம் குறித்தும் ஒருமணி நேரம் ஓடக்கூடிய திரைப்படம் ஒன்றை எடுத்தார். அதற்கு அல்ஜீரிய அரசாங்கம் ஊதியம் அளித்தது. விழாவுக்கான திட்டமிடும் கட்டத்தின்போது, பென்யாகியாவின் இல்லத்தில் கூடியிருந்த சிறு கூட்டத்தில் நானும் ஒருத்தியாகப் பங்காற்றியிருந்தேன். அங்கு விழாத் திரைப்படத்தை இயக்குவதற்கான இரு விண்ணப்பதாரர்களின் தகுதிகள் விவாதிக்கப்பட்டன: மார்சல் காம்யூ மற்றும் வில்லியம் கிளெய்ன். ரியோவில் கார்னிவல்

கொண்டாட்டத்தின்போது எடுக்கப்பட்ட படமான *ஓர்ஃபு நீக்ரோவுக்காக* 1959-ல் கான் திரைப்படவிழாவில் பால்ம் டி ஓர் விருதை காம்யூ பெற்றிருந்தார். கிளெய்னின் *ஹூ ஆர் யூ, போல்லி மேக்கூ?* மற்றும் முகம்மத் அலி பற்றிய *த கிரேட்டஸ்ட்* படங்கள் சர்வதேச அளவில் பாராட்டைப் பெற்றிருந்தன. பிந்தைய படம் தராசை கிளெய்னின் பக்கம் சாய்த்தது. பின்னர் அனைவரும் வருந்தும் விதத்தில், - பான் - ஆஃப் (Pan-AF) பைத் திரைப்படமெடுத்தல் கிளெய்னின் நிறுவனத் திறமைகளுக்கு அப்பாற்பட்டதாக இருந்தது. அந்தப் படம் அசாதாரணமான ஆவணங்களை அடிப்படையாகக் கொண்டிருந்தபோதிலும், செறிக்கமுடியாத தோல்வியாக இருந்தது.

விழாவின்போது, கிளிவர், ஸ்டாக்லிகார்மைக்கேலையும் சந்தித்தார். அவர்களுக்கிடையிலான வார்த்தைப் போராட்டத்தை பத்திரிகைகள் தேவைக்கு மேல் விமர்சனம் செய்திருந்தன. கறுப்புச் சிறுத்தைகள் கட்சியிலிருந்து கார்மைக்கேல் விலகினார். திறந்த கடிதமொன்றில் அவர் அந்தக் கட்சியின் நடைமுறைகள் மற்றும் வெள்ளையர்களோடு கூட்டாகச் செயல்படுவதற்கான அதன் கொள்கை ஆகிய இரண்டையும் தாக்கினார். எல்ரிட்ஜ் தனது திறந்த கடிதமொன்றில் குறிப்பாக, தீவிர நடவடிக்கை எடுக்கத்தூண்டும் பாணியில் திருப்பித்தாக்கினார்: ''உங்கள் எதிரிகளை உங்களால் பிரித்துப்பார்க்க முடியவில்லை. ஏனெனில், உங்களால் பார்க்க முடிந்ததெல்லாம் பூனையின் தோலின் நிறத்தை மட்டும்தான்.''

இதற்கிடையில் நானும் மிரியம் மகிபாவும் நினா சிமோனை மேடைக்குக்கொண்டு வருவதில் ஈடுபட்டிருந்தோம். மட்டுமீறிக் குடித்துவிட்டு ஹோட்டல் செயின்ட் - ஜார்ஜஸில் தனது அறைக்குள் அவர் தனக்குத்தானே பாதுகாப்பாகத் தடையரண் செய்து கொண்டிருந்தார். தனது உச்சக் குரலில் அவர் எங்கள் மீது வசைமாரி பொழிந்துகொண்டிருந்தார்: ''எனக்கு யாரும் நண்பர்களில்லை. இங்கிருந்து தொலைந்து போங்கள்!'' அவருக்கெனத் திட்டமிட்ட நான்கு நிகழ்ச்சிகளில் முதலாவது நிகழ்ச்சியை நாங்கள் ரத்து செய்தோம். அடுத்த நாள் காலை, ஒத்திகையில், அல்ஜீரிய அரங்கப் பணியாளர்களுக்கு அவர் ஓர் அதிர்ச்சியைத் தந்தார்; ஒரு பெண் குடித்திருந்ததை அவர்கள் எப்போதும் பார்த்ததில்லை. மாலை நிகழ்ச்சிக்கு அவரை மிரியமும் நானும் மேடைக்கு இழுத்துச் செல்லமுடிந்தது. அங்கு

அவர் ஊசி பட்ட பலூன் மெதுவாகக் காற்று இறங்குவது போலிருந்தார். கடைசி இரண்டு நிகழ்ச்சிகளையும் அவர் நன்கு சமாளித்தார். இறுக்கமாகச் சுற்றப்பட்ட, கூம்பு வடிவத்திலான, வெள்ளை நிறத் தலைக்கவிகை, கீழ்ப்பகுதியில் ஒளிரும், நீண்ட, அகலமான கோடுகள்கொண்ட தளராடையும் அணிந்து, வெறுந்தோள்களுடன் இருந்தார். மூாக் ப்ரெல்லின் ''*நெ மெ கீத் பா*'' பாடலுக்கான தனது மாற்று வடிவம் ஒன்றைக்கொண்டு, குடியரசுத்தலைவர் பூமிடியன் உள்ளிட்டு முழுக்கூட்டத்தையும் தன்வசப்படுத்திக் கொண்டார்.

ஷெஃப்பும், இசைக் கலைஞர்களும் சூழலுக்குப் பொருத்தமான ஒரு முடிவை விழாவுக்கு வழங்கினார்கள். அது எதிர்பாராததொரு குறியீட்டு ''நிகழ்''வாக இருந்தது. வெள்ளை மேலங்கிகளும், நுணுக்க வேலைப்பாடுகொண்ட வெள்ளைத் தலைக்கவிகைகளும் அணிந்திருந்த துவாரெக் தாளக்கருவிக் கலைஞர்களையும், நடனக்கலைஞர்களையும்கொண்ட மிகப் பெரிய குழுவொன்றுடன் தோன்றினார்கள். சம்பிரதாயத்துக்கு மாறான அன்றாட உடைகளை அணிந்திருந்த அமெரிக்கர்கள் மரபான சஹாரா இசைக்குப் பொருந்தும்விதத்தில், ஜாஸ் இசையை ஆயத்தம் செய்தார்கள். அது மாயத்தன்மை கொண்டதாக இருந்தது: நாடகத்தன்மை கொண்ட ஒரு கணம். அங்கிருந்த அனைவருக்கும் மின்னல் வெட்டின் தாக்குதல். ஆம், உண்மையில் அது ஆர்ச்சி உறுதியாகவும், உரக்கவும் பிரகடனம் செய்தது போன்றதாகும்: ''நாங்கள் இன்னும் கறுப்பர்களாக இருக்கிறோம். நாங்கள் திரும்பி வந்திருக்கிறோம்...ஜாஸ் என்பது ஒரு கறுப்பு அதிகாரம்! ஜாஸ் என்பது ஆப்பிரிக்க அதிகாரம்! *நுஸ் ஸோம் ரெவெனெஸ்!**''

அந்த நிகழ்ச்சி ஜாஸ் இசையை நேசிப்பவரான பெண்யாஹியா உள்ளிட்டு, நாடகத்துறையிலிருந்த அல்ஜீரியர்கள் மீது ஆழமான தாக்கத்தை உருவாக்கியது. அல்ஜீரியா மீதான ஐநா விவாதங்கள் நடந்த ஆண்டுகளான, நாங்கள் நியூ யார்க்கில் இருந்த ஆண்டுகளில், டூனிஸுக்கு அவர் திரும்பும்போது எடுத்துச் செல்வதற்காக, இசைத்தட்டுகளை வாங்குவதற்கென்று சாம் கூடிஸில் அவரும் நானும் மணிக்கணக்கில் நேரத்தைச் செலவிடுவோம். விழா நிகழ்ச்சியின் விளைவாக, பாலைவனத்

---

* மூல நூலில் இது பிரெஞ்சு மொழியில் இடம்பெற்றுள்ளது. இதன் பொருள், நாங்கள் திரும்பி வந்திருக்கிறோம் என்பதாகும்.

தெற்கிற்கு ஓர் அழைப்பு வந்தது. அங்கு துவாரெக்குகளின் இருப்பிடச் சூழ்நிலையில் ஆர்ச்சியும் அவரது இசைக் கலைஞர்களும் நிகழ்த்திய இன்னொரு நிகழ்ச்சி அல்ஜீரியக் குழுவொன்றால் ஒருங்கிணைக்கப்பட்டு, திரைப்படமெடுக்கப் பட்டது. உள்ளூர் இசைக்கருவிகளான கர்கபூஸ் (உலோகம் அல்லது மரத்தாலான சிப்ளாக் கட்டைகள்) மற்றும் காய்தா (ஓபேவைப் போன்றதொரு துளையிசைக்கருவி)வைப் பரிசோதித்துப் பார்த்த பிறகு, ''நீண்ட காலமாக நான் நன்றாக வாசிக்கவில்லை,'' என்று ஆர்ச்சி சொன்னார். அல்ஜியர்ஸுக்கு திரும்பிவந்தபோது அவர் என்னிடம் ''என் வாழ்க்கையின் ஆழமான அனுபவங்களில் ஒன்றை இப்போதுதான் நான் வாழ்ந்து அனுபவித்திருக்கிறேன்,'' என்று அந்தரங்கமாகச் சொன்னார். மகிழ்ச்சி மற்றும் புரிதலின் மனதில் பதியத்தக்க இடைவிளைவாக, கடைசிநாள் இரவில், அல்ஜீயர்ஸின் மக்கள், வீதிகளிலும், நகரத்தின் சதுக்கங்களிலும், வீதிகளினூடாகவும் அணிவகுத்துச் சென்று கொண்டும், நிகழ்ச்சிகளை நிகழ்த்திக்காட்டிக்கொண்டுமிருந்த பிரதிநிதிகளோடு சேர்ந்துகொண்டார்கள். அல்ஜீரியாவின் தலைநகரம் ஒளிவெள்ளத்தில் குளித்தது; வாண வேடிக்கைகள் மத்திய தரைக்கடலின் நீரின்மீதும் நகரத்தின்மீதும் வெடித்துப் பிரகாசித்தன; அது, ஆப்பிரிக்காவில் என்றும் பார்த்திராத மிகவும் சிறப்பான வாணவேடிக்கையாக இருந்தது.

மூன்றாம் உலகத்தின் தலைநகரம்

கிட்டத்தட்ட எட்டாண்டுகள் நீடித்த அல்ஜீரிய விடுதலைப் போர் 1962 ஜூலை 5 அன்று அதிகாரபூர்வமாக முடிவுக்கு வந்தது. அதிகாரிகளிலிருந்து வீட்டைப் பராமரிப்பவர், விவசாயி, பள்ளிக்குழந்தை வரை அல்ஜீரியர்கள் போர்க்காலம் முழுவதும் வெளிநாட்டிலிருந்து பெறப்பட்ட ஆதரவு குறித்து நுட்பமாக அறிந்திருந்தார்கள். உள்ளூர் மற்றும் சர்வதேசப் பத்திரிகைகள் ஐநாவின் வருடாந்திர விவாதங்கள் குறித்து கூர்ந்து கவனித்து வந்தன. பிரான்ஸுக்கு எதிரான அவர்களது போராட்டத்தில் அவர்களது பிரதிநிதிகளின் பெயர்களையும், மத்தியக் கிழக்கில், வளர்முக உலகத்தில், அல்லது கம்யூனிஸ்ட் முகாமில் எந்தெந்த நாடுகள் ஆதரித்தன என்பதையும் ஒவ்வொருவரும் அறிந்திருந்தனர். ஜான் எஃப் கென்னடி அமெரிக்க செனட்டராக இருந்தபோது, பிரான்ஸ் காலனியப் போர் ஒன்றைத் தொடுத்ததற்கு எதிராக கடுமையாகக்

கண்டிக்கும் விதத்தில் தாக்குதல் ஒன்றை மேற்கொண்டார் என்பது அவர்களுக்குத் தெரிந்திருந்தது. தங்களது சொந்தப் போராட்டத்தின்போது, பிற நாடுகளைச் சேர்ந்த விடுதலைப் போராட்டக்காரர்களுக்கு ஏஎல்என் பயிற்சியளித்ததை அவர்கள் அறிந்திருந்தார்கள்.

சுதந்திரம் அடையப்பெற்ற சமயத்தில் எவரொருவரும் மறக்கப்படவில்லை. உலகெங்கும் உள்ள விடுதலை மற்றும் எதிர்ப்பு இயக்கங்கள் மற்றும் ஆளுமைகளை வரவேற்கக்கூடிய ஒன்றான திறந்த கதவுக் கொள்கை ஒன்றை அல்ஜீரியா பின்பற்றியது. அனைவரும் வரவேற்கப்பட்டார்கள்: தென் வியட்நாமின் தேசிய விடுதலை முன்னணி: பாலஸ்தீன விடுதலைப் போராட்ட இயக்கங்கள்; பிரேசில், அர்ஜென்டினா, ஸ்பெயின், போர்ச்சுகல், அண்டைநாடுகளான டூனிஸியா மற்றும் மொராக் கோவிலிருந்தும்கூட நாடுகடத்தப்பட்டவர்கள்; தென்னப்பிரிக்கா, எத்தியோப்பியா, தென்மேற்கு ஆப்பிரிக்கா, அங்கோலா, மொசாம்பிக், கினியா பீஸோ ஆகிய நாடுகளைச் சேர்ந்த விடுதலை இயக்கங்களின் பிரதிநிதிகள் மற்றும் கனடாவைச் சேர்ந்த ஃபிரண்ட் தெ லிபரேசன் து கியூபெக் இயக்கப்பிரதிநிதிகள்; வெனிசுவேலா, கௌதமாலா மற்றும் நிகரகுவாவில் கெரில்லாப் போரில் ஈடுபட்டிருப்பவர்கள்.

கறுப்புச் சிறுத்தைகள் கட்சிக்கு அல்ஜியர்ஸில் கிடைத்த வரவேற்பு அந்தச் சமயத்தில் அந்த நாட்டின் வெளிநாட்டுக் கொள்கையோடு ஒத்திசைந்திருந்தது. கறுப்புச் சிறுத்தைகளுக்கான அங்கீகாரம் சாத்தியப்பட்டதற்கான ஒரே காரணம் 1967 ல் அரபு-இஸ்ரேல் போரின்போதிருந்தே அல்ஜீரியாவுக்கும் அமெரிக்காவுக்கும் இடையில் ராஜீய உறவுகள் இருக்கவில்லை என்பதுதான். அல்ஜீரியா சிறுத்தைகளுக்கு வழங்கிய கவனிப்பு மூன்றாம் உலகத்தின் தலைவர் என்னும் அதன் நிலையிலிருந்து இயல்பாக வந்ததாகும். அத்துடன் அமெரிக்காவோடான உறவுகள் மீண்டும் நிறுவப்பட்டாலும் அது மாறப்போவதில்லை என்று நான் நிச்சயமாக உணர்கிறேன்.

அதிகாரபூர்வமாக வெளிதோன்றுவதற்குமுன்பே எல்ரிட்ஜ் வியட்காங் பிரதிநிதியான டிரான் ஹோவாங் நாமைச் சந்தித்திருந்தார். வியட்நாமுக்கு எதிரான அமெரிக்கப் போரில் ஒரு திருப்புமுனையான கட்டத்தில் இந்தச் சந்திப்பு இடம் பெற்றது: 1968 - ன் தொடக்கத்தில் வியட்காங்கின் டெட் தாக்குதல் அமெரிக்க ராணுவத்தையும், அமெரிக்க அரசியல்

நிறுவனத்தையும், அதன் அனைத்து நிலைகளிலும் ஆட்டம் காணச் செய்தது. பற்றியெரியும் கிளர்ச்சிகளும், எதிர்ப்புகளும் உள்நாட்டில் அமெரிக்காவின் மிகையான மனநிறைவு நிலையை விடாப்பிடியாகத் துரத்திக் கொண்டிருந்தன. அதன் விளைவாக லின்டன் ஜான்சன் மறு தேர்தலில் போட்டியிடுவதைத் தவிர்த்தார். ஜனவரியிலிருந்து ரிச்சர்ட் நிக்சன் வெள்ளை மாளிகையைக் கைப்பற்றிக்கொண்டார்.

நாம் சிற்றுருவம்கொண்ட மனிதர். உடல்வாகில் ஒல்லியானவர். தனது செயல்களில் பற்றுறுதியும், கூர்மையான போர்க்குணமும், துணிவும்மிக்க அவர் அதை மறைக்கும் சாந்தமான முகம்கொண்டவர். அவர் நட்புறவு கொள்வதில் மாபெரும் ஆற்றல் கொண்டவர். அல்ஜீரியத் தலைவர்களிடம் நெருக்கமான உறவுகளை வளர்த்துக்கொண்ட அரிதான வெளிநாட்டுப் பிரதிநிதிகளில் ஒருவர். அவரோடான எனது சொந்த உறவு இதமானதாக இருந்தது. என்னை அவர் வழக்கமான அமெரிக்கராகப் பார்த்தார். எனக்கு அது மகிழ்ச்சியளிப்பதாக இருந்தது. அமெரிக்காவில் நடக்கும் நிகழ்வுகள் குறித்த எனது கருத்துகள் மீது அவர் ஆவல் கொண்டவராக இருந்தார். அல்ஜியர்ஸில் இருக்கும் அவரது கூட்டாளிகள் என்னைத் தெரிந்து கொள்ளவேண்டும் என்றும், நான் எப்படி வாழ்கிறேன் என்று பார்க்கவேண்டும் என்றும் அவர் விரும்பினார். நாம்மின் ஆலோசனையின் பேரில் அவருடைய உதவியாளர்கள் இருவரை ''அமெரிக்க'' உணவுக்காக எனது அடுக்குமாடிக் குடியிருப்புக்கு நான் வரவேற்றேன்.

அல்ஜீரியாவில் வாழ்கிற அல்லது இந்த நாட்டினூடாகக் கடந்து செல்கிற எனது நாட்டைச் சேர்ந்தவர்கள் ஒரு சிலரை ஒன்று சேர்த்து, ''வியட்நாமுக்கு ஆதரவான அமெரிக்கர்கள்'' குழுவொன்றை உள்ளிட்டு, சில திட்டங்களில் நாம்-உடன் நான் பணியாற்றினேன். கறுப்பினத்தைச் சேர்ந்த, ஜாஸ் பியானோ இசைக்கலைஞரான கிரீன் அந்தக் குழுவுக்காக பேசக்கூடியவராக இருந்தார். ஏபிஎஸ்-ஸுக்கு நான் எழுதிய கடிதமொன்றைப் பார்த்த பிறகு, *நியூஸ்வீக்*-கிலிருந்து ஒரு பத்திரிகையாளர் நேர்காணல் ஒன்றுக்காக அழைத்தபோது, பத்திரிகையில் நாங்கள் சிறு பரபரப்பொன்றை ஏற்படுத்தினோம். நாம் பிரெஞ்சுமொழியில் சரளமாகப் பேசுவார். அவருக்கும், எல்ரிட்ஜுக்கும் நான் மொழி பெயர்ப்புப் பணியாற்றினேன். குடியரசுத் தலைவர் பூமிடியனால் வரவேற்கப்பட்டபோது அவர் கறுப்புச் சிறுத்தைகள் குறித்து ஆதரவாகப் பேசினார்.

கிளிவரை அவரது அல்ஜீரிய வசிப்பிடத்தில் சந்திப்பதற்கு ஏற்பாடு செய்யும்படி வடகொரியத் தூதரகம் என்னைத் தொடர்பு கொண்டது. அங்கு அந்நாட்டுத்தூதர் அந்தச் செப்டம்பர் மாதத்தில் பியோங் கியோங்கில் நடக்கவிருந்த பத்திரிகையாளர்களின் கருத்தரங்கொன்றில் (''இன்டர்நேசனல் கான்ஃபரன்ஸ் ஆன் த டாஸ்க்ஸ் ஆஃப் ஜர்னலிஸ்ட்ஸ் ஆஃப் த ஹோல் வோர்ல்ட் இன் தெயர் ஃபைட் எகென்ஸ்ட் த அக்ரெசன் ஆஃப் த யூ எஸ் இம்பீரியலிசம்'' என்று அது விளம்பரம் செய்யப்பட்டிருந்தது) கறுப்புச் சிறுத்தைகள் கட்சி கலந்துகொள்வதற்கான அழைப்பிதழ் ஒன்றை வழங்கினார்.

சீனத் தூதரகத்தில் திரைப்படத் திரையிடலிலும், ஒரு வரவேற்பிலும் விருந்தினர்களாகக் கலந்துகொண்டு சீனத் தூதரோடு கருத்துகளைப் பரிமாறிக்கொண்டோம். ''சீனா அமெரிக்க மக்களின் நண்பன்,'' என்று அவர் தெரிவித்தார். ''எங்களுடைய சச்சரவு அமெரிக்க அரசாங்கத்தோடும் அதன் கொள்கை களோடும்தான்.'' நான் குறுக்கிட்டுப் பேசினேன்: ''அமெரிக்க அரசாங்கம் அமெரிக்க மக்களால் தேர்ந்தெடுக்கப் பட்டது.'' உங்கள் தரத்துக்கேற்ற அரசாங்கத்தை நீங்கள் பெறுகிறீர்கள் என்பது எனது உணர்வாக இருந்தது.

இவை உயர்மட்டத் தூதர்களோடான கிளிவரின் முதல் எதிர்கொள்ளல்களாகும். அவர் தன்னைத்தானே ஓர் அனுபவசாலி போலக் கையாண்டார். அவர் அமைவடக்கமானவராக, ஆழ்ந்த சிந்தனை உள்ளவராக, தமது இலக்குகளை பல்வேறு மட்டங்களில் பகிர்ந்துகொள்ளக்கூடிய நாடுகள் மற்றும் இயக்கங்களோடு உறவுகளை ஏற்படுத்திக் கொள்ளும் ஓர் அமைப்பின் பிரதிநிதியாக இருந்தார். நான் அறிந்திருந்த அவருடைய கடந்த காலத்தைக் கணக்கில் எடுத்துக்கொண்டால், - பள்ளியில் இடைநின்றவர், போதை மருந்து வாங்கிவிற்பவர், வன்புணர்ச்சிசெய்தவர், முன்னாள் தண்டனைக் கைதி - கற்றுக் கொள்வதற்கும், தனதாக்கிக் கொள்வதற்குமான ஆற்றல் அசாத்தியமானது. சரியான நேரத்திலானது.

என்னைப் பொறுத்த அளவில் அமெரிக்க அரசியலில் மீண்டும் ஈடுபடப்போவது மனக்கிளர்ச்சியூட்டுவதாக இருந்தது. எனது பழைய வேர்கள் இன்னும் உயிர்ப்போடிருந்தன, நான் போராடத்தயாராக இருந்தேன். அல்ஜியர்ஸில் இருந்த இந்த வினோதமான வெள்ளையினப் பெண்ணை சிறுத்தைகள் எப்படிப் பார்த்தார்கள் என்று எனக்குத் தெரியாது. ஆனால் இந்த மொழியைப்

பேசத் தெரிந்தவரும், ஆர்வத்தைத் தூண்டும் இந்த நாட்டில் அதிகாரத்தின் வாய்க்கால்களை அறிந்திருந்தவருமான ஒருவரைக் கண்டுபிடித்ததில் அவர்கள் நிச்சயமாகக் கவலை தணிந்திருந்தார்கள். முதலில் பிரான்ஸுக்கும், பின்னர் அல்ஜீரியாவுக்கும் ஏற்ப என்னை மாற்றிக்கொண்டிருந்த இத்தனை ஆண்டுகளுக்குப் பிறகு, எனது அமெரிக்கத் தன்னிலை பற்றிய விழிப்புணர்வை அவர்கள் எனக்கு ஏற்படுத்தினார்கள். என்னால் அதை உதறியெறிய முடியாது.

புது இடத்தில் அமைவுறுதல்

விழா முடிவுக்கு வந்தது. பிரதிநிதிகள் வீடு திரும்பினர். கிளிவர் தம்பதிகளும், விழாப் பரபரப்புக்கு மத்தியில், உள்நாட்டில் டிஸ்ஸெம்சில்ட்டில் கியூபாவால் நடத்தப்படும் மருத்துவமனை யொன்றில் பிறந்த அவர்களது மகன் மசியோவும் வாழ்வதற்கான இடம் கண்டுபிடிப்பதற்குப் புறப்பட்டார்கள். அல்ஜியர்ஸில் வீட்டுவசதிப் பிரச்சனை பூதாகரமானதாக இருந்தது. பிரெஞ்சுக் குடியேறிகள் கூட்டம் திரும்பிப்போனதற்கு மாறாக, மக்கள் கிராமப்புறத்திலிருந்து நகரத்திற்குள் வந்து குவிந்தனர், தொகுப்பு வீடுகள்போல் தோன்றிய எந்த இடத்தையும் ஆக்கிரமித்துக் கொண்டனர். சுதந்திரம் பெற்ற பிறகான ஏழு ஆண்டுகளில் நடைமுறையில் புதிய கட்டுமானம் என்று ஏதுமில்லை. நகரத்துக்கு வெளியே சில மைல் தூரத்தில், பாயின்ட் பெஸ்கேட் கடலுக்குப் பக்கத்தில், ஒரு காலி வீட்டுடன் அலிஹபீப் என்றொரு பழைய நண்பர் உதவிக்கு வந்தார். கியூபாவிலிருந்து அகதிகளாக பிற தோழர்கள் வேகமாக வந்துசேர்ந்துகொண்டிருந்த நிலையில் அந்த வீடு தெய்வாதீனமாகக் கிடைத்தது: முன்னாள் விமானக் கடத்தல்காரர்களை பைரன் பூத் மற்றும் கிளின்டன் (ரஹீம்) ஸ்மித், ஜேம்ஸ் (அகில்) பேட்டர்சன், அவரது மனைவி க்வென் மற்றும் அவர்களுடைய மகள் தான்யா.

விடுதலை இயக்கப் பிரதிநிதிகள் சிறுத்தைகளைத் தேடிக் கண்டுபிடித்தார்கள். குறிப்பாக, ஆங்கிலம் செயல்படும் மொழியாக இருந்த நமீபியா, ஜிம்பாப்வே மற்றும் தென்னாப்பிரிக்கா போன்ற நாடுகளோடு மட்டுமின்றி, போர்த்துகீசியக் காலனி நாடுகளான அங்கோலா, கினியா பீஸோ, மொசாம்பிக்கோடும் நெருக்கமான உறவுகள் பின்தொடர்ந்தன. பண்பாட்டு விழாவின் போது, அல்ஜியர்ஸில், ஃபதாக் பிரதிநிதிக்குப் பக்கத்தில் எல்ரிட்ஜ் தோன்றியது, *நியூ யார்க் டைம்ஸ்* ஸால் காட்டப்பட்ட

''யூத மக்கள் துன்புற்றார்கள் என்பதை நாங்கள் ஒப்புக் கொள்கிறோம். ஆனால் இந்தத் துன்புறுதல், இப்போது, அராபியர்கள் படும் துன்புறுதலை நியாயப்படுத்துவதற்குப் பயன்படுத்தப்படுவதாக இருக்கக்கூடாது,''[7] என்னும் அவரது மேற்கோளுடன் சர்வதேசப் பத்திரிகைகளால் எடுத்தாளப்பட்டது.

கலிபோர்னியாவிலுள்ள கறுப்புச் சிறுத்தைகள் கட்சியின் தலைமையகம் தினமும் தொடர்பு கொள்ளப்பட்டது. சிறுத்தை ஆதரவாளர்களின் தூதுக்குழுக்கள் அல்ஜியர்ஸுக்கு வருகை தரத் தொடங்கின. தனிப்பட்ட நேர்காணல்களைப் பெற வேண்டி பத்திரிகையாளர்களும்கூட நகரத்துக்கு வந்தார்கள்; தாங்கள் இருந்து கொண்டிருக்கும் நாட்டைப் புறக்கணித்துவிட்டு, எல்ரிட்ஜிடம் நேராக வழிகண்டுவந்தார்கள். குறிப்பாக, சுயாதீனமான புகைப்படப்பத்திரிகையாளரும், கியூபா தொடர்பான வல்லுநருமான லீ லாக்வுட்டை நான் நினைவுகூர்கிறேன். அவர் கிளிவருடனான உரையாடல்கள் குறித்த ஒரு நூலை வெளியிடவிருந்தார். அத்துடன் டான் ஸ்கான்சேவும் கிளிவர் தொடர்பான ஒரு நூலுக்காக, ஆழமான நேர்காணல்களை எடுத்திருந்தார். பாயின்ட் பெஸ்கேடில் கிளிவரின் வீட்டில் ''60 மினிட்ஸ்'' ஸுக்காக மைக் வால்லஸால் எடுக்கப்பட்ட நேர்காணலுக்கு நான் சாட்சியாக இருந்தேன். ஆரவாரப்பேச்சின் போக்கில் உணர்ச்சிவசப்பட்ட எல்ரிட்ஜ் முனைப்பாகச் சொன்னார், ''ரிச்சர்ட் நிக்சன்... ஜே. எட்கர்ஹூவர், செனட்டர் ஜான் மெக்கல்லன், இன்ன பிறரின் தலையை எடுப்பது... அவர்கள் குற்றவாளிகள்,'' அவர் சொன்னார், ''அமெரிக்காவில் மட்டுமின்றி உலகம் முழுவதிலும் ஒடுக்குமுறைக்கும், அழிவுக்கும் அவர்கள் திட்டமிட்டார்கள்.'' அமெரிக்கன் டி.வி. யில் அந்த நேர்காணல் ஒளிபரப்பானதற்குச் சில நாட்களுக்குப் பின்னால் வால்லஸின் திரைப்படப்பதிவுகள், குறிப்புகள் மற்றும் அவருடைய செலவுக் கணக்கையும்கூடச் சமர்ப்பிக்கும்படி நீதித்துறை அழைப்பாணை விடுத்தது.

சோல் ஆன் ஐஸ் நூலின் விற்பனையிலிருந்து எல்ரிட்ஜுக்குக் கிடைக்கும் உரிமைப்பங்குத் தொகை அமெரிக்காவில் முடக்கி வைக்கப்பட்டு, சில நிபந்தனைகள் நிறைவேறும் வரை மூன்றாம் ஆளின் கணக்கில் ஒப்படைக்கப்பட்டது. அந்தக் கணக்கைப் பயன்படுத்தும் உரிமை அவருக்கு இருக்கவில்லை. அவர் கியூபாவில் வாழ்வதாகக் கண்டுபிடிக்கப்பட்டபோது, அமெரிக்க

அரசாங்கம் அவரை, ''எதிரியோடு தொடர்பு வைத்திருந்தார்,'' என்று குற்றம் சுமத்தியது. அனைத்து ஆப்பிரிக்க விழாவின் போது, சான் ஃபிரான்ஸிஸ்கோவைச் சேர்ந்த ஒரு வழக்குரைஞரான டேவிட் பிராட்ஸ்கி எதிரியோடு தொடர்பு வைத்திருத்தல் சட்டத்திலிருந்து எல்ரிட்ஜை விடுவிப்பதற்கான ஆவணங்களுடன் வந்துசேர்ந்தார். ஆனால் எல்ரிட்ஜ் அமெரிக்கத் தூதரக அதிகாரி ஒருவரின் முன் தோன்றி அந்த ஆவணங்களில் கையெழுத்திட வேண்டியிருந்தது. அவர்கள் இருவரும் ஸ்விஸ் தூதரகத்தின் அமெரிக்க நலன்கள் பிரிவுக்குப் புறப்பட்டுச் சென்றார்கள் - உண்மையில் அது ஸ்விஸ் கொடியைப் பறக்கவிட்டிருந்த அமெரிக்கத் தூதரகமாகும் - அங்கு எல்ரிட்ஜின் கையெழுத்து அதிகாரப்பூர்வமாக மாறியது.

அதன் பிறகு வெளிநாட்டுப் பதிப்பாளர்களிடம் அவருக்கான உரிமைத்தொகையை நேராக அவருக்கே மாற்றி அனுப்புமாறு அறிவுறுத்தினேன். அவரது முன்னாள் வழக்குரைஞரும் மண உறுதிசெய்யப்பட்டவருமான பெவர்லி அக்சல்ராட் அந்த உரிமைத் தொகைகளில் 25 சதவீதத்தைப் பெற்றுவருகிறார் என்று அவர் என்னிடம் சொன்னார். அந்த ஒப்பந்தத்தை மாற்றுவதற்கு அவரை நான் இணங்கவைக்க முயன்றேன். ''அது பெருமளவு பணம். இங்கே உங்களுக்கு அது தேவைப்படும்.'' அதை அவர் காதில் வாங்கிக்கொள்ளவில்லை.

ரிச்சர்ட் ரைட்டின் விதவையும் இலக்கிய முகவருமான, பாரிஸைச் சேர்ந்த எல்லன் ரைட், எல்ரிட்ஜுக்கு முன்பணம் தருவதற்காக அல்ஜியர்ஸுக்கு வந்தார். பின்னர் அது அவருடைய இலக்கிய முகவர் சிரில்லி அபெல்ஸால் திருப்பித்தரப்பட்டது. கறுப்புச் சிறுத்தைகள் கட்சியும், ஐரோப்பாவிலிருந்த சிறுத்தைகள் ஆதரவுக் குழுக்களும் நலம்விரும்பிகள் பலரும்கூட நிதிகள் தர முன்வந்தனர்.

சிறுத்தைகளுடன் பணிபுரிதல்

எல்ரிட்ஜுடன் - தொலைபேசி அழைப்புகள் வழியாக, குறித்த நேரத்திலான சந்திப்புகள் மற்றும் சென்றுபார்த்தல்கள் மூலமாக அநேகமாக தினமும் நான் தொடர்பில் இருந்தேன். அவர் அடிக்கடி எனது காரை இரவல் பெற்றார். நான் இங்கிருந்து வெளியே போகும்போது எனது கார் மற்றும் அடுக்குமாடிக் குடியிருப்பின் சாவிகளை அவரிடம் விட்டுச்செல்வேன். அவரைப்

பொறுத்தவரை பக்கச்சார்பு அற்றவளாக இருந்தேன். அவருக்கு அச்சம் ஏதுமில்லை: நான் எதிர்த்துப் பேசமாட்டேன். எனக்கு சிறுத்தைகள் தொடர்பான பாத்திரமோ அல்லது வரலாறோ இருக்கவில்லை. கடந்தகாலம் அல்லது எதிர்காலம் தொடர்பான கோருதல்கள் இருக்கவில்லை. எங்களிடையே பாலியல் தொடர்பேதும் இருக்கவில்லை. அவரது அமைப்பில் உள்ள அனைவரிடமும் நான் அவர்களது ''கட்டுப்பாட்டுக்குள் இல்லாதவள்'' என்று கூட அவர் தெரியப்படுத்தியிருந்தார். பிற சிறுத்தைகள் வந்துசேரத் தொடங்கியதும் அந்த அதிகாரபூர்வமான அறிவிப்பை வெளியிட்டார். அப்படிச் செய்ததாக என்னிடம் சொல்லவும் செய்தார். அவர் எவ்வளவு நேர்மையானவராக இருந்தார். அவரது கூட்டாளிகளில் ஒருவருடனான கள்ளத் தொடர்பு, அவரும் நானும் தொடங்கிவைத்த, வெளிப்படையாகச் சொல்லிக்கொள்ளாத அந்த உடன்படிக்கையைப் பயனற்றதாக ஆக்கிவிடும். மிகத் தொடக்கத்திலேயே அவருக்கும் எனக்கும் இடையிலான பாலுறவு எனது சொந்த அழிவுக்கே இட்டுச் செல்லும் என்பதைப் புரிந்து கொண்டிருந்தேன். நிகழ்வுகள் சிறிதுசிறிதாக மடிப்பவிழ, நான் எவ்வளவு தொலைநோக்குடையவளாக இருந்திருக்கிறேன் என்று நான் சரிபார்த்துக்கொண்டேன்.

நான் பிரெஞ்சுமொழியைப் பேசவும், எழுதவும் செய்வேன் என்பது எல்ரிட்ஜுக்கு மிகவும் முக்கியமானதாக இருந்தது. அல்ஜீரியர்கள் ரகசியம் காக்கும் மரபொன்றைக் கொண்டவர்களாக இருந்தார்கள். அவர்கள் வாய்திறவாதவர்கள். காலனியச் சக்திக்கு எதிரான அவர்களது போரின்போது அவசியமானதாக இருந்த பழக்க வழக்கங்கள் இன்றுவரை அப்படியே பதிந்துபோயிருக்கின்றன. என்னையும் உள்ளிட்டு போராட்டத்தில் ஈடுபட்டிருந்த வெளி நாட்டவர்களிடம்கூட பேச்சைத்தவிர்க்கும் இந்தப் பழக்கத்தில் கைதேர்ந்தவர்களாக மாறிவிட்டார்கள். ஆனால் எல்ரிட்ஜ் வசிக்கும் புதிய நாட்டின் நிகழ்ச்சிகளை அவருக்கு விளக்கவும், உட்பொருளை வெளிப்படுத்தவும் என்னால் முடிந்தது. மேல்மட்டத்திலிருந்த ஆட்களில் யாரைத் தொடர்புகொண்டு சந்திப்புக்கான நேரங்களைப் பெறமுடியும் என்று எனக்குத் தெரிந்திருந்தது. அத்துடன் தகவல்துறை அமைச்சகத்தில் நான் பணியிலிருந்தது அவரோடு நான் எங்குவேண்டுமானாலும், எப்போது வேண்டுமானாலும் செல்வதற்கு சுதந்திரமாக அனுமதித்தது. எனக்கான நேரத்தை ஏற்படுத்திக் கொள்வதற்கு என்னால் எப்போதும் முடிந்தது.

அனைத்து ஆப்பிரிக்கப் பண்பாட்டு விழா முடிந்த பிறகு விரைவிலேயே கறுப்புச் சிறுத்தைகள் கட்சியின் ஃபீல்ட் மார்சலாக அறிமுகப்படுத்தப்பட்ட பைரன் பூத் உடன்வர எல்ரிட்ஜ் பியோங்கியோங் மற்றும் சர்வதேசப் பத்திரிகையாளர் கருத்தரங்குக்குப் புறப்பட்டுச் சென்றார்.

அந்த இரண்டு சிறுத்தைகள் மட்டுமே அமெரிக்காவின் பிரதிநிதிகளாக இருந்தார்கள். எல்ரிட்ஜ் கூட்டத்தில் உரையாற்றினார். கருத்தரங்குக்குழுவின் உறுப்பினராகத் தேர்ந்தெடுக்கப்பட்டார். அவரும் பைரனும் வடகொரியாவில் ஒரு மாதத்துக்கு மேல் தங்கியிருந்தார்கள். அந்த நாடெங்கும் அவர்கள் பயணம் செய்தார்கள். பான்முன்ஜோமில்கூட அவர்கள் இடை நின்றார்கள். பத்திரிகைகள் சொல்வதன்படி, அங்கு கடமைப் பொறுப்பிலிருந்த கறுப்பின அமெரிக்க இராணுவவீரரிடம் தனது எதிர்ப்பை அவர் தெரிவித்தார். அவர் கிம்-இல்-சுங்கை இருமுறை சந்தித்தார். அவர் அல்ஜியர்ஸுக்குத் திரும்பியபோது, குழந்தைகள் தொடர்பான கொரியக் கொள்கையால் தான் எவ்வளவு ஆழ்ந்த மனப்பாதிப்பைப் பெற்றார் என்று அவர் என்னிடம் சொன்னார்: அந்தச் சின்னஞ்சிறிய குழந்தைகள் எவ்வளவு மகிழ்ச்சியாக இருந்தார்கள், எவ்வளவு நன்றாக கவனித்துப் பராமரிக்கப் பட்டார்கள், நேசிக்கப்பட்டார்கள். அவர்களுடைய புகைப் படங்களையும், எனக்குக் காட்டுவதற்காக ஒரு திரைப்படத்தையும் அவர் வாங்கி வந்திருந்தார். அவர் உறவுகளைப் பராமரிக்கவும், வளர்த்துக் கொள்ளவும், பலதரப்பட்ட அமைப்புகளைப் பிரதிநிதித்துவம் செய்யும் அனைத்து அமெரிக்கத் தூதுக்குழுவொன்றை கொரியாவுக்கு அழைத்துச் செல்லவும் மிகுந்த ஆர்வம் கொண்டிருந்தார். பல்வேறு வடிவிலான உதவிகளையும் அவர் எதிர்பார்த்திருந்தார்.

அவர் திரும்பி வந்த சிறிது காலத்துக்குள்ளாகவே நவம்பர் மாதத்தில் ஓர் அதிகாலை நேரத்தில் தகவல்துறை அமைச்சகத்தில் உள்ள எனது அலுவலகத்தில் எல்ரிட்ஜ் வந்து நின்றார். அது, சுவரோரம் உள்நோக்கி வரிசையாக மேசைகள் போடப்பட்டிருந்த பெரிய அறையாகும். அதனால் என்னுடன் பணிபுரிபவர்களும் நானும் அனைவரின் பார்வையிலும் இருந்தோம். ஜோக்ரா செல்லமி, பெஹ்ஜா பென்சலேம், மஹ்மூத் லெம்சனி மற்றும் நானும் இணைந்து அமைச்சகத்துக்காக, நேர்த்தியான சர்வதேச செய்திப் பத்திரிகையொன்றின் மாதிரிவடிவத்தை உருவாக்கிக் கொண்டிருந்தோம். எங்கள் நண்பர்கள் அனைவருக்கும் நாங்கள்

எங்கே இருப்போம் என்று தெரியும். அங்கு அவர்கள் முன்னறிவிப்பின்றி வந்துவிடுவார்கள். அந்த நாட்களில் காவலாளிகள் யாரும் இருக்கவில்லை. அந்தக் கட்டிடத்தின் வாயிலில் சிறப்புப் பாதுகாப்பு எதுவும் இருக்கவில்லை. அங்கு மக்கள் எப்போதும் உள்ளேயும், வெளியேயும் அலைந்து கொண்டிருந்தார்கள். என்னுடன் பணியாற்றுபவர்கள் அனைவருக்கும் எல்ரிட்ஜைத் தெரியும். அவர்களின் மனதில் சரியான முறையில் அவர் நல்ல பதிவை ஏற்படுத்தியிருந்தார்.

அந்தக் குறிப்பிட்ட நாளில் அவர் நாற்காலியை இழுத்து போட்டு, என் மேசையின் பக்கவாட்டில் அமர்ந்து, தன் கண்களைத் தாழ்த்தி முணுமுணுத்தார், ''நான் உங்களிடம் ஒரு விசயத்தைச் சொல்லவேண்டும். நேற்றிரவு ஒரு விசயம் நடந்து விட்டது. நான் ரஹீமைக் கொன்றுவிட்டேன்.''

''என்னது? அடக்கடவுளே! நீங்கள் என்ன சொல்கிறீர்கள்? ஏன்?''

''அவன் எங்கள் பணத்தையெல்லாம் திருடிவிட்டான். அதை மறைத்து வைத்தான். அவன் பிரிந்துபோகத் திட்டமிட்டான்.''

எனக்குத் தலைசுற்றத் தொடங்கியது, ரஹீமின் (கிளின்டன் ஸ்மித்) உருவம் அவனது பெரிய ஆப்பிரிக்கத் தலையலங்காரத்துடனும், ஒல்லியான உடலுடனும் என் தலைக்குள் பளிச்சிட்டது. அந்த இறுக்கமான இடத்தில் என்னால் உரக்கக் கத்தமுடியவில்லை. என்னால் குதிக்கவும் ஓடவும் முடியவில்லை. நான் அங்கே வெறுமனே சரிந்து உட்கார்ந்தேன். பேரச்சத்தில் ஆழ்ந்தேன்.

''பைரன் அங்கே இருந்தார். நாங்கள் இருவரும் பிணத்தை மலைக்குள் தூக்கிச் சென்று, பாயின்ட் பெஸ்கேடுக்குப் பின்னால் புதைத்துவிட்டோம்.''

இவையனைத்தும் மற்றவர்களுக்குக் கேட்காதவிதத்தில் கிசுகிசுப்பாக இருந்தது. பின்னர் அவர் எழுந்து நின்றார், தனது குளிர்க்கண்ணாடியை மாட்டிக்கொண்டார். தனது குப்பைகூளங்களின் மூட்டையை என்னிடம் கொட்டிவிட்டுச் சென்றார். அவரது பேச்சு தெளிவானதாகவும், நேரடியானதாகவும், மனசாட்சியின் தொந்தரவுக்குள்ளானதற்கான எந்தத் தடயமும் இல்லாததாகவும் இருந்தது. பைரனும், ரஹீமும் அமெரிக்கச் சிறையிலிருந்து தப்பியோடியவர்கள். கியூபாவுக்கு ஒரு விமானத்தைக் கடத்திச்

சென்று, நாடுகடந்த நிலையிலிருந்த எல்ரிட்ஜோடு இணைந்து கொண்டவர்கள். கியூபர்களின் உதவியோடு அல்ஜியர்ஸுக்கு வந்த சேர வழிகோலிக்கொண்டார்கள். பைரன் சஹாராவின் கீழ்ப் பகுதியிலுள்ள ஏதோ ஓர் இடத்துக்குச் செல்வதாக என்னிடம் எல்ரிட்ஜ் சொன்னதை நான் அடுத்தமுறை செவியுற்றேன்.

எல்ரிட்ஜ் தனது குற்றத்தை ஒப்புக்கொண்டதை நான் இன்னும் செரித்துக் கொண்டிருந்தபோது, எல்ரிட்ஜ் பியோங்கியோங்கில் இருந்த சமயத்தில், ரஹீமும் கேத்தலின் கிளிவரும் இரவு விடுதியொன்றில் மிகவும் நெருக்கமாக இருந்ததையும் கன்னத்தோடு கன்னம் பதித்து நடனமாடிக்கொண்டும், முத்தமிட்டுக்கொண்டும் இருந்ததையும் தான் பார்த்ததாக எனது நண்பர் டேனியல் என்னிடம் சொன்னார். ஒரு வாரத்திற்குள்ளாக, அரைகுறையாக மூடப்பட்டு, செப்பமற்ற முறையில் புதைக்கப்பட்டிருந்த அந்தப் பிணம் கண்டுபிடிக்கப்பட்டு, காவல் துறைக்குத் தெரிவிக்கப்பட்டது. ஆப்பிரிக்கத் தலையலங்காரத்திலிருந்தும், உடம்பில் பச்சை குத்தப்பட்டிருந்ததிலிருந்தும் பலியானவர் ஆப்பிரிக்க அமெரிக்கர் என்று கண்டுகொள்ள முடிந்தது. சிறுத்தைகளின் பிரெஞ்சு நண்பர்களில் ஒருவரான மூான்-மேரி போக்ளின் அழைக்கப்பட்டார். பிணம் அடையாளம் காணப்பட்டது.

கறுப்புச் சிறுத்தைகள் கட்சியில் 1971-ல் ஏற்பட்ட பிளவைத் தொடர்ந்து, கிளிவரின் மனைவியோடு கள்ளத்தொடர்பு வைத்திருந்ததன் காரணமாக கிளிவர் சக சிறுத்தையொருவரைக் கொன்றுவிட்டார் என்று தெரிவிக்கும் கட்டுரையொன்று *த பிளாக் பாந்தர்* பத்திரிகையில் வெளியானது. எலெய்ன் பிரௌனால் கையொப்பமிடப்பட்டிருந்த அந்தக் கட்டுரை, பலியானவரின் பெயரைக் குறிப்பிட்டிருந்தது. அத்துடன் குடியரசுத் தலைவர் பூமிடியனையும், பாலஸ்தீன விடுதலை இயக்கத்தின் அப்போதைய தலைவர் யாசர் அராபத்தையும் குறித்து அபத்தான குற்றச் சாட்டுகளைச் சொல்லியிருந்தது; முதலாமவரை ''குற்றத்திற்கு அதிகாரபூர்வமாக இசைவளித்தார்'' மற்றும் ''அவரைப் புதைப்பதற்கான இடத்தை வழங்கினார்'' என்றும், இரண்டாமவரை அதை ''ஏற்றுக்கொண்டவர்'' என்றும் குற்றம் சாட்டியது

அல்ஜியர்ஸை விட்டு நீங்கிச் சென்றபின் நைஜீரியாவில் இருந்த பைரன் பூத் 2001 - ல் கைதுசெய்யப்பட்டார்; அமெரிக்காவுக்கு நாடுகடத்தப்பட்டார். கலிபோர்னியா நீதிமன்றத்தில் ஆவணப் படுத்தப்பட்ட அறிக்கைகளின்படி, கொலை நடந்த இடத்தில் தான் இருந்ததாக அவர் உறுதி செய்தார். கறுப்புச் சிறுத்தைகள்

கட்சியின் ஃபீல்ட் மார்சலான டான்''டீசி'' காக்ஸ் 1970 - களில் சிறிது காலம் கிளிவரோடு தானும் பிற உறுப்பினர்களும் மேற்கொண்ட மோதல்கள் குறித்து விவரித்தார். எல்ரிட்ஜின் முதல் எதிர்வினை மறுப்பாக இருந்தது. ஆனால் அந்தக் குழுவால் அழுத்தம் தரப்பட்டதில் அவர் கொலையை ஒப்புக்கொண்டார். டீசி சொல்வதன்படி, அந்த ஆயுதம், கிம்-இல்-சுங்கால் பரிசாக அளிக்கபட்ட ஏகே-47 ரகத்தைச் சேர்ந்த ஒன்றாகும்.

குற்றம் செய்தவரான கிளிவரின் தரப்பில் இருப்பது பழக்கமாவதற்குச் சிறிது காலம் பிடித்தது. நான் என்ன செய்திருக்கமுடியும் என்று என்னை நானே கேட்டுக்கொண்டேன். அவரைக் காட்டிக்கொடுப்பதா? யாரிடம்? அல்ஜீரியப் போலீஸாரிடமா? அமெரிக்கத் தூதரகத்திடமா? உறுதியாக முடியாது.

எனக்குத் தெரிந்த அளவில், போலீஸார் அவர்களது விசாரணையில் அதற்குமேல் செல்லவில்லை. அத்துடன் சிறுத்தைகளைக் கேள்விகேட்பதற்காக அழைப்பாணை விடுக்கவுமில்லை. அவர்கள் ஏன் அந்த விசயத்தில் செயல் படாதிருக்க முடிவு செய்தார்கள் என்பது அனுமானத்துக் குரியதாகும். ஆனால் அந்தச் சம்பவத்தை அவர்கள் பதிவு செய்தார்கள் என்பது நிச்சயம். அவருடைய துயர மூட்டையை என்மேல் சுமத்தவேண்டும் என்று எல்ரிட்ஜ் ஏன் உணர்ந்தார் என்பதும் அனுமானத்துக்குரியதாகும். அல்ஜீரிய அதிகாரிகள் அவரைப் பிடிப்பது என்று முடிவு செய்திருந்தால், அவருக்கு என்னால் என்ன உதவியைச் செய்திருக்க முடியும். மீண்டும் எப்போதும் நாங்கள் அதுபற்றிப் பேசியதில்லை. அந்த விசயம் குறித்து யாரிடமும் எப்போதும் நான் உரையாடியதில்லை. கேத்தலினைப் பொறுத்தவரை, அவர் அதை முற்றிலுமாக மூடிமறைத்துவிட்டார்.

1969 அக்டோபர் 26 அன்று, கறுப்புச் சிறுத்தைகள் கட்சியின் சர்வதேசப் பிரிவுக்கு விடுதலை இயக்கம் ஒன்றுக்கான அதிகாரபூர்வ அந்தஸ்தை வழங்குமாறு கேட்டுக்கொள்ளும் விண்ணப்பம் ஒன்றை எல்ரிட்ஜ் அல்ஜீரிய அரசாங்கத்திடம் முன்வைத்தார். அதிகாரிகளிடமிருந்து எந்த எதிர்வினையும் இருக்கவில்லை. இந்த மௌனத்தை சிறுத்தைகள் ஒரு மறுப்பாகப் புரிந்துகொண்டார்கள். அதிகார வர்க்கத்தின் திறனின்மை, போதுமான மேல்நடவடிக்கை எடுக்காமை, விசயங்களை

அதன்போக்கில் போகவிடுவது மற்றும் சிறுத்தைகளைப்போல உறுதியாக இல்லாமல் இருப்பது ஆகியவற்றுக்கு நான் பழக்கப் பட்டவளாக இருந்தேன். அத்துடன் சேர்த்து எதையும் எழுத்துப் பூர்வமாக வைப்பதில் அதிகாரிகளுக்கு இருந்த தயக்கமும் அந்தப் பட்டியலில் சேர்ந்துகொண்டது. சிறுத்தைகள் அல்ஜியர்ஸில் உறுதியாக நிலைபெற்றுவிட்டார்கள்; அவர்களுடைய இருப்பை யாரும் கேள்விக்குட்படுத்தவில்லை. என்னைப் பொறுத்த அளவில், அது ஆம் நீங்கள் அதிகார பூர்வமானவர்கள் என்று சொல்வதற்குச் சமமானது.

வேறு சிறுத்தைகளும் வந்தார்கள்: 1970 மே மாதம் டான் காக்ஸ் வந்துசேர்ந்தார். ஜூன் இறுதியில் சேகு ஒடிங்காவும், (நியூ யார்க் 21 குழுவைச் சேர்ந்த)[8] லாரி மேக்கும் கியூபா வழியாக, அவர்களுடைய ஊடுகடக்கும் புள்ளியான அல்ஜியர்ஸை அடைந்தார்கள். ஜூலையில் கான்சாஸ் நகரக் கிளையின் தலைவரான பெத்தி ஓநீலும், அல்ஜீரியாவின் தன் முதல் குழந்தையைப் பெற்றெடுத்த அவரது மனைவி சார்லட்டும் வந்தார்கள்.

சர்வதேசப் பிரிவு மற்ற விடுதலை இயக்கங்களுடன் தொடர்புகளை வலுப்படுத்திக்கொண்டது. அல்ஜியர்ஸில் இருந்த எத்தியோப்பிய மற்றும் தென்னாப்பிரிக்கப் படைக் குழுக்களுக்கு ஆயுதங்களைப் பயன்படுத்துவதற்கான இரகசியப் பயிற்சி அமர்வுகளையும் முன்னெடுத்தது. தென்னாப்பிரிக்காவைச் சேர்ந்த ஆப்பிரிக்கன் நேஷனல் காங்கிரஸின் தலைவரும் நெல்சன் மண்டேலாவின் முன்னாள் சட்டக் கூட்டாளியுமான ஆலிவர் டாம்போவுக்கு, அடிக்கடி நிகழ்ந்த அவரது வருகைகளின் போதான அதிகாரபூர்வமற்ற மெய்க்காப்பாளர்களாக சிறுத்தைகள் மாறினார்கள். ''எனது உடலைக் கேடயமாக வழங்கி'', டான்காக்ஸ் டாம்போவோடு பயணம் செய்தார்.

''வாகனங்கள்'' தான் நிரந்தரத் தலைவலியாக இருந்தன. சிறுத்தைகளின் வீடுகள் எதுவும் நகரத்தின் மையத்தில் இல்லை. உள்ளூர் பேருந்து சேவைகள் சிக்கலானவையாகவும், போதாதவையாகவும் இருந்தன. சிறிது காலத்துக்கு இரண்டு பிரெஞ்சு வாடகைக்கார்கள் அவர்களது தேவைகளுக்குச் சேவை செய்தன; காரோட்டியுடன் கூடிய வாகனம் ஒன்றைக்கொண்டு எஃப்எல்என் அவ்வப்போது உதவியது. சற்றே பயன்படுத்தப்பட்ட வெண்மை கலந்த பழுப்பு நிறம்கொண்ட வோக்ஸ்வேகன் ஒன்றை ஜெர்மானிய ஆதரவாளர்கள் வழங்கியதன் மூலம் இந்தப் பிரச்சனை பின்னர் தீர்க்கப்பட்டது.

சிறுத்தைகளைச் சுற்றிலும் மாயக்கவர்ச்சியொன்றின் ஒளிவட்டம் இருந்தது. உள்ளூர்க்காட்சியில் வியந்து பாராட்டப் பட்டவர்களாக அவர்கள் இருந்தார்கள். ஆனால் மூடுண்ட சமூகத்தின் சூழலில் அவர்களது பகட்டாரவாரம் குற்றமாகவும் பார்க்கப்பட்டது. அவர்களுடைய வாழ்க்கைப் பாணி அமெரிக்கத் தன்மையோடிருந்தது: அவர்கள் தாராளமனப்பான்மை கொண்டவர்களாக, வெளிப்படையாகப் பேசுபவர்களாக, சுதந்திரமாக நடந்துகொள்பவர்களாக இருந்தார்கள். அவர்கள் தங்களுக்குத் தாங்களே முன்னுரிமை வழங்கிக்கொள்பவர்களாக இருந்தார்கள். பிற விடுதலை இயக்கங்களுக்கு என்றும் கிடைக்காத இன்றியமையாத வசதி வாய்ப்புகள் அவர்களுக்குக் கிடைத்தன: வீடுகள், கார்கள், ஊடக கவனிப்பு, புகழ்பெற்றோர் வந்து பார்த்தல். அவர்கள் சந்திப்புக்கான ஏற்பாடுகளை செய்து கொண்டார்கள், நகரெங்கும் அல்ஜீரியா மற்றும் வெளிநாட்டைச் சேர்ந்த அழகிய பெண்களோடு காணப்பட்டார்கள். மேல்பக்கம் திறந்து மூடும் வசதிகொண்ட சிவப்பு நிறக் கார் ஒன்றில் அழகிய செம்பழுப்புத் தலைமுடிகொண்ட ஓர் அமெரிக்கப் பெண் செலுத்து சக்கரத்தின் முன்னால் அமர்ந்திருக்க, அந்தப் பெண்ணுக்குப் பக்கத்தில் சேகு ஒடிங்கா இருக்க, திதூச் முராத் வீதியில் அவர்கள் விரைவாகப் பாய்ந்து செல்லும் சித்திரத்தை என்னால் இன்னும் காண முடிகிறது. மறைவான, பிற்போக்குத் தனமான ஒரு சூழலில், மிக நன்றாகக் காணப்படக்கூடிய விருந்தினர்களாக அவர்கள் இருந்தார்கள்.

1970 வசந்தகாலத்தின் பிற்பகுதியில் ஒருநாள் காலை, நகரத்தின் மையத்திலிருந்த உணவகமொன்றில் மதிய உணவுக்கு வரும்படி எல்ரிட்ஜ் என்னை அழைத்தார். அவருடைய மனதில் என்ன இருக்கிறது என்று என்னிடம் சொல்வதற்கு முன்னால், எங்களுக்கு ஓரளவு தெரிந்திருந்த, பக்கத்து மேசையில் அமர்ந்திருந்த அமெரிக்கரொருவர் எங்களோடு உரையாடலில் ஈடுபட முயற்சி செய்தார். எல்ரிட்ஜ் தனது இருக்கையிலிருந்து எழுந்து, உண்மையிலேயே அந்த மனிதருடைய காலரைப் பிடித்துத் தூக்கிக் கொண்டுபோய் உணவகத்துக்கு வெளியில் எறிந்து விட்டார். அவருடைய மனதில் ஒரு நோக்கம் இருந்தது. அதை வெளிப்படுத்துவதற்கான பொறுமையில்லாதவராக அவர் இருந்தார்; எந்த இடையூறையும் அவர் பொறுத்துக் கொள்ள வில்லை. தான் அதிகாரபூர்வமாக அங்கீகரிக்கப்படவேண்டும் என்று அவர் விரும்பினார். நல்ல ஆயத்தமான நிலையிலுள்ள

ஓர் அலுவலகம் வேண்டும் என்று விரும்பினார். ஒரே இடத்திலிருந்து அரசாங்க உதவியுடன் செயல்பட முடியவேண்டும் என்றும் விரும்பினார். சிறுத்தைகளை ஓரிடத்தில் அமர்த்துவது தொடர்பான பிரச்சனைகளுக்கான தீர்வொன்றை நான் காணவேண்டியிருந்தது.

நான் நன்றாக யோசித்து, செய்து முடிக்கவேண்டும் என்று தீர்மானித்ததால் அதைச் செய்து முடிக்கக்கூடிய ஒருவரைத் தொடர்பு கொண்டேன்: அமெரிக்கா குறித்து நேரடியான அறிவுகொண்ட வெகுசில அல்ஜீரியர்களில் ஒருவரான மக்மெட் யாசித்-அவருடைய மனைவி ஓர் அமெரிக்கர். யாசித்தும் அவருடன் பணியாற்றுபவரான ஹோசின்-ஐட்-அகமெத்தும் அல்ஜீரியப் போரின் தொடக்க நாட்களில் 1955ல் நியூ யார்க்கில் வந்து இறங்கினார்கள். அல்ஜீரிய இலட்சியத்துக்கு ஆதரவாக ஐக்கியநாடுகள் சபையில் அதன் பொதுச் சபை அமர்வின் முன்னிலையில் நுழைவுரிமை ஒன்றைப் பெறவேண்டும் என்பதே அவர்களுடைய கடமைப் பணியாக இருந்தது. அந்தச் சமயத்தில் அவர்கள் இருவருமே சரளமாக ஆங்கிலம் பேசுபவர்களாக இருக்கவில்லை; அவர்களிடம் கொஞ்சம் அமெரிக்க டாலர் பணம் இருந்தது. ஒரே ஒரு தொடர்புகூட இருக்கவில்லை. அந்தக் கதையை யாசீட் பலமுறை சொன்னதை நான் கேட்டிருக்கிறேன். உணவின் சுவையறிந்தவரும், சமையல்காரருமான அவர், ‘‘கடலை வெண்ணெய் தடவிய ரொட்டித் துண்டுகளைக் கொண்டு உயிர்வாழ்ந்ததை’’க் குறிப்பிடத் தவறியதில்லை.

வட ஆப்பிரிக்காவுக்குத் திரும்புவதற்கு முன்னால், அவர்களால் அசாத்தியமானதைச் சாதிக்க முடிந்தது: ஐநாவின் பொதுஒப்புதல் சான்றையும், அரசியல் உள்ளீட்டையும் அவர்களுக்கு வழங்குவதற்கு அல்ஜீரிய இலட்சியத்துக்கு ஆதரவான நாடுகளை அவர்கள் இணங்கச் செய்தார்கள். அவர்களுக்கு ஓர் அலுவலகம் இருந்தது. அதற்கான நிதிக்கான வழிவகைகளும் இருந்தன. அடுத்து வந்த ஒவ்வொரு ஆண்டிலும் அல்ஜீரியப் பிரச்சனை பொதுச்சபையின் நிகழ்ச்சிநிரலில் இடம்பெற்றது. நியூ யார்க்கில் யாசித் முதல் நிரந்தரப் பிரதிநிதியாக ஆனார்; சுதந்திரம் பெறும்வரை ஒவ்வொரு வருடாந்திர விவாதத்திலும் அவர் கலந்து கொண்டார். 1958 லிருந்து 1962 வரை, ஜிபிஆர்ஏ வின் தகவல்துறை அமைச்சராக அவர் இருந்தார். நியூ யார்க்குக்கான அவரது பயணங்கள் அடிக்கடி நிகழ்ந்தன. அவரை எனக்கு நன்றாகத் தெரியும்.

மக்மெத்திடம் நான் முன்வைத்த பிரச்சனைக்கான எதிர்வினை, அல்ஜீயர்ஸின் வெளிப்புறப் பகுதியிலிருந்த வளமான சமவெளியில் அமைந்திருந்த, ப்ளைடாவில் இருந்த அவரது *லா வில்லே தெ ரோசஸ்* இல்லத்துக்கு எங்களின் ஒரு குழுவை மதிய உணவுக்கு அழைப்பதாக இருந்தது. அவர் சிறுத்தைகளை நெருக்கமாகப் பார்க்க விரும்பினார்.

காலநிலை எங்களுக்குச் சாதகமாக வலிநீக்கும் நறுமணத்துடன் கதகதப்பாக இருந்தது. துருக்கியர்களின் காலத்தில் கட்டப் பட்ட, ஒரு பழைய குடும்பத்தின் இருப்பிடத்தைச் சேர்ந்த, வேலியிடப்பட்ட ஒருபெரிய தோட்டத்தில் ஒரு மேசை போடப் பட்டிருந்தது. யாசித்தின் வயது முதிர்ந்த பாட்டியின் பண்பட்ட அல்ஜீரிய சமையலால் எல்ரிட்ஜ், கேத்தலின், டீசி மற்றும் நானும் உபசரிக்கப்பட்டோம். தோட்டத்திலிருந்து கிடைத்த புத்தம் புதிய லிமா பீன்ஸுடன், பாரம்பரிய முறையில் நீராவியில் வேகவைக்கப்பட்டு, வெண்ணெய் சேர்க்கப்பட்ட அவரது குஸ்குஸ்ஸை நான் மிகுந்த மகிழ்ச்சியோடு நினைவு கூர்கிறேன்.

மக்மெத் நல்ல நகைச்சுவை உணர்வுகொண்ட, விதிவிலக்கான ஒரு கதைசொல்லி ஆவார். ஆங்கிலம் தூவப்பட்ட அன்றாடச் சொல்லமைப்புகள், தெருப்பேச்சுகள், முதுமொழிகள் மற்றும் பழமொழிகளையும்கூட சொல்லுதல் ஆகியவை ஐநாவின் பத்திரிகைகளிடம் எண்ணற்ற முறை வாய்ப்பைத் தனக்குச் சாதகமாகப் பயன்படுத்திக்கொள்ள அவர் மேற்கொண்ட பழைய உத்தியாகும். அவர் சாமர்த்தியமும், கூர்மதியும்கொண்ட அவதானிப்பாளர். அவர், அமெரிக்காவில் தனது வாழ்க்கை குறித்த கதைகளைக்கொண்டு தனது விருந்தினர்களை வசியப்படுத்தி விடுவார். அந்த நேரம் முழுவதும் அவர்கள் குறித்த மதிப்பீடொன்றை உருவாக்கிக் கொள்வார். அந்த ''நேர்காண''லின் விளைவு நேர்மறையானதாக இருந்தது. சிறிது காலத்துக்குப் பிறகு, தென் வியட்நாமின் தேசிய விடுதலை முன்னணி தூதரக அந்தஸ்துக்கு நகர்ந்துவிட்டதாகவும், நகரத்துக்கு மேலே உள்ள மலைக்கு அருகில் எல் பையரிலுள்ள அதன் அல்ஜீரிய அரசாங்க மாளிகை யிலிருந்து காலி செய்யப்போவதாகவும் சொல்வதற்காக அவர் அழைத்தார். அந்தச் சொத்து சிறுத்தைகளிடம் ஒப்படைக்கப் படுவதாக இருந்தது.

அங்கீகரிக்கப்பட்ட ஒரு விடுதலைப் போராட்ட அமைப்பு என்னும் அந்தஸ்து அதனுடன் பிற சாதகமான அம்சங்களையும் கொண்டு வந்தது: தொலைபேசி இணைப்பு மற்றும்

தொலைபேசியுடன் இணைந்த தட்டச்சு இயந்திர இணைப்பு, சிறப்பு அந்தஸ்துபெற்ற குடியிருப்பாளருக்கான அல்ஜீரிய அடையாள அட்டைகள், தங்களுக்கும் தங்களது விருந்தினர்களுக்கும் நாட்டின் உள்ளே நுழைவதற்கும் வெளிசெல்வதற்குமான விசாக்கள் இல்லாமேலே உள்ளே வரவும் வெளியே செல்வதற்குமான சாத்தியம். அத்துடன் மாதாந்திர உதவித் தொகை. இத்தகைய முன்னுரிமைகளை அனுபவித்துக் கொண்டிருந்த பிற விடுதலை அமைப்புகளின் பட்டியலில் அவர்களும் சேர்ந்துகொண்டார்கள். தவிரவும் அரசாங்க மாளிகை கொண்ட அரிதான ஒரு சிலரில் அவர்களும் ஒருவராக இருந்தார்கள்.

கறுப்புச் சிறுத்தைகள் கட்சிக்கு முறையான விதத்தில் அங்கீகாரம் அளிப்பதற்கும், முன்னுரிமைகள் வழங்குவதற்கும் அல்ஜீரிய அதிகாரிகள் தனிப்பட்ட கவனம் செலுத்தியது ஏன் என்பது நியாயமான கேள்வி. சம்பவங்களை அவை நிகழ்ந்த போக்கிலேயே அவர்களால் விட்டிருக்கமுடியும். அல்ஜீரிய எரிவாயுவுக்கான அமெரிக்காவின் பேச்சுவார்த்தைகள் முன்னேறிக் கொண்டிருக்கின்றனவா?[9] அப்படியானால், சர்வதேசப் பிரிவு ஒரு தரப்புக்கோ அல்லது மறுதரப்புக்கோ சேவை செய்யும் சூழ்ச்சியாக இருக்கக்கூடிய சாத்தியமிருந்தது.

இன்னொரு புறம், அல்ஜீரியா மிகத் தெளிவாக மூன்றாம் உலகின் ஒரு பகுதியாக இருந்தது. அதன் சர்வதேச மொழியும், நிலைப்பாடுகளும் நிச்சயமாக கீழை முகாமோடு இயைந்து செல்வதாகவே இருந்தது. சோவியத் யூனியன், பல்கேரியா, செக்கோஸ்லோவாக்கியா மற்றும் கிழக்கு ஜெர்மனி ஆகியவை போரின்போது ஆயுதங்கள், பயிற்சி மற்றும் கல்வியை வழங்கின. இருப்பினும், அதிகாரக் கட்டமைப்பிற்குள்ளேயே அமெரிக்காவோடு இணங்கிப் போவதில் அக்கறை காட்டவேண்டும், அத்துடன் அல்ஜீரியா கியூபா அல்ல என்ற சமகால அபிப்பராயம் ஒன்றும் இருந்துவந்தது.

திறப்பு விழா

கேத்தலின் இரண்டாவது முறை கருவுற்றிருந்தார். 1970 மே மாத இறுதியில் அவரையும், சிறுவன் மாசியோவையும் எல்ரிட்ஜ் வடகொரியாவுக்குக் கப்பலேற்றி அனுப்பினார். அங்கு ஆகஸ்ட் இறுதியிலோ அல்லது செப்டம்பர் தொடக்கத்திலோ

அவருக்குக் குழந்தை பிறக்குமென்று எதிர்பார்க்கப்பட்டது. சிறிது காலத்துக்குப் பிறகு டீசியின் கூட்டாளியான பார்பரா எஸ்லேவும் அவரைப் பின்தொடர்ந்தார். அவரும் கருவுற்றிருந்தார்.

அப்போதுதான் எல்ரிட்ஜ் பேரெழில் வாய்ந்த அல்ஜீரியப் பெண்ணான மலிகா ஜீரியைச் சந்தித்தார். அவர் மீது எல்ரிட்ஜ் காதல் கொண்டார். மலிகா எப்போதும் அவருக்குப் பக்கத்தில் இருந்தார்; அவர் எல்லா இடங்களுக்கும் அந்தப் பெண்ணை அழைத்துச் சென்றார்; தனியாகப் பிரிந்திருப்பதைத் தாங்கி கொள்ள முடியாதவர்களாக அவர்கள் இருந்தார்கள். அவரது விருப்பு வெறுப்பற்ற மேலோட்டுக்குப் பின்னால், ஒரு மென்மையான இதயம் இருந்ததை நான் வியப்போடு அவதானித்தேன். நேர்த்தியான உடலமைப்புகொண்ட மலிகாவிடம் அனைவரும் ஈர்க்கப் பட்டனர். அவர் கவர்ச்சியும் புத்திசாலித்தனமும் கொண்டவராக இருந்தார். தன் விருப்புரிமை என்பது ஒரு பழிச்சொல்லாக இருந்த மூடுண்ட ஒரு சமூகத்தில் தனக்குப் பதினைந்து வயது மூத்தவராக இருந்த, கறுப்பினத்தைச் சேர்ந்த ஓர் அமெரிக்கருடன் வெளிப்படையாகத் தன்னை இணைத்துக்கொள்வதற்கு பெருமளவு தன்னம்பிக்கை வேண்டும். அந்தப் பெண் துணிவானவர்.

ஜூலை மாதத்தின் மத்தியில், அமெரிக்க ஏகாதிபத்திய எதிர்ப்புத் தூதுக்குழு என்று பெயரிடப்பட்ட, ஏழு அமெரிக்கர்களைக் கொண்ட தூதுக்குழுவில் பாப் ஸ்கீருடன் இணைத்தலைவராக எல்ரிட்ஜ் அல்ஜியர்ஸை விட்டுநீங்கி, வடகொரியாவுக்கும், பிறகு வடவியட்நாமுக்கும், சீனாவுக்கும் பயணம் மேற்கொண்டார். அமெரிக்க ஏகாதிபத்தியத்தைக் கண்டனம் செய்வதும், தங்கள் ஒற்றுமையை வெளிப்படுத்துவதுமே அவர்களுடைய நோக்கமாக இருந்தது. ஹனோயில் அவர்கள் ஜெனரல் வோ நுகுயென் கியாப்புடன் வரலாற்றுச் சிறப்பு மிக்க சந்திப்பை மேற்கொண்டனர். அவர் பிரெஞ்சுகாரர்களைத் தோற்கடித்தவரும், அமெரிக்கப் போர் இயந்திரத்தைத் தோற்கடிக்கும் செயல்முறையில் இருந்தவராகவும் இருந்தார். ஒலிப்பதிவு செய்யப்பட்ட வானொலி ஒலிபரப்பு ஒன்றில், கறுப்பின அமெரிக்க இராணுவ வீரர்களை கிளர்ச்சி செய்யுமாறும், சண்டையிட மறுக்குமாறும், ஓடிப்போய் விடுமாறும், போரை உள்ளிருந்தே சீர்குலைக்குமாறும் எல்ரிட்ஜ் அழைப்பு விடுத்தார்.

கிளிவரின் மகள் ஜோஜூ யங்கி ஆகஸ்ட் 31 அன்று பியோங்கியோங்கில் பிறந்தார்; கொரியாவின் முதல் பெண்மணியும் நடிகையுமான கிம் சுங்-ஏ யிடமிருந்து தனது பெயரைப்

பெற்றுக்கொண்டார். கேத்தலின் அல்ஜியர்ஸுக்குத் திரும்பிவந்த போது, மலிகாவை நேருக்குநேர் சந்திக்க வேண்டியவராகவும், தனது குடும்ப வாழ்க்கையில் இந்தப் புதிய யதார்த்தத்தைத் தாங்கிக்கொள்ள வேண்டியவராகவும் இருந்தார்.

கிளிவர் இல்லாதபோது, டீசி, சேகு ஓடிங்கா மற்றும் லாரி மேக் ஆகியோர் அகதிகளல்லாத பில் ஸ்டீபன்ஸ் மற்றும் கோன்னி மாத்யூஸுடன் சேர்ந்து, பெரிய, காரைப் பூச்சுகொண்ட அந்தப் பண்ணை வீட்டை இருப்பிடமாகவும், பணியிடமாகவும் ஆயத்தப்படுத்தி வந்தனர். சுத்தம் செய்தல், வர்ணம் பூசுதல், வீட்டு உபயோகப் பொருட்களை அமைத்தல் ஆகியவற்றுக்கான அன்றாட ஒழுங்குமுறைகள் மற்றும் பணிப் பொறுப்புகளை இராணுவ பாணியில் டீசி பட்டியலிட்டார். அராபிய, ஆங்கில மொழிகளில் பித்தளைப் பெயர்ப்பலகைகள் அந்தப் பண்ணை வீட்டின் வாயிற்கதவுகளில் வைக்கப்பட்டன. அங்கு இருப்பவர்கள் கறுப்புச் சிறுத்தைகள் கட்சியின் சர்வ தேசப் பிரிவைச் சேர்ந்தவர்கள் என்று அவை அறிவித்தன. சிறுத்தைகளின் முத்திரையொன்றும் அங்கு பதிக்கப்பட்டிருந்தது.

ஏகாதிபத்திய எதிர்ப்புத் தூதுக்குழு அல்ஜியர்ஸுக்குத் திரும்பி வந்ததும், 1970 செப்டம்பர் 13 அன்று அதிகாரபூர்வமான திறப்புவிழா நடந்தது. ''அமெரிக்காவிலுள்ள கறுப்பின மக்களின் போராட்டத்தில் வெளிநாட்டில் தங்கள் பிரதிநிதித்துவத்தை நிறுவியது இதுவே முதன்முறையாகும்,'' என்று எல்ரிட்ஜ் கூறினார். தூதுக்குழு என்று அறியப்பட்டதாக மாறிய அந்தக் கூட்டம், வெளியுறவுகளைக் கையாளும் குழுவினர், அல்ஜீரிய அதிகாரிகள், பிற விடுதலை இயக்கங்களின் பிரதிநிதிகள் மற்றும் பத்திரிகையாளர்களை உள்ளடக்கியதாக இருந்தது. அந்த நிகழ்ச்சிக்காக நகரத்திலிருந்த முன்னணி பிரெஞ்சு அமெரிக்கப் பத்திரிகையாளரான சான்சே தெ கிராமோன் (டெட் மோர்கன்) *நியூ யார்க் டைம்ஸ் மாகஸின்* பத்திரிகையில் ''அவர் அதர் மேன் இன் அல்ஜியர்ஸ்'' என்ற தலைப்பில் முக்கியக் கட்டுரையொன்றை வெளியிட்டார். எல்ரிட்ஜும் நானும் சீனத்தூதரகத்தின் ஆலோசகருடன் இருப்பது, வாயிலிலிருந்த பெயர்ப்பலகை ஆகியவற்றின் புகைப்படங்கள் அதில் இடம்பெற்றிருந்தன. சிறுத்தைகள் வந்துசேர்ந்தார்கள்.

அந்த ''மற்ற மனிதரும்'' (அதர் மேன்) நானும் அமெரிக்கத் தூதரகத்துக்கு அதாவது, 1967-ல் நடந்த அராப்-இஸ்ரேல் போரின் போது, அல்ஜீரியா இராஜீய உறவுகளை எதிர்பாராத

விதத்தில் திடீரென்று துண்டித்துக்கொண்டதால், ஸ்விஸ்கொடியைப் பறக்கவிட்டிருந்த தூதரகத்துக்கு - எண்ணற்ற முறை சென்றோம். பாதியளவு அறிந்துகொள்ளும் ஆர்வமும் பாதியளவு பரபரப்புணர்வும் நாங்கள் சென்றதற்குக் காரணமாக இருந்தது. அத்துடன், அவசியப்பட்டபோது, குழந்தைகளில் ஒருவருக்கான கடவுச்சீட்டு போன்ற அதிகாரபூர்வமான ஆவணங்களுக்காக விண்ணப்பிப்பதையும் உள்ளிட்டதாக இருந்தது. ஒரு சமயம் அமெரிக்க அரசாங்க முத்திரையைத் தன் மேலங்கிக்குள் மறைத்து வைத்துக்கொண்டு எல்ரிட்ஜ் சுற்றுச் சுவருக்கு வெளியில் வந்துவிட்டார். கனத்த, சிக்கலான உலோகப் பொறியான அது அதிகாரபூர்வமான காகிதங்களைத் தனது கிடுக்கிகளுக்கிடையே கவ்விப்பிடித்து அதில் அமெரிக்கக் கழுகு முத்திரையைப் பதிப்பதற்கானது. காருக்குள் வந்ததும் எல்ரிட்ஜ் தனது கைகளைத் தளரவிட்டார். அதை வெளிக்காட்டினார். நான் அவருக்குப் பக்கத்தில்தான் இருந்தேன். ஆனால் எதையும் பார்க்கவில்லை. அதைத் திரும்பக் கொண்டுவரும்படியான தகவல் வெளியானது. அது செய்து முடிக்கப்பட்டது. கேள்விகள் எதுவும் கேட்கப்படவில்லை.

1970 ஆம் ஆண்டு நன்றி செலுத்தும் நாளன்று, எல்ரிட்ஜ், பிற சிறுத்தைகள் மூவர் மற்றும் நானும் இன்னொரு தூதரகத்தின் சில வரவேற்புகளில் கலந்துகொண்டோம். விடுமுறைக் கொண்டாட்டங்களில் சேர்ந்துகொண்டோம். அமெரிக்க நலன் பிரிவின் தலைவரான - இது ''தூதர்'' என்பதைச் சுற்றிவளைத்துச் சொல்வதாகும் - வில்லியம் ஈகிள்டனுடன் கைகுலுக்கவும் செய்தோம். இளம் ராஜதந்திரியான ஃபிராங்க் விஸ்னர் ஜூனியருடன் அவரது கடலுக்கு அப்பாலான பணிப் பொறுப்புகளின்போது எங்களுக்குச் சில மனதிற்கினிய நிகழ்வுகளும் நடைபெற்றிருந்தன. இவர் இன்னொரு ஃபிராங்க் விஸ்னரின் மகளாவார். இவரது தந்தை 1947 ல், சிஐஏவின் கிளர்ச்சி எதிர்ப்புத் துறையை நிறுவி, அதற்குத் தலைவராக இருந்தவர். உளவு பார்த்தல் மற்றும் நாசவேலைப் பிரிவான இந்தத்துறை ஆஃபிஸ் ஆஃப் பாலிஸி கோஆர்டினேசன் என்று அறியப்பட்டது. இவர் ஈரானில் மோசேடெக்கும், கௌதமாலாவில் அர்பென்ஸும் பதவியிலிருந்து தூக்கியெறியப்பட்டதில் மூளையாகச் செயல்பட்டார் என்ற பெருமைக்குரியவர். மூத்தவரான விஸ்னர் 1965ல், தனது மகனின் துப்பாக்கிகளில் ஒன்றைக்கொண்டு தற்கொலை செய்து கொண்டார் என்று கூறப்படுகிறது. தன்னைத்தானே ''அமைதியான மனிதர்'' என்று முன்வைத்துக் கொள்ளும் ஜூனியர் விஸ்னர்

சிறுத்தைகளைப் புரிந்துகொள்ளும் ஆற்றல் கொண்டவராக இருந்தார். அவரது தந்தையின் சாதனை குறித்த எச்சரிக்கையுணர்வு எங்களைத் தீவிர எச்சரிக்கையோடு இருக்கச்செய்தது. இரு தரப்பிலுமிருந்த அடிப்படைக் குற்றச்சாட்டுகள் கவனத்தில் கொள்ளப் பட்டதால் அந்தத் தொடர்பு அதிக காலம் நீடிக்கவில்லை.

வசதியான, சூரியவெளிச்சம்கொண்ட ஒரு பண்ணை வீட்டை எல்ரிட்ஜ் வாடகைக்கு எடுத்தார். அதற்கான முழு ஆண்டு வாடகையை முன்னதாகவே டாலர்களில் செலுத்தினார். அது தனிப்பட்டதொரு சந்திக்கும் இடமாக, கையைப் பற்றிக் கொண்டு வரும் அரைடஜன் குழந்தைகளுக்கான காப்பகமாக, கிளிவர் தம்பதிகள், டீசி மற்றும் பார்பரா எஸ்லேவின் வாழிடமாக அவ்வப்போது வரும் நண்பர்களின் உணவகமாகப்பயன்பட்டது.

5. புதிய வரவுகள்

சிறுத்தைகள் தூதரகம் திறக்கப்பட்டதற்குப் பிறகு சிறிதுகாலத்திற்குள்ளாகவே 1970 செப்டம்பர் 25 அன்று, டிமோதி மற்றும் ரோஸ்மேரி லியரியின் அல்ஜியர்ஸ் வருகையோடு பேரழிவு தாக்கியது. அந்த எல்எஸ்டி தலைமை குருவானவர் வெதர் அன்டர்கிரவுண்ட் அமைப்பின் உதவியாலும், எல்எஸ்டி தயாரிப்பிலும், உயர்ரகக் கஞ்சா விநியோகத்திலும் ஈடுபட்டிருந்த, கலிபோர்னியாவைச் சேர்ந்த ஒரு ஹிப்பி குழுவான பிரதர்ஹுட் ஆஃப் எட்டர்னல் லவ்-விடமிருந்து பெற்ற 25,000 டாலர் (சிலர் 50,000 டாலர் என்று சொல்கிறார்கள்) ''நன்கொடை''யின் உதவியால் அமெரிக்கச் சிறையிலிருந்து தப்பினார். பயண ஆவணங்களையும், பயணச்சீட்டுகளையும் ரோஸ்மேரி ஏற்பாடு செய்தார்; டிமோதி ஒரு சுவரை ஏறிக் குதித்து, வெதர்மென் அமைப்பினரால் அங்கிருந்து கடத்திவரப்பட்டு சிறையிலிருந்து மீண்டார்.

எல்ரிட்ஜ் சொல்வதன்படி, லியரி தப்பிவந்த சான் லூயிஸ் ஒபிஸ்போ காவல்மையம் ''காவலில் வைக்கப்படவேண்டிய வெள்ளையினத்தவருக்கான முகாம்.'' அது உண்மையான சிறைச்சாலையல்ல. எதிர் காலாச்சார யூத் இன்டர்நேஷனல் பார்ட்டி அல்லது யிப்பிஸைச் சேர்ந்த ஸ்டியூ ஆல்பர்ட், இந்த நாடு கடந்து வந்த இருவருக்கும் சில நாட்கள் முன்னால், நிகழவிருக்கும் இவர்களது வருகை குறித்து சிறுத்தைகளுக்குத் தெரிவிப்பதையும், அவர்களை அல்ஜியர்ஸில் நிலைப்படுத்துவதற்கான வசதிகளைச் செய்துதரச் செய்வதையும் கடமைப் பொறுப்பாகக்கொண்டு விமானத்தில் பறந்து வந்தார். லியரியின் விசயம் சிக்கலானது. செய்தித்தாட்களில் தலைப்பு செய்தியாக வருவதற்கு முன்னால், நாட்டில் அவரது இருப்பு குறித்து அல்ஜீரிய அதிகாரிகள் அறிந்து கொள்வதற்கு முன்னால் சமாளிக்கப்பட வேண்டிய விசயம் என்று எல்ரிட்ஜும் நானும் உணர்ந்து கொண்டோம். லியரி, ''அமெரிக்காவிலேயே மிகவும் ஆபத்தான மனிதர்'' என்று ரிச்சர்ட் நிக்சன் அறிவித்திருந்தார் அல்லவா?

விடுதலை இயக்கங்களுக்குப் பொறுப்பாக இருந்த எஃப்எல்என் அதிகாரியான ஸ்லைமேன் ஹாப்மேனை சந்திப்பதற்கான சந்திப்பு நேரம் ஒன்றை நான் உறுதி செய்தேன். லியரி குறித்த முனைப்பு குறைக்கப்பட்ட பின்னணியொன்றை நாங்கள் அவரிடம் வழங்கினோம். அவர் ஒரு ஹார்வார்ட் பேராசிரியர் என்னும் வரலாற்றுக்கு அழுத்தம் தந்தோம். லியரியின் போதை மருந்துப் பழக்கத்தையும், அவரது வார்த்தை ரீதியான அதிகப்பிரசங்கித்தனங்களையும் தன்னால் கட்டுப்படுத்த முடியும் என்று ஹாப்மேனுக்கு எல்ரிட்ஜ் உறுதியளித்தார். தளபதி மகிழ்ச்சியடைந்தார். எங்களுக்கு நல்லது நடக்கவேண்டும் என்று வாழ்த்தினார்.

அல்ஜீயாவில் கிளிவர்தம்பதிகளின் தனிப்பட்ட பண்ணை வீட்டில், அனைவருக்கும் இலவசமாகக் கிடைக்கும் வட்டமேசையில், லியரி தனது முதல் சில நாட்களைக் கழித்தார். இந்த விடாப்பிடியான, சொல்வன்மைமிக்க, தன்முனைப்புத் தடுமாற்றம் கொண்ட மனிதர், புரட்சிக்கு ஆதரவானவராக மாறி, தன்னைத் தானே ஒழுங்குபடுத்திக்கொண்டு, போதைமருந்துகளை வெளிப்படையாகவும், கடுமையாகவும் கண்டனம் செய்வதற்கு ஒப்புக்கொள்ளச் செய்யவேண்டும் அல்லது கட்டாயப்படுத்த வேண்டும் என்பதே எல்ரிட்ஜின் நோக்கமாக இருந்தது. இது உண்மையிலேயே அசாத்தியமானதாக இருந்தது. அவர் இருக்கும் நாட்டையும், அவரது இருப்பால் சிறுத்தைகளின் ஒட்டுமொத்த நடவடிக்கையையும் அவர் வழிவிலகிச் சென்றால் அவரளவிலும், அந்த நடவடிக்கையின் அளவிலும் முகங்கொடுக்கவேண்டிய ஆபத்துகளையும் அவர் புரிந்துகொள்ளவேண்டியதையும் உறுதி செய்யவேண்டியது எனது பங்காக இருந்தது. சிறையில் அடைபடவேண்டியிருக்கும் என்ற எண்ணம் அவரைத் தடுத்து நிறுத்தும் என்ற நம்பிக்கையில் அல்ஜீரியச் சிறையின் உட்புறம் குறித்த அச்சுறுத்தும் விவரணை ஒன்றை - அப்படியொன்றை நான் பார்த்திருக்கவில்லை என்றபோதிலும் - நான் அவருக்கு வழங்கினேன். அமெரிக்கப் பார்வையாளர்களுக்கான திரைப்படம் ஒன்றுக்காக அவரை நேர்காணல் செய்வதென்றும், அதில் போதை மருந்துகளை அவர் கண்டனம் செய்யவேண்டும் என்றும் எல்ரிட்ஜ் திட்டமிட்டார். அவர் ஒப்புக் கொண்டார்.

தூதரகத்தில் அந்த நேர்காணல் திரைப்படமாக்கப்பட்டது. ''போதை மருந்துக் கலாச்சாரமும் அமெரிக்கப் புரட்சியும்'' குறித்த விவாதத்தை, போதை மருந்தின் மூலம் விடுதலை

என்னும் கருத்து ''மயக்கமூட்டும் பேர்வழி''களின் கண்டுபிடிப்பு என்று கண்டனம் செய்வதன் மூலம் தொடங்கினார். வெதர்மேன் மற்றும் கறுப்புச் சிறுத்தைகள் கட்சி போன்ற அமைப்புகளின் மூலம் போடப்படும் புரட்சிக்கான பாதை நேரடி நடவடிக்கையோடு தொடர்புடையதாகும் என்று அவர் வாதிட்டார். லியரியின் பதில் முதலில் நழுவல்போக்குகொண்டதாகவும், பிறகு உறுதியான முடிவுக்கு வர முடியாததாகவும், இறுதியாக முரண்பட்டதாகவும் இருந்தது: ''நாம் இங்கே அல்ஜீரியாவில் அமர்ந்துகொண்டு, புரட்சி நடந்துகொண்டிருக்கிறது என்னும் ஒரு கூற்றைத் தாண்டி, பொத்தாம்பொதுவாக அமெரிக்காவைப் பற்றி, பிரகடனங்களை வெளியிட்டுக்கொண்டிருப்பது தவறானதாகவே இருக்கும் என்று நான் நினைக்கிறேன். இது மிகவும் நெருக்கடியான நேரம். இது தப்பிப்பதற்கான நேரம் அல்ல. எந்தவொரு போதைமருந்தையும் எடுத்துக்கொள்வது புரட்சியைப் பத்து நிமிடங்கள் தள்ளிப்போடுவதாக இருக்குமானால், எங்கள் சகோதர சகோதரிகளின், எங்கள் தோழர்களின் விடுதலை, அந்தச் சமயத்தில் போதை மருந்தை எடுத்துக் கொள்ளுதலைப் பத்து நிமிடங்கள் தள்ளிப் போடுவதாக இருக்கவேண்டும்... இருப்பினும், நூறு எஃப்பிஜ உறுப்பினர்கள் எல்எஸ்டியை எடுத்துக்கொள்ள இணங்கினால் முப்பதுபேர் நிச்சயமாக இடைநிறுத்திவிடுவார்கள்.'' பெருமகிழ்ச்சியோடான அவரது முடிவு இப்படித்தான் இருந்தது.

நாட்டை விட்டு வெளியேறுவதாக இருந்த, எனக்குத் தெரிந்த, பிரெஞ்சு அல்ஜீரியத் தம்பதிகளான செவரின் மற்றும் அலி-ஐத்-கசிமி ஆகியோர் - இன்றியமையாப் பணம் 2,000 டாலருக்கு - மத்திய அல்ஜியர்ஸில் உள்ள டெலிம்லி நிழற்சாலையிலுள்ள தங்கள் இரண்டு படுக்கையறைகொண்ட அடுக்குமாடிக் குடியிருப்பை லியரிதம்பதிகளுக்குத்தர ஒப்புக் கொண்டார்கள். அது நவீனமானதும், அல்ஜீரியக் கைவினை வேலைப்பாடுகளையும்கொண்ட, கலவையான வீட்டு உபயோகப் பொருட்களால் அலங்கரிக்கப்பட்டிருந்தது. விருந்தினர்கள் உள்ளே நுழைந்ததும், அவர்களை வரவேற்கும் விதத்தில், பெருமைக்குரிய, கருநிறம்கொண்ட, மரத்தாலான, பெரிய பெர்பெர் பெட்டியொன்று அவர்களுக்கு மரியாதை செலுத்துவதாக இருந்தது. தங்கள் சொந்த இல்வாழ்க்கையின் ஒழுங்குமுறைக்குத் திரும்புவதற்கேற்ப அந்த இடத்தை லியரிகள் மாற்றியமைத்துக் கொண்டார்கள்: முரட்டுக் கம்பளத் தரைவிரிப்புகள், மென்மயிர்த் தோல் ஆடைகள், திண்டு மெத்தைகளைக்கொண்டு தரையில் அமரும் சாய்மணைச் சூழலை அவர்கள் உருவாக்கினார்கள். டிம்

மீதுள்ள நேசத்துக்காக அமெரிக்காவிலிருந்து அட்லாண்டிக் கடலைத் தயக்கத்தோடு கடந்து வந்தவர்களான குழுச் சார்பு கொண்டவர்களோடும், உள்ளூர் மக்களோடும் விரைவிலேயே சமூகரீதியாகச் செயல்படுபவர்களாக அவர்கள் மாறினார்கள்.

டிம் மற்றும் ரோஸ்மேரி குறித்த எனது முதல் மனப்பதிவு நவீனபாணியைப் பின்பற்றும் முதியவர்கள், மௌனத்திரைப்படக் காலத்தைச் சேர்ந்த காலாவதியான நட்சத்திரங்கள் என்பதாக இருந்தது. நான் என்ன எதிர்பார்த்தேன் என்று எனக்குக் தெரியவில்லை: கண்ணுக்குப் புலப்படத்தக்க, பரபரப்பான, வீண் பகட்டான, கிளர்ச்சிதரக்கூடிய ஏதோ ஒன்று. எல்எஸ்டி-யை வெளியே எடுத்துவிட்டால் அவர்கள் சாதாரணமானவர்களாக மாறிவிடுவார்கள்.

முனைப்பாகக் காட்டப்பட்ட அவரது மாற்றத்தின் ஒரு பகுதியாக டீசி, மார்ட்டி கென்னர், மற்றும் ஜெனிபர் டோன் (இவர் புகழ்பெற்ற ஸ்டூடன்ட்ஸ் ஃபர் ஏ டெமாக்ரடிக் சொஸைட்டி மிலிடன்ட் மற்றும் வெதர்வுமன் அமைப்பைச் சேர்ந்த பெர்னார்டைன் டோர்ன்னின் சகோதரியாவார்) உடன், ஃபதக்கிலிருந்து வந்த ஓர் அழைப்பின் பேரில், லியரியும் மத்தியக் கிழக்குக்குச் செல்ல வேண்டும் என்று முடிவு செய்யப்பட்டது. அங்கே அவர் வெளியுலகத்துக்குத் தெரியவரட்டும், அல்ஜீரியாவில் வேண்டாம் என்று முடிவு செய்யப்பட்டது.

அவர்களது பயணம் ஒவ்வொரு நிலையிலும் தடுக்கப் பட்டது. அந்தக்குழு கெய்ரோவில் தரையிறங்கியது. எகிப்திய அதிகாரிகளால் வரவேற்கப்பட்டு, அல்ஜீரியத் தூதரகததால் பணம் செலுத்தப்பட்ட ஓர் உணவகத்துக்கு இட்டுச் செல்லப் பட்டது. ஆனால் அங்கு தொலைபேசிகளும் கேபிள் இணைப்புகளும் சரியாக வேலைசெய்யவில்லை. அவர்களால் அல்ஜியர்ஸில் இருந்த சர்வதேசப் பிரிவுடன் தொடர்பு கொள்ள முடியவில்லை. அதன் விளைவாக, பெய்ரூட்டுக்குள் அவர்கள் சென்றிறங்கிய போது, அவர்களைச் சந்திக்க அங்கே யாரும் இருக்கவில்லை. விமான நிலைய அதிகாரிகள் அவர்களை ஓர் உணவகத்துக்கு அனுப்பி வைத்தார்கள். அது மேற்கத்திய பத்திரிகைகளின் தலைமையகமாக இருந்தது. லியரி அடையாளம் காணப்பட்டார். அந்த உணவகம் உடனே முற்றுகையிடப்பட்டது. அந்தக்குழு எல்லா இடங்களிலும் பத்திரிகையாளர்களின் கூட்டத்தாலும், புகைப்படக் கருவிகளாலும் பின்தொடரப்பட்டது. ஜோர்டானிலும், சிரியாவிலுமிருந்த ஃபதக்கின் பயிற்சி முகாம்களுக்குச் செல்லும்

அவர்களது பயணத்தைத் தொடர்வது அரசியல்ரீதியாக சாத்திய மற்றதாக மாறியது. அவர்கள் கெய்ரோவுக்குத் திரும்பி வந்தனர். அங்கு லியரி, தனக்குப் பிறர் தீங்கிழைப்பதாகக் கருதி, மிகையுணர்ச்சிக் கோளாறால் பாதிக்கப்பட்டு ''கட்டுப்படுத்த முடியாதவராக மாறினார் என்று டீசி தெரிவித்தார். அவர் சுவர்களைத் தாண்டிக் குதிக்கவும், கட்டிடங்களுக்குப் பின்னால் மறைந்து கொள்ளவும், வீதிகளில் கைகளை உயர்த்தி உதவி கோரி அலறவும் தொடங்கினார். அந்தக் குழு அல்ஜீரியத் தூதரைத் தொடர்பு கொண்டது. அவர்கள் விமானத்தில் அல்ஜியர்ஸ் திரும்புவதற்கு அவர் ஏற்பாடு செய்தார்.

போதை மருந்துகளை புரட்சிகரமாக விமர்சிப்பவராக லியரியை ஆக்குவதற்கான ஒரு பங்களிப்பாக, கூரறிவு கொண்ட, நேர்காணல் எடுப்பவரும், எழுத்தாளருமான மோஹ்தார் மகர்ஸியும் நானும் ''புதிய''டிம் லியரியைத் திரை விலக்கிக் காட்டுவதற்காக, ஆங்கிலம் மற்றும் பிரெஞ்சு வெளியீடுகளில் தந்திரோபாயமான விதத்தில் இடம்பெறத்தக்க ஆழமான நேர்காணலொன்றை எடுத்தோம். ஒரு நாள் மாலை எனது குடியிருப்பில் கதவுமணி அடித்து, நான்கு இளம் அமெரிக்கர்கள் எங்கள் இடத்துக்குள் பலவந்தமாக நுழையும் வரை, சில வெற்றிகரமான ஒலிப்பதிவு அமர்வுகளை நடத்தியிருந்தோம். ஒரு தீக்குச்சியை உரசியதுபோல் லியரி ஒளிரத்தொடங்கினார். அவர் மாறியிருந்தார். போதை மருந்துக்கு சார்பான ''அமில'' முழக்கங்களைத் தனது குழுவினருடன் அவர் பரிமாறிக் கொண்டார். நேர்காணலை நாங்கள் மீண்டும் தொடங்கிய சமயத்தில், லியரி பழைய வெறிகொண்ட தன்முனைப்பான தன்னிலையாக மாறியிருந்தார். தன்னை வியந்து பாராட்டுவோரின் முன்னால், எல்எஸ்டியைத் ''திறந்து விடு''வதால் விளையும் நன்மைகளைப் பட்டியலிட்டார். முறையாக எடுத்துக் கொண்டால் ஹெராயின் அடிமைப்படுத்துவதாக இருக்காது என்று சொல்லத் தொடங்கியபோது மோஹ்தார் ஒலிப்பதிவுக் கருவியை நிறுத்திவிட்டார்.

லியரி ஒரு வாடகைக் காரை எடுத்துக்கொண்டு, சஹாராவிலுள்ள ஒரு பாலைவனச்சோலையான பூ சாதாவுக்கு பயணங்களை மேற்கொள்ளத் தொடங்கினார். அங்கு வண்ணமயமான கைத்தறிக் கம்பள விரிப்புகளில் ஓய்வாக இருந்து அவர்கள் எல்எஸ்டியுடன் விருந்து கொண்டாடினர். அல்ஜீரியா மிகப் பெரிய நாடு. ஐந்தில் நான்கு பாகம் பாலைவனம். ஆனால்,

உலகத்திலுள்ள, ஒருவர் தனித்திருக்க முடியாத, ஆர்வத்துக்குரிய இடங்களில் அதுவும் ஒன்று. எந்தச் சமயத்திலும் நாடோடிகளோ, விவசாயிகளோ, மேய்ப்பர்களோ எங்கிருந்து வேண்டுமானாலும் தோன்றக்கூடும். அப்படி அவர்கள் லியரியின் முன்னால் தோன்றினால், வேதியியலின் பிடியிலிருக்கும் அவர், வாயடைத்துப் போயிருக்கும் பார்வையாளர்களுக்கு அகன்ற புன்னகையுடன் கையசைத்திருப்பார்.

இந்தத் துடுக்குத்தனமான நடவடிக்கைகளுக்கு சிறுத்தைகள் கடுமையாக எதிர்வினை புரிந்தார்கள். 1971 பிப்ரவரியில் லியரி தம்பதிகளைக் ''கைது'' செய்தார்கள். சில நாட்கள் அவர்களைக் காவலில் வைத்திருந்தார்கள். எல்ரிட்ஜ் சிறைப்பட்டிருந்தோரைத் திரைப்படம் எடுத்தார். அமெரிக்காவில் விநியோகிக்கப் படுவதற்கு, பத்திரிகைச் செய்தியொன்றை வெளியிட்டார்: ''லியரியின் மூளையில் ஏதோ தவறாக இருக்கிறது... இந்த மக்கள் தங்கள் அறிவாற்றலைத் தேற்றிக்கொள்ள வேண்டும், எழுச்சியைத் தணியச் செய்யவேண்டும், பாபிலோனியப் பேரரசை அழிக்கும் தீவிரமான வேலையில் இறங்கவேண்டும் என்பதையே நாங்கள் விரும்புகிறோம்... உத்வேகத்துக்காகவும், தலைமை தாங்குவதற்காகவும் டாக்டர் லியரியை எதிர் பார்த்திருக்கும் அனைவருக்கும் நாங்கள் சொல்ல விரும்புவது என்னவென்றால், உங்கள் கடவுள் இறந்துவிட்டார், ஏனென்றால் போதை மருந்தால் அவரது மூளை வெடித்துத் தகர்ந்துவிட்டது.''

''விடுவிக்கப்''பட்டதும் லியரி அல்ஜீரிய அதிகாரிகளிடம் புகார் தெரிவித்தார். அதனால் ஹாப்மேன் எங்களைப் பார்க்க வேண்டுமென்று கேட்டுக்கொண்டார். எல்ரிட்ஜும், டீசியும், நானும் அவரது அலுவலகத்துக்குச் சென்றோம். லியரியைப் பார்க்க வந்தவர்களிடமிருந்து கைப்பற்றப்பட்ட பல்வேறு போதை மருந்துப் பைகளை நாங்கள் எடுத்துக்கொடுக்கும் வரை சூழ்நிலை கடுமையானதாக இருந்தது. ஹாப்மேன் வாயைப் பிளந்தார். லியரி தம்பதிகள் இங்கு வந்துசேர்ந்ததிலிருந்தே அந்தத் தம்பதிகளின் அமெரிக்க விருந்தினர்கள் குறித்து சிறுத்தைகள் விழிப்போடிருந்தனர். அவர்களது உடல்களையும், மூட்டை முடிச்சுகளையும் பரிசோதித்தனர். லியரியைக் கையாள்வதில் உள்ள சிக்கலையும், அவர் இந்த நாட்டில் நீண்ட நாட்கள் இருக்க மாட்டார் என்னும் எங்கள் நம்பிக்கையையும் நாங்கள் அவரிடம் விளக்கினோம். ஹாப்மேன் எங்களை கவனமாக இருக்கும்படி சொன்னதைத் தவிர வேறு எதுவும் சொல்லவில்லை.

நல்லகாலமாக, ஒருநாள் லியரி தம்பதிகள் எவ்வித எச்சரிக்கையுமின்றி புறப்பட்டுச்சென்றார்கள். சந்தர்ப்பவசமாக, யாரையோ சந்திப்பதற்காக நான் விமான நிலையத்தில் இருந்தேன். புறப்பாட்டுக் கூடத்தை நோக்கி அவர்கள் ஓடுவதுபோல் வேகமாக நடந்துசென்றதை நான் பார்த்தேன். நாங்கள் ஒருவரையொருவர் பார்த்து புன்னகைத்துக் கையசைத்துக் கொண்டோம்.

கிழக்கு ஐரோப்பாவிலுள்ள ஒரு டாக்டரை தான் தொடர்பு கொண்டிருப்பதாகவும், தான் மீண்டும் கருவுறும்படி தன் குழாய்களை அந்தப் பெண்மணி மாற்றியமைப்பார் என்று தான் நம்புவதாகவும் ரோஸ்மேரி என்னிடம் சொன்னார். டிம்முக்கு எங்கள் மீது சலிப்பேற்பட்டுவிட்டதைப் போலவே எங்களுக்கும் அவர் மீது சலிப்பேற்பட்டு விட்டது. நாங்கள் மேலே செல்ல விரும்பினோம். என் மீதும், டீசி மீதுமான அவரது வெறுப்பு வெளிப்படையானது. எல்ரிட்ஜிடம் அவர் மிகுந்த எச்சரிக்கையோடு இருந்தார். ஒரு சமயம் எல்ரிட்ஜுக்காகவும், மலிகாவுக்காகவும் ஒரு எல்எஸ்டி பயணத்தை அவர் கண்காணித்தார். அதன் பிறகு மலிகா என்னிடம் சொன்னார், ''லியரி என்னிடம் உரத்த குரலில் கூச்சலிட்டார், அதனிடம் போ, மலிகா, திறந்துவை! நெருங்கிக்காதலி!'' அதற்கு அந்தப்பெண்ணின் எரிச்சலான பதில்: ''அதற்கு எனக்கு மாத்திரைகள் தேவையில்லை.''

எல்ரிட்ஜ் லியரியை அமெரிக்காவில் சந்தித்திருந்தார். அல்ஜீயர்ஸில் அவரை மீண்டும் முதன்முதலாகப் பார்த்தபோது, அவருக்குக் கணிசமான அளவுக்கு வயதாகிவிட்டதாகவும், அறிவாற்றல் மங்கிவிட்டதாகவும் எல்ரிட்ஜ் என்னிடம் சொன்னார். மேலும் கவலை தரத்தக்கவிதத்தில், லியரி நம்பத்தகாதவர் என்ற வதந்தியொன்றும் சிறிது காலம் இருந்து வந்தது. ஹார்வார்டில் பேராசிரியராக இருந்த காலத்தில், அவரது ஆய்வு அவருக்கு மத்திய புலனாய்வு முகமையுடன் தொடர்பை ஏற்படுத்தியிருந்தது என்பதும் அறியப்பட்டதாக இருந்தது. ஸ்விட்சர்லாந்திலும், சிறிது காலம் ஆப்கானிஸ்தானிலும் காலம் கழித்த பிறகு, 1974-ல், காபூலிலிருந்த அமெரிக்க போதை மருந்து தடுப்புப் பிரிவினரால் ''கடத்தப்பட்டு,'' அமெரிக்காவுக்கு வலுக்கட்டாயமாகக் கப்பலேற்றி அனுப்பப்பட்டார். அங்கு அவர் கைது செய்யப் பட்டார். சான் லூயிஸ் ஒபிஸ்போவிலிருந்து வெதர் அன்டர்கிரவுண்ட் அமைப்பின் மூலம் தப்பியது தொடர்பாகவும், அல்ஜீரியாவில் அவரது இடைத் தங்கல் பற்றியும், அதற்குப்பின் நடந்த

நிகழ்ச்சிகள் குறித்தும் முழுவிவரங்களை எஃபிஐயிடம் வழங்கினார். சிறிதுகாலம் அவரது சொந்த வழக்குரைஞர் உள்ளிட்டு, பல கைதுகளுக்கு இட்டுச்சென்றதுமான, கடந்த காலத்தில் தன்னோடு போதைப் பொருட்களை வாங்கிவிற்ற மக்கள் குறித்த தகவல்களை அவர் டிஇஏவுக்குத் தந்தார்.

1974 செப்டம்பரில், பீப்பிள் இன்வெஸ்டிகேட்டிங் லியரீஸ் லைஸ் (PILL) என்றொரு அமைப்பு, லியரின் மகன் ஜாக்கும், இப்போது அவருடைய முன்னாள் மனைவியான ரோஸ்மேரியும் ஆலன் கின்ஸ்பர்க், டிக் கிரிகோரி, ஜெர்ரி ரூபின் மற்றும் வில்லியம் கின்ஸ்லர் போன்ற முக்கியப் பிரமுகர்கள் கலந்துகொண்ட கருத்தரங்கொன்றை சான் ஃபிரான்ஸிக்கோவில் நடத்தியது. லியரி ஒரு "பொய்யர்", "போலிஸுக்குத் தகவல் தருபவர்", ஜெர்ரி ரூபினின் வார்த்தைகளில் சொல்வதானால், "பிறர் தன்னைத் துன்புறுத்துவதாக நம்புவதும், மாயத்தோற்றங்களுக்கு ஆட்படுவதுமான, கடுமையான மூளைக்கோளாறுக்கு ஆளானவர்."

கன்ஃபெசன்ஸ் ஆஃப் எ ஹோப் ஃபீயன்ட் (1974) மற்றும் *ஃபிளாஷ்பேக்ஸ்* (1989) உள்ளிட்ட, அவரது அல்ஜீரிய அனுபவத்தை உள்ளடக்கிய பல நூல்களை அவர் எழுதினார். அவை அவரது அல்ஜீரிய இடையீடுகள் குறித்த மனத்தடுமாற்றம் கொண்ட, பொய்கள் நிரம்பிய, உண்மையல்லாத கற்பனைகளை உள்ளடக்கியிருந்தன.

கட்சியைக் கட்டுதல்

இந்தச் சமயத்தில், சிறுத்தைகளின் கிளைகளோடும், பிற அமைப்புகள் மற்றும் அமெரிக்காவிலுள்ள பத்திரிகைளோடான சர்வதேசப் பிரிவின் தகவல் தொடர்பு, திரைப்படம் வாயிலானதாக இருந்தது. கறுப்பு - வெள்ளையில் இருந்த கனத்த, அகன்ற அலை வரிசை தொலைக்காட்சி நாடாக்கள் குறைந்த ஒலித்தரமும், குதிக்கும் படஉருக்களையும் கொண்டவையாகவும், கப்பலில் அனுப்புவதற்குப் பெருஞ்செலவு பிடிப்பவையாகவும் இருந்தன. 1970-71 குளிர்காலத்தின்போது, பாரிஸிலிருந்து வருகைதந்த, கரோல் மற்றும் பால் ரூஸ்ஸோபவ்லாஸ் மற்றும் அவர்களின் சோனி அரை அங்குல போர்டாபாக் காமிரா கருத்தைக் கவரும் மாற்றத்தைக் கொண்டு வந்தது. போர்டாபாக்கானது பேட்டரியால் வேலைசெய்யும் இருபகுதிகளைக் கொண்டது: வரலாற்றில் முதன்முதலான கையால் தூக்கிச் செல்லக்கூடிய திரைப்படக்கமிரா, அதனுடன் சேர்ந்த உடனடியான பின்னணிப்பதிவுக்கான கையடக்கமான விடிஆர் (வீடியோ டேப்ரெக்கார்டர்). கையில்

காமிராவும், தோள்பட்டை வாரிலிருந்து தொங்கும் விடிஆரும் - இது அரைமணிநேரம் வரையிலான ஒலிப்பதிவு அமர்வுகளுக்கானது - ஒரு வலுவான மனிதரால் இயக்கக்கூடியது. ''கெரில்லா டிவி'' என்று அழைக்கப்பட்டதாக மாறிய இது, நிறுவன அமைப்புக்கு எதிரான ஆயுதமாகும்.

1970 செப்டம்பரில் மத்தியக் கிழக்கில் பாலஸ்தீனியப் பயிற்சி முகாம்களில் கரோல் மற்றும் பால் ஆகியோரால் எடுக்கப்பட்ட திரைப்படங்களோடு போர்டாபாக் செயல்படும் விதத்தைப் பார்ப்பதற்காக என்னை எல் பியாருக்கு வரும்படி அழைத்தபோது எல்ரிட்ஜ் கிளர்ச்சியுற்றவராக இருந்தார். அவரைப் பொறுத்தவரை, அல்ஜியர்ஸ் சிறுத்தைகள், அவர்களின் செயல் திட்டங்கள், கருத்துகள் மற்றும் நடவடிக்கைகளை அமெரிக்க ஊடகச் சுற்றுக்குள் செலுத்துவதற்கான கருவியாக போர்டாபாக் இருக்கும். வழிகாட்டுதலுக்காக அல்ஜியர்ஸை எதிர்நோக்கியிருக்கும் கறுப்புச் சிறுத்தைகள் கட்சியின் கிளைகளுக்கு அது ஒரு ஏவுதளமாகவும், நிறுவன அமைப்புரீதியாக தரமான ஊடகமாகவும் இருக்கும். அவருக்கு அந்தக் காமிரா ஒன்று தேவைப்பட்டது.

போர்டாபேக் முதன்முதலாக அமெரிக்காவில் 1965 ல் தோன்றியது. பிரான்ஸ் முழுவதும் அத்தகைய கருவிகள் அரைடஜனுக்கு மேல் இருக்காது. நான் மிதித்து நடந்த இடங்களான - பாரிஸில் சீன் நதியையொட்டி இருக்கும் போனபார்ட் வீதிக்கும் கவே மாலாக்வேய்ஸ்க்கும் இடையிலான குறுக்குச் சந்திப்பில் இருந்த எக்கோல் தெ ப்யூஸ் ஆர்ட்ஸில் ஒன்று இருந்தது என்று கரோலுக்கும், பாலுக்கும் தெரியும். இருபது ஆண்டுகள் கழிந்துவிட்டன. ஆனால் எனது நினைவுகள் வெண்கலத்தில் பதிக்கப்பட்டவையாக இருந்தன. பெத்தி ஓ நீலுக்கு அந்தக் கட்டிடங்களை என்னால் தெளிவாக விளக்க முடிந்தது. திதூச் முராத் விதியிலுள்ள கடைகளுக்கு ஒரு ஜோடி ஓசையெழுப்பாத காலணிகளை வாங்குவதற்காக அவர் விரைந்து சென்றார். பாரிஸுக்குச் செல்வதற்கான பயணச் சீட்டொன்றை எல்ரிட்ஜ் வழங்கினார். தனது வேலையைச் செய்வதற்காக பெத்தி கிளம்பினார்.

கெடுவாய்ப்பாக, அவர் வெறுங்கையோடு திரும்பிவந்தார். சில இரவுகள் அவர் சுவரேறிக் குதித்து, உட்புறக் கூடங்களை யொட்டி ஓசைப்படாமல் விரைந்து சென்றார். வீடியோ உபகரணம் வைக்கப்பட்டிருந்த அறை வெளியுலகத்துக்கு மூடி முத்திரையிடப் பட்டு, ஜன்னல்கள் இல்லாததாக இருந்தது. பெத்தியின்

மகத்தான திறமைகளுக்கு வெற்றி கிட்டவில்லை. போர்டாபாக் ஒன்றுக்குப் பணம் செலுத்துவதற்கான வழியை எல்ரிட்ஜ் கண்டுபிடிக்கவேண்டியிருந்தது. சீனத்தூதரகத்திலிருந்த தனது ஊடகத் தொடர்புகளின் உதவியால் அந்த வழியை அவர் கண்டுபிடித்தார்.

வினியோகச் சுற்றொன்று வளர்த்தெடுக்கப்பட்டது. ஏர் பிரான்ஸில் இருந்த நண்பர்களின் ஒத்துழைப்புடன் அல்ஜியர்ஸில் இருந்த விசை வீச்சொன்று அமெரிக்காவில் இருந்த டிவி செய்தியறைக்கு நாற்பதெட்டு மணிநேரத்திலும், ஐரோப்பாவிலுள்ள ஆதரவுக் குழுக்களுக்கு ஓர் இரவுக்குள்ளும் எட்டும்படி செய்து முடிக்கப்படவிருந்தது.

ஓ

1970 ஆகஸ்ட் 5 அன்று, ஹுயுவே நியூட்டன் சிறையிலிருந்து வெளியே வந்தபோது, அவருக்காக ஆயிரக்கணக்கான மக்கள் காத்திருந்தனர். நியூட்டனுக்கும், இரண்டு போலிஸ் அதிகாரிகளுக்கும் இடையிலான துப்பாக்கிச் சண்டையில், ஓர் அதிகாரி இறந்துபோனது தொடர்பான வழக்கில், கலிபோர்னியா மேல்முறையீட்டு நீதிமன்றம் தன்னிச்சையான கொலைக்கான தண்டனைத் தீர்ப்பைச் செல்லாததாக ஆக்கியிருந்தது. புதிய விசாரணையொன்று எதிர் நோக்கியிருந்தது. ஆனால் மூன்று நீண்ட ஆண்டுகளுக்குப்பிறகு தனது எதிரிகளை அழித்தொழித்த பாரோவைப் போன்ற ஒரு மனிதனாக அவர் மீண்டும் தெருக்களுக்குத் திரும்பினார்: அழகிய போராளியும் அறிவாளியுமான அவர் தனது ஆதரவாளர்களை இந்த "அமைப்பை" அழிப்பதற்கான பட்டியலில் சேர்த்துக்கொண்டார்.

நியூட்டன் சிறையிலிருந்த காலத்தின்போது, கட்சி பெருக்கமடைந்து மாறிப் போயிருந்தது ஃபிரீ ஹுயுவே பிராச்சாரத்தின் தலைவரும் அதை உருவாக்கியவருமான கிளிவரின் கீழ் அது தீவிரவாதப் போக்குடையதாக மாறியிருந்தது. அதன் கோட்பாட்டுச் சொல்லாக, "பன்றிகளை வெளியேற்றுவோம்!" "வானமே எல்லை!" ஆகியவையே இருந்தன. தற்காப்புக்கு அழுத்தம் தரும் அசலான கருத்துகளும் நோக்கங்களும் பின்னுக்குத் தள்ளப்பட்டன. சில நூறு உறுப்பினர்கள் என்பதிலிருந்து கட்சி தலைமைப் பொறுப்பில் இருந்தவர்களால்கூட கணக்கிட முடியாத அளவுக்கு மிகப்பெரிய அமைப்பாக புடைத்தெழுந்தது. சிறுத்தைகளின் கிளைகள் நாடெங்கும் தோற்றம் பெற்றன.

கறுப்புச் சிறுத்தைகள் கட்சியின் செய்தித்தாள் நிறைவான முறையில் வளர்ச்சியடைந்தது. அதுபோலவே கட்சியின் ''மென்மையான'' செயல்திட்டங்களும் வளர்ச்சியுற்றன. தலைமறைவுப் பணிக்குழுக்களுக்குப் பயிற்சியளிக்கப்பட்டது. ஆயுதங்கள் இருப்பு வைக்கப்பட்டன. நியூட்டனால் சற்றும் அடையாளம் காண முடியாத விதத்தில் கிளிவர் கட்சியைக் கட்டியமைத்தார்.

காயின்டெல்புரோ (COINTELPRO) வின்கீழ் எஃப்பிஐயும் செயல்பட்டு வந்தது. 1968 மற்றும் 1969 -ன் போது, பதினொரு மாநிலங்களில் முப்பத்தியொரு சிறுத்தை அலுவலகங்கள் தாக்கப்பட்டன, சோதனையிடப்பட்டன, காவல்துறையின் திடீர் சோதனையில் தூண்டித்துருவப்பட்டன. போராளிகள் கைது செய்யப்பட்டார்கள், கொல்லப்பட்டார்கள். தகவல்தருபவர்கள் எங்கெங்கும் இருந்தார்கள். நண்பர்கள் மற்றும் சகபோராளிகளின் நம்பிக்கை துரோகங்கள் குறித்த சந்தேகங்களைக் கிளப்பும் போலியான கடிதங்கள் சிறுத்தைத் தலைவர்களுக்கு அனுப்பப் பட்டதன்மூலம் சதித்தந்திரங்கள் மேலாட்சி செய்தன. எஃப்பிஐ கோப்புகள் புலப்படுத்துவதுபோல், ஹூவரின் நிறுவனம் இந்தப் போலி ஆவணங்களைத் தயாரிப்பதில் கணிசமான முயற்சியை அர்ப்பணித்திருந்தது. அவற்றில் ஒன்று, ஹுயூவே நியூட்டனின் கையெழுத்துடன் - குடியரசுத்தலைவர் பூமிடியனிடம் கிளிவரை இழித்துரைப்பதாக இருந்தது.

ஆனால் ஹுயூவே அந்த அமைப்பைப் பாதுகாப்பான எதிர்காலத்துக்குள் வழிநடத்திச் செல்வார் என்ற உறுதியான நம்பிக்கையில் அல்ஜியர்ஸில் வாழ்க்கை கவலையோடு மேற்சென்றது. தலைமைப் பொறுப்பில் இருந்தவரின் முதல் அசைவுகளுக்காக முப்பதுக்கும் மேற்பட்ட சிறுத்தைகளும், சார்ந்திருப்போரும் காத்திருந்தனர். அதன் மேலான அர்த்தத்தில் அவர்களுடைய ''பேரன்புக்குரிய தலைவ''ராக அவர் இருந்தார். இதற்கிடையில், பேப் எல் ஊத்தைச் சேர்ந்த தொழிலாளர்கள் வசிக்கும் பகுதியில், புதிய அடுக்குமாடிக் குடியிருப்பு ஒன்று கிடைத்தது. அங்குள்ள அறைகளில் தனிநபராக இருந்தவர்கள் தங்கவைக்கப்பட்டார்கள். பாயின்ட் பெஸ்கேடில் கடற்கரை யோரமிருந்த வீடும், எல் பியரிலிருந்த தூதரகமும் மற்றவர் களுக்கான இருப்பிடமாக இருந்தன. ஹைட்ராவில் இருந்த பூர்ஷ்வா பண்ணை வீட்டை கிளிவர் தம்பதிகள் காலி செய்து விட்டார்கள். அல்ஜியர்ஸ் சிறுத்தைகள் தயாராக இருந்தார்கள்.

அக்டோபரில், அல்ஜியர்ஸுக்குப் பயணம் செய்வதற்கான கடவுச்சீட்டுக்கு நியூட்டன் விண்ணப்பித்தார்: வேண்டுகோள் நிராகரிக்கப்பட்டது.

அந்தச் சமயத்திலிருந்த சூழ்நிலை, வெதர் அண்டர்கிரவுண்ட் அமைப்பின் செயல்பாடுகளின் மூலமாக, புரட்சிகர வன்முறையின் வகைமாதிரியைச் சேர்ந்ததாக இருந்தது. அது விரைவிலேயே ஆதரித்துப் பேசமுடியாததாக இருந்ததாக நியூட்டனால் உணரப் பட்டது. நியூட்டன் பொதுமேடையில் நன்றாகப் பேசக் கூடியவரல்ல. அவரது பேச்சு மென்மையானதாகவும், கீச்சொலி கொண்டதாகவும், உள்ளடங்கியதாகவும், அறிவார்த்தமான தாகவும், சில சமயங்களில் பொருத்தமற்றதாகவும் இருந்தது. கறுப்புச் சிறுத்தைகள் கட்சியின் செயல்வீரர்களால் அவரைச் சரியாகப் புரிந்துகொள்ளமுடியவில்லை. போலீஸ் அடக்குமுறை, சிறை, மற்றும் படுகொலையை எதிர்கொண்ட அவர்களுக்கு எதிர்காலம் குறித்த நம்பிக்கையான வார்த்தைகள், தடைகளைத் தாண்டி வருவதற்கான உத்வேகத்தைத் தரக்கூடிய, சண்டையிடும் வார்த்தைகளே தேவைப்பட்டன - தத்துவப்பாடங்கள் அல்ல.

ஒரு தலைவர் என்கிற விதத்தில் நியூட்டனின் தோல்விகள் படிப்படியாகத் தெளிவுபடலாயின. அவர் சர்வாதிகாரிபோல் நடந்துகொள்வதாகவும், அவரது இடைநிலை அதிகாரிகளான டேவிட் ஹில்லியர்ட் மற்றும் அவரது சகோதரரான ஜூனால் அவர் திரையிட்டுத் தடுக்கப்படுவதாகவும் அல்ஜியர்ஸுக்குச் செய்திகள் எட்டின. அவர்கள் கட்சி நிதிகளைக்கொண்டு உயர்வாக வாழ்வதாகவும், கும்பல் உத்தியைப் பயன்படுத்தி, ஓக்லாண்டின் உள்ளூர் தொழில்களை ஆட்டம் காணச் செய்வதாகவும் குற்றம் சாட்டப்பட்டது. கட்சிக் கிளைகளின் முழுக்கட்டுப்பாட்டையும், நியூட்டன் கோரினார். அனைத்து முடிவுகளும், செயல்பாடுகளும் தலைமைப் பொறுப்பில் இருந்தவரால் தெரியப்படுத்தப்படுவதாக இருந்தது. அதன் பிறகு அவர் ‘‘தலைமைத் தளபதி’’யாகவும், அதைத்தொடர்ந்து, ‘‘மக்களின் சேவக’’னாகவும் இறுதியாக ‘‘மக்களின் மகத்தான சேவக’’னாகவும் மாறினார்.

எந்த விமர்சனத்தையும் அல்லது ஒதுக்கிவைக்கப் படுதலையும் பொறுத்துக் கொள்பவராக அவர் இருக்கவில்லை. கட்சி உறுப்பினர்களை எந்த முன்னறிவிப்புமின்றி அவர் வெளியேற்றினார். உயரமான கட்டிடத்தின் உச்சியிலுள்ள மிகவிலையுயர்ந்த மாட வீட்டில் அவர் வாழ்ந்தார். இரவு விடுதி

ஒன்றை (த லேம்ப் போஸ்ட்) கையகப்படுத்திக் கொண்டார். ஒரு பிரம்புத்தடியுடன் அவர் நடந்தார். கோகய்னையும், பெண்களையும் - இவை இரண்டுமே ஹில்லியர்ட் சகோதரர்களால் ஏற்பாடு செய்துதரப்பட்டவை - தவறான விதத்தில் பயன்படுத்தி, கீழ்நோக்கிச் செல்லும் பாதையில் தொடர்ந்து சென்றார். உண்மையை நேரில் கண்டறிவதற்காக, எல்ரிட்ஜ் கலிபோர்னியாவுக்கு கோன்னி மாத்யூஸை அனுப்பிவைத்தார். அங்கு நியூட்டனின் செயலாளராகப் பணிபுரிந்த அவரால் மேன்மேலும் கவலை கொள்ளச் செய்யும் தகவல்களையே அனுப்பிவைக்க முடிந்தது.

பேரணிகளிலும், யேல் கலந்துரையாடல்களிலும் கலந்து கொள்வதற்காக நியூ ஹேவனுக்கு டேவிட் ஹில்லியர்ட் மற்றும் கோன்னி மாத்யூஸுடன் நியூட்டன் வந்தபோது, நியூயார்க் 21 கிளையைச் சேர்ந்த மைக்கேல் (செடிவயோ) டபோரும், ரிச்சர்ட் (போரூபா) மூரும் தங்கள் மனக்குறைகளைத் தெரிவிப்பதற்காக அவரைச் சந்தித்தனர். அந்தச் சந்திப்பு வெறுப்பை ஏற்படுத்துவதாக இருந்தது. (நியூ யார்க் 21 கிளை மீதானவையும், தகவல் அளிப்பவர் என்று கருதப்பட்டவரான அலெக்ஸ் ராக்லேவின் கொலை தொடர்பான பாப்பி ஷீல் மற்றும் எரிகா ஹக்கின்ஸ் மீதான விசாரணை தொடர்பான நிலுவையிலிருக்கும் வழக்குகளால் ஏற்பட்ட குழப்பத்தால் கிழக்குக்கரைச் சிறுத்தைகள் சண்டைக்குத் தயாராக இருந்தனர். ''நிலை தடுமாறுதல், போலித் துணிவு, முரட்டுத்தனம், அடியாள் வேலை செய்தல்'' போன்றவற்றுக்காகக் தலைமையை விமர்சனம் செய்து நியூயார்க் 21 கிளை திறந்த கடிதம் ஒன்றை வெளியிட்டது. நியூட்டன் அவர்களை கட்சியிலிருந்து வெளியேற்றினார்.

கிழக்கு நோக்கிய இந்தப் பயணத்தில், டபோரை இரகசியமாகத் திருமணம் செய்துகொண்ட கோன்னி மாத்யூஸை நியூட்டனும், ஹில்லியர்டும் தங்கள் நியூ யார்க் உணவுவிடுதியின் அறைத்தொகுதியில் சிறைக்கைதியாக அடைத்து வைத்தனர். கோன்னி அங்கிருந்து தப்பிச் செல்வதற்கு ஏதுவாக, அவர்கள் இருவரையும் திசைதிருப்புவதற்குக் கையாளாகச் செயல்பட டபோரின் நண்பரும், யங் லார்ட்ஸ் அமைப்பைச் சேர்ந்த ஒரு போராளியுமான டெனிஸ் ஒலிவர் ஒப்புக்கொண்டார். கோன்னி தப்பிச் சென்றார். அந்தப் பெண்ணும், டபோரும், மூரும் கட்சியிலிருந்து விலகினர்; அத்துடன் உள்ளூர் வானொலியில் நியூட்டனுடான அவர்களது சச்சரவை பகிரங்கமாக வெளிப் படுத்தினர். அவர்கள் ''மக்களின் எதிரிகள்'' என்று நியூட்டன்

தீர்ப்பளித்தார். அவர்களைக் கட்சியிலிருந்து விலக்கினார். பிணையில் வெளிவந்திருந்த டபோர், மாத்யூஸுடன் கனடா வழியாக அல்ஜியர்ஸுக்கு உடனடியாகக் கிளம்பினார். கோன்னியின் இடத்திலிருந்து செயல்பட்ட டெனிஸ் ஒலிவர் சிறைப் படுத்தப்பட்டார். கோகய்ன் போதையின் உச்சத்திலிருந்த, அரை மலட்டுத்தன்மை கொண்ட நியூட்டனுடன் பாலுறவுகொள்ளும்படி கட்டாயப்படுத்தப்பட்டார். அதன்பிறகு ஒரு சூழ்ச்சியின் மூலம் அங்கிருந்து தப்புவதற்கு அனுமதிக்கப்பட்டார். அந்த ஆண்டின் பிற்பகுதியில், நியூ யார்க்கில், அந்தக் கடுஞ்சோதனையைத் தெளிவாக விவரிக்கும் பிரதியை நான் படித்தேன்.

எல்ரிட்ஜ் நியூட்டனோடு தொலைபேசியில் தொடர்பிலிருந்தார். பிப்ரவரி 26 அன்று ''ஏ.எம். சான் பிரான்சிஸ்கோ'' தொலைக் காட்சி நிகழ்ச்சியில் அவர்கள் இருவரும் தோன்றுவதென நியூட்டன் முடிவு செய்தார். அந்த நிகழ்ச்சியை நடத்துபவரான ஜிம் டன்பர் மிக விலையுயர்ந்த உயரமான மாடவீட்டை நியூட்டன் அவருடைய இருப்பிடமாக கொண்டிருப்பது குறித்துக் கேள்வியெழுப்பினார். நிகழ்ச்சியின் முடிவில் சர்வதேச தொலைபேசி - தொலைக்காட்சி இணைப்பின் மூலம் கிடைத்த வாய்ப்பைப் பயன்படுத்தி நியூ யார்க் 21-ஐ மீண்டும் கட்சியில் சேர்த்துக் கொள்ளவேண்டும் என்று எல்ரிட்ஜ் கோரிக்கை விடுத்தார். அதன் பிறகு அந்த மோதல் குழப்பத்தில் முடிந்தது. நியூட்டன் அவ்வாறு செய்யமறுத்தார். நியூட்டன் சிறையிலிருந்த காலத்தில் கறுப்புச் சிறுத்தைகள் கட்சியைத் தவறாக நிர்வகித்ததற்காக டேவிட் ஹில்லியர்டை கிளிவர் தாக்கத் தொடங்கினார். அவரைக் கட்சியிலிருந்து விலக்கி வைக்க வேண்டும் என்று கேட்டுக்கொண்டார். நியூட்டன் ஒளிபரப்பை நிறுத்திவைத்துவிட்டு, உடனடியாக அல்ஜியர்ஸுக்கு தொலை பேசியில் அழைத்தார். அந்த உரையாடல் அவர்கள் இருவரும் ஒருவரையொருவர் கறுப்புச் சிறுத்தைகள் கட்சியிலிருந்து விலக்குவதில் முடிவுற்றது.

நியூட்டனிடம் கூட்டு நேர்காணலில் எல்ரிட்ஜ் முன்வைத்த கோரிக்கைகள் தன்னிச்சையானவையல்ல. அவை சர்வதேசப் பிரிவில் கூட்டங்களின்போது, முன்னதாகவே விவாதித்து, திட்டமிடப்பட்டவை. கறுப்புச் சிறுத்தைகள் கட்சி நெருக்கடியில் இருந்தது என்பது தெளிவாகத் தெரிந்தது. நியூட்டனைத் தலைகுனிய வைப்பதற்கான நேரம் இது என்று அவர்கள் முடிவு செய்தார்கள். நியூட்டனுடனான தொலைக்காட்சி நேர்காணல் மற்றும்

தொலைபேசி உரையாடலின் ஒலிப்பதிவைக் கேட்பதற்கு அன்று மாலை தூதரகத்துக்கு வரும்படி எல்ரிட்ஜ் என்னைக் கேட்டுக் கொண்டார். தொலைபேசிப் பேச்சின்போதான நியூட்டனின் சீற்றமும், அறிவார்ந்த விவாதம் ஒன்றுக்கான மறுப்பும் வேதனையளிப்பதாக இருந்தது. விசுவாசமின்மை என்று அவர் கருதியவற்றுக்காக பழிவாங்கவேண்டும் என்பதே அவருடைய நோக்கமாக இருந்தது:

ஹூ.நி : நீ ஒரு குழப்பவாதி, புரிகிறதா!

எ.கி : பொறு, ஹூவே...

ஹூ.நி : நீ ஒரு குழப்பவாதி!

எ.கி : சிந்திக்கும் திறனை நீ இழந்துவிட்டாய் என்று நான் நினைக்கிறேன்.

ஹூ.நி : உன்னைப்பற்றி நான் என்ன சொன்னேன் என்று உன் காதில் விழுந்ததா, உன்னைப்பற்றி இப்போது நான் அப்படித்தான் நினைக்கிறேன்.

எ.கி : நான் உன்னை அப்படிக் கூப்பிடப் போவதில்லை.

(நியூட்டன் தொலைபேசி உரையாடலை நிறுத்தி விட்டார்)[1]

கிழக்குக்கரைச் சிறுத்தைகள் மற்றும் ''தலைவர்'' நியூட்டன் மீதும், இரும்புக்கரம் கொண்டு அடக்கும் அவரது உத்தியின் மீதும் மதிப்பிழந்தவர்களான கலிபோர்னியாவெங்கும் இருந்த உறுப்பினர்களின் ஆதரவு சர்வதேசப் பிரிவுக்கு உடனடியாகக் கிடைத்தது.

ஆனால் அமெரிக்காவுக்கு உள்ளிருந்த நிலைமையிலிருந்தும், இடதுசாரி களப்பணியாளர்கள் மற்றும் அவர்களது அமைப்புகளின் மீது வார்க்கப்பட்ட பேரழிவிலிருந்தும் எல்ரிட்ஜ் வெகுதூரம் விலகியிருந்தார். ஒலி நாடாவைக் கேட்டதற்குப்பிறகு, நான் அவரிடம் கேட்டேன், ''இதெல்லாம் உங்களை எங்கே கொண்டு செல்லப்போகிறது, பேர்வழிகளே?'' அல்ஜீரிய அரசாங்கத்துடனான உறவுகளின் மீது கட்சியின் பிளவு ஏற்படுத்தும் தாக்கம் குறித்து அவர் கவலை கொண்டிருந்தார். ''ஹுயூவே உங்களை அழிக்க இங்கே இரகசியமாக சூழ்ச்சி செய்தாலும் அதுபற்றிக் கவலைப்பட வேண்டியதில்லை,'' என்று அவரிடம் நான் உறுதி கூறினேன். ''அல்ஜீரியர்கள் தலையிடமாட்டார்கள். அது அவர்களுடைய பிரச்சனை அல்ல, உங்களுடையது, எல்ரிட்ஜ்.''

அது விரைவிலேயே தெளிவானதாக மாறியது. டீசி என்று அழைக்கப்பட்ட டான் காக்ஸ், பிளவு நிகழ்ந்தபோது, கறுப்புச் சிறுத்தைகள் கட்சியைப் பிரதிநிதித்துவம் செய்வதற்காக பாலஸ்தீனம் தொடர்பான சர்வதேசக் கருத்தரங்கில் கலந்து கொள்வதற்காக குவெய்த்துக்குப் பயணம் செய்வதற்கான ஏற்பாட்டைச் செய்துகொண்டிருந்தார். ஹுயூவே நியூட்டன் அவரை உடனடியாக அழைத்து, அவர் யார்பக்கம் நிற்கிறார் என்று தெரிந்துகொள்ளவிரும்பினார்; அவர்கள் பழைய, நெருக்கமான தோழர்கள். ''நான் அவரை எதிர்ப்பதாகக் கூறியதும், உணர்ச்சி வசப்பட்டவிதத்தில், உச்சத்தொனியில் சிரித்தார். அத்துடன் என்னை ''நசுக்க''ப்போவதாகச் சொன்னார்.'' சில நாட்களுக்குப் பிறகு டீசியின் தோழரும், அவருக்குப் பக்கபலமாக இருந்தவருமான ராபர்ட்''ஸ்பைடர்'' வெப் ஹார்லம்மில் கொல்லப்பட்டார். டீசியை மேற்கோள் காட்டுவதானால், ''ஹுயூவே புடைத்துப் போன தனது அகந்தைக்குப் பழிவாங்குவதற்காக, என்னைப் புண்படுத்தும் நோக்கில், தற்பெருமைக் கோளாறால் பாதிக்கப்பட்ட வக்கிரமான கோபத்தில், ''ஸ்பைட''ரைப் படுகொலை செய்யும்படி ஆணையிட்டார்.''[2]

உட்பகைப் போர்முறை தொடர்ந்தது. உண்மைநிலை குறித்துத் தகவல் தெரிந்திருந்த அல்ஜீரியாவில் இருந்த குழு அதைத் தடுக்கச் சக்தியற்றதாக இருந்தது. 1971 மார்ச் 18 அன்று, பிலடெல்பியாவில், செய்ட்லர் தம்பதிகளின் ''தத்தெடு''த்துக் கொள்ளப்பட்ட மகளான பில் செய்ட்லரின் வெட்கக்கேடான கொலையும்கூட, டீசி மற்றும் பார்பரா எஸ்லேவைப் பொறுத்தவரை படுகொலைதான். செய்ட்லரும் அவரது மனைவி மிரியமும் வயதான யூதத் தம்பதிகளாவர். அவர்களது துணிக்கடையும், வீடும் சிறுத்தைகளுக்கு எப்போதும் திறந்திருப்பதாகவும் அல்ஜியர்ஸிலிருந்து வரும் திரைப்படச் சுருள்களின் அமெரிக்க வினியோகத்துக்கான மாற்றிடமாகவும் செயல்பட்டது. மிரியம், கொலையாளியைப் பார்த்து, கடைக்குள் நுழைந்து, தனது கணவர் புத்தகங்களைக் கவனித்துக் கொண்டிருந்த பின்பக்கத்துக்கு நேராகச் சென்றார்: ''அதைக் கீழே வை,'' என்று பில் சொல்வதை அவர் கேட்டார். கொலையாளி குறிபார்த்தார், சுட்டார், வெளியேறினார். பில் செயிட்லர் ஒரு''கொள்ளையடி''ப்பின் பலியாள் என்று பத்திரிகைகள் அறிவித்தன. புலன் விசாரணை சுருக்கமானதாக இருந்தது. மிரியத்தின் வாக்குமூலம் செவிமடுக்கப் படவில்லை.

மார்ச் மாதத்தில் எல்ரிட்ஜ் அல்ஜியர்ஸையும் ஹுயூவே நியூட்டனையும் பிரிக்கும் வேலிகளைச் சீர்படுத்தும் கடைசி வடிகால் முயற்சியொன்றில் இறங்கினார். நியூட்டனை அல்ஜியர்ஸுக்கு வரும்படி அவர் கேட்டுக்கொண்டார். நியூட்டன் பதிலளித்தார்: ''நான் அங்கே வருவதாக இருந்தால் அது உன்னைக் கொல்வதற்காகவே இருக்கும், எல்ரிட்ஜ்.''

''சரி, சகோதரா, இங்கேவா, என்னைக்கொல்.''

அல்ஜீரியா தேசியமயமாகிறது

பிளவு ஏற்படுவதற்கு இரண்டு நாட்களுக்கு முன்னால், 1971 பிப்ரவரி 24 அன்று, ஹுவரி பூமிடியன் பிரெஞ்சு எண்ணெய் மற்றும் எரிவாயுப் பங்கு நிறுவனங்களைத் தேசிய மயமாக்குவதாக அறிவித்தார். முந்தைய சலுகைகள் அனைத்தும் அந்த நாளில் 51 சதவீதம் அல்ஜீரியாவுக்குச் சொந்தமானதாக மாறியது. விதிவிலக்காக, பிரெஞ்சு நிறுவனமான டோட்டல் முழுமையாக நாட்டைவிட்டு வெளியேறியது. வெளிநாட்டினரின் சுரங்கத்தொழில், உற்பத்தி, காப்பீடு மற்றும் விவசாய நிறுவனங்கள் ஆகியவற்றின் மீதும், இதே சட்டங்கள் அரசின் கட்டுப்பாட்டைச் சுமத்துவதாக இருந்தன.

மேலும், மூன்றுகட்ட விவசாயச் சீர்திருத்தத்தை பூமிடியன் வரையறை செய்தார். 1972 ஜனவரியிலிருந்து 1973 ஜூன் வரையிலான முதல்கட்டம், முன்னாள் பிரெஞ்சு காலனிய நிர்வாகத்திடமிருந்து மரபுரிமையாகப் பெறப்பட்ட சொத்துகள், சமுதாய நிலம், பழங்குடி நிலம், மதநிறுவனங்கள் வைத்திருக்கும் நிலம் ஆகியவை தேசியமயமாக்கலில் உள்ளடக்கப்பட்டு, மறு வினியோகம் செய்யப்படும். புதிய சட்டங்களின் மகத்தான பயனாளிகளாக ஏழை விவசாயிகளே இருந்தார்கள்.

1973 ஜுனிலிருந்து 1975 ஜூன் வரையிலான இரண்டாவது கட்டம், நில உரிமையாளர் இல்லாதுபோன தோட்டங்கள் மற்றும் பெரிய அளவிலான சொத்துகள், ஈச்சமரத் தோப்புகள் இந்த நடைமுறைக்குள் வரும். மூன்றாவது கட்டம், கால்நடை மேய்ப்பர்களால் பயன்படுத்தப்படும் பொது மேய்ச்சல் நிலங்கள் தேசியமயமாக்கப்படுவதை உள்ளடக்குவதாக இருக்கும்.

அல்ஜீரிய அரசியலில் அதிக கவனம் செலுத்தாத சிறுத்தைகள் இந்தச் சட்டங்களின் முக்கியத்துவத்தைக் கவனிக்கத் தவறி விட்டனர். பிரெஞ்சு மொழியில் அதிக அறிவிருந்தும் பிரெஞ்சுப்

பத்திரிகைகள் மூலம் நடப்புகளை அறிந்திருக்கவில்லை. உடன் பணியாற்றியவர்கள் அமெரிக்கப் பத்திரிகைகளிலிருந்து அவர்களுக்கு செய்தி நறுக்குகளை அனுப்பிவைத்தனர். தொலைக்காட்சியில் சர்வதேச செய்தி ஒளிபரப்புகளை அவர்கள் பார்த்தார்கள். அமெரிக்காவிலிருந்து நேரடியாகச் செய்திகளைத் தெரிந்து கொள்வதற்காக சிற்றலைத் தொடர்புகளை டீசி அமைத்திருந்தார். அமெரிக்க நலன்கள் தொடர்பான அல்ஜீரியாவின் உள்ளூர் கொள்கை மட்டுமே அவர்களுடைய முக்கிய ஆர்வமாக இருந்தது. பின்னர் அதிகரித்து வரும் அமெரிக்கர்களின் இருத்தல் குறித்த சந்தேகங்களை அவர்கள் தொகுத்துப் பார்த்தனர் - அமெரிக்க நிறுவனங்களிடமிருந்து எண்ணெய் மற்றும் எரிவாயு ஒப்பந்தங்களைப் பெறுவதற்காக அல்ஜீரிய அரசாங்கம் தங்களை விற்றுவிடக்கூடும் என்ற அச்சம் அடியில் மறைந்திருந்தது.

புதிய ''சக்கரங்கள்''

அல்ஜியர்ஸ் குழுவினருக்காக, சிறுத்தைகளின் ஜெர்மனிய ஆதரவுக்குழு, ஹனோவரிலுள்ள வோக்ஸ்வேகன் தொழிற்சாலையில் பெற்றுக்கொள்ளத்தக்க, புத்தம்புதிய சிற்றுந்து ஒன்றுக்கான பணத்தைச் செலுத்தியது. அந்தச் சமயத்தில் அவர்களுடைய பரிவாரங்களில் நான் ஒருத்தி மட்டுமே சட்டபூர்வமாக ஐரோப்பாவுக்குப் பயணம் செய்யக்கூடியவளாகவும், முறையான ஓட்டுனர் உரிமம் வைத்திருப்பவளாகவும் இருந்தேன்.

கட்சி பிளவுற்று இரண்டு நாட்களுக்குப் பிறகு, ஒரு விமானத்தில் ஜெனிவாவுக்குச் சென்று, அங்கிருந்து ஹனோவருக்கு ரயிலில் சென்றேன். வாங்குவதற்கான பற்றுச்சீட்டு என்னிடம் இருந்ததால், பரிவர்த்தனை விரைவில் முடிந்தது. ஆனால் பத்து டன் சரக்கு வண்டியைப்போல் தோற்றமளித்த அந்த வண்டியை உடனடியாகச் சமாளித்து ஓட்டிக்கொண்டு தொழிற்சாலையை விட்டு வெளியே வரவேண்டியிருந்தது. அதிவேக ஆட்டோபான் நெடுஞ்சாலையில் அனுமதிக்கப்பட்ட குறைந்தபட்ச வேகத்தில் சென்றேன். மெதுவாக ஊர்ந்து செல்வது சட்டவிரோதம். ஸ்ட்ராபோர்க்கு அருகில் பிரெஞ்சு எல்லையைக் கடந்து நான் பாரிஸுக்குச் சென்றேன். அங்கு இரவு நேரத்தைக் கழித்தேன். அடுத்தநாள் காலை பகல் முழுக்கச் சவாரி செய்யும் மார்செயிலுக்குச் செல்லும் பயணத்தைத் தொடங்கினேன். அங்கு, அடுத்தநாள் பிற்பகலில் நானும், அந்தச் சிற்றுந்தும் அல்ஜியர்ஸுக்குச் செல்லும் இரவு நேரப்பயணத்துக்காகப் படகில் ஏறினோம்.

கடலிலிருந்து அல்ஜியர்ஸுக்கு வருவது என்பது, உலகத்திலேயே சிறந்த, முதுகெலும்பை உறையவைக்கும் பயண அனுபவங்களில் ஒன்றாகும். அதிகாலை வெளிச்சத்தில், வெள்ளை மூர்களின் குடியிருப்புகளின் சுவரும், கஸ்பாவும், பிரகாசமாக அசைந்தாடும் பாலைவனக் கானல்நீரைப் பார்ப்பது போல், ஒரு மாயத்தோற்றமாக இருக்கும். முழு நகரமும் மேல்நோக்கிப் பரந்து விரிந்து, தனக்குப் பின்னாலிருக்கும் மலையை கிழக்கிலிருந்து வரும் பேரொளியால் மூடி மறைக்கும்.

அந்தச் சிற்றுந்தின் நுழைவு பரபரப்பூட்டுவதாக இருந்தது. எல் பிளெய்ரில் தூதரகத்துக்கு முன்னால் அது நிறுத்திவைக்கப் பட்டிருப்பதையும், சிறுத்தைகள், நண்பர்கள் மற்றும் கூட்டாளிகளை ஏராளமான அளவில் ஏற்றிக்கொண்டு, நகரத்தைச் சுற்றி விரைந்து செல்வதையும் என் மனக்கண்ணால் பார்க்கமுடிகிறது. பிராசா வில்லில் நடைபெறவிருந்த, போர்த்துக்கீசியக் காலனி நாடுகளான அங்கோலா, மொசாம்பிக், கினியா-பீஸோ ஆகியவற்றின் விடுதலைப் போராட்டத்துக்கு ஆதரவான சர்வதேசக் கருத்தரங்கு ஒன்றுக்கான காங்கோ மக்கள் குடியரசிடமிருந்து வந்த அழைப்பிதழை அல்ஜியர்ஸ் சிறுத்தைகளுக்கு எஃப்எல்என் 1971 ஏப்ரலில் அனுப்பிவைத்தது. அந்தப் பயணம் பின்னர் மேதினக் கொண்டாட்டங்களுக்கும் நீட்டிக்கப்பட்டது.

அந்தச் சமயத்தில் சிறுத்தைகளுக்குக் குழப்பமானதாகவும், நிச்சயமற்றதாகவும் இருந்த கறுப்பு ஆப்பிரிக்காவைக் கண்டறிவதற்கும், அதனுடன் தங்களை அடையாளப்படுத்திக் கொள்வதற்கும் வாய்ப்பளிப்பதாக இது இருந்தது. அந்தக் கனவு நனவானது, அவர்கள் உற்சாகம் கொண்டனர். கேத்தலினுக்கு இது விதிவிலக்கானதாக இருந்தது. குழந்தையாக இருந்தபோது தூதரகக்குழுவில் பணிபுரிந்த தனது பெற்றோருடன் லைபிரீயாவிலிருந்து அவர் சியரா லியோனுக்குச் சென்று வந்திருந்தார். அவர்களில் அவரைத் தவிரயாரும் சஹாராவுக்குக் கீழே இருக்கும் கறுப்பு ஆப்பிரிக்காவுக்குச் சென்றதில்லை. மைக்கேல் (செடிவயோ) டபோர், (இந்தப் பயணத்துக்காக நியூ யார்க்கிலிருந்து வந்திருந்த) டெனிஸ் ஒலிவர், கேத்தலின் மற்றும் எல்ரிட்ஜ் ஆகியோர் தூதுக்குழுவின் உறுப்பினர்களாக இருந்தனர். தனது உபகரணத்தைச் சேகரித்துக் கொண்டதும். அந்தக்குழுவின் புகைப்படக்காரராகவும், வீடியோ கருவி இயக்குனராகவும் பில் ஸ்டீபன்ஸ் சேர்த்துக் கொள்ளப்பட்டார்.

பிராசாவில்லை அடைவதற்கு, ஆப்பிரிக்காவின் குறுக்காக விமானத்தில் ஏறிச் செல்வது எல்ரிட்ஜுக்கு மகிழ்ச்சியான செயலாக இருக்கவில்லை: அல்ஜியர்ஸிலிருந்து பமாகோவுக்கு, பமாகோவிலிருந்து அபிட்ஜானுக்கு, அபிட்ஜானிலிருந்து லிப்ரேவில்லுக்கு இறுதியாக பிராசாவில்லுக்கு. ஏதேனும் ஒரு நிறுத்தத்தில் செடிவயோவும், எல்ரிட்ஜும் சிறையிலடைக்கப் பட்டு, அமெரிக்க நீதித்துறையிடமிருந்து தப்பியோடுபவர் என்று நாடுகடத்தப்படுவதற்கான சாத்தியம் இருப்பது நிலையானதொரு கவலைக்குரிய விசயமாக இருந்தது. மாலியைச் சேர்ந்த பமாகோவில் இரவு வேளையின்போது, அச்சத்தால் தாக்குண்டு அவர்கள் அல்ஜீரியத் தூதரைத் தொடர்பு கொண்டார்கள். அல்ஜீரிய ஆவணங்களும், பயணச்சீட்டுகளும் அவர்களைப் பாதுகாப்பாகக் கொண்டு சேர்க்கும் என்று அவர் உறுதியளித்தார். எந்தத் தடங்கலும் இல்லாமல் எல்லாம் நடந்தன. ஆனால் திரும்பிவரும்போது, அவர்கள் பிராசாவில்லிலிருந்து எங்கும் நிற்காமல் மாஸ்கோவுக்கும், பிறகு மாஸ்கோவிலிருந்து அல்ஜியர்ஸுக்கும் பயணம் செய்வதற்கு ஏற்பாடு செய்யப்பட்டது.

கருத்தரங்கும், மேதினக் கொண்டாட்டங்களும் முடிந்த பிறகு, புதிய உலகத்துக்குச் செல்வதற்கான அடிமைக் கப்பல்கள் புறப்பட்டுச் சென்ற இடமான, வரலாற்றில் கெட்டபெயர் எடுத்த பாயின்டே நுவாருக்கு அவர்கள் சென்றார்கள். ஆப்பிரிக்க மண்ணை இறுகப் பற்றிக்கொள்வதற்கான தங்களது கடுமையான போராட்டத்தில் இந்தக் கடற்கரை மணலைப் பிறாண்டியவர்களின் வழித்தோன்றல்கள் அமெரிக்கச் சிறுத்தைகளின் வடிவத்தில் திருப்பி வந்திருந்தார்கள். தங்கள் பயணத்தைத் தொடர்ந்து, தங்களை ஒன்று சேர்க்கும் திரைப்படம், ‘‘நாங்கள் திரும்பி வந்திருக்கிறோம்!’’ என்று அழைக்கப்படவேண்டும் என்று எல்ரிட்ஜ் திட்டமிட்டார்.

பாயின்டே நுவாரிலிருந்து அந்தக்குழு அங்கோலாவைச் சேர்ந்த, அந்நிய நாட்டால் சூழப்பட்ட, தற்போது போர்த்துக்கீசியக் காலனி அரசோடு போரில் ஈடுபட்டிருக்கிற கபிண்டாவுக்குள் நுழைந்தது. ‘‘விடுவிக்கப்பட்ட பிரதேச’’த்திலிருந்த எம்பிஎல்ஏ (பாப்புலர் மூவ்மெண்ட் ஃபர் த லிபரேசன் ஆஃப் அங்கோலா) கெரில்லா முகாமொன்றில் அவர்கள் வரவேற்கப்பட்டனர்.

காங்கோ - பிராசாவில் அரசாங்கம் தன்னைத்தானே புரட்சிகரமானது என்று வரையறுத்துக்கொண்டது: மார்க்சீய - லெனினியத்தால் உந்துதல் பெற்று, சோவியத் சுற்றுப்பாதைக்குள்

செயல்பட்டு வந்தது. கருத்தியலாளரும், மக்கள் படையின் அரசியல் அதிகாரியும், அரசாங்க அமைச்சருமான அங்கி டியாவாராவால் ஈர்க்கப்பட்டனர். இந்தப் பயணத்துக்குப் பணம் அளித்து உதவியவர் அவர்தான் என்று அவர்கள் புரிந்து கொண்டனர். அவர்களது பயணத்தின் இறுதியில் குடியரசுத் தலைவர் மரியன் நுருவாவியைச் சந்தித்த சமயத்தில், பிராசாவில்லில் சிறுத்தைகளின் தகவல் அலுவலகம் ஒன்றைத் திறப்பதென்று அவர்கள் முடிவு செய்தனர்.

மே மாத மத்தியில் அவர்கள் அல்ஜியர்ஸுக்குத் திரும்பிய போது, சிறுத்தைகள் காங்கோவுக்கு இடம்பெயர்ந்து விடலாம் என்று எல்ரிட்ஜ் என்னிடம் சொன்னார். அலுவலகம் திறப்பதற்கான முறைசார் வேண்டுகோள் ஒன்றை அவர்கள் முன்வைத்தார்கள். முழு நடவடிக்கையையும் படிப்படியாக இடம் மாற்றிக்கொள்வதாக இருந்தார்கள். நான் திகைப்பிலாழ்ந்தேன்: அமெரிக்காவுக்கும், அல்ஜியர்ஸுக்கும் இடையிலான தொடர்புகள் வேண்டுமளவுக்கு விரக்தியளிப்பவையாக இருந்தன. ஆனால் பிராசா வில்லிலிருந்து எல்ரிட்ஜ் என்ன எதிர்பார்த்தார்? ''நீங்கள் எப்படித் தொடர்பை ஏற்படுத்திக்கொள்வீர்கள்?'' ''அங்கு நாங்கள் சொந்த வீட்டில் இருப்பது போல் உணர்ந்தோம்,'' என்பதே அவருடைய பதிலாக இருந்தது.

காங்கோவில் தாங்கள் ஒரு விடுதலை இயக்கம் என்ற அந்தஸ்தைப் பெறுவதற்கான அவர்களது வேண்டுகோளுக்கு எந்தவொரு பதிலையும் அவர்கள் பெறவில்லை. குடியரசுத் தலைவர் நுருவாபிக்கு எதிரான ஆட்சிக் கவிழ்ப்பு முயற்சி தோல்வியடைந்த பிறகு, 1972 பிப்ரவரியில், அங்கி டியவாரா தப்பியோடினார். 1973ல் சிறைபிடிக்கப்பட்டு கொல்லப்பட்டார்.

ஆ

எரியும் நெருப்பில் கொழுப்பை வீசுபவர் என்று எல்ரிட்ஜ் பற்றி ஒரு கருத்து நிலவியது. தனது பார்வையாளர்களை அவர் ''ரொனால்ட் ரீகனை ஒழித்துக்கட்டுவோம்'' ''பெட்டைத்தனமான அதிகாரம்'' போன்ற சொற்றொடர்களால் சுட்டெரித்த இடமான அமெரிக்காவில், அது வேலை செய்தது. கொதிப்பை உயர்த்துவதிலும், எதிரியை ''நாசகாரக் கும்பலைச் சேர்ந்த அலியாட்டோ,'' ''ஹிட்லர் ஹூவர்'' ஆகிய, குத்தூசியால் குத்துவது போன்று புனைபெயரிட்டு அழைப்பதிலும் அவர் கெட்டிக்காரராக இருந்தார். உற்சாகக் குரலெழுப்பும், செயலுக்கு அழைப்பு

விடுக்கும் அவரது முழக்கங்கள் கூட்டத்தினரைப் பற்றியெரியச் செய்தன: ''பன்றிகளை வெளியேற்றுவோம்!'' ''ஹுயூவேவை விடுதலைசெய்!'' ''துப்பாக்கியை எடு!'' அவரது ஆரவாரப்பேச்சு எவ்வளவு கடுமையானதாகவும், எவ்வளவு வன்மையானதாகவும் இருந்தது என்பதைப் பொருட்படுத்தாமல், கூட்டத்தினரைத் தன்னிடம் இழுத்துக் கொள்ள முடியும் என்று அவர் அறிந்து கொண்டார். இது அதிர்ச்சி உத்தியை மோசமான விதத்தில் பயன்படுத்துவதாகும்.

இந்தப் பேச்சுப் பாணியில் மிகவும் புகழ்பெற்ற அவரது பேச்சு, பே ஏரியா பள்ளியொன்றில், காலேஜ் ஆஃப் பசிபிக்கில் இடம்பெற்றதாகும். எல்ரிட்ஜின் பேச்சைக் கேட்க வந்தவர்கள் பெண்துறவிகளாக ஆவதற்குப் படித்துக்கொண்டிருந்தவர்கள். அவர்கள் வழக்கமான உடையணிந்து ஜெபமாலையை உருட்டிக் கொண்டிருந்தார்கள். திடீரென்று அவர் உரக்கக் கத்தினார், ''உங்களை நான் விடுவிக்கப்போகிறேன். உங்களை ஒரு மந்திர உச்சாடனத்தில் இட்டுச்செல்லப்போகிறேன்...இப்போது, முதல் பத்தி இதுதான். நான் சொல்கிறேன், நீங்கள் திருப்பிச் சொல்லுங்கள்: *ரொனால்ட் ரீகனை ஒழித்துக் கட்டுவோம்!''* டேவிட் ஹில்லியர்ட் சொல்வதன்படி, சற்றுத் தயக்கத்திற்கும், சிலதடவை ஒத்திகைக்கும் பிறகு, ''அது ஒரு பேயோட்டும் காட்சியாக ஆனது. எல்ரிட்ஜ் தன்னைத்தானே உண்மையாக நிரூபித்துக் கொண்டார். பெண்துறவிகள் சுதந்திரமாக இருக்கிறார்கள்; அவர்கள் சிரித்துக் கொண்டும், கைதட்டிக்கொண்டும் அந்த மந்திரத்தைத் திருப்பிச் சொல்லிக் கொண்டும் இருக்கிறார்கள்.''[3]

எல்ரிட்ஜ் ஆப்பிரிக்காவில் இதே உத்தியைப் பயன்படுத்திய போது, அவர் அடிக்கடி தோல்வியையே சந்திக்க வேண்டியிருந்தது. காங்கோவில் நடந்த கருத்தரங்குகளில் அவரது அதிகாரபூர்வமான பேச்சு, சோவியத் யூனியனையும், ''திரிபுவாத'' நாடுகளையும், பொதுவாகத் திரிபுவாதத்தையும் ஒளிவுமறைவின்றித் தாக்குவதாக இருந்தது. ''கறுப்பின மக்களுக்கான உதவியை அளந்து பங்கிட்டுத்தருவது, சோசலிச நாடுகள் என்று அழைக்கப்படும் நாடுகள் பலவற்றின் இனவாத இயல்பைக் காட்டுவதாக இருக்கிறது,'' என்று அவர் அந்தச் சர்வதேசக் கூட்டத்தினை எச்சரித்தார். அவர் கலந்துகொண்ட கருத்தரங்குக்குப் பின்னாலுள்ள நிறுவனம் பற்றிய அப்பட்டமான உண்மைகள் குறித்து அவர் அறியாமல் இருக்கமுடியுமா அல்லது அந்தக் கூட்டத்தினரைத் தன்னோடு கொண்டுவரும் அளவுக்கு போதுமான நேர்த்தியும்,

போதுமான திறனாற்றலும் தனக்கு இருப்பதாக அவர் கருதினாரா? எல்லாவற்றுக்கும் மேலாக, அந்தக் கருத்தரங்கு புடாபெஸ்டைத் தலைமையகமாகக்கொண்ட, கம்யூனிஸ்ட் முகாம் உலக ஜனநாயக இளைஞர் அமைப்பினால் நிதியளிக்கப்பட்டு, அலுவலர்களை அமர்த்தியிருந்தது. இதே விதத்தில், காங்கோலிய அரசாங்கம் சோவியத் யூனியனுக்குப் பெருமளவில் கடன் பட்டிருந்தது. அந்தப் பேச்சைத் தொடர்ந்து, நள்ளிரவில் எல்ரிட்ஜும், கேத்தலினும் அவர்களுடைய உணவக அறையிலிருந்து திடீரென்று அப்புறப்படுத்தப்பட்டார்கள். இது "அவர்களுடைய சொந்த நன்மைக்காக"வே நடத்தப்பட்டதுபோல் தோன்றியது.

பிராசாவில்லுக்குத் தலைமையகத்தை மாற்றுவதற்கான அவரது விண்ணப்பத்தில், நேரம் இன்றியமையாதது, ஏனெனில், "அல்ஜியர்ஸில் உள்ள எங்கள் தளத்தை அழிக்க எதிரிகள் முன்னேறிக்கொண்டிருக்கிறார்கள்," என்று அழுத்தம் தந்திருந்தார். காங்கோவுக்கு சோவியத் முகாமிலிருந்து நிதியளிப்பவர்களுக்கு எதிராக மரியன் நுகுவாபி தனது சாடலைத் திருப்புவார் என்றும், காங்கோலிய அதிகாரிகள் அல்ஜீரிய அரசாங்கத்தைக் கலந்து கொள்ளாமலே தனது வேண்டுகோளை ஏற்றுக்கொள்வார்கள் என்றும் அவர் கருதினார்.

௮

கட்சியின் பிளவுடன் அல்ஜியர்ஸ் சிறுத்தைகள் கறுப்புச் சிறுத்தைகள் கட்சியிலிருந்து ஒதுங்கிக்கொண்டு, அந்தக் கட்சியின் சர்வதேசப் பிரிவு என்று சொல்லிக் கொள்வதையும் நிறுத்திக் கொண்டனர். இப்போது அவர்களுடைய இலக்கு வெவ்வேறு தொடக்க வேர்களைக் கொண்ட இடதுசாரி அமைப்புகளிடையே தகவலுக்கும் தொடர்புக்குமான அனுமதியளிக்கும் இடமாக மாறவேண்டும் என்பதாகவே இருந்தது. அந்த முடிவுக்காக அமெரிக்காவிலும், ஐரோப்பாவிலும் வினியோகிப்பதற்கான பத்திரிகையொன்றை அவர்கள் வெளியிட்டார்கள். அவர்களது இந்த நடவடிக்கைக்கு ரெவல்யூசனரி பியுப்பிள்'ஸ் கம்யூனிகேசன் நெட்வொர்க் (ஆர்பிசிஎன்) என்று அவர்கள் பெயரிட்டார்கள்.

௮

1971 அக்டோபர் 25 அன்று, கேத்தலினும், அமெரிக்க தளமான ராம்ஸ்டெய்னில் கறுப்பின இராணுவ வீரர்களிடையே செயல்பட்டுவந்த, ஜெர்மனியிலிருந்த சிறுத்தைப் போராளி

ஜெஸிகா ஸ்காட் வெய்ன்ரிச்சும், கிளிவரின் இரண்டு குழந்தைகளோடு நானும் நியூ யார்க்குச் செல்லவிருந்த ஸ்விஸ் ஏர் விமானமொன்றில் ஜெனிவாவிலிருந்து புறப்பட்டோம். ஆர்பிசிஎன்-னைத் தொடங்கிவைப்பதற்காகவும், அந்த நடவடிக்கைக்கான நிதியைத் திரட்டுவதற்காகவும் அமெரிக்காவைச் சுற்றி உரையாற்றும் பயணமொன்றுக்காகப் புறப்பட்டுச் சென்றோம்.

அந்தத் தூதுக்குழுவில் அங்கம் வகிக்கவேண்டும் என்று எல்ரிட்ஜ் என்னிடம் கேட்டுக்கொண்டபோது, எந்தத் தயக்கமுமின்றி நான் நேர்மறையாக பதிலளித்தேன். அந்தக் குழுவில் வெள்ளையினப் பெண் ஒருவரைச் சேர்ப்பது என்பது கறுப்பும் வெள்ளையும் கலந்த கோட்பாடொன்றை வெளிப் படுத்துவதற்கான அவருடைய வழியாகும். அந்தப் பயணம் தொடர்பான பணத்தையும், அந்த அமைப்பையும் கையாள் வதற்கான நம்பிக்கைக்குரிய யாரேனும் ஒருவரும் அவருக்குத் தேவைப்பட்டார்; அமெரிக்காவில் அதைக் கையாளக்கூடியவர்களின் கூட்டமொன்றை அவர் விரல்நுனிகளில் இன்னும் வைத்திருக்க வில்லை. என்னைப் பொறுத்த அளவில் நானே அந்த அமெரிக்கக் காட்சியைச் சோதித்துப் பார்ப்பது என்பது எனக்கு ஒரு சவாலாக, வரவேற்கத்தகுந்த ஒரு வாய்ப்பாக இருந்தது. நான் பெருமைப்படுத்தப்பட்டேன். பல மாதங்களாக அல்லது வருட அளவில் நான் பார்த்ததைவிடவும் கேத்தலின் மன அமைதியோடும், அந்தக் கடமைப்பணியில் இருக்கப்போவதில் மகிழ்ச்சியோடும், களிப்புணர்வோடும் இருந்தார்.

நானும் உற்சாகமாக இருந்தேன். ஆனால் அடிமனதில் பதற்றமும் எச்சரிக்கையுணர்வும் இருந்தன. நாங்கள் ஆபத்தான பிரதேசத்துக்குள் அலைந்துகொண்டிருந்தோம். என் தலைக்குள் நச்சரிக்கும் கேள்விகள் மோதிக்கொண்டிருந்தன. நான் எப்படி நடந்துகொள்ளப்போகிறேன்? மிகவும் முக்கியமாக, நான் என்ன சொல்லவேண்டும்? நான் யார்? யாராக இருந்தேன்? நான் அமெரிக்காவை விட்டு ஐரோப்பாவுக்கும், ஆப்பிரிக்காவுக்கும் புறப்பட்டுச் சென்று இருபது ஆண்டுகள் ஆகிவிட்டன. அந்தச் சமயத்தில் கறுப்பர்கள் முற்றிலுமாகத் தனிப்பட்ட குடியிருப்புப் பகுதியில் அடைத்து வைக்கப்பட்டிருந்தார்கள். அவர்கள் தீவிரமானவர்களாக ஆனதை நான் தூரத்திலிருந்து பார்த்தேன். அதன் எதிரலையாக கறுப்புச் சிறுத்தைகளுக்கும் பிற முற்போக்குக்

குழுக்களுக்கும் எதிராக அரசு கொலைவெறித் தாக்குதல் மேற்கொண்டதை-என்மனதின் ஆழத்தில், என்னைப் பற்றிய உறுதியற்ற நிலையில் நான் உணர்ந்தேன். அதற்குத் துணைபுரிய என்னால் இயலுமா?

நியூ யார்க்கின் மேற்பகுதியில் அட்டிகா சிறையிலிருந்து கறுப்பு ஆப்பிரிக்காவுக்குச் சாவுமணியொன்று அடிக்கப்பட்டது. அந்த இடத்துக்கு ஒரு சிறைக் கிளர்ச்சியை அடக்குவதற்கு ஆளுநர் நெல்சன் ராக்ஃபெல்லர் நியூ யார்க் மாநிலக் காவல் துறையினருக்கும், தேசிய காவல்படையினருக்கும் ஆணையிட்ட போது முப்பத்து மூன்று சிறைக்கைதிகளும், பத்து சிறைக் காவலர்களும் படுகொலை செய்யப்பட்டார்கள். இந்தக் கிளர்ச்சி சான் க்வென்டினில் ஜார்ஜ் ஜாக்ஸன் கொல்லப்பட்டதற்கு எதிர்ப்புத் தெரிவிப்பதில் தொடங்கி, பிறகு சிறையில் மேம்பட்ட வாழ்க்கை நிலைமைகளுக்கான ஒரு கோரிக்கையாக மாறியது.

நியூ யார்க் மேற்குப்பகுதியின் மேற்புறம் மதுவிடுதியொன்றில் காவல்துறையினருடான துப்பாக்கிச் சூட்டைத் தொடர்ந்து, முன்னாள் எஸ்என்சிசி தலைவர் ஹெச்.ராப் பிரௌன், நாங்கள் வந்துசேர்வதற்கு முந்தைய வாரத்தில் கைது செய்யப்பட்டார். கேத்தலின் கவலைகொண்டார்; அந்தப் பெண் எஸ்என்சிசியிலும், கறுப்புச் சிறுத்தைகள் கட்சியிலும் அவரோடு சேர்ந்து வேலை செய்திருந்தார். வியட்நாம் போரை நிறுத்தவேண்டும் என்ற கோரிக்கையை முன்வைத்து நடந்த பேரணியில் வாஷிங்டனில் ஆயிரக்கணக்கானோர் குவிந்தனர். நாங்கள் போய்ச்சேர்ந்த அன்று இருபத்திரண்டு ஆண்டுகாலம் அமெரிக்காவால் இரகசியமாகத் திட்டமிட்டுச் செய்யப்பட்ட புறக்கணிப்பிற்கு, ஐநாசபை, சீனக்குடியரசை (தைவான்) வெளியேற்றிவிட்டு மக்கள் சீனக் குடியரசைத் தனது படையணிகளுக்குள் வரவேற்றது.

விமானத்தில் கேத்தலின் ஜோஜுவைத் தனது மடியில் அமரவைத்திருந்தார். இரண்டு வயதுக்குச் சற்றே அதிகமான மசியோ எங்கள் இருவருக்கும் இடையில் அமர்ந்திருந்தான். நாங்கள் ஜேஎஃப்கே விமான நிலையத்தை அடைந்தபோது, விமானம் தாழப் பறந்து நீண்ட நேரம் வட்டமிட்டுக் கொண்டிருந்தது. அதனால் பயணிகள் பதற்றமடைந்தார்கள். தான் இறங்கத் தயாராக இருப்பதாகவும், ஆனால் அனுமதி மறுக்கப்பட்டதாகவும் விமானி அறிவித்தார். அவர் விடாமுயற்சியை மேற்கொண்டார். ஆனால் நிலையகோபுரம் எங்களை விமானநிலையத்துக்கு

மேல் பறக்கவைத்துக் கொண்டிருந்தது. இறுதியாக, நாங்கள் போஸ்டனுக்குத் திருப்பியனுப்பப்பட்டோம். நியூ யார்க் மீது மூடுபனி இருந்ததாகக் காரணம் சொல்லப்பட்டது.

இந்தத் திருப்பியனுப்புதலுக்கான உண்மையான விளக்கத்தை நாங்கள் தெரிந்துகொள்வதற்குச் சிறிது நேரமே பிடித்தது. கேத்தலின் கீழே இறங்குவதற்காக நூற்றுக்கணக்கான சிறுத்தை ஆதரவாளர்கள் கூடி நியூ யார்க் விமான நிலையத்தில் காத்திருந்தனர். ஆனால் கேத்தலினுக்கான பொது மக்களின் கவன ஈர்ப்பை இல்லாமல் செய்வதற்காக அந்தக் காட்சியை எஃப்பிஐ திட்டமிட்டு அரங்கேற்றியது. நாங்கள் போஸ்டனில் இறங்கினோம். அங்கு விரைந்து வந்து சேர்ந்த சில பத்திரிகையாளர்களையும், எஃப்பிஐயையும் தவிர வேறுயாரும் எங்களுக்காகக் காத்திருக்கவில்லை. வருகைக் கூடத்தில் ஒரு முகவர் தோன்றி ஜெஸிகாவின் முகத்தின் முன்னால் ஒரு புகைப்படத்தை ஆட்டிக்காட்டிவிட்டு, உரத்த குரலில் கத்தினார், ''க்வென் பேட்டர்சன், நீங்கள் கைது செய்யப்படுகிறீர்கள்!'' சில ஆண்டுகளுக்கு முன்னால் ஒரு விமானத்தை கியூபாவுக்குக் கடத்திய உண்மையான க்வென் தனது கணவருடன் (அகிலி) அல்ஜியர்ஸில் அமைதியாக வாழ்ந்துவருகிறார். இந்த உண்மை எஃப்பிஐக்கு நிச்சயமாகத் தெரிந்திருக்கவில்லை.

விரல் நொடிக்கும் நேரத்திற்குள் கேத்தலின் அந்தச் சூழ்நிலையைத் தன் ஆளுகைக்குள் கொண்டுவந்தார். தன் கைப்பைக்குள் தேடி எடுத்து, ஒரு தொலைபேசி எண்ணை எழுதி, ஒரு தொலைபேசியைப் பிடிக்குமாறு என்னிடம் சொன்னார். அந்த எண் நியூ யார்க்கிலுள்ள ஒரு வழக்குரைஞருடையது. அவரிடம் நான் அந்தச் சூழ்நிலை குறித்த நிகழ்ச்சிக் கோவையைத் தெரிவித்தேன். தன்னுடன் பணியாற்றும் போஸ்டனைச் சேர்ந்த ஒருவர் ஃபெடரல் சிறையில் கேத்தலினைச் சந்திப்பார் என்று அவர் சொன்னார். முகவர்களின் காரில் ஜெஸிக்கா தள்ளப்பட்டார். கேத்தலினின் வாடகைக் கார் பின்தொடர்ந்தது.

நான் ஜோஜுவை ஒரு கரத்தில் ஏந்தி இறுகப்பிடித்துக் கொண்டு, இன்னொரு கையில் மசியோவைப் பிடித்துக் கொண்டேன். நாங்கள் போஸ்டனுக்குள் செல்லும் மற்ற பயணிகளுடன் சேர்ந்து விமான நிலைய உணவகத்துக்குச் சென்றோம். வழக்குரைஞரின் உதவியுடன், பின்னர் அன்று இரவு ஜெஸிகா விடுதலை செய்யப்பட்டார் - மன்னிப்பு ஏதும் கேட்கப்பட

வில்லை - அடுத்த நாள் காலை ஸ்விஸ் ஏர் நிறுவனம் எங்களை நியூ யார்க்குக்கு ஒரு விமானத்தில் ஏற்றி அனுப்பிவைத்தது. எங்களுக்கு மரியாதை செலுத்துவதற்கு ஒரு குழு லகார்டியாவுக்கு வந்திருந்தது: நம்பிக்கைக்குரிய சிறுத்தைகளான டெனிஸ் ஒலிவர், ஜேனட் சிரில் மற்றும் எல்பெர்ட் ''பிக்மேன்'' ஹோவர்ட். அவர்கள் எங்களை நகரத்துக்குள் இட்டுச் சென்றார்கள். பிராட்வேவுக்கும், வெஸ்ட் என்ட் அவென்யூவுக்கும் இடையில், 102 - வது வீதியில், டெனிஸ் வாடகைக்கு எடுத்திருந்த அடுக்குமாடிக் குடியிருப்பில் அமர்த்தினார்கள். அது இரண்டு படுக்கையறைகளும், ஒரு பின்முற்றமும்கொண்ட தரைத்தள அமைப்பாகும். நாங்கள் அமெரிக்காவில் இருந்த இரண்டு மாதங்களும் வீதியின் வடக்குப் பக்கத்தில், அந்தக் கட்டிடத்தின் நுழைவாயிலுக்கு மறுபுறம் ஒரு பெரிய வெள்ளைவேன் நிறுத்திவைக்கப்பட்டிருந்தது. திட்டங்களை வகுப்பதற்கும், தொடர்புகளின் பெயரைச் சொல்வதற்கும், நாங்கள் பின்முற்றத்துக்கு விரைந்துசென்று தாழ்ந்த குரலில் பேசிக் கொண்டோம் அல்லது குளியலறைக்குள் நுழைந்து தண்ணீர்த் துவலைக் குழாயைத் திறந்துவிட்டோம்.

அமெரிக்காவில் இருந்த அந்த முதல் சில நாட்கள் கேத்தலின் குறித்து எனக்கு ஒரு புதிய பார்வையை வழங்கியது. அல்ஜியர்ஸில் அவரை கெடுநோக்குடையவராக, பொறாமை கொண்டவராக, எல்ரிட்ஜின் வீணாசைகளுக்கும், முடிவுகளுக்கும் பணிந்து போகிறவராக நான் பார்த்திருந்தேன். இங்கு அவர் தெளிவான அறிவாற்றல் கொண்டவராகவும், ஒவ்வொரு சூழ்நிலையிலும் வேகமாகவும், திறன்மிக்கவிதத்திலும் எதிர்வினை புரிபவராகவும் இருந்தார். மேடை மீதான ஆளுமை போர்க்குணம் கொண்டதாகவும், அதே சமயத்தில் தன்பால் ஈர்க்கும் மயக்காற்றலும், அவ்வப்போதான நகைச்சுவையும் குன்றாததாக இருந்தது. வீட்டில் அவர் வகிக்கும் பாத்திரத்தில், என்னோடு ஒத்துழைப்பதையும்கூட சமாளித்து கொள்பவராக இருந்தார். எல்ரிட்ஜ் அவரை நடத்தும் விதம் நாங்கள் எல்லோரும் அவதானித்த வசைமொழிகள் மற்றும் உடல்ரீதியான வன்முறை குறித்து - ஒரு முறை எல்ரிட்ஜிடமே நான் வாதத்தில் ஈடுபட்டிருக்கிறேன். ''அவர் நொந்துபோன பெண், எல்ரிட்ஜ். அவரை ஏன் இப்படி நடத்துகிறீர்கள்?'' அவருடன் பணியாற்றிய ஆண்களும்கூட ஆட்சேபணை தெரிவித்தனர். அவரைக் கடுமையாக

விமர்சிப்பதற்காக ஒரு கூட்டத்துக்கு ஏற்பாடு செய்தனர். அவர் எனக்கு அளித்த பதில், ''சிலர் அப்படி நடத்த வேண்டுமென்று வற்புறுத்திக் கேட்கிறார்கள்.''

கேத்தலினும், ஜெஸிக்காவும் முழுமையான ஒரு செயல் திட்டத்துடன் உடனடியாக கலிபோர்னியாவுக்குப் புறப்பட்டுச் சென்றார்கள்: கிளிவர் வழிப் பாட்டியையும், அவரது குடும்பத்தையும் குழந்தைகளுக்கு அறிமுகம் செய்வது, லாஸ் ஏஞ்சல்ஸில் வழக்கு விசாரணைக்கு வரவிருந்த எல்மர் ''ஜெரோனிமோ'' பிராட்டுக்கு ஆதரவளிப்பது, யூசிஎல்ஏ பல்கலைக்கழகத்தில் உரை நிகழ்த்துவது.

300 மைல்களுக்கு அப்பால் ஓக்லேண்டில் சிறுத்தைகளின் நிர்வாகிகளின் கூட்டமொன்றில் ஜெரோனிமோ கலந்துகொண்ட அதே சமயத்தில், லாஸ் ஏஞ்சல்ஸில் அவர் ஒரு கொலை செய்தார் என்று அவர் மீது ஒன்றிய அரசு காவல்துறையால் குற்றம் சாட்டப்பட்டது. கட்சி பிளவுற்றதை அடுத்து தங்களை எதிர்த்து கிளிவரை ஆதரித்தார் என்பதன் காரணமாக, நியூட்டன், ஷீல் மற்றும் ஹில்லியர்ட் ஆகியோர் அவருக்கு ஆதரவாக விசாரணையில் சாட்சியமளிக்க மறுத்தனர். பல ஆண்டுகளுக்குப் பிறகு அவருக்கு ஆதரவாகச் சாட்சியமளிக்காததற்குத் தங்கள் ''வருத்த''த்தைத் தெரிவித்தனர்.

கேத்தலினுக்கு எந்தத் தூண்டுதலும் தேவைப்படவில்லை. அவர் ஜெரோனிமோவுக்கு ஆதரவாக உறுதியாகச் சாட்சியமளித்தார். ஆனால் அவர் ஒருவரது வாக்குமூலம் மட்டுமே போதுமானதாக இருக்கவில்லை. பிராட்டின் வழக்குரைஞர் ஜான்னி கோஹ்ரான், கேத்தலினின் துணிச்சலைப் பாராட்டினார்: அந்தக் காலகட்டத்தில் கலிபோர்னியாவில் மேலோங்கியிருந்த சூழலில் வாக்குமூலம் அளிப்பது அதற்கே உரிய ஆபத்துகளைக்கொண்டிருந்தது.

ஜெரோனிமோ இருபத்தேழு ஆண்டு காலத்தைச் சிறையில் கழித்தார். அவரது வழக்கு விசாரணையில் அரசாங்க சாட்சியாக இருந்தவர் போலீசாரால் ஊதியம் அளிக்கப்பட்ட தகவலாளியாக இருந்தார், ஆனால் அவர் அப்படி அடையாளம் காணப்பட வில்லை என்பது உள்ளிட்டு, எண்ணற்ற ஒழுங்கீனங்களை அவரது வழக்குரைஞர்கள் பகிரங்கமாகக் கண்டனம் செய்தார்கள். அவரது தண்டனைத் தீர்ப்பை 1999 வரை செல்லாததாக ஆக்க முடியவில்லை. கலிபோர்னியா அரசும், ஒன்றிய அரசும் அவருக்கு 4.5 மில்லியன் டாலர் நிதியுதவி அளித்தது. அதன்பிறகு

விரைவிலேயே கிளிவரின் மகளான ஜோஜுவை அவர் மணந்து கொண்டார். அவர்கள் தான்சானியாவுக்கு வாழச் சென்றார்கள். அங்கு 2011-ல் அவர் இறந்தார்.

நானும் அவளது தாயாரும் போஸ்டனில் இறங்கியபோது, இதே குட்டிப்பெண் ஜோஜுவை ஒரு வயதுக் குழந்தையாக நான் கைகளில் ஏந்தியிருந்தேன்.

கேத்தலின் கலிபோர்னியாவை விட்டுச் சென்றதும், சுற்றுலாக்களை ஏற்பாடு செய்வதற்காகவும், பள்ளிகள், பல்கலைக் கழகங்கள், சிறுத்தைகள் மற்றும் ஆப்பிரிக்க - அமெரிக்க சமூக நிறுவனங்களைத் தொடர்புகொள்வதற்காகவும், டெனிஸ், ஜேனட் மற்றும் 1968 ல் ஓக்லேண்டில் பேந்தர் செய்தித்தாளின் முதல் பதிப்பாசிரியராக இருந்தவருமான பிக்மேனுடன் சேர்ந்து பணிபுரிந்தேன். எனக்குப் பெயரும், முகவரியும் தெரியாத யாரோ ஒருவரால் கட்டணம் செலுத்தத்தக்க அழைப்புகளுக்கான சங்கேத எண்ணை வழங்குவதற்காக பொதுத் தொலைபேசி சாவடிகளிலிருந்து செயல்பட்டேன். அமெரிக்காவைச் சுற்றிலும், அல்ஜீரியாவுக்கும் நூற்றுக்கணக்கான அழைப்புகளின் மூலம் நான் தொலைபேசிக்கம்பிகளைக் கொதிப்பேறச் செய்தேன்.

என் பெற்றோர்கள் இன்னும் ரிட்ஜ்ஃபீல்டில் வாழ்ந்து வந்தார்கள். கேத்தலினோடு நான் மேற்கொள்ள விருக்கும் பயணம் குறித்துக் காட்டிக்கொள்ளாமல் என் பெற்றோரோடு சில நாட்களைக் கழித்தேன். நாங்கள் எதிர்கொண்ட ஆபத்துகள் மிகவும் மெய்யானவை. கேத்தலினையும், எல்ரிட்ஜையும் எனது தாயார் மைல்ட்ரெட் 1970 -ல் அல்ஜியர்ஸில் சந்தித்தார். அந்தப் பயணத்திற்குப் பிறகு, அமெரிக்காவுக்குத் திரும்பும்போது, அவர் கேத்தலினுடன் அல்ஜியர்ஸிலிருந்து லண்டனுக்கும், அங்கிருந்து நியூ யார்க்குக்கும் பயணம் செய்தார். லண்டனில் விமான நிலையக் காவல்துறையினர் கேத்தலினை கட்டுப் பாட்டுக்குட்பட்ட காத்திருக்கும் பகுதிக்குள் கொண்டுசென்ற போது, மைல்ட்ரெட் அவருக்குப் பக்கத்திலேயே இருந்து உணவுக்கும், குடிப்பதற்குமான சிறு உதவிகளைச் செய்தார்.

கேத்தலினும் ஜெஸிகாவும் கலிபோர்னியாவுக்குத் திரும்பியதும், ஸ்டோனி புரூக் பல்கலைக்கழகத்துக்கும், பிறகு போஸ்டனுக்கும் நாங்கள் சென்றோம். அங்கு பிராண்டிஸ்,

எம்ஐடி, டஃப்ட்ஸ் ஆகிய இடங்களில் இருந்த குழுக்களால் நாங்கள் வரவேற்கப்பட்டோம். அடுத்த நிறுத்தம் பஃபல்லோ பல்கலைக்கழகமாக இருந்தது. அங்கிருந்த பெரிய வட்டரங்கம் தாழ்வாரம் வரை மாணவர்களால் நிரம்பியிருந்தது. கேத்தலின் தனது கால்களால் உறுதியாக அடிவைத்து எழுச்சி நடை நடந்து, பெரிய ஆஃப்ரோ தலையலங்காரத்துடன், கறுப்புத்தோல் மேலாடை அணிந்து மேடைக்கு வந்தார். அவர் நின்று, மன்றத்தைக் கூர்ந்து கவனித்து, மாணவர்களின் கண்களை நேருக்குநேர் நோக்கி, கைகளை உயர்த்தினார்: ''மக்களுக்கே அதிகாரம்!'' அவர் உரக்க முழங்கினார். பெரும்பான்மையாக இருந்த வெள்ளைப்பார்வையாளர்கள் அவரது இடிமுழக்கத்தை ஏற்றுக்கொண்டு, திரும்ப முழங்கினார்கள். கரங்கள் அதை ஏற்கும்விதத்தில் உயர்ந்தன. அவர் புரட்சி பேசினார், நாடெங்கும் உள்ள கறுப்பின சமுதாயங்களின் நிலைமை குறித்து விவாதித்தார். அவர் கட்சிப்பிளவு குறித்து விளக்கினார். ஆர்பிசிஎன்-னை அறிமுகம் செய்து ஆதரவு கோரினார். காணொளி மற்றும் ஒலிப்பதிவுக் கருவியுடன் பில் ஸ்டீபன்ஸ் எங்களுடன் இணைந்து கொண்டு திரைப்படம் எடுத்துக்கொண்டிருந்தார். நாங்கள் சுற்றிச் சூழப்பட்டு, உற்சாகப்படுத்தப்பட்டோம். ஜெஸிகாவும், நானும் தொப்பியை இடம் மாற்றினோம் - அல்லது அது முரட்டுக் கம்பளிப்பையா?

நாங்கள் டெட்ராயிட்டுக்குப் பறந்தோம். கேடுகெட்ட அச்சு நாடுகளின் குண்டுவீச்சுக்குப் பிறகான டிரெஸ்டனைப் போல் மோடவுன் காணப்பட்டது. 1967 ல், அமெரிக்காவிலேயே மிகவும் அதிகமான இன வன்முறைக் கிளர்ச்சிகளின் மையமாக டெட்ராயிட் இருந்தது. இருபத்தைந்துபேர் இராணுவத்தாலும், பதினேழுபேர் காவல்துறையினராலும் கொல்லப்பட்டனர். டெட்ராயிட் காவல்துறை மற்றும் இராணுவத்துக்கு எதிராக மட்டுமல்லாமல் மிச்சிகன் மாநில காவல்துறை மற்றும் தேசிய காவல்படைக்கு எதிராக நகரத்தின் கறுப்பின மக்களை மோதவிட்ட யுத்தத்தின் காயங்கள் ஆழமானவையாக இருந்தன, நான்கு ஆண்டுகளுக்குப் பிறகு அவை முழுமையாக வெளிக் காட்டப்பட்டன: சுற்று வட்டாரங்கள் தீக்கிரையாக்கப்பட்டன. குடியிருந்தோர் வெளியேற்றப்பட்டனர். கேத்தலினுக்காக மருந்துக்கடை ஒன்றைத் தேடி மைல் கணக்கில் நான் வண்டியை ஓட்ட வேண்டியிருந்ததை நினைத்துப் பார்க்கிறேன்.

பிறகு, 1970 - ல், நடைபாதையில் சிறுத்தைகளின் புத்தகங்களை விற்றுக்கொண்டிருந்த இரண்டுபேரைக் காவலர்கள் தாக்கியதால் தூண்டப்பட்ட காவல்துறைக்கும் அந்தப் பகுதி மக்களுக்கும் இடையில் ஆறுமணிநேரம் நீடித்த இழுபறி ஒரு காவலர் கொல்லப்பட்டு, பதினைந்து சிறுத்தைகள் கைது செய்யப் பட்டதில் முடிந்தது. அந்தப் பகுதி நடவடிக்கைகள் ஏதோ ஒரு விதத்தில் தொடர்ந்து பராமரிக்கப்பட்டன: குழந்தைகளுக்கான காலை உணவு, தேவைப்பட்ட குடும்பங்களுக்கான உணவு வழங்கல், அருகிலுள்ள சிறைச்சாலைகளுக்குச் செல்வதற்கான பேருந்து வசதி. கட்சிக்குள் நிலவும் நிலைமை குறித்தும், அமெரிக்காவை விட்டுப் புறப்படுமுன் டெட்ராயிட்டுக்குத் திரும்பிவந்து, கேத்தலினைக்கொண்டு பெரிய பொதுக் கூட்டம் ஒன்றுக்கு ஏற்பாடு செய்வது குறித்து உள்ளூர் போராளிகளோடு நாங்கள் கலந்தாலோசித்தோம்.

சிறுத்தைகளால் உத்வேகம்பெற்ற பதின்ம வயதுப் போராளிகள் குழுவொன்றை சிகாகோவில் நாங்கள் சந்தித்தோம்: தங்கள் பேரன்புக்குரியவர்களைவிடவும் கட்டுப்பாடான, எச்சரிக்கையுணர்வும் அதிக ஆடம்பரமின்மையும்கொண்ட ஒரு புதிய தலைமுறையினர். தங்கள் மக்களுக்காக தங்கள் உயிரையே தரத்தயாராக இருப்பதாக அவர்கள் சொன்னார்கள். ''என் பெற்றோர் சாக வேண்டியிருந்தால், அவர்கள் சாகத்தான் வேண்டும்,'' என்று ஓர் இளைஞர் அறிவித்ததை அங்குதான் கேட்டேன்.

ஒஹையோவைச் சேர்ந்த எல்லோ ஸ்பிரிங்ஸில் உள்ள ஆண்டியோக் கல்லூரியில் நாங்கள் நின்றோம். அங்கு கேத்தலினோடு நான் முதன்முதலாக மேடையேறி, உலகெங்கும் உள்ள அரசியல் நிறுவனங்கள் மற்றும் விடுதலை இயக்கங்கள் குறித்து விவாதித்தேன்.

''இந்தக் கணத்தில் ஜிம்பாப்வே, நமீபியா, தென்னாப்பிரிக்கா மற்றும் போர்த்துக்கீசியக் காலனி நாடுகள் ஆகியவற்றின் சுதந்திரப் போராட்ட வீரர்களுக்கு எதிராக இங்கிலாந்து, போர்ச்சுகல் மற்றும் தென்னாப்பிரிக்கா ஆகியவை போரில் ஈடுபட்டுள்ளன. ஆப்பிரிக்காவில் உள்ள மக்கள் மீதும், அங்குள்ள வள ஆதாரங்கள் மீதும் அதிகாரத்தை நிலைநிறுத்துவதற்காக காலனிய சக்திகள் எந்த எல்லைவரை வேண்டுமானாலும் செல்லும்.'' மத்திய மற்றும் தென்னமெரிக்காவில் ஃபாசிச ஆட்சிகளுக்கு எதிராகவும், அதுபோலவே வியட்நாம் போரிலும் ஈடுபட்டிருக்கும் கெரில்லா இயக்கங்கள் குறித்தும் நான்

விவரித்தேன். பார்வையாளர்கள் திகைப்பில் ஆழ்ந்தார்கள். மூன்றாம் உலகம் குறித்த அவர்களுடைய அறிவு பூஜ்ஜியமாக இருந்தது. நகரம் மற்றும் உள்ளூர் செய்தித்தாட்கள் அமெரிக்காவுக்கு வெளியே நடக்கும் நிகழ்வுகளையும், ஒட்டுமொத்த மக்களின் போராட்டங்களையும் குறித்து சிறிதளவே வெளிப்படுத்தின. செய்திகள் பகுதியளவிலும் மேலோட்டமாகவும் இருந்தன, அறிவுத் தெளிவு கொண்டவையாக இருக்கவில்லை.

கான்சாஸ் நகரத்தில் நாங்கள் பெத்தி மற்றும் சார்லட் ஓ'நீல் குடும்பத்தினரால் வரவேற்கப்பட்டோம். அவர்கள் முன்பே அல்ஜியர்ஸில் அறிமுகமானவர்கள். நாடுகடத்தப்பட்ட தங்கள் குழந்தைகளைப் பார்ப்பதற்காக அவர்கள் அங்கு வந்திருந்தார்கள். சமூக மற்றும் திருச்சபை நிகழ்ச்சிகள் ஏற்பாடு செய்யப்பட்டன. மிசௌரியைச் சேர்ந்த பார்க்வில்லில் உள்ள பார்க் கல்லூரியில் கேத்தலின் பேசினார். நாங்கள் நாஷ்வில்லுக்குச் செல்லவிருந்த போது, ஜெஸிகா தனது குடும்பத்தினரைப் பார்ப்பதற்காக எங்களை விட்டுச் சென்றார். ஃபுளோரிடா அரசு பல்கலைக் கழகத்தில் ஒரு பேரணிக்காக நாங்கள் தல்லஹாசிக்கு விமானத்தில் சென்றோம். அங்கு தோலாடை அணிந்த காவலர்கள் மேடையில் எங்களுக்குப் பின்னால் பரவலாக நின்றிருந்தார்கள். நகரத்தின் மையத்திலிருந்த அருள் திரு. ஸ்டீலியின் திருச்சபையில், தீவிரவாதப் போக்குடைய வழக்குரைஞர் வில்லியம் குன்ஸ்லரை அடுத்து கேத்தலின் மேடையில் தோன்றினார். நாங்கள் பயிலரங்குகளை நடத்தினோம்: நான் ஊடகம் குறித்து ஒரு பயிலரங்கும், விடுதலை இயக்கங்கள் குறித்து ஒரு பயிலரங்கும் நடத்தினேன். ''வெள்ளைப் பெண்ணின்'' பயிலரங்குகளைக் கலைப்பதற்கு யாரோ முயற்சித்தபோது, அங்கு பரபரப்பு ஏற்பட்டது. இந்தப் பயணத்தின்போது, தூதுக் குழுவில் நான் இடம்பெற்றிருந்ததற்கு எதிரான ஒரே முயற்சி இந்த வெளிப் படையான தாக்குதல் மட்டும்தான். கேத்தலின் உறுதியாக இருந்தார்: அல்ஜியர்ஸில் நான் ஒரு போராளியாக இருந்தேன். ஆர்சிபிஎன், அனைத்து வகையான பின்னணியையும் கொண்ட புரட்சியாளர்களின் சந்திப்பிடமாக இருந்தது.

தல்லஹாசியிலிருந்து ஒரு நாள் நாங்கள் ஜாக்சன்வில்லுக்குச் சென்றோம். பிறகு டெட்ராயிட்டுக்குத் திரும்பினோம். அங்கு சிறுத்தைகளின் பாணியிலான பேரணி ஒன்றை வெற்றிகரமாக நடத்தினோம். அமெரிக்கப் பேரவை உறுப்பினரான சார்லஸ் டிக்ஸின் வசதியான வீட்டை எங்கள் பொறுப்பில் எடுத்துக் கொண்டோம். அப்போது அவர் வாஷிங்டனில் இருக்கவில்லை.

அவருடைய உடன் பிறந்தார் மகன் ஃபில் கார்னர் ஒரு சிறுத்தையாக இருந்தார். எங்கள் அடுத்த நிறுத்தம் தாராளவாத கார்ல்டன் கல்லூரியில் உரையாற்றுவதற்காக மின்னசோட்டா, நார்த்ஃபீல்டாக இருக்கவேண்டியிருந்தது. அது நான் ஏற்பாடு செய்த முதல் நிகழ்ச்சிகளில் ஒன்றாக இருந்தது. எங்களுக்கான கட்டணம் வரவேற்கத்தக்க அளவில் 2000 டாலராக இருந்தது.

டெட்ராயிட் சிறுத்தைகள் சிலரோடு நாங்கள் டிக்ஸின் வீட்டிலிருந்த பெரிய முன்னறையில் வட்டமாக அமர்ந்தோம். பேச்சு மின்னசோட்டா கூட்டத்தை நோக்கித் திரும்பியது; எங்களுக்கு இருப்பிடம் வழங்கியவர்கள் எங்கள் பாதுகாப்பு குறித்து மேன்மேலும் எச்சரிக்கை கொண்டவர்களாக ஆனார்கள். கேத்தலினின் உயிருக்கு ஆபத்து விளைவித்து இந்தப் பயணத்தை நிறுத்துவதற்கு எஃப்பிஐ மேற்கொள்ளச் சாத்தியமான ஒவ்வொரு தந்திரம் குறித்தும் அவர்கள் விவரித்தார்கள். ''கார்ல்டன் கல்லூரியில் எங்களுக்கு எந்தத்தொடர்பும் இல்லை. உங்களுக்கு அங்கு எந்தப் பாதுகாப்பும் இருக்காது.'' அவர்களது கோட்பாடு சார்ந்த முடிவு: "பயணத்தை இரத்து செய்வது!" அந்தச் சமயத்தில் நான் அவர்களை விட்டு நீங்கி, பின்னர் இரவு நேரத்தில் எல்ரிட்ஜால் தூக்கத்திலிருந்து எழுப்பப்படவிருப்பதற்காகவே, படுக்கைக்குச் சென்றேன். என்ன நடக்கிறது என்பதையும் பயணத்தை நாங்கள் ஏன் இரத்து செய்தோம் என்பதையும், கேத்தலின் என்ன செய்து கொண்டிருக்கிறார் என்பதையும் தெரிந்து கொள்ள வேண்டி அல்ஜியர்ஸிலிருந்து அவர் தொலைபேசியில் அழைத்தார். வீட்டிலிருந்த அந்த மனிதர்கள் யார்? அவர்கள் கஞ்சா புகைத்தார்களா?

ஆம், நாங்கள் கொஞ்சம் கஞ்சா புகைத்தோம். இல்லை, மின்னசோட்டா, லிட்டில் நார்த் ஃபீல்டில் உள்ள கல்லூரி வளாகத்தில் நிலவும் சூழ்நிலை குறித்த எந்த வகையான உட்தகவலும் இந்த ஆட்களுக்குத் தெரியும் என்று என்னால் நம்பமுடியவில்லை. இருப்பினும் அவர்கள் மிகஅதிகமான பயணங்களாலும், பதற்றத்தாலும் சோர்வுற்று, நிலைகுலைந்து போயிருந்த கேத்தலினிடம் சென்று தங்கள் அறிவுரைகளை வழங்கினார்கள். ''அவள் பயந்து போயிருக்கிறாள்,'' நான் ஒப்புக் கொண்டேன்.

நாங்கள் நியூயார்க்குத் திரும்பிப் போனோம். நியூ ஆர்லியன்ஸில் உரை நிகழ்த்த வேண்டிய ஒரு நிகழ்ச்சிக்காக யாருடைய துணையுமின்றி கேத்தலின் புறப்பட்டுச் சென்றார்.

அவருடைய தாயார் பணிக்குச் செல்ல வேண்டியிருந்தது. அதனால் கேத்தலின் மாசியோவையும், ஜோஜுவையும் அழைத்துக் கொண்டு அல்ஜியர்ஸுக்கு கிளம்புவதற்காக வாஷிங்டனுக்கு விமானத்தில் சென்றார். அடுத்த மூன்று வாரங்கள் நான் நியூ யார்க்கிலேயே தங்கியிருந்தேன். அந்தச் சமயத்தில் *பாபிலோன்* என்று அழைக்கப்பட்ட செய்தித்தாளை ஜேனட்டும், டெனிஸும், பிக் மேனும் நானும் சேர்ந்து வடிவமைத்து, எழுதி, தட்டச்சு செய்து, படங்கள் சேர்த்து அச்சிட்டு வெளியிட்டோம். வலதுபக்க விளிம்பைச் சரிசெய்யக்கூடியதும், பத்திகளை அமைத்துத் தரக்கூடியதுமான தனிச்சிறப்பான ஓர் அச்சுக்கோப்பினை நாங்கள் பயன்படுத்தினோம். பிக்மேனின் தெறகத்திய சமையலையும், சோளரொட்டியையும் சாப்பிட்டுக்கொண்டு 102- ஆம் வீதியிலிருந்த அடுக்குமாடிக் குடியிருப்பில் நாங்கள் ஒடுங்கியிருந்தோம். நாங்கள் ஒன்றுசேர்ந்து மலைக்கவைக்கும் ஆசிரியர் குழுவை அமைத்தோம். லாஸ்ட் போயட்ஸ் இசைத்தட்டை நாங்கள் திரும்பத்திரும்ப ஓடவிட்டோம். அவர்களுடைய பாடலின் வேகத்துக்கேற்ப நான் தட்டச்சு செய்தேன்: ''தேர் வோண்ட் பீ நோ கமர்சியல்ஸ் வென் த ரெவல்யூசன் கம்ஸ்...''

அல்ஜீரிய விடுதலைப் போரின்போது, பிரான்ஸில் இருந்த எஃப்எல்என் அமைப்பு குறித்த கட்டுரையொன்றை நான் எழுதினேன்: மூன்று பேரை அடிப்படையாகக்கொண்ட பிரமிட் அமைப்பாக அது இருந்தது; ஒருவர் குழுத்தலைவர், இரண்டு பேர் அடிப்படை உறுப்பினர்கள். ஃபனான் குறித்தும், அவரைப் போலவே பதவி வகித்த பலர் குறித்தும் இன்னொரு கட்டுரையையும் நான் எழுதினேன். செய்தித்தாளின் முதல் பிரதியை நாங்கள் எல்ரிட்ஜுக்கு அனுப்பிவைத்தோம். *பாபிலோன்* என்ற பெயரை அவர் ஏற்கனவே ஆட்சேபித்திருந்தார். ஆனால் நாங்கள் அந்தப் பெயரில் உறுதியாக இருந்தோம். அடிமைத்தனம் நடைமுறையிலிருந்த காலத்தில் பண்ணைகளைச் சேர்ந்த கறுப்பர்கள் ஒருவருக்கொருவர் தகவல் தெரிந்துகொள்வதற்குப் பயன்படுத்திய உத்திகளின் நினைவாக அது *கிரேப்வைன்* என்று அழைக்கப்படவேண்டும் என்று அவர் விரும்பினார். 1971 - ல் சிறுத்தைகள் இருந்த சூழ்நிலைக்கு அதிகப் பொருத்தமானதாக *கிரேப்வைன்* இருக்கும் என்று அவர் உணர்ந்தார். பல கட்டுரைகளின் தொனியையும் அவர் ஆட்சேபித்தார்: ''பெரிதும் *நியூ யார்க் டைம்ஸைப்* படிப்பதைப் போலவே இருக்கிறது,'' என்று அவர் நையாண்டி செய்தார்.

சிறுத்தைகளின் விற்பனை நிலையங்கள் மற்றும் கிளைகளுக்கான பிக்மேனின் பட்டியல்களைக்கொண்டு, நியூ யார்க் முழுவதற்கும் மற்றும் நாடெங்கும் பாபிலோனை நாங்கள் அனுப்பிவைத்தோம். அது வெற்றிகரமான ஒரு நடவடிக்கையாக இருந்தது. ஆனால் மிகக் குறைந்த பணியாளர்களையும் நிதியையும் வைத்துக்கொண்டு இதைத் தொடர்வது சிரமமானதாக இருக்கும் என்பது எங்களுக்குத் தெரிந்திருந்தது.

அது, அல்ஜியர்ஸுக்குத் திரும்பிச் சென்று என் பணிக்குத் திரும்ப வேண்டிய நேரமாக இருந்தது. நியூ யார்க்கிலிருந்து லண்டன் செல்வதற்கு விமானம் மூலம் அடுக்குமாடிக் குடியிருப்பிலிருந்து தொலைபேசி மூலம் முன்பதிவு செய்து விமான நிலையத்துக்குச் சென்றேன். 102-வது வீதியின் மறுபுறம் இருந்த அந்தக் கட்டிடத்துக்கு அருகில் அந்த வெள்ளை வேன் இன்னும் நின்றுகொண்டிருந்தது.

விமான நிலையத்தில் பயணச்சீட்டுக்கும், இருக்கை ஒதுக்கீட்டுக்குமான வரிசை நீண்டதாகவும் மெல்ல நகர்வதாகவும் இருந்தது. சீட்டுக் கொடுக்குமிடத்தை நான் நெருங்கியதும் சம்பிரதாய முழுநிறை உடையில், கழுத்துப்பட்டை மற்றும் மேலாடையுடன் இரண்டுபேர் பயணிகள் நெருங்கிவருவதை நின்று கவனித்துக் கொண்டிருப்பதை நான் அவதானித்தேன். சீட்டுக் கொடுக்குமிடத்தைப் பயணிகள் நெருங்கும்போது மக்களின் பெயர்களை அவர்கள் யாருமறியாமல் பரிசோதித்தனர். அவர்கள் யாருக்காகக் காத்திருக்கிறார்களோ அது நானாகத்தான் இருக்கும் என்ற வலுவான முன்னெச்சரிக்கை உணர்வு எனக்கு இருந்தது. நான் வரிசையிலிருந்து விலகி, விமான நிலையத்தை விட்டு வெளியேறி, ஒரு வாடகைக் கார் பிடித்து நகரத்துக்குத் திரும்பினேன். இன்னொரு நாள் அந்த முயற்சியில் இறங்கப் போவதாக குடியிருப்பில் இருந்த தோழர்களிடம் நான் சொன்னேன். எனது புறப்பாட்டைக் குறித்து அவர்களை எச்சரித்தது முன்பதிவுக்காக நான் செய்த தொலைபேசி அழைப்புதான் என்று பிக்மேன் உறுதியாக இருந்தார்.

இரண்டு நாட்களுக்குப் பிறகு, 1971, டிசம்பர் 19 அன்று, முன் பதிவு இன்றி நேராக விமான நிலையம் சென்று லண்டனுக்கு ஒரு பயணச்சீட்டை வாங்கினேன். பயணச்சீட்டு விற்பனையை மேற்பார்வையிடுவதற்கு பயணச்சீட்டுக் கொடுக்கும் இடத்தில் யாரும் இருக்கவில்லை. லண்டனில் நான் அல்ஜியர்ஸ் செல்வதற்கு வேறு விமானத்துக்கு மாறிக்கொண்டேன்.[4]

எல்ரிட்ஜையும், டீசியையும் சந்திப்பதற்கு எல் பியாருக்குச் செல்வதற்கு முன்னால், இற்று விழும் நிலையில் எனது குடியிருப்புக்குத் திரும்பிவிருந்த நான் இருபத்து நான்கு மணிநேரம் தூங்கினேன். நான் என்ன பார்த்தேன், எனது எண்ணங்கள் என்னவாக இருந்தன என்று அறிந்து கொள்வதற்கு அவர்கள் மிகுந்த தவிப்போடு இருந்தார்கள்.

அதை எப்படிச் சொல்வது? நான் சந்தித்துப் பேசிய குழுக்கள் ஓர் அமைப்பின் எஞ்சியிருக்கும் கூறுகளாக இருந்தன. அவர்களின் தலைவர்கள் இறந்துபோயிருந்தார்கள் அல்லது சிலர் சிறையில் இருந்தார்கள், தப்பியோடிக்கொண்டிருந்தார்கள் அல்லது தாக்கப்படுவதை எதிர்பார்த்துக்கொண்டிருப்பவர்களாக இருந்தார்கள். ஓக்லேண்ட் கும்பலை நிராகரித்தவர்கள் தனியாக இருந்தார்கள். நான் பார்த்த ஒரே புதியகுழு சிகாகோவிலிருந்த, தீவிரப் போக்குகொண்ட அந்தப் பதின்ம வயதினர் மட்டும்தான். பல்கலைக்கழகங்களில் எங்கள் கூட்டங்களை ஏற்பாடு செய்தவர்கள் சிறுத்தைகளல்ல, மாணவர்கள். வளாகத்தில் அவர்கள் வலுவான புரட்சிகரக் குழுக்களாக இருந்தார்கள் என்பதற்கு உறுதியான எந்த ஆதாரமும் இல்லை. கேத்தலினின் பேச்சைக் கேட்க வந்தவர்கள் கொள்கைப் பிடிப்பு அல்லது போராட்டத்துக்குள் மீண்டும் திரும்பிவரவேண்டும் என்பதை விடவும் அறிந்து கொள்ளும் ஆர்வம் காரணமாகவே வந்தார்கள். கறுப்பினச் சமூகத்தைச் சேர்ந்த மக்கள் குழந்தைகளுக்குக் காலை உணவு மற்றும் உணவு வழங்கல் போன்ற உள்ளூர் செயல்திட்டங்களில் இன்னும் பங்கெடுத்து வருகிறார்கள்: அழைக்கப்பட்டால் அவர்கள் வெளியே வருவார்கள். ஆனால் இயங்கியல் மாறிவிட்டது. புரட்சியின் பொறிகளை நான் உணரவில்லை என்று நான் அவர்களிடம் சொன்னேன். புத்தம்புதிய தலைமையும், புதிய அல்லது புதுப்பிக்கப்பட்ட ஆற்றலும் தேவைப்பட்டன. அவை அல்ஜியர்ஸிலிருந்து அளிக்கப் பெறுபவையாக இருக்கமுடியாது. எல்ரிட்ஜ், டீசி ஆகிய இருவருமே தங்கள் முப்பதுகளின் இறுதியில் இருந்தார்கள். சட்டென்று அவர்களை நான் தப்பிப் பிழைத்தவர்களாகப் பார்த்தேன். அவர்களும் அப்படியேதான் உணர்ந்தார்கள் என்று நான் நினைத்தேன்.

பணிக்குத் திரும்புதல்

தகவல்துறை அமைச்சகத்தில், புதிய, நேர்த்தியான சர்வதேச இதழின் ஆசிரியர் குழுவில் என்னுடன் பணியாற்றும் பெஹ்ஜா, ஜோக்ரா மற்றும் மஹ்முத் ஆகியோர் எனக்காகக்

காத்திருந்தார்கள். இதழின் போலி உருமாதிரி வந்து சேர்ந்தது.[5] எங்கள் முதல் வெள்ளோட்டப் பிரதி தகவல்துறை அமைச்சர் முகம்மத் பென்யாஹியாவுக்கும் காட்டப்படுவதற்காக விரைவிலேயே அச்சுப்பாளத்தின் மேல் இருக்கப்போகிறது. இரண்டாவது இதழொன்றும் ஏற்கனவே தயாராகிக் கொண்டிருந்தது. அப்போதிலிருந்து எங்கள் சிறு குழு அந்த அலுவலகத்திலேயே பிடித்து நிறுத்தப்பட்டது. வெற்றிபெறும் ஒன்று எங்களிடம் இருப்பதை நாங்கள் அறிந்திருந்தோம். காலனியவாத, ஏகாதிபத்திய வடக்கைச் சேர்ந்தவர்களை எதிர்க்கும் விதத்தில், மூன்றாம் உலகின் பிரச்சனைகளையும் கொள்கைகளையும் பற்றிப் பேசுவதற்கான எங்கள் தீர்மானத்தை அடையாளம் காட்டும் ஒரு வழியாக அதை நாங்கள் சுத் (தெற்கு) என்று அழைத்தோம்.

1972 பிப்ரவரி தொடக்கத்தில் ஒரு மாலை நேரம், நானும் பெஹ்ஜாவும் எனது மினியில் அமைச்சகத்தை விட்டு வெளியே போகும்போது, அவர் வீதியின் மறுபக்கம் அடுமனைக்குள்ளிருந்து வெளியே வந்த யாரோ ஒருவரைப் பார்த்து அருகில் வரும்படி கையசைத்து விட்டு என்னிடம் வண்டியை நிறுத்தும்படி சொன்னார். நான் வண்டியை நிறுத்தினேன். பெஹ்ஜா ஜன்னலை இறக்கினார். பிரெஞ்சு ரொட்டி ஒன்றைக் கையில் வைத்துக் கொண்டிருந்த ஒரு மனிதர் அந்தத் திறந்த ஜன்னலினூடாக எங்களுக்கு வணக்கம் தெரிவிப்பதற்காகக் குனிந்தார். அவர் மோஹ்தார் மோஹ்டெஃபி, முன்னாள் விடுதலைப் போர் வீரர். சுதந்திரத்துக்குப் பிறகு விவசாய அமைச்சகத்தில் அவரோடு பெஹ்ஜா பணியாற்றியிருந்தார். பெஹ்ஜா, ஜோத்ரா மற்றும் பலரிடமிருந்தும் அவருடைய குணநலன் மற்றும் புத்திக் கூர்மை குறித்து எப்போதும் மரியாதை மிகுந்த விதத்தில் அவருடைய பெயரை பல ஆண்டுகாலமாக நான் கேள்விப்பட்டு வந்திருந்தேன். அவர் எனக்கு ஏற்கனவே அறிமுகமானவராக இருந்தார்.

அடுத்த நாள் மோஹ்தார் பெஹ்ஜாவை அழைத்தார். ஒரு விருந்துக்கு ஏற்பாடு செய்து அவரையும், என்னையும் பெஹ்ஜா விரும்பும் வேறு யாரையும் அழைக்கலாம் என்று அவர் ஆலோசனை சொன்னார். அந்த விருந்து சாதாரண விருந்துதான். ஆனால் அது எனக்கு என் வாழ்வில் மாற்றமுடியாத திருப்பு முனையாக இருந்தது. பெஹ்ஜா தனது அடையாள உணவு வகையான கோழிக்கறியும் *சிட்ரான்ஸ் கான்ஃபிட்ஸூம்* சமைத்திருந்தார். கடற்கரையோரத் திராட்சைத் தோட்டங்களை சேர்ந்த லா குவே து பிரஸிடென்ட் சிவப்பு ஒயினை நாங்கள் அருந்தினோம்.

யாரோ இசைத் தட்டுகளை ஒலிக்கச் செய்தார்கள், நாங்கள் நடனமாடினோம். மக்கள் கிளம்பி சென்று கொண்டிருந்த போது, தான் திரும்பிப் போவதற்கு வாகன வசதியில்லை என்று மோஹ்தார் என்னிடம் சொன்னார். ''நீங்கள் வீடு திரும்பும்போது என்னையும் இறக்கிவிடமுடியுமா?''

அவர் அழகான மனிதராக இருந்தார்: ஆறடிக்கு அதிகமான உயரமும், நேரான பார்வைகொண்ட கருநிறக் கண்களும், கழுகு மூக்கும், தலையை மூடிய நீண்ட சுருள்முடியும் கொண்டவராக இருந்தார். அவர் அறிவுக்கூர்மையுடன் தெளிவாகப் பேசுபவராக இருந்தார்: அர்த்தத்தை நீர்த்துப்போகச் செய்யும் விதத்தில் வார்த்தைகளால் மூடிமறைக்காமல் தெளிவாகப் புரியும்படி விசயங்களை அவர் சொன்னார். அவர் நகைச்சுவை உணர்வும், கண்ணியமும் கொண்டவராக இருந்தார். அவர் துணிவு மிக்கவராகவும், நியாய விதிகளுக்குக் கட்டுப்படுபவராகவும் இருந்தார் என்று என் நண்பர்களிடமிருந்து நான் அடிக்கடி கேள்விப்பட்டேன். அப்போதிருந்து எங்கள் எதிர்கொள்ளலின் அற்புதத்தை நான் வியந்து கொண்டிருந்தேன். நாங்கள் இன்னாருக்கு இன்னாரென்று உருவாக்கப்பட்டவர்கள் என்று நான் சொல்லலாமா? அது மிகவும் சாதாரணமான ஒரு எண்ணமா? அப்படித்தான் இருக்கும் என்று நான் நம்பினேன்.

மோஹ்தாரை நான் முதன்முதலாகச் சந்தித்தபோது, அல்ஜீரியாவின் மாபெரும் எண்ணெய்தொழில் நிறுவனமான சோனாட்ராக்கால் பணியமர்த்தப்பட்டிருந்தார். அது அப்போது போல் இப்போதும் எரிவாயு மற்றும் எண்ணெயை தனது உயிர்வாழ்க்கைக்காகச் சார்ந்திருக்கும் ஒரு நாட்டின் மிகவும் ஆற்றல் வாய்ந்த பொருளாதார ஆக்கக்கூறாக இருந்துவருகிறது. மோஹ்தார் தனது படிப்பை முடித்து, சர்வதேச நிதி முதலீட்டில் பயிற்சி பெற்று வருவதற்காக அந்தத் தொழில் நிறுவனத்தால் பிரான்ஸுக்கு அனுப்பப்பட்டவராக இருந்தார். சோனாட்ராக்கின் தலைமையகத்தின் மேல்தளங்களிலொன்றில் அவருக்கு ஓர் அலுவலகம் இருந்தது. அது அந்தஸ்தின் நிச்சயமான ஓர் அடையாளமாகும். ஆர்வத்துக்குரிய அனைத்து பிரெஞ்சு மற்றும் அல்ஜீரியப் பத்திரிகைகளும் பருவ இதழ்களும் அவரது மேசையில் வைக்கப்பட்டிருந்தன.

அவருக்கு எப்போதும் எந்தப் பணியும் அளிக்கப் படவில்லை. தனது விரல் நுனிகளால் அவர் பத்திரிகைகளைப் புரட்டினார். அவருடன் பணியாற்றிய நழுவல் மனப்போக்கு

கொண்டவர்கள் - பெரும்பாலும் மட்டிகள் அல்லது கடும்பணி செய்வோர் - போட்டி பற்றிய அச்சமிகுதியால், அவர் சோம்பியிருப்பதாகக் கண்டார்கள். அரசாங்கம் முழுவதும் ஊடுருவியிருந்த தவிர்க்கமுடியாத பிரச்சனையான அது, நாங்கள் குடித்தபோதும், விருந்துண்ட போதுமான எங்கள் உரையாடலின் இன்றியமையாத பேசு பொருட்களில் ஒன்றாக இருந்தது. ஒரு நாள் அவர் எழுந்து அந்த அலுவலகத்தை விட்டு வெளியேறினார். அங்கு திரும்பிச் செல்லவில்லை. அதற்குப் பிறகு ஒப்பந்த அடிப்படையில் கலந்தாலோசனைப் பணிகளை அவர் மேற்கொண்டார். ஒரு பொதுத்துறை ஊழியராக மாறுவதாகப் பொருள்படும் எந்தப் பணியையும் மறுத்தார். அது அவரது நம்பிக்கை மற்றும் இலட்சியங்களின் மீதான முதல் தாக்குதலாக இருக்கவில்லை. இறுதித்தாக்குதலாகவும் இருக்கவில்லை.

மோஹ்தாரை நான் சில வாரங்களாக மட்டுமே அறிந்திருந்தேன். அதற்குள்ளாகவே அவரோடு மிகுந்த ஈடுபாடு கொண்டிருந்தேன். ரூ அன்பான்டினிவீதியிலிருந்த அவரது சிறிய அடுக்குமாடிக் குடியிருப்பில் பெரும்பாலான மாலை நேரங்களைக் கழித்தேன். அது செய்தித்துறை அமைச்சகத்திலிருந்து ஒரு சிறிய வீதிக்கு அப்பாலிருந்தது. மாலை விருந்துணவுக்குப் பொருட்களை அவர் வாங்குவார் அல்லது அவருடைய இருப்பிடத்துக்குச் செல்லும் வழியில் இறைச்சிக் கடைக்கு அல்லது அடுமனைக்கு நான் விரைவேன். அல்ஜியர்ஸ் சிறுத்தைகள் குறித்து அவர்கள் ஒருங்கிணைத்துக்கொண்டிருந்த ஒரு திரைப்படத்தில் கரோல் மற்றும் ரூஸ்ஸோபவுலோஸுடன் பணிபுரிவதற்காகப் பாரிஸுக்குப் போகும்படி எல்ரிட்ஜ் என்னைக் கேட்டுக்கொண்டபோது, இது ஏற்கனவே எங்களுக்கு வழக்கப்படியானதாக ஆகியிருந்தது. அமெரிக்கா குறித்து அந்தத் தம்பதிகளின் அறிவு பற்றி அவ நம்பிக்கைகொண்டிருந்த எல்ரிட்ஜ் அந்தத் திட்டத்தின் மீது இன்னொரு கண் இருக்கவேண்டுமென்று விரும்பினார். அமெரிக்கப் பார்வையாளர்களை இலக்காகக்கொண்டிருந்த அந்த திரைப்படம், எல்ரிட்ஜின் பாபிலோனில் புரட்சிகர மக்களுடன் தகவல் தொடர்பு வலைப்பின்னலைத் தொடங்குவதை நோக்கமாகக்கொண்டிருந்தது.

ரூ எல் ஓடியன் வீதியிலிருந்த ரூஸ்ஸோபவுலாஸின் குடியிருப்பில் சில பகல்களும் இரவுகளும் போர்டபாக் நாடாக்களைச் சுற்றிவைத்துக் கொண்டும், படத்தொகுப்பு செய்துகொண்டும் அவர்களுடன் கழித்தேன். கரோலும், பாலும்

ஒலிப்பதிவையும், படத்தொகுப்பையும் தாங்களாகவே கற்றுக் கொண்ட தொழில்நுட்பர்களாக இருந்தார்கள். அவர்களது தொழில் தேர்ச்சியை நான் பாராட்டியபோது, அவர்கள் அதைத் தடுத்தார்கள்: ''நாங்கள் தொழில்முறை சார்ந்தவர்களல்ல, நாங்கள் போராளிகள், அதுதான் முழு அளவிலான வித்தியாசம்.'' துரதிருஷ்டவசமாக, நாங்கள் பணி செய்துவந்த திரைப்படப் பகுதி, பல்வேறு ஆற்றல் வாய்ந்த வசீகரமான வாழ்க்கை நிகழ்வுகளை அடிப்படையாகக் கொண்ட முந்தைய சிறுத்தைத் திரைப்படங்களின் கண்கவர் காட்சித்தொடர்களைக் கொண்டதாக இருக்கவில்லை. இது பெருமளவு உட்புற அரங்கமைப்புகளில் படப்பிடிப்பு செய்யப்பட்ட பேச்சுகளையும் உரையாடல்களையும் கொண்டதாக இருந்தது. எங்களது முயற்சிக்குப் புறம்பாக, அந்தக் காணொளி முனைப்பற்றதாகவும், செயற்கையானதாகவும், உணர்ச்சியைத் தூண்டாததாகவும் இருந்ததாக எல்ரிட்ஜ் மதிப்பிட்டார். அது எப்போதும் பொதுமக்களுக்குக் காட்சிப் படுத்தப் போவதில்லை என்று நான் நினைத்தேன்.

நான் பாரிஸை விட்டுப் புறப்படுவதற்குச் சில நாட்கள் முன்னதாக, அரசியல் பேரணிகளுக்கு அடிக்கடி பயன்படுத்தப்பட்ட இடது கரையிலிருந்த ஓர் அரங்கமான மியூச்சுவாலித்தேவுக்கு ஒரு கூட்டத்தில் கலந்துகொள்வதற்காக, கோன்னி மாத்யூஸ் வந்து சேர்ந்தார். கட்சிப்பிளவு குறித்தும், அமெரிக்காவிலும் அல்ஜியர்ஸிலும் உள்ள சிறுத்தைகளின் விவகாரங்கள் குறித்தும் ஆர்வமிக்க பெருவாரியான கூட்டத்தினரிடம் அண்மைக்காலத் தகவல்களைக் கொடுத்தார். நானும் கோன்னியும் திரும்ப வேண்டியிருந்த இரவுக்கு முன்னதாக ஸ்கான்டிநேவியா செல்லும் விமானத்துக்காக நாங்கள் மூவரும் சேர்ந்து ஓர்லிக்குச் சென்றோம்.

விமானத்தில் ஏறும் நுழைவாயிலுக்கு நாங்கள் சென்று கொண்டிருந்தபோது, கோன்னியும் கேத்தலினும் காவல் துறையினரால் தடுத்து நிறுத்தப்பட்டு, விமானம் ஏறும் பகுதியிலிருந்த ஓர் அலுவலகத்தினுள் தள்ளிச் செல்லப்பட்டனர். அங்கு அவர்கள் இனிமேல் பிரான்ஸுக்கு வரவேற்கப்படவில்லை என்ற அதிகாரபூர்வமான அறிவிப்பு அவர்களிடம் வழங்கப்பட்டது. காவல்துறையினர் விமானம் புறப்படுவதைத் தாமதிக்கும்படி ஏர் அல்ஜீரியைக் கேட்டுக்கொண்டனர். அந்த இரு பெண்களும் நாட்டைவிட்டு வெளியேறுவதை அவர்கள் உறுதி செய்து கொள்ள விரும்பினர். நாங்கள் அந்த விமானத்துக்கு ஓடினோம்.

❀❀❀

6. விமானக் கடத்தல்காரர்கள்

சிறுத்தைகளுக்கு பணம் எப்போதும் ஒரு நிரந்தரக் கவலையாக இருந்தது. எப்எல்என்-னிடமிருந்து கிடைத்த சிறு உதவித்தொகையும், தனது எழுத்துகளின் மூலம் எல்ரிட்ஜ் சம்பாதித்ததையும் கொண்டு, அமெரிக்க அரசாங்கத்தின் கட்டுப்பாடுகளால் கடுமையாக இடர்பாட்டுக்குள்ளாக்கப்பட்ட ஒரு நிறுவனத்தின் பல டஜன் கணக்கான பெரியவர்களையும், அவர்களின் குழந்தைகளையும் எப்படி உயிர்வாழச் செய்வது? *சோல் ஆன் ஐஸ்* நூலின் மதிப்பூதியங்கள் தொடர்பான பெவர்லி அக்சல்ராடோடான, ஒப்பந்தத்தை மாற்றியமைக்குமாறு அவரைச் சம்மதிக்கச் செய்ய மீண்டும் ஒருமுறை நான் முயன்றேன்.

''யோசித்துப்பாருங்கள் எல்ரிட்ஜ், காலம் மாறிக் கொண்டிருக்கிறது.''

''உறுதியாக முடியாது,'' அவர் பிடிவாதமாக மறுத்தார்.

இருப்பினும், அந்த ஆண்டின் இறுதிக்கு முன்னதாக அவர் மனம் மாறி, அக்சல்ராட் ஒப்பந்தத்தை சட்டப்படி செல்லாததாக்கும் முயற்சியில் ஈடுபடவிருந்தார். அந்தச் சமயத்தில் தனது கடந்த காலத்தை அது எங்கே இருந்ததோ அந்தக் கடந்த காலத்திலேயே விட்டுவிட்டுவரத்தயாராக இருந்தார்.

இருப்பினும், உதவிக்கான ஒரு வழி எதிர்பாராத விதமாக வெளிப்பட்டதாகத் தோன்றியது. 1972 ஜூன் 3 அன்று மதியம், தேசிய விடுதலை முன்னணி (எஃப்எல்என்) மத்திய அலுவலகத்திலிருந்து எனக்கு ஒரு தொலைபேசி அழைப்பு வந்தது. விடுதலை இயக்கங் களுக்கு தற்போது பொறுப்பாக இருந்த ஜெல்லவுல் மலைக்கா இப்போது இணைப்பில் இருப்பதாக ஓர் அவசரக்குரல் அறிவித்தது. மலைக்காவும் அவசரத்தில் இருந்தார். *சலாம் அலைக்கும்கள்* இருக்கவில்லை: ''எல்ரிட்ஜ் கிளிவரை அழைத்துக்கொண்டு, மாலை 6 மணிக்கு முன்னால் டார் எல் பீடா விமான

நிலையத்தில் இருங்கள். அமெரிக்காவில் கடத்தப்பட்ட ஒரு விமானம் அல்ஜியர்ஸை நோக்கி வந்துகொண்டிருக்கிறது,'' அவர் சொன்னார்.

சிறுத்தைகள் ஏற்கனவே இதை அறிந்திருந்தார்கள். நள்ளிரவிலிருந்தே சிற்றலை மூலம் டீசி விமானக் கடத்தலைக் கண்காணித்துக்கொண்டிருந்தார். அந்த விமானத்தை அவர் லாஸ் ஏஞ்சல்ஸிலிருந்து சியாட்டிலுக்கும், அங்கிருந்து சான் பிரான்ஸிஸ்கோவுக்கும் பின்தொடர்ந்துகொண்டிருந்தார். அங்கு எண்பத்தேழு பயணிகளில் பாதிப்பேர் விடுதலை செய்யப்பட்டனர். அத்துடன் அட்லாண்டிக்கைக் கடக்கக்கூடிய ஜெட் விமானமொன்று தயார் நிலையில் இருக்கும்படி செய்யப்பட்டது. அந்த விமானம் நியூ யார்க்கில் தரையிறக்கப்பட்டு, மீதியிருந்த பயணிகள் இறக்கிவிடப்பட்டனர். கடத்தல்காரர்கள் மட்டும் விமானத்தில் இருக்க, இப்போது அது அல்ஜியர்ஸில் இறங்கத் தயாரான நிலையில், ஸ்பெயினையும், மத்திய தரைக்கடலையும் நெருங்கிக் கொண்டிருந்தது.

மிகுந்த உற்சாகத்தோடு எல்ரிட்ஜ், டீசி, பெத்தி ஓநீல் மற்றும் நானும் சிறுத்தைகளின் சிற்றுந்து ஒன்றில் விமான நிலையத்துக்குச் சென்றோம். கடத்தல்காரர்கள் 5,00,000 டாலர் பணயத் தொகையைத் திரட்டி வந்திருந்தார்கள் என்பது எங்களுக்குத் தெரியும். கறுப்புச் சிறுத்தைகள் கட்சியின் சர்வதேசப் பிரிவுக்கு அந்த பெருமதிப்பு வாய்ந்த டாலர்களைச் சேகரித்துக் கொடுப்பதற்காக மட்டுமே அவர்கள் விமானத்தைக் கடத்தினார்கள் என்பதை எங்களால் கற்பனை செய்து பார்க்க முடிந்தது. துணிச்சல் மிகுந்த இந்தத் திட்டத்தை வடிவமைத்து நிறைவேற்றியது யாராயிருக்கும் என்பது தொடர்பான அனுமானத்தில் அந்த மூன்று பேரும் பழைய தோழர்களால் வரவேற்கப்படுவதை எதிர்பார்ப்பவர்களாக இருந்தார்கள்.

அல்ஜீரிய அதிகாரிகளின் ஒரு குழுவினர் அனைவரும் புன்னகையுடன் எங்களுக்காகக் காத்திருந்தனர். அவர்கள் நாட்டின் மேல்மட்டப் பாதுகாப்பு அமைப்பு, கட்சியின் உயர்மட்டம் மற்றும் வெளியுறவுத்துறை அமைச்சகத்தைச் சேர்ந்தவர்கள். அல்ஜீரிய அதிகாரிகள் இவ்வளவு அக்கறைகொண்டவர்களாக இருந்ததை நான் எப்போதும் பார்த்ததில்லை: இந்தச் சாகசச் செயல் மூலம் எந்த இடையூறுமின்றி அவர்களை அடைவதற்கு எங்களைத்தான் அவர்கள் நம்பியிருந்தார்கள். அவர்கள் நிகழ் முறையைக் கற்பனை செய்து எங்களுக்கான பாத்திரங்களை

விரைவில் பகிர்ந்தளித்தார்கள். விமான நிலையத்தை அவர்கள் அடையும்போது, அங்கு எல்ரிட்ஜ் கிளிவர் இருக்கவேண்டும் என்று விமானக் கொள்ளையர்கள் கோரியதால், அவரும் அவருடைய இரண்டு தோழர்களும் விமானம் தரையிறங்கியதும் அதில் ஏறி, கொள்ளையர்களையும் விமானப் பணியாளர் களையும் பாதுகாப்பாக இட்டுவரவேண்டும் என்று அனுப்பி வைக்கப்பட்டார்கள். நான் கட்டுப்பாட்டுக் கோபுரத்துக்குச் சென்று, விமானத்தில் உள்ளவர்களுடன் அவசியமானதை யெல்லாம் பேசவும், விளக்கிச் சொல்லவும் வேண்டியிருந்தது.

விமானநிலையத்தின் தார்ச்சாலையில் நாங்கள் கால்பதித்து கோபுரத்தை நோக்கி நடந்து சென்றபோது, சிறுத்தைகளுக்குப் பின்னால் நான் இருந்தேன். அத்துடன் அந்தச் சிறுத்தைகள் மூன்றுபேரும் ஆயுதமேந்தி இருந்ததை என்னால் பார்க்க முடிந்தது. அவர்கள் நேராகவும், தயாராகவும் நடந்து வந்தார்கள். எல்ரிட்ஜ் நடுவில் வர நடக்கும்போது அவர்களது உடல்கள் குலுங்கின. அவர்களது வலது பக்கச் சட்டைப் பைகள் புடைந்திருந்தன. சிறுத்தைகள் ''பொதிபொருள்'' வைத்திருந்ததை தார்ச்சாலையில் இருந்த அல்ஜீரியர்கள் பார்த்திருப்பார்கள் என்பதில் சந்தேகமில்லை. அங்கு ஒரு துப்பாக்கிச் சண்டை நடக்குமானால் அவர்கள் முன்னணியில் இருப்பார்கள்.

நாங்கள் கோபுரத்துக்கு அருகில் காத்திருந்தோம். மாலை 7 மணிக்குச் சற்று முன்னர், விமானம் நெருங்கிவந்து, தரையிறங்கத் தயாராவதை நாங்கள் கண்டோம். ஜெல்லவுல் மலைக்கா, ''அவர்கள் உங்களுடைய ஆட்கள் அல்ல. அவர்கள் அந்தப் பெண்ணுடைய ஆட்கள்,'' என்று என்னைச் சுட்டிக் காட்டி உரக்கக்கத்தியபடி காற்றுக்கட்டுப்பாட்டு அறையிலிருந்து வெளியே ஓடி வந்தார்: ''அவர்கள் வெதர்மென் அமைப்பைச் சேர்ந்தவர்கள். இங்கேயே காத்திருங்கள். விமானத்துக்குள் நாங்களே ஏறப்போகிறோம்.''

அங்கிருந்த அதிகாரிகளைப் பொறுத்தவரை, விமானக் கடத்தல்காரர்கள் கறுப்பிலிருந்து வெள்ளையாக நிறம் மாறி விட்டார்கள். ஒரு மந்திரக்கோலின் அசைப்பில் அவர்கள் இனியும் அச்சுறுத்துபவர்களாகத் தோற்றமளிக்கவில்லை: இதை அல்ஜீரியர்களால் கையாளமுடியும். தங்களால் புரிந்து கொள்ள முடியாத ஓர் அமைப்பை தங்கள் கட்டுப்பாட்டுக்குள் கொண்டுவர வேண்டிய, வெளிப்படையாக ஒப்புக் கொள்ளமுடியாத ஒரு தேவையிலும், இதை எப்படிக் கையாள்வது என்று தங்களுக்கே

உறுதியாகத் தெரியாத நிலையிலும், அது அறியாமையின் அடிப்படையிலான முடிவு என்பது மட்டுமல்லாமல் திகைக்க வைக்கும் முடிவாகவும் இருந்தது.

நாங்கள் நால்வரும் தார்ச்சாலையில் நின்று விமானம் தரையிறங்குவதைக் கவனித்துக்கொண்டிருந்தோம். மோட்டார்கள் நிறுத்தப்பட்டு இணைப்புப் பால அமைப்பு தரையைத் தொட்டதும், கலவரக்காரர்களை அடக்குவதற்கான சீருடை அணிந்த ஒரு டஜன் ஆட்கள் விமானத்தினுள் விரைந்து சென்றார்கள். அமைதி தொடர்ந்தது. வெடிகள் இல்லை. அல்ஜீரியர்கள் மீண்டும் வெளியே வந்தபோது நாங்கள் காத்திருந்தோம், ஆறுதலாக இருந்தோம். நீண்ட நேரமாகத் தோற்றமளித்த ஓர் இடைவேளைக்குப் பிறகு, இணைப்புப் பாலத்தின் உச்சியில், சுருக்கம் விழுந்த அமெரிக்க இராணுவச் சீருடையும் எஃகு விளிம்பு கொண்ட கண்ணாடிகளும் அணிந்திருந்த, எலும்பும்தோலுமான, நீண்ட கால்கள் கொண்ட ஓர் ஆப்பிரிக்க அமெரிக்கரும், செம்பழுப்பு தலைமுடி கொண்ட ஒல்லியான, வெள்ளையின இளம்பெண்ணும் தோன்றினார்கள். அவர்கள் இருவரும் சற்று குழப்பத்திலிருந்தார்கள். விமானத்தின் நுழைவாயிலிலிருந்து அவர்கள் சிரமப்பட்டுக் கீழே இறங்கி வந்தார்கள். அவர்கள் சற்றுத் தள்ளாடினார்கள். தங்களைப் பற்றித் தாங்களே ஐயப்பாடு கொண்டவர்களாக இருந்தார்கள். அரை நூற்றாண்டுக்கு முன்பான அந்த நாள் இப்போதுபோல் புத்தம்புதிய காட்சியாக இருக்கிறது: இருபத்து மூன்று மற்றும் இருபது வயது கொண்ட வில்லி ரோஜர் ஹோல்டர் மற்றும் கேத்தி கெர்கவ்

இணைப்புப் பாலத்தின் கீழே அல்ஜீரியர்கள் அவர்களைச் சந்தித்ததையும், சந்தேகம் கொள்ளாத ரோஜரின் கைகளிலிருந்து பணப்பைகளை எடுத்துக்கொண்டதையும் நாங்கள் கவனித்தோம். கோபுரத்திலிருந்து ஒவ்வொருவரும் கீழிறங்கிவர நாங்கள் அனைவரும் விமான நிலையத்தின் சிறப்பு விருந்தினர்களுக்கான *லா சலூன் த ஹானர்* வருகைக் கூடத்துக்குள் நுழைந்தோம்.

ரோஜரோடும், கேத்தியோடுமான எங்கள் முதல் பரிமாற்றங்கள் இதமானதாகவும், பாராட்டுதலுமாக இருந்தன. நாங்கள் அனைவரும் தழுவிக்கொண்டோம். ரோஜர் தலைச் சுற்றலோடு இருந்தார். தனது கோரிக்கைகள் நிறைவேற்றப் படவில்லை யென்றால், தன்னால் வெடிக்கச் செய்யக்கூடிய ஒரு வெடிகுண்டை, தான் வைத்திருப்பதாக விமானப்பணியாளர்களை நம்பவைத்த, ஆவணங்கள் கொண்டுசெல்லும் கைப்பையின் உட்புறத்தை

எங்களுக்குக் காட்டினார். அது ராசி மண்டலத்தை விளக்கும் இரண்டு புத்தகங்களையும், ஒரு சவரப்பெட்டியையும், ரோஜரின் இடதுகை மோதிரத்தோடு இணைப்பட்ட ஒரு செம்புக் கம்பித் துண்டையும் கொண்டிருந்தது. இல்லாத அந்த ஆயுதம், திருடப்பட்ட ஒரு விமானத்தில் அமெரிக்காவையும், அட்லாண்டிக் கடலையும், மத்திய தரைக்கடலையும் தாண்டி, அந்தத் தம்பதிகளைப் பாதுகாப்பாகக் கொண்டுவரும் சக்திவாய்ந்ததாக இருந்தது. கேத்தி உரக்கச் சிரித்துக்கொண்டே டீசியிடம் தான் ''ஒரு சவாரிக்காகவே வந்திரு''ப்பதாகச் சொன்னார்.

விமான நிலைய முன்கூடத்தில் நிறையப்பேர் சுற்றிக் கொண்டிருந்தார்கள். ஆனால் எதுவும் நிகழ்வதாகத் தோன்ற வில்லை. சரியாக என்ன செய்யவேண்டும் என்று யாருக்கும் தெரியாதிருந்திருக்கலாம். அரை மில்லியன் டாலரை வாரி வழங்குவதற்காக கடத்தப்பட்ட ஒரு விமானம் அல்ஜியர்ஸில் ஒவ்வொரு நாளும் வந்திறங்குவதில்லை. இறுதியாக, பணப்பைகள் வைக்கப்பட்டிருந்த மேசைக்கு அருகில் எல்ரிட்ஜும் நானும் அமர்ந்தோம். அல்ஜீரியப் பாதுகாப்புத் தலைமை அதிகாரி ஹாதி கெதிரியிடம் இந்தக் கேள்வியை நான் முன்வைத்தேன்: ''பணத்தைப்பற்றி என்ன சொல்கிறார்கள்?'' எல்ரிட்ஜை நோக்கிச் சைகை காட்டி, ''அது சிறுத்தைகளுக்குச் சேர்ப்பிக்கப்பட வேண்டியது, இல்லையா?'' என்னும் பொருள்படக் கேட்டேன்.

''அது எங்களிடம் பாதுகாப்பாக இருக்கும்,'' கெதிரி பதிலளித்தார். நாங்கள் மனம் குலைவதை அவரால் காண முடிந்தது. தனது விரலை என்னை நோக்கிக் காட்டியவாறு விடாப்பிடியாக மேலும் சொன்னார். ''நீங்கள் எங்களை நம்பலாம் என்று உனக்கே தெரியும்.'' கெதிரியின் கூற்று என் அடிவயிற்றின் ஆழத்தில் ஒரு புரட்டலாக எதிர்வினை புரிந்தது. எதுவும் சரியில்லை என்று என் தலைக்கு முன்னதாக என் உடல் ஏதோ ஒரு விதத்தில் உணர்ந்துகொண்டது.

வெளியுறவுத்துறை அமைச்சகத்தைச் சேர்ந்த மொஹமெத் அபெர்கேன் கெதிரியின் அருகில் இருந்ததை நான் நினைவு கூர்கிறேன். அமெரிக்காவில் கல்வி பயின்ற அபெர்கேன் சரளமாக ஆங்கிலத்தில் பேசுவார். அவர் அல்ஜியர்ஸில் உள்ள அமெரிக்க அதிகாரிகளின் தொடர்பு நபராக இருக்கக்கூடும் என்று நான் ஊகித்தேன். எங்களது அமெரிக்கத் தொடர்பின் காரணமாக நானும் அவரும் எப்போதும் இதயபூர்வமான உறவைக் கொண்டிருந்தோம்.

ஆனால் அன்று ஒரு பகையுணர்வின் சிறு துணுக்கை நான் உணர்ந்தேன். பணத்தைப் பொறுத்தவரை அது நல்ல அறிகுறியாக இருக்கவில்லை.

அல்ஜியர்ஸின் மையப்பகுதியிலிருந்த நேர்த்தியான உணவகமான அல்லட்டிக்கு ரோஜரும் கேத்தியும் கொண்டு செல்லப்பட்டார்கள். சில நாட்களுக்குப் பிறகு அந்தத் தம்பதிகள் சிறுத்தைகளிடம் ஒப்படைக்கப்பட்டார்கள்.

கடத்தல்காரர்களுக்கு சிறுத்தைகளோடு இருந்ததைவிட வெதர்மேன் அமைப்போடு அதிகத்தொடர்பு இருக்கவில்லை என்பது தெளிவானது. எல்ரிட்ஜை விமான நிலையத்துக்கு அழைத்து வரும்படி ரோஜர் கோபுரத்தில் உள்ளவர்களிடம் கேட்டுக்கொண்டார். ஆனால் விமானம் அல்ஜியர்ஸுக்குள் இறங்கத் தொடங்கியதும், அவருக்கு வேறு எண்ணங்கள் உதித்தன. சிறுத்தைத் தலைவரின் முன்னிலையில் பொய் சொல்ல முடியாது. எனவே அவர் தன்னை மறைக்கும் போர்வையை வெதர்மென் அமைப்புக்கு மாற்றிக்கொண்டு, தரையில் இருந்த அதிகாரிகளிடம் அந்த அமைப்பில் தான் இணைந்து விட்டதாக அறிவித்தார்.

இப்போது வேலையற்றவராக இருந்த ரோஜர், வியட்நாமில், அமெரிக்க இராணுவத்தில் டாங்கி மற்றும் ஹெலிகாப்டர் துப்பாக்கி வீரராக இருந்திருக்கிறார். அவர் துடிப்பானவராக இருந்தார்; தொடக்கத்திலிருந்து முடிவு வரை விமானக்கடத்தலை அவர் மட்டுமே தனியாகக் கையாண்டார். அது அவரது தனிப்பட்ட கண்டுபிடிப்பு. ''தனது இருபதுகளில் இருக்கும் ஒல்லியான, அமைதியான, ஒரு கறுப்பு மனிதர்,'' என்று *நியூ யார்க் டைம்ஸ்* அவரை விவரித்தது. வெஸ்டர்ன் ஏர்லைன்ஸ் விமானியான பில் நியூவெல் சொல்வதன்படி, ''விமானத்தைக் கடத்தியவர் மிகவும் புத்திக்கூர்மையான மனிதர். இராணுவத்தில் அவருக்கு ஏற்பட்ட அனுபவங்களால் அவர் அதிருப்தியுற்றிருந்தார்.''[1] கேத்தி சான் டியாகோவில் மசாஜ் விடுதியொன்றில் பணிபுரிந்தார்.

அல்ஜியர்ஸில் ஓர் இரவு என்னோடும், மோஹ்தாரோடும் மாலை விருந்தின்போது, விமானியின் மூக்கின் முன்னால் தான் ஆட்டிக் காட்டிய ஒரு வெடிகுண்டின் வரைப்படப் பிரதியை எங்களுக்கு வரைந்து காட்டினார். கேத்தி சிரித்தார். என்ன நடந்து கொண்டிருந்தது என்று தனக்குப்புரியவில்லை என்பதை ஒப்புக் கொண்டார். ஆனால் யாருக்கும் தீங்கு நேரக்கூடாது என்று ரோஜரிடம் வேண்டிக்கொண்டார். புகழ்பெற்ற அந்தக் கறுப்புப்

பெட்டியில் வெடிகுண்டுமில்லை, ஆயுதமுமில்லை, எதிலோ இணைக்கப்பட்டதுபோல் தோற்றமளித்த செம்புக்கம்பி மட்டும் தான் இருந்தது என்பது அவர்கள் அல்ஜியர்ஸை அடையும் வரை அவருக்குத் தெரிந்திருக்கவில்லை.

இரண்டு விமானங்களிலும் அவர்கள் தனித்தனியே அமர்ந்திருந்தனர். விமானிகளுக்காக விரிவான கட்டுக்கதையொன்றை அவர் புனைந்திருந்தார்: தன்னைத் தவிர மூன்று ஆண்களையும், ஒரு பெண்ணையும்கொண்ட, மூன்று துப்பாக்கிகள், மேலதிகமாக இரண்டு வெடிகுண்டுகளை வைத்திருந்த ஒரு குழுவில் தான் வேண்டாவெறுப்போடு இருந்த ஓர் உறுப்பினராக அவர் இருந்தார். மற்றவர்கள் வெதர் அண்டர்கிரவுண்ட் அமைப்பைச் சேர்ந்தவர்கள் என்றும், தன்னை ஒத்துழைக்கும்படி கட்டாயப் படுத்தியதாகவும் அவர் சொல்லியிருக்கிறார்: தான் அப்படிச் செய்யாவிட்டால், சான் டியாகோவிலிருந்த தங்கள் தாயாரின் குடியிருப்பிலிருந்து அவர்களால் கடத்திச் செல்லப்பட்ட தனது இரட்டைப் பெண்குழந்தைகளைத் துன்புறுத்தப்போவதாக அவர்கள் அச்சுறுத்தினார்கள். மேலும் அந்தக் குழுவில் ஒருவர் எல்எஸ்டி போதையின் உச்சத்தில் இருப்பதாக அவர் எச்சரித்தார்.

விமானத்திலிருந்த மக்களோடு பேசுவதற்கான கருவி அமைப்பின் மூலம் தனது கூட்டாளிகளாகச் சொல்லிக் கொண்டவர்களுக்கு இடையிடையே உத்தரவுகளை வழங்கினார், நட்புமுறையில் பரிகாசம் செய்தார். ரோஜர் தனது நடிப்பில் முழு ஈடுபாட்டுடன் இருந்தார், அதை ரசனையோடு மேற்கொண்டார். நிகழ்ச்சிகளை நிறைவு செய்யும் விதத்தில் அவ்வப்போது போதை மருந்தை உட்கொண்டு போதையின் உச்சத்துக்குப் போனார். நியூ யார்க்கை அடைந்து கடைசிப் பயணிகளும் விமானத்தை விட்டு இறங்கிச் சென்றபோது ரோஜரின் ஒரே கூட்டாளி அந்த சிறுபெண் கேத்தி மட்டும்தான் என்பதை விமானப் பணியாளர்கள் கண்டார்கள்.

ஒருவேளை, இந்த விவகாரத்தின் மிகவும் அதிர்ச்சி யளிக்கத்தக்க அம்சம், ரோஜர் உண்மையாகச் சென்றடைய விரும்பிய இடம் அல்ஜியர்ஸ் அல்ல என்பதாக இருக்கலாம். அவரது திட்டம் துணிகரமானது: ஒரு விமானத்தைக் கைப்பற்றி கலிபோர்னியாவைச் சேர்ந்த சான் ஜோஸில் விசாரணைக் குட்பட்டிருந்த ஆஞ்ஜெலா டேவிஸைக் காப்பாற்ற வேண்டும். விமானத்தை வட வியட்நாமுக்குக்கொண்டு செல்வதன்மூலம் அவரை விரைவாகச் சுதந்திரம் பெறச் செய்யவேண்டும்.

விமானம் கடத்தப்பட்ட அன்று ஆஞ்ஜெலா டேவிஸின் வழக்கு தொடர்பான சான்றாயர்கள் அதற்கான விவாதங்களைத் தொடங்கியிருந்தனர். டேவிஸ் நீதிமன்றத்துக்கு அழைக்கப்பட்டு, விமானக் கடத்தலொன்று நடைபெற்றுக்கொண்டிருக்கிறது என்றும், விமானக் கடத்தல்காரர்களின் பணயப்பொருளாக அவர் இருப்பதாகவும் சொல்லப்பட்டபோது, அவர் அதிர்ச்சியில் உறைந்துபோனார். இந்தச் சம்பவத்தோடு தனக்கு எந்தத் தொடர்பும் இல்லையென்று அவர் நீதிபதியைச் சமாதானப் படுத்தினார். சான்றாயர்கள் வெளியில் இருந்தனர். உள்ளூர் உணவகம் ஒன்றில் அவர்கள் தனியாக ஒதுக்கிவைக்கப்பட்டனர். கடத்தல் முயற்சி பற்றி அவர்களுக்குத் தெரிவிக்கப்படவில்லை. அவர் குற்றமற்றவர் என்று முறையாக அறிவிக்கப்படவிருந்தார்.

பலத்த பணயத்தைப் பரிமாறிக்கொள்வதற்காக ரோஜரிடம் இன்னும் ஒரு விமானமும் அதன் பயணிகளும் இருந்தனர். அத்துடன் தன்னை ஒப்புக்கொடுக்க அவர் தயாராக இல்லை. அவருக்கான புகழின் நாள் வந்தடைந்தது. விமானத்தை இப்போது கைவிடுவது அவமதிப்புக்கும், தோல்விக்கும் சிறைக்குமாகச் சரணடைவதாகும். அவருடைய ஆவணப் பதிவு ஏற்கனவே நாசகரமானதாக இருந்தது: அவர் அமெரிக்க ராணுவத்திலிருந்து ஓடிப்போனவராக, அவமானகரமானவிதத்தில் வெளியேற்றப் பட்டவராக இருந்தார்.

அவர்கள் போகும் திசையை மாற்றி விட்டதாகவும், அல்ஜியர்ஸை நோக்கிப் போகவேண்டும் என்றும் விமானிகளிடம் அவர் அறிவித்தார்.

இப்போது ரோஜரும் கேத்தியும் அல்ஜீரியாவில் தரையிறங்கி விட்டார்கள். அவர்களுடைய டாலர்கள் அதிகாரிகள் மூலம் விமான நிறுவனத்துக்குத் திருப்பியளிக்கப்படப் போகிறது. ஆனால் அவர்கள் சுதந்திரம் பெற்றுவிட்டார்கள்.

பின்வந்த ஆண்டுகளில் ரோஜர் வெளியிட்ட கற்பனை நிகழ்வுகளில் ஒன்று, அவரும் கேத்தியும் இங்கு வந்து சேர்ந்த சில நாட்களுக்குப் பிறகு தங்களை விரைவாகப் பார்வையிடுவதற்காக, குடியரசுத் தலைவர் ஹுவாரி பூமிடியனைச் சந்தித்ததாகக் கூறியதாகும். தனது வாழ்நாள் முழுவதும் அவர் கண்டுபிடித்த கதைப்புத்தகக் காட்சிகள் பலவற்றையும்போல இந்தக் கருத்தும் அபத்தமானதாகும். 2011 - ல் அவர் மூளையில் ஏற்பட்ட கடுமையான குருதிநாள அழற்சி காரணமாக இறந்தார்; அவர்

அறுபத்திரண்டு வயதினராக இருந்தார். அந்தச் சமயத்தில், அந்த வெற்றிகரமான விமானக் கடத்தலின் கற்பனை வளமிக்க கூர்மதியாளர், போதை மாத்திரைக்கு அடிமையாகி, நினைவு குழம்பிய ஒருவராக, சிலரைப் பொறுத்த அளவில், பிறரது துன்புறுத்தலுக்கு ஆளாவதான மருட்சியும், மாயத்தோற்றங்களுக்கு ஆட்படுவதுமான மூளைக்கு கோளாறும் கொண்டவராக இருந்தார்.[2]

ஃ

விமானக் கடத்தல் விவகாரத்தைப் பின்னால் விட்டுவிட்டு, 1972 கோடை காலத்தில் இரண்டு மாதங்களை பாரிஸில் கழித்தேன். மோஹ்தார் நீட்டிக்கப்பட்ட இரண்டு தங்கல்களின் போது என்னுடன் இருந்தார். பாரிஸைச் சேர்ந்த நண்பர்களுக்கு நான் அவரை அறிமுகம் செய்து வைத்தேன். செப்டம்பரில், அல்ஜியர்ஸ் பல்கலைக்கழகத்தின் எக்கோல் தெ ஜார்னலிஸம் நிறுவனத்தில் பயிற்றுவிக்கும் புதிய பணியொன்றைத் தொடங்கவிருந்தேன்.

பல மாதங்கள் செலவழித்து எனது பணிக்குழுவால் உருவாக்கப்பட்ட ஈர்ப்புமிக்க சர்வதேச இதழ் துடைத்தழிக்கப் பட்டது. உயர்கல்வி மற்றும் அறிவியல் ஆராய்ச்சி அமைச்சராக பென்யாஹியா மாறினார். தகவல்துறை அமைச்சராக அஹமத் தாலெப் மாற்றப்பட்டார். தாலெப்பின் அமைச்சக இயக்குநர், அந்தக் குழுவிலிருந்து என்னை விலக்கினால் மட்டுமே சுத் தை மேற்கொண்டு நடத்த முடியும் என்று அறிவித்தார். ஏன்? எனக்குத் தெரியாது. இருப்பினும் அதற்கான சாத்தியங்களை நான் வரிசைப்படுத்தினேன்: அமெரிக்கர், அந்நிய நாட்டவர், யூதர், பெண். உளவாளி, அராபியமல்லாத மொழி பேசுபவர்?

அமைச்சக இயக்குனர் எங்கள் குழுவைச் சேர்ந்தவர்களை ஒரு கூட்டத்துக்கு அழைத்தார். அதில் அவர் அராபிய மொழியில் மட்டுமே பேசினார். சொல்லப்பட்டது என்னவென்று பிரெஞ்சு நாட்டவரைத் தாயாகக்கொண்டவரும், பிரான்ஸில் வளர்க்கப் பட்டவருமான ஜோக்ராவாலும், என்னாலும் புரிந்து கொள்ள முடியவில்லை. எங்களது இதழின் மொழியான பிரெஞ்சு மொழியை அவர் பேசக்கூடியவர் என்று நாங்கள் அனைவரும் அறிவோம். அவரது மேலதிகாரியான அஹமத் தாலெப்பை அல்ஜீரியப்போர் முடியவிருந்த தறுவாயில் மருத்துவ சிகிச்சைக்காக அவர் சில மாதங்கள் நியூ யார்க்கில் தங்கியிருந்தபோது, நான் சந்தித்தேன். அவரோடு நான் அந்த நகரத்தில் சுற்றியலைந்தேன்.

தனது வாழ்க்கையில் சம்பந்தப்பட்ட பெண்களைப் பற்றிய ரகசியங்களையும்கூட அவர் என்னிடம் சொல்லியிருந்தார். நாங்கள் அரசியல் பேசினோம்: அல்ஜீரிய மக்களைத் தன்னால் மட்டுமே 'புரிந்து கொள்ளமுடியும்' என்று எண்ணிய மனிதர்களில் அவரும் ஒருவராக இருந்தார். எங்கள் உறவு எப்போதும் இனிமையானதாகவும், சில சமயங்களில் நெருக்கமானதாகவும் இருந்தது. அந்நிய நாட்டவர்கள் என்ற விசயத்தைப் பொறுத்த வரை, தாலெப் மத்தியக் கிழக்கைச் சேர்ந்த ஒரு பெண்ணை மணந்தவராவார்.

மக்கள் பலரும் அமெரிக்காவுக்கு வெளியில் எந்தவொரு அமெரிக்கரும் சிஐஏவாக இருப்பார் என்றே நினைக்கிறார்கள். இது காரணமற்ற குற்றச்சாட்டாக, சேற்றை வாரி இறைப்பதாக மாறிவிடுகிறதே தவிர வேறல்ல. இதைப் புறக்கணித்து விடுவதே நல்லது. பிரச்சனை என்னுடைய யூத முன்னோர்களைக் குறித்ததாக இருக்குமானால், நான் அல்ஜீரியாவில் வாழ்ந்த இத்தனை ஆண்டுகளில் இப்போதுதான் இது எனக்கெதிராகப் முதல் முறையாகப் பயன்படுத்தப்பட்டது.

எனது குழுத்தலைவர் மஹ்மூத் த்லெம்சனியை தாலெப்பின் அமைச்சக இயக்குனர் தனியாகச் சந்தித்து என்னைப் பதவி விலக்கம் செய்யுமாறு கேட்டுக்கொண்டார். அவர் மறுத்து விட்டார். ஒன்றாகப் பணியாற்றிய மூவருமே அமைச்சத்திலிருந்து ஒருமைப்பாட்டுடன் பதவி விலகினார்கள். அந்த இதழ் கை விடப்பட்டு செத்துப்போனது.

7. ஒரு திருமணமும் அதன் பின்விளைவுகளும்

இந்தக் காலகட்டத்தின்போது, தகவல் தொடர்பு அமைச்சகத்தில் எனக்கு நெருக்கமாக இருந்து உடன் பணி யாற்றியவர்கள் பெஹ்ஜா பென்சலிமும், ஜோக்ரா செல்லமியும் ஆவர். அவர்களோடுதான் அலுவலகத்துக்கு உள்ளேயும் வெளியேயும் நான் வேலை செய்தேன், விளையாடினேன்: பெஹ்ஜா, சிறிய நீள்வட்ட முகமும், அகன்ற வட்டக் கண்ணாடி களுக்குப் பின்னால் அமைந்த துளைக்கும் கண்களும் கொண்ட, மிகவும் துடிப்பான, கூருணர்வுமிக்க பெண்ணாவார். ஜோக்ரா, போற்றத்தக்க, கூரிய அறிவுத்திறன் கொண்ட பெண். அவர் கடுமையாகத் தாக்கக்கூடிய ஓர் ஆற்றலைக் கட்டிவைத்திருப்பவர். பெஹ்ஜா தயங்கி நிற்கும் போக்கு கொண்டவர்; அவர் கணிவானவர், பாசமிக்கவர். ஒரு சித்திரம் போல் அழகான ஜோக்ரா ''கால்களை அழுத்தி மிதித்து நடப்பவர்.'' தனது கருத்துகளை நான்கெழுத்து வார்த்தைகளால் சீற்றக்குரல் கொண்டு வெளிப்படுத்துபவர். அனைத்து ஆப்பிரிக்கப் பண்பாட்டு விழாவை ஒழுங்குப்படுத்தத் தொடங்கியபோதான 1968 - லிருந்து 1972 -ல் அமைச்சகத்திலிருந்து எங்களது வெளியேற்றம் வரையில் நாங்கள் ஒருங்கிணைந்து செயலாற்றினோம். சுத் மூடப்பட்ட பிறகு, ஒரு புதிய பாதையில் முன்னோக்கிச் செல்வதற்காக நாங்கள் ஒவ்வொருவரும் முட்டிமோத வேண்டியிருந்தது. சமூகவியலில் தனது பட்டப்படிப்பை முடிப்பதற்காக பெஹ்ஜா கல்லூரிக்குத் திரும்பிச் சென்றார். மெஹ்மூத் அல்ஜீரியத் திரைப்படத்துறையில் பணிபுரியச் சென்றார். நான் இதழியல் பேராசிரியையாக மாறினேன். ஜோக்ராவின் வாழ்க்கை ஒரு காவியத் திருப்பத்தை மேற்கொள்ள இருந்தது.

ஒரு சாதாரணமான நாளில் தனக்குத் தெரிந்த வயது முதிர்ந்த பெண்மணி ஒருவரால் ஜோக்ரா தேநீருக்கு அழைக்கப் பட்டார். அவர்களது உரையாடல், அவர் எதிர்பார்த்திராத

கேள்விகளோடு மிகவும் அந்தரங்கமானதாக மாறியபோது அவர் எப்படி ஆச்சரியத்தில் ஆழ்ந்தார் என்பதை எங்களிடம் அவர் சொன்னார்; தன்னை நேர்காணல் செய்வதான உணர்வு அவருக்கு ஏற்பட்டது. ஏறத்தாழ அந்தச் சமயத்தில், அல்ஜீயர்ஸில் மணமாகியிராத இளம்பெண்கள் பலருக்கும் நடந்ததுபோல் அவருக்கும் நடந்தது. உண்மையில் அவரும் நேர்காணல் செய்யப்பட்டார். அதன் பிறகு விரைவிலேயே முன்னாள் நீதித்துறை அமைச்சரும், முன்னாள் குடியரசுத் தலைவர் அஹமெத் பென் பெல்லாவின் கூட்டாளியுமான மொஹமெத் ஹட்ஜ் - ஸ்மெயினால் அவர் தொடர்பு கொள்ளப்பட்டார். 1965 ஆட்சிக்கவிழ்ப்பின் போதிலிருந்து பென் பெல்லா சிறையிலடைக்கப் பட்டிருந்தார். பென் பெல்லாவின் நெருங்கிய குடும்பத்தைத் தவிர அவரது சிறைக்குடியிருப்பில் சென்று பார்ப்பதற்கு அதிகார பூர்வமாக அனுமதி வழங்கப்பட்ட ஒரே நபர் ஹட்ஜ்-ஸ்மெய்ன் மட்டும்தான். வழக்கத்துக்கு மாறான, முக்கியத்துவம் வாய்ந்த, சிக்கலான ஒரு பணி தன்னிடம் ஒப்படைக்கப்பட்டிருப்பதாக ஜோக்ராவிடம் அவர் விளக்கினார். சிறைப்பட்டிருக்கும் பென் பெல்லா திருமணம் செய்துகொள்வதற்கு பூமிடியனிடம் அனுமதி பெற்றிருந்தார்.

''அவருக்கு மணமகளாக இருப்பதை நீங்கள் ஏற்றுக் கொள்கிறீர்களா?'' திகைப்பில் ஆழ்ந்திருந்த ஜோக்ராவிடம் அவர் நேரடியாக முன்வைத்த கேள்வி இதுதான். அவர் கோபங் கொண்டு அமைதியிழந்தார். ஆனால் தன்னைக் கட்டுப்படுத்திக் கொண்டார். பதிலளிப்பதற்கு முன்னால் பென் பெல்லாவைச் சந்திப்பதற்கு அனுமதி கேட்டார். அவருக்கும் ஆவல் இருந்தது. ஆனால் தன்னுடைய வலுவான குறைபாடுகளைக் கருதி அவர் தயக்கம் காட்டினார்: அவையாவன, அவர் பிரான்ஸில் பிறந்து அங்கேயே வளர்க்கப்பட்டவர். அவரது தாயார் பிரெஞ்சு நாட்டவர். அத்துடன் அவரால் அராபிய மொழியைப் பேசவோ அல்லது புரிந்துகொள்ளவோ முடியாது. அவர் உண்மைத் தன்மையை, தான் உண்மையான அல்ஜீரிய உயர்குடியைச் சேர்ந்தவராகக் கருப்படவேண்டும் என்பதை நாடினார். நாட்டின் காவிய நாயகர்களில் ஒருவரைத் திருமணம் செய்து கொள்வதை விடவும் வேறு நல்ல வழி ஏது? ஹட்ஜ் - ஸ்மெய்னின் முன்மொழிவு அவருடைய கண்மூடித்தனமான கனவுகளையும் விஞ்சியதாக இருந்தது. அது அந்நியர் என்ற களங்கத்தை என்றென்றைக்குமாகத் துடைத்தெறிவதாக இருந்தது.

ஜோக்ரா முன்னாள் குடியரசுத்தலைவரை ஒருபோதும் சந்தித்ததில்லை. உண்மையில் அவர் அதிகாரத்தில் இருந்த ஆண்டுகளின்போது, ஜோக்ரா எதிர்ப்பு இயக்கத்தின் ஒரு பகுதியாக இருந்தார். எதிர்கட்சித்தலைவர் மொஹமத் பூடியஃப்பின் உண்மையான மனைவி காவலில் வைக்கப்பட்டிருந்த, அல்ஜியர்ஸிலிருந்த மருத்துவமனை ஒன்றிலிருந்து அவர் இரகசியமாகத்தப்பி, நாட்டைவிட்டு வெளியேறுவதற்காக, அவருடைய மனைவிபோல் நடித்ததே ஜோக்ராதான். பதிலாளாகச் செயல்பட்டவர் அவர்தான் என்று விரைவிலேயே கண்டுபிடிக்கப் பட்டு அவர் கைது செய்யப்பட்டார். பென் பெல்லாவின் ஆட்சிக்கு எதிரானவர்களுக்கான இரகசியச் சித்திரவதைக்கூடமாக இருந்த ஒரு நாட்டுப்புற மாளிகையில் சில நாட்கள் அடைத்து வைக்கப் பட்டார். அவருடைய அந்த அனுபவத்தை அவர் திகிலோடு நினைவு கூர்ந்தார்: அந்தச் சமயத்தில் அவர் சித்திரவதை செய்யப் படவில்லை என்ற போதிலும், அங்கிருந்தவர்களின் அலறல்கள் இரவு முழுவதும் அவர் இருந்த அறையின் சுவர்களைத் துளைத்துக்கொண்டிருந்தன.

அத்துடன் இந்த மனிதர் அவரைவிட முப்பது ஆண்டுகள் மூத்தவர். எதிர்காலக் கணவரை முறையாக நேருக்கு நேர் சந்திக்காமல் அந்த முன்மொழிவை எந்த நவீனமான இளம் பெண்ணாவது ஏற்றுக்கொள்வார் என்று எப்படி எதிர்பார்க்க முடியும்? மக்களிடமிருந்து மறைத்து வைக்கப்பட்ட ஒரு முகவரியான சிறைக்குடியிருப்பில் சந்திப்பு நிகழ்வதற்கு ஒப்புக் கொள்ளப்பட்டது. அரசாங்கப் பாதுகாப்பு முகவர்கள் அவரை அவரது பெற்றோரின் வீட்டிலிருந்து வாகனத்தில் ஏற்றிக் கொண்டார்கள். தடித்த கறுப்புத் திரைகளால் மூடப்பட்ட பின்னிருக்கையில் அவரை அடைத்தார்கள். அது போதாதென்று அவரது கண்களையும் கட்டினார்கள். போய்ச்சேரவேண்டிய இடத்தை அடைவதற்கு சில மணிநேரம் ஆனதாக அவர் உணர்ந்தார். அல்ஜியர்ஸின் புறநகர்ப்பகுதியில்தான் அது இருந்தது என்பதைப் பின்னர் அறிந்துகொண்டார்.

பென் பெல்லா அவருக்காகக் காத்துக்கொண்டிருந்தார். அவர் நெருங்கிச் சென்றபோது பென் பெல்லா கதவைத் திறந்தார். "அது கண்டதும் காதலாக இருந்தது," பெஹ்ஜாவிடமும் என்னிடமும் அவர் மகிழ்ச்சி பொங்கச் சொன்னார்.

திருமண ஏற்பாடுகள் தாமதமின்றி நடந்தன. இருப்பினும், மணவிழாவுக்குச் சில நாட்களுக்கு முன்னால், குடியரசுத் தலைவர் பூமிடியன், ஜோக்ராவின் தந்தையை குடியரசுத் தலைவரின் மாளிகையிலுள்ள அவரது அலுவலகத்துக்கு வரும்படி உத்தரவிட்டார்: தனது எதிர்கால மருமகனை ஆட்சியிலிருந்து தூக்கியெறிந்தவர் இந்த மனிதர்தான். அத்துடன், பூமிடியனுக்கு ஜோக்ராவைத் தெரியும் என்பதும் சொல்லப்படவேண்டும். பூமிடியனும் திருமணத்தை எதிர்நோக்கியிருந்தபோது, இந்த ஆண்டின் தொடக்கத்தில் ஜோக்ராவுக்கு அறிமுகப்படுத்தப் பட்டார். ஜோக்ரா சொன்னதன்படி அது ஆர்வமூட்டும் சந்திப்பாக இருக்கவில்லை. உரையாடல் நீடிக்கவில்லை. பூமிடியன் நெருங்கி வந்தபோது, ஜோக்ரா விறைத்துப்போய் பின்வாங்கினார். இரண்டாவது சந்திப்பு இடம்பெறவில்லை.

திரு. செல்லமி மாளிகைக்குப் பாதுகாப்புடன் அழைத்துச் செல்லப்பட்டார். அங்கு எல்லாம்வல்ல தலைவரால் அவர் தனியாக வரவேற்கப்பட்டார். பூமிடியன் ஜோக்ராவைப் பற்றி ஒரு நண்பரைப்போல் அல்லது உறவினரைப்போல் பேசினார். முன்னாள் குடியரசுத் தலைவரை அவரது மகள் திருமணம் செய்து கொள்வதற்கு அவர் அனுமதிதரக்கூடாது என்று அந்தப் பெண்ணின் தந்தையிடம் அவர் கேட்டுக்கொண்டார். அவரது இறுதி வலியுறுத்தல்: ''அவர் என் எதிரி என்று உங்களுக்குப் புரியவில்லையா?''

திரு. செல்லமி எலும்பு தெரியும் முகமும், மெலிதான வளைந்த மூக்கும்கொண்ட, சிறிய, கம்பிபோல் உறுதியான ஒரு மனிதர். பூமிடியன் அவரைவிட மிக உயரமானவராக இருந்திருக்கவேண்டும். சுதந்திரத்தைத் தொடர்ந்து தனது மனைவி மற்றும் மூன்று குழந்தைகளுடன் பிரான்ஸிலிருந்து அல்ஜீரியாவுக்கு அவர் திரும்பிவந்தார்: ஜோக்ரா (மூத்தவள்), சயீத் மற்றும் ஃபரூக். பாரிஸில் அவருக்கு தெருவில் பழங்கள் மற்றும் காய்கறி விற்கும் வண்டியொன்று இருந்தது: திருமதி செல்லமி சலவையகம் ஒன்றில் பணிபுரிந்தார். அதேசமயம் ஜோக்ரா தொழிலாளிவர்க்க பல்பொருள் அங்காடியொன்றில் விற்பனைப் பணிப் பெண்ணாக வேலை செய்தார். பெரிதும் படிப்பறிவற்றாக இருந்த திரு. செல்லமி, சுதந்திரப் போரின் போது, அல்ஜீரிய இலட்சியத்துக்காக தேசிய விடுதலை முன்னணி (எஃஎல்என்) யின் ஃபெடரேசன் தெ ஃபிரான்ஸில் பணத்தையும்,

ஆயுதங்களையும் சேகரிப்பது மற்றும் இடம் விட்டு இடம் கொண்டுசெல்வது போன்ற தனது நடவடிக்கைகள் குறித்து அடிக்கடி பேசியிருந்தார்.

பூமிடியனைச் சந்தித்துவிட்டு அவர் திரும்பி வந்தபோது, ஜோக்ராவும் நானும் அவருக்காகக் காத்திருந்தோம்.

கண்ணுக்குப் புலப்படத்தக்கவிதத்தில் மனம் நெகிழ்ந்திருந்த அவர் அவர்கள் பேசிக்கொண்டதை வார்த்தைக்கு வார்த்தை அப்படியே திருப்பிச் சொன்னார். ''என் மகள் சுதந்திரமான ஒரு பெண்,'' குடியரசுத் தலைவரிடம் அவர் சொன்னார். ''நான் எப்போதும் அவளிடம் நம்பிக்கை வைத்திருக்கிறேன். நான் பாரிஸில் இருந்தபோது, இரகசியங்களைப் பகிர்ந்துகொண்ட ஒரே குடும்ப உறுப்பினர் அவள் மட்டும்தான். எனது போராளி நடவடிக்கைகள் அனைத்தும் அவளுக்குத் தெரியும். அத்துடன் சில சமயங்களில் அவளை நான் நேரடியாகச் சேர்த்துக் கொண்டிருக்கிறேன். கடமைப் பணியில் அவள் தனது கடமையைத் துணிவுடன் நிறைவேற்றியிருக்கிறாள். யாரைத் திருமணம் செய்து கொள்ளவேண்டும் என்று நான் அவளுக்குச் சொல்ல முடியாது. அது அவளுடைய முடிவு.''

அவர் வெளியேற்றப்பட்டார்.

அல்ஜியர்ஸின் மத்தியிலிருந்த, வளைந்து வளைந்து செல்கிற ஸ்லைமேன் பெட்ரனி வீதியில் செல்லமியின் சிறிய வீட்டில் திருமணம் நடந்தது. அது, ஒருசில விருந்தினர்களோடும், மணமகன் இல்லாமலும் நடந்த ஒரு திருமணம். அது பிற்பகல் வேளையின் தொடக்கம். ஜோக்ரா ஊன்றிய கவனத்துடன் உருவாக்கப்பட்ட, தரைவரை நீண்ட, பூத்தையல் செய்யப்பட்ட வெள்ளை உடையை அணிந்திருந்தார். தங்க வளையல்கள் அவரது கைகளை நிறைத்திருந்தன. தனது தாயாரிடமும் சகோதரிகளிடமும் திருமண அங்கியையும் அணிகலன்களையும் இரவல் வாங்கியிருந்த பெஹ்ஜா, ஜோக்ராவின் தலையில் மகுடம் ஒன்றைச் சூட்டினார். அவரது ஒப்பனை அவரது கரியகண்களையும், நேர்த்தியான, பளிங்குபோன்ற தோலையும் எடுப்பாகக் காட்டியது: அவர் பரவசத்தோடும், வெற்றிப் பெருமிதத்தோடும் இருந்தார். அவர் சடங்கின்போது சொல்லப் படும் உறுதிமொழியைத் திரும்பவும் சொன்னார். சடங்கு சார்ந்த பிரார்த்தனையை ஊன்றிக்கேட்டார். ஹட்ஜ் - ஸ்மெய்ன்

விரைவாகப் பறித்துக்கொண்ட சில காகிதங்களில் அவர் கையொப்பமிட்டார். பிறகு நாங்கள் நடனமாடினோம். குலவையிட்டோம். இரவினூடாகக் கொண்டாடினோம்.

சில நாட்களுக்குப் பிறகு, ஜோக்ரா செல்லமி பென் பெல்லா தனது கணவரின் குடியிருப்புக்கு - கண்கட்டப்பட்டு - வாகனத்தில் ஏற்றிச் செல்லப்பட்டார். அங்கு அவர் மூன்று வாரங்கள் இருந்தார். அவர் ஒரு சிறைக்கைதியாக இல்லாததால், அவரை நிரந்தரமாக அடைத்துவைக்க முடியாததால், தனது பெற்றோரின் வீட்டில் ஒரு வாரத்தைக் கழிப்பதற்கான ஏற்பாடுகள் செய்யப்பட்டன. அதற்கு பிறகு இன்னொருமுறை மூன்று வாரங்கள் தனது கணவரின் குடியிருப்புக்குத் திரும்பிச் சென்றார். இது இப்படியே தொடர்ந்தது.

பெஹ்ஜாவையும், என்னையும் தவிர ஜோக்ராவின் நண்பர்கள் அவரிடமிருந்து பின்வாங்கினார்கள் அல்லது அவர் எதிர்ப்படும்போது வேறுபக்கம் திரும்பிக்கொண்டார்கள். தனது பெற்றோருடன் தங்குவதற்காக வரும்போது அவர் எங்களை அழைப்பார். நாங்கள் அவரைச் சென்று பார்த்தோம், கடைகளுக்கு அவரை அழைத்துச் சென்றோம், அவர் தங்கியிருப்பதை உயிரோட்டமானதாக ஆக்க முயற்சிசெய்தோம். எங்கள் வாழ்க்கையில் என்ன நடந்தது என்பது குறித்த நடப்புத் தகவல்களைச் சொன்னோம். எல்ரிட்ஜ் மற்றும் சிறுத்தைகள் குறித்த தகவல்களை நான் அவருக்குத் தெரியச் செய்தேன். அரசியல் மற்றும் நிதியுதவி ஆகிய இரண்டையும் அவர்களால் பயன்படுத்திக் கொள்ள முடியும் என்றும், பென் பெல்லாவுடன் அவர்கள் பேசினார்கள் என்றும் அவருக்குத் தெரிந்திருந்தது. அவரது வருகைகளின் ஒன்றின்போது, அவர்களுடைய கட்டிடத்திலிருந்து வெளியே வருவதற்கு முன்பாக, தன் உள்ளாடைக்குள் மறைத்து வைத்திருந்த துண்டுக் காகிதமொன்றை அவர் என்னிடம் கையளித்தார். பாரிஸிலுள்ள பென் பெல்லாவின் வழக்குரைஞரின் பெயரும் தொலைபேசி எண்ணும் அதில் எழுதப்பட்டிருந்தன: மெடிலின் லஃபூ-வெர்னான்.

பாரிஸுக்குச் சென்ற எனது அடுத்த பயணத்தில், லஃபூ வெர்னானை நான் அழைத்தேன். அவருடைய எண்ணை யார் எனக்குத் தந்தார் என்பதைச் சொன்னதும், பூவா தெ பூலோனுக்கு அருகில், பாரிஸின் நவநாகரிக வசிப்பிடவட்டாரமான நுவில்லியிலுள்ள தனது அடுக்குமாடிக் குடியிருப்புக்கு என்னை வரும்படி அழைத்தார். அந்த பெண்ணின் கட்சிக்காரரைப்

பற்றியும், இதற்குமுன் அவர் சந்தித்திராதவரும், அதிகம் அறியப்படாதவருமான ஜோக்ராவைப் பற்றிய செய்திகளை அவருக்கு என்னால் தர முடிந்தது. பென் பெல்லாவை சிறையில் சந்திப்பதற்கு அதிகாரபூர்வமாக அனுமதி வழங்கும்படி தான் பலமுறை கோரியும், அதற்கு எந்தப் பலனும் இல்லை என்று அவர் என்னிடம் சொன்னார். அவரோடு தொடர்பில் இருக்கப் போவதாக அவருக்கு நான் வாக்களித்தேன். குறிப்பிட்ட சில ஆப்பிரிக்கத் தலைவர்கள் உள்ளிட்டு, பென் பெல்லாவின் சார்பாகவும், அவரது தொடர்பிலும், பிரான்ஸில் மேற்கொள்ளப்பட்ட நடவடிக்கைகள், அவற்றின் சூழல்மையமாக இருந்த இவரினூடாகவே நடைபெற்றன என்பதை நான் புரிந்துகொண்டேன்.

1978 - ல் பூமிடியன் சாகும்வரை ஜோக்ராவின் வழக்கமான நடைமுறை தொடர்ந்தது. பென் பெல்லா சிறையிலிருந்து விடுதலை செய்யப்பட்டு, ஜோக்ராவின் தந்தை பிறந்த பாலைவனச்சோலை நகரமான எம்சில்லாவில் வீட்டுக்காவலில் வைக்கப்பட்டார். முன்னாள் குடியரசுத் தலைவர் பதினைந்து ஆண்டுகள் சிறையிலடைக்கப்பட்டுக் கிடந்ததற்கு பின்பு, வெளியில் நடமாடுவதற்கான சுதந்திரத்தைப் பெற்ற 1980 வரை அவர்கள் அங்கேயே இருந்தார்கள்.

முன்னோக்கி நகர்தல்

1972 - ல் ஒரு பிற்பகலின் பிற்பகுதியில், அல்ஜியர்ஸில் என் வீட்டில் நான் வேலை செய்துகொண்டிருந்தபோது, கதவு தட்டப்பட்டது. அதிகாரபூர்வமானதுபோல் தோற்றமளித்த அடையாள அட்டைகளை விரைந்து காட்டிய இருவருக்காக நான் கதவைத் திறந்தேன். அவர்களுடைய காருக்கு அவர்களைப் பின்தொடர்ந்து வரும்படி அவர்கள் என்னிடம் சொன்னார்கள்; பிறகு அவர்கள் என்னை பாதுகாப்பு அமைச்சகத்துக்கு ஏற்றிச் சென்றார்கள். என்ன நோக்கத்துக்காக என்று அவர்கள் சொல்ல வில்லை. அந்த அமைச்சகம், வேறுபல விசயங்களுக்கிடையில், அல்ஜீரிய அதிகார அமைப்பின் ஆற்றல் வாய்ந்த, அனைத்தின் மீதும் அதிகாரம் செலுத்தக்கூடிய ஓர் உறுப்பான, இராணுவப் பாதுகாப்பு அமைப்பின் (செக்யூரித்தே மிலித்தேர் SM) அரசியல் காவல்துறைத் தலைமையகம் என்று நான் அறிந்திருந்தேன். மேற்பகுதி நிழற்சாலைகளையொட்டி கார் வேகமாகச் சென்ற போது, சிலமணிநேரத்திற்குப் பிறகு நாங்கள் அந்திவேளையில் இருப்பதை நான் கவனித்ததை நினைவுகூர்கிறேன்.

ஜன்னல் இல்லாத ஓர் அலுவலகத்துக்கு நான் இட்டுச் செல்லப்பட்டேன். ஒரு மேசையின் முன்னால் காத்திருக்கும்படி அமர்த்தப்பட்டேன். இரண்டு மணிநேரம் நான் அங்கேயே இருக்கவேண்டியிருந்தது. பிறகு, திடீரென்று நான்குபேர் உரக்கப்பேசிக்கொண்டு முரட்டுத்தனமாக அந்த அறைக்குள் படையெடுத்தனர். முதலில் நுழைந்தவரான, மடிப்புக் கலையாத காக்கிச் சீருடை அணிந்த, சிவப்புத் தலைமுடியும் அதே நிறமும்கொண்ட, கண்கள் ஆழத்தில் அமைந்த கட்டுறுதியான குள்ள மனிதர் தலைமை விசாரணை அதிகாரியாக இருந்தார். தனது கவச முகப்புத் தொப்பியைக் கழற்றி, மேசையின்மேல் அவர் தலைகீழாக வைத்தபோது உள்ளிருந்த அடையாள முத்திரையை என்னால் படிக்கமுடிந்தது. அவருடைய பெயர் கௌதி.[1]

அது பணிபுரிவதற்கான அலுவலகம் அல்ல என்பதையும் மாறாக, ஒலிப்பதிவு செய்வதற்கான மின்கம்பி இணைக்கப்பட்ட அறை என்பதையும் கண்டுபிடிக்கப் போதுமான நேரம் அங்கு நான் அமர்ந்திருந்தேன். நீங்கள் அடிக்கடி யாரைப் பார்ப்பீர்கள்? அவர்கள் அடிக்கடி யாரைப் பார்ப்பார்கள்? இன்னாரை நீங்கள் எப்போது பார்த்தீர்கள்? - கேள்விகள் தொடங்கியதும் அவரை நான் தடுத்து நிறுத்தினேன். நான் பயந்துபோயிருந்தேன். விசாரணை எங்கே இட்டுச் செல்கிறது என்பதைக் கண்டுபிடிக்க முடியாததால், அதைத் தடுத்து நிறுத்துவதற்கு விரைவான முன்முடிவொன்றை நான் எடுத்தேன். ''நீங்கள் அந்தக் கேள்விகளை கேட்கவேண்டிய அவசியமில்லை. பதில்கள் உங்களுக்கே தெரிந்திருக்கவேண்டும்,'' நான் சொன்னேன்.

கௌதி சிரித்தார், பின்பு இப்படிச் சொன்னார், ''ஜோக்ரா செல்லமியை நீங்கள் அடிக்கடி பார்ப்பதைத் தொடரவேண்டும். அவரது நடவடிக்கைகள் குறித்து எங்களுக்குத் தெரிவிக்கவேண்டும். இல்லையென்றால், அல்ஜீரியாவை விட்டு வெளியே செல்லும் முதல் விமானத்தில் நீங்கள் இருப்பீர்கள்.'' பூதத்தை அவர் பையிலிருந்து வெளியேவிட்டதும், அவர் எழுந்து நின்றார், என் கைகளைக் குலுக்கினார், அத்துடன் தனது அலுவலகம் தொடர்பில் இருக்கும் என்று சொன்னார். மற்றவர்கள் அவருக்குப் பின்னால் வரிசையாக வெளியே போனார்கள். நாடகம் அதன் முடிவுக்கு வந்தது. நான் முற்றிலும் களைப்புற்றுச் சோர்ந்து போனேன், சிக்கலுக்குள்ளானேன், வருத்தத்தில் ஆழ்ந்தேன். அந்த மாலை நேரத்தின் செய்தி தெளிவாக இருந்தது: நான் சுதந்திரமாக இல்லை.

அப்போது மிகவும் தாமதமாகி விட்டது. ஓர் ஓட்டுநர் என்னை வீட்டுக்குக் கொண்டுவந்து விட்டார். அங்கு, எனது மேல்மாடி அண்டை வீட்டுக்காரரும் நல்ல நண்பருமான மொஹமத் ரஸ்ஸுக்கை அறிவுரை கேட்கத் தொடர்புகொண்டேன். அவர் முன்னணி மேலதிகாரியாக இருந்தார். அறியத் தகுதி வாய்ந்த பெரும்பாலான மனிதர்களை அவர் அறிந்து வைத்திருந்தார். என்னை பொறுத்த அளவில், அதிகாரத்தின்முன் துணிவோடு இருக்கும் இன்றியமையாத பண்புத்திறத்தைக் கொண்டிருந்தார். நாங்கள் இருவரும் சேர்ந்து கேப்டன் கௌதிக்கு ஒரு கடிதத்தை வரைந்தோம். அதில் நான் உளவாளியாக இருப்பதற்கு எனது மறுப்பைத் தெரிவித்திருந்தேன். அப்படிச் செய்யும்படி கட்டாயப் படுத்தப்பட்டால், நாட்டை விட்டு வெளியேறுவதையே நான் அதிகம் விரும்புவேன் என்று சொல்லியிருந்தேன். அடுத்த நாள், இப்போது செக்யூரித்தே மிலித்தரில் செயல்பட்டுக் கொண்டிருப்பவர் களுக்கு விடுதலைப் போரில் மேலதிகாரியாக இருந்த, தற்போதைய சுற்றுலாத்துறை அமைச்சர் அப்துலஸிஸ் மவோவியிடம் அந்தக் கடிதத்தை அவர் கொண்டு சென்றார். அது என் வேதனைகளை முடிவுக்குக்கொண்டுவரும் என்று அவர் கணித்தார்.

அல்ஜீரியாவினுள் என் உயிரைக் காப்பாற்றிக் கொள்ள வேண்டுமானால் ஜோக்ராவைப் பார்ப்பதை நிறுத்திவிடவேண்டும் என்பதை நான் புரிந்துகொண்டேன். மவோவியின் தலையீட்டுக்குப் பிறகு, எங்கள் சந்திப்புகளைத் தொடர்வது ஆத்திரத்தைக் கிளறுவதாகவே கருதப்படும். அடுத்தமுறை அவர் என்னை அழைத்ததும், என்னால் அவரைச் சந்திக்கமுடியாது என்று கூறிவிட்டேன். அதை நான் எளிமையாகச் சொன்னேன்: ''ஜோக்ரா, நான் உன்னைச் சந்திக்க முடியாது. அதற்காக வருந்துகிறேன்.'' நான் மென்மையான ஒரு விடைபெறுதலைச் சொல்லிக் கொண்டேன். விவரங்களைத் தெரிந்துகொள்வதற்குச் சிரமம் எடுத்துக் கொள்ளாமல் எனது மறுப்பை அவர் புரிந்து கொள்வார் என்று எனக்குத் தெரிந்திருந்தது. நான் நினைத்து சரியாக இருந்தது. அதன் பிறகு அவரை நான் ஒருபோதும் பார்க்கவில்லை.

அதே வாரத்தில், ஜோக்ரா அல்ஜியர்ஸில் இருக்கிறார் என்று தெரிவிக்கும் தொலைபேசி அழைப்பொன்று எஸ்எம் முகவரிடமிருந்து எனக்கு வந்தது. அவரைச் சந்திக்கப் போவதில்லை என்று நான் பதிலளித்தேன். ''ஏன் சந்திக்கவில்லை?'' என்று அவர் கேட்டார்.

"ஏனென்றால், சந்திக்க வேண்டும் என்று நினைக்க வில்லை, அவ்வளவுதான்.''

ஓரிரு நாட்களுக்குப் பிறகு, ஒரு முகவர் என் குடியிருப்புக்கு ஒரு ஒலிப்பதிவுக் கருவியுடனும், அதே கேள்வியுடனும் வந்து சேர்ந்தார்:

"நீங்கள் திருமதி பென் பெல்லாவைத் தொடர்பு கொள்வீர்களா?''

"இல்லை, நான் தொடர்புகொள்ளப் போவதில்லை.'' அவர் தனது கருவியை நிறுத்திவிட்டுப் புறப்பட்டுச் சென்றார்.

சில வாரங்கள் கழிந்தன. அந்த இருமுகவர்களும் மீண்டும் வந்தார்கள். எஸ்எம் தலைமையகத்துக்கு என்னை இட்டுச் செல்ல என் வாசலுக்குத் திரும்ப வந்தார்கள். எங்கள் முதல் சந்திப்பில் கௌதிக்கு மிக நெருக்கமாக அமர்ந்திருந்த ஒருவர்தான் எனக்காகக் காத்திருந்தார். இப்போதும் அவர் முகத்தை என்னால் பார்க்கமுடிகிறது: அகன்ற நீலக்கண்களுடன், வழவழப்பான நீள்வட்ட முட்டைபோன்ற வழுக்கைத் தலை.

அவர் முகத்தைச் சுளித்துக்கொண்டு, என் மீது துப்புவது போல், கோபத்துடன் என்னைக் கடுமையாகப் பேசினார்: "நாங்கள் உங்களைத் தொடர்புகொண்டதாக நீங்கள் அவரிடம் சொல்லியிருக்கிறீர்கள். அவர் தனது கணவனிடம் புகார் தெரிவித்திருக்கிறார். அவரது மனைவியின் நண்பர்களை நாங்கள் தொந்தரவு செய்வதாக அவர் சொன்னார்! இதற்கு உரிய விலையை நீங்கள் தருவீர்கள்.''

அவர் சினத்துடன் வெளியேறி கதவை அறைந்து சாத்தினார். அவர் திரும்பி வந்தபோது எனது கையொப்பத்துக்காக ஒரு துண்டுக் காகிதத்தை நீட்டினார். அல்ஜீரியாவை விட்டு வெளியேறுவதற்கு எனக்கு எட்டு நாட்கள் இருப்பதாக அந்தக் காகிதம் தெரிவித்தது. வேறு வழியில்லை. நான் கையொப்பமிட்டேன்.

அங்கிருந்து செல்லும் வழியில் நான் நேராக எனது நண்பரும் முன்னாள் மேலதிகாரியுமான மொஹமெத் பென்யாஹியாவைச் சந்திக்கச் சென்று அவரிடம் எனது சிரமங்களைச் சொன்னேன். அவர் ஒரு தொலைபேசி அழைப்பை விடுத்தார். இனியும் எனக்குத் தொல்லை கொடுக்கக்கூடாது என்று அறிவித்தார். நான் கவலை தணிந்தேன். ஒரு வருடத்துக்கும் சற்று மேலாக நான் அமைதியாக விடப்பட்டேன்.

பெஹ்ஜாவின் வீட்டுக் கதவும் தட்டப்பட்டது என்று பின்னர் அறிந்துகொண்டேன். ஒரு காவல் அதிகாரியின் நோக்கில் அவர் எளிதில் பாதிப்புக்கு உள்ளாக்கப்படக்கூடியவராக இருந்தார். ஏனெனில் அவர் பிரெஞ்சு தேசிய இனத்தைச் சேர்ந்த ரெனெ - பால் டிராவர் சாக் என்னும் வேளாண் பொறியாளருடன் வாழ்ந்து வந்தார். அவர்களின் பெண் குழந்தையான சாமியாவை அவர் இப்போதுதான் பெற்றெடுத்திருந்தார். ரெனெ பாலை நாடு கடத்துவது குறித்த அச்சுறுத்தல்கள் மிரட்சி தருபவையாக இருந்தன. ஆனால் பெஹ்ஜா அல்ஜீரிய நாட்டவராக இருந்தார். உயர்குடிகளோடு தொடர்புடைய நன்கு அறியப்பட்ட ஒரு குடும்பத்தைச் சேர்ந்தவராக இருந்தார்.

சிறுத்தைகளின் நிதி நிலைமை

அந்த ஜூலை மாதத்தில் நான் பிரான்ஸுக்குச் சென்று அல்ஜியர்ஸ் குழுவுக்கு ஆதரவு திரட்டுவது என்றும், கட்சிப் பிளவைப் பற்றி விளக்குவது என்றும், நிதியைத் தேடிப்பிடிப்பது என்றும் தீர்மானித்தேன். இதைத் தொடங்கி வைக்கும் விதத்தில் கரோல் ரூஸோபவுலாஸ் தனது ஸ்விஸ் தோழரும், நீண்ட கால நண்பரும், போர்டபாக் காமிராவுக்குத் தன்னை அறிமுகம் செய்து வைத்தவருமான ழீன் லுக் கோடார்டை நான் சந்திப்பதற்கு ஏற்பாடு செய்தார். கட்சிப்பிளவின் அடியோட்டமான காரணங்களை நான் விளக்கி முடித்தபோது, தனது தலையை அவர் விறைப்பாக உயர்த்தி, என்னைத் தாண்டி மேலே பார்த்தபடி சொன்னார், ''கோடார்டிடமிருந்து என்ன எதிர்பார்க்கிறீர்கள்?'' அவர் படர்க்கை வடிவத்தைப் பயன்படுத்தியது என்னை மனம் குலையச் செய்வதாக இருந்தது. நான் எப்படியோ சமாளித்துக் கொண்டு, ''உங்கள் ஆதரவை, உங்கள் உதவியை,'' என்று ஒரு பதிலை அளித்தேன். அவர் பின்னால் திரும்பி என்னை வெளியே அனுப்பினார்.

ரிச்சர்ட் ரைட்டின் விதவை மனைவியும், பாரிஸில் ஓர் இலக்கிய முகவருமாக இருந்த எல்லென் ரைட் தனது நண்பர் சிமோன் தி பூவாவை குறித்த நேரத்தில் நான் சந்திப்பதற்கு ஏற்பாடு செய்தார். அந்த *மாட்சிமை வாய்ந்த பெண்மணி* யுடன் மோன்ட்பர்னாஸ் கல்லறைக்கு எதிரில், கலாபூர்வமாக அலங்கரிக்கப்பட்ட குடியிருப்பின் முன்கூடத்தில், ஓர் இனிய பிற்பகல் நேரத்தைக் கழித்தேன். பழுப்பும் அடர்நீலமும் கலந்த இருபகுதி உடையையும், மகளிருக்கான காலுறைகளையும்,

கெட்டியான காலணிகளையும் அவர் அணிந்திருந்தார். தலையில் சிறிய, பழுப்பு நிறக் கைக்குட்டை காதுகளுக்குப் பின்னால் இழுத்துக் கட்டப்பட்டிருந்தது. அவரை ஈர்ப்புமிக்கவராக நான் பார்த்தேன்: அவர் நேர்த்தியான உடலமைப்பைக் கொண்டிருந்தார். ஆனால் அவரது உடல் விறைப்பாக இருந்தது. நான் பேசினேன், அவர் கேட்டுக்கொண்டிருந்தார். முடிவில், நான் விவரித்த விசயங்களிலிருந்து தான் வெகுதூரம் விலகியிருப்பதாக அவர் கூறினார். ழீன் போல் சார்த்தருடன் தான் கலந்தாலோசிக்க வேண்டும் என்று கூறினார். நான் திரும்ப அழைக்கவேண்டுமா? சில நாட்களுக்குப் பிறகு அவர் என்னிடம் சொன்னார், ''சார்த்தர், ஒரு குழுவை விட்டுவிட்டு இன்னொரு குழுவை ஆதரிக்க விரும்பவில்லை.''

பிரெஞ்சு ஜாஸ் பாடகரான கோலட் மேக்னி பாடுவதைக் கேட்பதற்காக, மோஹ்தாரின் நண்பர்களான மார்க்கியும், மார்சல் முவாரோவும் ஒரு மாலை நேரத்தை தங்கள் வீட்டில் அர்ப்பணிப்புக் கொண்ட அரசியல் தோழர்களுடன் ஏற்பாடு செய்தனர். அங்கு நான் ஒரு முயற்சியை மேற்கொண்டேன். தான் ஹுயூவேவின் பக்கத்தை ஆதரிப்பதாக கோலட் வெளிப்படையாக சொன்னார். மற்றவர்கள் என் வாதங்களுக்கு அதிகம் செவி சாய்த்தார்கள். ஆனால் நிதி ஏதும் வரவில்லை.

கட்சிப்பிளவுக்குக் காரணமாக எல்ரிட்ஜ் கணிக்கப்படுவார் என்றும், அவர் மிகவும் ஆற்றல் வாய்ந்த ஆளுமையாக இருந்தது பலருக்கும் கவலை தருவதாக இருந்தது என்றும் நான் உணர்ந்தேன். முன்முடிவுகள் மற்றும் கற்பனைத் தோற்றங்களின் அளவுக்கு உண்மைகள் கணக்கில் எடுத்துக்கொள்ளப்பட வில்லை. சதிவேலைகளும் தம் பங்கை நிறைவேற்றின. சிறுத்தைகள் உலகெங்குமுள்ள குழுக்களுக்கு உத்வேகம் ஊட்டினர்; அவர்களது துணிவு தொற்றும் தன்மை கொண்டதாக இருந்தது. அவர்கள் இங்கிலாந்திலும், தென்னாப்பிரிக்காவிலும், ஆஸ்திரேலியாவிலும், இஸ்ரேலிலும்கூடப் பின்பற்றப்பட்டனர். அவர்கள் தோல்வி காண்பதற்கானவர்களாக வடிவமைக்கப் படவில்லை.

குழந்தையாக இருந்தபோதிலிருந்தே எனக்குத் தெரிந்தவரும், பிரான்ஸில் இரண்டாம் உலகப் போருக்குப் பின்பான முதல் இன்பியல் இசைநாடக முயற்சியான கிராண்ட் மேஜிக் சர்க்கஸின் இயக்குனரும், பின்னர் தியேட்டர் நேஷனல் டி சைலோ மற்றும்

ஒபேரா காமிக்கின் இயக்குனருமான ஜெரோம் சவரி, அல்ஜியர்ஸ் சிறுத்தைகளுக்கென்று அர்ப்பணிக்கப்பட்ட ஒரு காட்சியை தனது கலைக் குழுவினர் ஒப்புக்கொண்டால் நடத்தித் தருவதாகவும், மாலை நேர நிகழ்ச்சிகளுக்கான பொறுப்பை ஒப்படைப்பதாகவும் தயக்கமின்றிச் சொன்னார். கலைக் குழுவினர் ஒப்புக் கொண்டார்கள், நிகழ்ச்சிக்குப்பிறகு நானும் தோராயமாக 1,000 டாலர் தொகையை பிராங்குகளாகச் சேகரித்தேன்.

பாரிஸில் இருந்தபோது, வழக்குரைஞர் லஃபூ வெரானை நான் மீண்டும் அழைத்தேன். தனது அடுக்குமாடிக் குடியிருப்புக்கு அவர் என்னை மீண்டும் வரவேற்றார். மிஷல் பாப்லோ என்று அறியப்பட்ட மிஷலிஸ் ரப்டிஸைச் சந்திக்க எனக்கு விருப்பமா என்று கேட்டார். ''நிச்சயமாக எனக்கு விருப்பம்தான்!''

1939-ல், மூன்றாம் அகிலம் அல்லது கோமின்டர்னினிருந்து பிரிந்துபோன டிராட்ஸ்கியிச நிறுவனமான நான்காம் அகிலத்தின் முன்னாள் தலைவர் பாப்லோ ஒரு கிரேக்கராவார். அவர் இரண்டாம் உலகப் போருக்கு முன்னதாக தனது சொந்த நாட்டிலிருந்து நாடு கடத்தப்பட்டு பாரிஸுக்கு இடம்பெயர்ந்த சர்ச்சைக்குரிய ஓர் ஆளுமையாக இருந்தார். 1948 லிருந்து 1960 வரை நான்காம் அகிலத்தின் செயலாளராக இருந்த அவர் அதன் மறுகட்டமைத்தலுக்கும், இரண்டாம் உலகப் போருக்குப் பின்னான அதன் தப்பிப்பிழைத்தலுக்குமாகப் பாராட்டப் படுபவராகவும், அடுத்துவந்த அதன் பிரிவினைகளுக்கும், ஓரங்கட்டப்படுதல்களுக்குமாகப் பிசாசாக ஆக்கப்பட்டவராகவும் இருந்தார். 1950 - களில் நிலைபெற்ற சோசலிச மற்றும் தொழிற்சங்க அமைப்புகளில் டிராட்ஸ்கியவாதிகள் உட்புகுதல் அல்லது பங்கெடுத்தல் கொள்கைக்கு ஆதரவளித்தார். அங்கு அவர்கள் ஒற்றர்களாக இருந்து தங்களுடைய நியாயமான பங்கைச் செலுத்துபவர்களாக இருப்பார்கள் என்று சொல்லக் கூடும். 1950 கள் மற்றும் 1960 - களின் பிற்பகுதியில் அவர் தனது ஆற்றல்களை மூன்றாம் உலகக் கொள்கைக்குத் திருப்பினார். குறிப்பாக, அல்ஜீரிய விடுதலைப் போரில் எஃப்எல்என் -னின் பின்னால் இணைந்தார். இந்தச் சமயத்தில்தான் நான்காம் அகிலத்திலிருந்து பிரிந்து சென்ற இன்னொரு குழு அல்ஜீரிய தேசியவாதத்தின் வயது முதிர்ந்த முன்னணி வீரரான மெஸ்ஸலி ஹட்ஜை ஆதரித்தது. அவர் தனது பிரெஞ்சு புறக்காவல் நிலையத்தில் இருந்துகொண்டு, பிரான்ஸிலும் அல்ஜீரியாவிலுமிருந்த

எஃப்எல்என் - க்கு எதிராக, சாகும்வரை ஒரு போரில் ஈடுபட்டிருந்தார். முன்னாள் காலனிய எஜமானரான பிரான்ஸின் வெளிப்படையான கூட்டாளியாக மெஸ்ஸலி மாறினார்.

எஃப்எல்என் - னுக்கான பாப்லோவின் செயல்திறம் காவியத்தன்மை வாய்ந்தது. அவர் ஒரு நாயகனாக இருந்தார். கள்ள நாணயத்திட்டமொன்றை அவர் கண்டுபிடித்தார். அல்ஜீரிய விடுதலை இராணுவத்துக்கு சர்வதேசச் சந்தையில் ஆயுதங்கள் வாங்க அந்தத் திட்டம் பயன்படுத்தப்பட்டது. துப்பாக்கிக் கடத்தல் தொடர்பான குற்றச்சாட்டின் பேரில் நெதர்லாந்தில் கைது செய்யப்பட்ட அவர் ஓராண்டுக்கு மேல் சிறையில் கழித்தார். 1960-ல் விடுதலையான அவர் மொராக்கோவுக்குச் சென்றார். அங்கு அல்ஜீரியப் போரில் ஈடுபட்டுள்ளவர்களுடனும், சக டிராட்ஸ்கிய போராளிகளுடனும் சேர்ந்து ஆயுதத் தொழிற்சாலையொன்றைக் கட்டமைத்தார். சுதந்திரத்துக்குப் பிறகு அவர் பென் பெல்லாவின் சிறப்பு ஆலோசகராக மாறினார். கியூபாவிலும், யூகோஸ்லாவியாவிலும் அறிமுகப்படுத்தப்பட்டது போன்ற ஒரு செயல் திட்டத்துக்கு *(ஆட்டோ கெஸ்ஸன் விவசாயம் மற்றும் தொழில்துறை சுயமேலாண்மை)* ஊக்கமளித்தார். 1965 ஆட்சிக் கவிழ்ப்பை அடுத்து அவர் அல்ஜீரியாவிலிருந்து வெளியேறினார்.

செந்த் மிஷல் நிழற்சாலை மற்றும் செந்த் ஜெர்மெய்ன் நிழற்சாலையின் மூலையில் கஃபே குளூனியில் பாப்லோ எனக்காகக் காத்திருந்தார். அவரது ஃபெடோரா தொப்பியில் அவரை நான் அடையாளம் கண்டு, அந்தக் கஃபேயில் பின்பக்கம் திறந்தவெளி மாடியிலிருந்த அவரது மேசையை நோக்கிச் சென்றேன்.

சிறுத்தைகள் அல்ஜியர்ஸுக்கு எப்படி வந்துசேர்ந்தார்கள் என்பதை அறிந்து கொள்வதில் அவர் ஆர்வமாக இருந்தார். ''அவர்கள் எப்படிப்பட்ட மனிதர்கள்? அவர்களுடைய பின்னணிகள்? கிளிவர் யார், அமைப்பின் பிளவு எதைப்பற்றியது?'' விமானக் கடத்தல் பற்றி நாங்கள் பேசினோம். அதன்பிறகு அந்த முக்கியத்துவம் வாய்ந்த சிக்கலான கேள்வி வந்தது: அவர்களுடைய எதிர்காலம் என்ன?

தனது வழக்குரைஞரைத் தொடர்பு கொள்ளும்படி எனக்கு பென் பெல்லா ஆலோசனை கூறினார். ஏனென்றால், கடத்தப்பட்ட பணம் விமான நிறுவனத்துக்குத் திருப்பித் தரப்பட்டு விட்டதற்குப்

பிறகு சிறுத்தைகளின் நிலைமை மிகவும் பாதுகாப்பற்றதாக மாறிவிட்டது. அவர்கள் மூச்சு விடுவதற்குக் காற்று - மற்றும் நிதி தேவைப்பட்டது.

இந்தத் தொடர்பு எங்கே இட்டுச் செல்லும் என்று எனக்குத் தெரியவில்லை. மோஹ்தார் பாரிஸில் என்னோடு சேர்ந்து கொண்டதும், அவரும் பாப்லோவைச் சந்தித்தார். விடுதலைப் போர் முடியவிருந்த தறுவாயில் மோஹ்தார் டுனிஸில், வானொலி சமிக்ஞைப் படைப் பிரிவில் இருந்தார். பாப்லோவோடு தொடர்பு கொண்டிருந்த அல்ஜீரிய இடைக்கால அரசாங்கத்துக்காகப் பணிபுரிந்த போராளிகள் பலரோடு அவர் நட்பை வளர்த்துக்கொண்டார். சுதந்திரத்தின் தொடக்க நாட்களில், அரசாங்கக் கொள்கை, ஆழமான விமர்சனம் மற்றும் திட்டமிடல் தொடர்பாக, நகரத்தின் மத்தியில் ஓர் அமைதியான காபி விடுதியில் முற்போக்கு குழுவொன்றால் நடத்தப்பட்ட கலந்துரையாடல்களில் அவர் பங்கெடுத்துக்கொண்டார். அந்த அமர்வுகளுக்கு பாப்லோ தலைமை தாங்கினார். அவர் மோஹ்தாரை நினைவில் வைத்திருந்தார். அவரை மீண்டும் சந்தித்ததில் பெருமகிழ்ச்சியடைந்தார். மக்களையும், சம்பவங்களையும் நினைவுபடுத்தும் பல தருணங்களைப் பற்றி அவர்கள் நீண்ட நேரம் பேசிக்கொண்டிருந்தார்கள்.

மீண்டும் விமானக் கடத்தல்காரர்கள்

டெட்ராயிட்டில், தங்களுக்கே உரிய வகையில் குற்றம் சுமத்தப்பட்ட தனிப்பட்ட வரலாறுகளைக் கொண்ட ஒரு ஆப்பிரிக்க அமெரிக்கக் குழுவினர் ரோஜர் மற்றும் கேத்தியின் துணிகரச் செயல் குறித்துக் கேள்விப்பட்டனர். அதனால் வசப்படுத்தப்பட்டனர். தங்கள் திண்டாட்டங்களிலிருந்து வெளியேறுகிற வழியொன்றை அவர்கள் ஒன்றாகச் சேர்ந்து தேடினர். அவர்களில் இருவர் சிறையிலிருந்து தப்பிவந்தவர்கள்; ஒருவர் கொலைக் குற்றத்துக்காகத் தண்டிக்கப்பட்டவர். மூன்றாமவர் அமெரிக்க இராணுவத்தை விட்டு ஓடிப்போனவர். அவர்களுடன் இரண்டு பெண்களும் தளர் நடைபயிலும் மூன்று குழந்தைகளும் இருந்தனர். டெட்ராயிட்டிலும், அமெரிக்காவில் வேறு எந்த இடத்திலும் தங்களுக்கு சுதந்திரம் இருக்கப் போவதில்லை என்று தெரிந்துகொள்ளப் போதுமான காலம் அவர்கள் அங்கு தங்கியிருந்திருந்தார்கள். அவர்களுக்கோ அல்லது அவர்களுடைய குழந்தைகளுக்கோ போலி அடையாளங்களைக்

கைக்கொள்வதும் தப்பியோடியவாறு வாழ்க்கை நடத்துவதும் ஒரு தீர்வாக இருக்கவில்லை. அவர்கள் நாட்டைவிட்டு வெளியே போய்விட வேண்டும். ஓர் ஆப்பிரிக்க அமெரிக்கரும், அவரது தோழியும் ஒரு விமானத்தைக் கடத்தி, பயணிகளை விடுவிப்பதற்குப் பணயமாக 5,00,000 டாலர்களைப் பெற்றுக் கொண்டு, பிறகு அவர்களை அல்ஜியர்ஸுக்குக் கொண்டு செல்லும்படி விமானியைப் பணிய வைத்தனர் என்றும், அங்கு அவர்களுக்கு அரசியல் தஞ்சம் அளிக்கப்பட்டது என்றும் அவர்கள் அறிந்தபோது அவர்கள் திட்டங்களை வகுக்கத் தொடங்கினார். சிறிது காலத்திற்குப் பிறகு, பணயத்தொகை அல்ஜீரிய அரசால் விமான நிறுவனத்துக்குத் திருப்பித்தரப்பட்டது என்பது, அவர்களது கவனத்தக்கு வராமல் தப்பிவிட்டது.

அந்தக் குழுவின் தலைவர் ஜார்ஜ் ரைட், 1962 - ல் நியூஜெர்ஸியில், 72 டாலர் ஆதாயத்துக்காக பெட்ரோல் நிலைய உதவியாளர் ஒருவரைக் கொலை செய்தவர். 1970 - ல், தனது சக விமானக் கடத்தல்காரரான ஜார்ஜ் பிரௌனுடன் சேர்ந்து சிறையிலிருந்து தப்பினார். ஜார்ஜ் பிரௌனுடன் ஆயுதமேந்திக் கொள்ளையடித்ததற்காக மூன்றிலிருந்து ஐந்து ஆண்டுகள் சிறைத் தண்டனையை அனுபவித்து வந்தவர். நியூ ஜெர்ஸி பண்ணைச் சிறையிலிருந்து படுக்கை சோதனைகளுக்கிடையில் தங்கள் சக சிறைவாசிகள் இருவருடன் அவர்கள் சந்தடியில்லாமல் வெளியேறினார்கள்.

ஜீனும், மெல்வின் மக்நாயரும் வடகரோலினாவில் வளர்ந்தவர்கள். அங்கு அவர்கள் வின்ஸ்டன் - சலேம் பல்கலைக்கழகத்தில் மாணவர்களாகச் சந்தித்துக்கொண்டார்கள். திருமணம் செய்து கொண்டார்கள். மெல்வின் இராணுவத்தில் சேர்க்கப்பட்டு ஜெர்மனிக்கு அனுப்பப்பட்டபோது, ஜீனும், அண்மையில் அவர்களுக்குப் பிறந்த குழந்தையுடன் அவரைப் பின்தொடர்ந்து அங்கு சென்றார். பெரும்பாலும் தெற்கிலிருந்து வந்த வெள்ளையின அதிகாரிகளால் செயல்படுத்தப்பட்ட இராணுவ வகைப்பட்ட இனவாதத்துக்கு மெல்வின் எதிர்வினை புரிந்தார். வியட்நாமுக்கு அனுப்பப்படுவதற்காக ஏற்பாடு செய்யப் பட்டிருப்பதை அறிந்து அவர் அதை எதிர்த்தார். இராணுவத்தை விட்டு வெளியேறினார். ''எந்த வியட்நாமியரும் என்னை ஒருபோதும் கறுப்பனென்று அழைத்ததில்லை,'' என்று 1975 பாரிஸில் நடந்த இராணுவத்தை விட்டு வெளியேற்றுவது தொடர்பான நீதிமன்ற விசாரணையின்போது அவர் தெரிவித்தார்.

குழுவில் இரண்டாவது பெண்ணாகவும், தாயாகவும் இருந்த ஜாய்ஸ் டில்லர்சன், மக்நாயர் தம்பதிகளின் நண்பராவார். இந்தக்குழு பொதுவான ஓர் ஆன்மீக அடையாளத்தைப் பகிர்ந்து கொண்டது. ஆப்பிரிக்கா குறித்த அவர்களின் பார்வையால் தூண்டப்பட்ட பல்வேறு சடங்குகளை நடைமுறைப்படுத்தியது. இவற்றை ''வூடூ'' என்று எல்ரிட்ஜ் முத்திரையிட்டார். தங்கள் ''தாய்நா''ட்டுக்குத் திரும்பிச் செல்வது அவர்களுக்கு நற்பேறாக இருந்தது.

டெல்டா விமான நிறுவனத்தின் 841 விமானம் டெட்ராயிட்டிலிருந்து மியாமிக்குக் கடத்தப்படுவது முறையாகத் திட்டமிடப்பட்டது. கத்தோலிக்கப் பாதிரியாரின் கறுப்பு உடையை அணிந்துகொண்டு ரைட் விமானத்தில் ஏறினார். அவர் கைகளில் இறுகப் பிடித்திருந்த விவிலியம், ஒரு கைத் துப்பாக்கியைப் பொருத்தி வைக்கத்தக்கவிதத்தில் வெற்றிடம் உருவாக்கப்பட்டதாக இருந்தது. விமானிகளை ரைட் தனது கட்டுப்பாட்டுக்குள் கொண்டு வந்தார். அதே சமயம் மற்ற இருவரும் குழந்தையின் துணிமணிகளுக்கிடையில் மறைத்து வைத்திருந்த துப்பாக்கிகளைக் கொண்டு பயணிகளைத் தடுத்து நிறுத்தினார்கள். மியாமியில் பத்துலட்சம் டாலர் பணயத் தொகையைப் பெற்றுக் கொண்டார்கள். பிறகு கடல் கடந்து செல்லும் பயணத்திற்கான ஒரு விமானத்தைக் கைப்பற்றிக் கொள்வதற்காக போஸ்டனுக்குப் பறந்தார்கள்.

1972 ஆகஸ்ட் 1 அன்று விமானம் அல்ஜியர்ஸில் தரையிறங்கியது. ஆனால் அதற்குப் பின்னான நிகழ்வுகள் ரோஜர் மற்றும் கேத்தி தொடர்பான முந்தைய நிகழ்வுகளிலிருந்து மாறுபட்டதாக இருந்தது. அல்ஜீரிய அதிகாரிகள் விமானநிலையத்தை மூடிவிட்டு காரியங்களை தாங்கள் மட்டுமே கையாண்டார்கள். சிறுத்தைகளுக்குத் தகவல் தெரிவிக்கப்பட்டு அவர்களும் விமான நிலையத்துக்கு வந்து சேர்ந்தார்கள்; ஆனால் கடத்தல்காரர்களோடு தொடர்பு கொள்ள அனுமதிக்கப்படவில்லை. நகரத்துக்குத் திரும்பிவரும் சாலையில், அவர்களிடமுள்ள பணத்தைப் பத்திரமாக வைத்திருக்கும்படி எச்சரிப்பதற்காக, கடத்தல்காரர்களை ஏற்றிச் சென்ற பேருந்தை சிறுத்தைகள் நெருங்க முயன்றார்கள். அல்ஜீரியாவுக்கு வந்து சேர்ந்த அன்று இரவே விமானம் அமெரிக்காவுக்குத் திரும்பிச்செல்லும் தனது பயணத்தைத் தொடங்கியது; பணமும் அந்த வழியிலேயே திரும்பிச்

சென்றுவிடும் என்று சிறுத்தைகள் அஞ்சினார்கள். நான்கு நாட்களுக்குப் பிறகு, அந்தக்குழு தூதரகத்தில் கொண்டுவந்து விடப்பட்டது.

அல்ஜீரியா வெளிப்படையாக மூன்றாம் உலகைச் சேர்ந்ததாகவும், காலனியத்தையும், ஏகாதிபத்தியத்தையும் வெளிப்படையாகக் கண்டிக்கக்கூடியதாகவும் இருந்தது. அதே சமயத்தில் அது எந்தவிதத்திலும் ஒரு ''போக்கிரி'' அரசாக இருக்கவில்லை. விமானக் கடத்தல்காரர்கள் அநீதியான ஒரு சமூகத்தின் பலிகடாக்கள் என்று கணித்து, அவர்களுக்குத் தஞ்சம் அளிப்பதன்மூலம் அவர்களுடைய தனிப்பட்ட பாதுகாப்புக்கு உத்தரவாதம் அளித்தபோதிலும், தங்களுடைய நாட்டை இலக்காகக்கொண்டு, விமானக் கடத்தலை மேற்கொள்ள எண்ணும் எவரொருவருக்கும் அல்ஜீரிய அரசு உடந்தையாக இருக்காது என்பதை அவர்கள் அறிந்துகொள்ளவேண்டும் என்று அல்ஜீரிய அதிகாரிகள் விரும்பினார்கள்.

புறக்கணிக்கப்பட்ட நிலையில்

பத்துலட்சம் டாலர் தொகை தங்கள் கைகளிலிருந்து தப்பிச் செல்வது தங்கள் முழுக் கவனத்தையும் கவர்ந்திருந்த நிலையில் அல்ஜியர்ஸ் சிறுத்தைகளும், கடத்தல்காரர்களும் என்ன நடவடிக்கை மேற்கொள்வது, எவ்வித அழுத்தத்தைத் தருவது என்பது குறித்து தீரச்சிந்தித்தார்கள். அவர்கள், ''டாலர் நோட்டுகளின் மேற்பூச்சுகளுக்கேற்ப ஊசலாடிக் கொண்டிருக்கிறார்கள். அது குறித்து அவர்கள் அனைத்துப் பரிமாணங்களையும் அல்லது எந்தவொரு உணர்வையும் இழந்துவிட்டார்கள்,'' என்று எல்ரிட்ஜ் பின்னர் சொன்னார். வெளியில் பகிரங்கப்படுத்துவதற்கான கண்டனக் கடிதம் ஒன்றை அவர்கள் எழுதத் தொடங்கியபோது, அவர்கள் சுய அழிப்புக்குத் தலைப்படுகிறார்கள் என்று சிறுத்தைகளின் முன்னாள் உயர் இராணுவ அதிகாரியான டீசீ தனது சகதோழர்களை எச்சரித்தார்: ''அவர்களுக்குப் பைத்தியம் பிடித்துவிட்டது என்று நான் அவர்களிடம் சொன்னேன். விரல்விட்டு எண்ணக்கூடிய நீக்ரோக்களுக்காகவும், பத்து லட்சம் டாலருக்காகவும் அரசாங்கம் தனது நாட்டின் எதிர்காலத்தைச் சிக்கலுக்குள்ளாக்கப் போவதில்லை... அவர்களுக்குத் தொல்லை வந்துசேரப் போகிறது.''[2]

தொல்லை வந்து சேர்ந்தது. குடியரசுத்தலைவர் பூமிடியனுக்கு திறந்த கடிதம் ஒன்றை எழுதினார்கள்: ''இந்தப் பணத்தையும், எங்கள் சுதந்திரத்தையும் பெறமுடியாமல் தடுப்பவர்கள் எவரோ அவர்கள்...அமெரிக்க மக்கள் அனைவரையும் ஒடுக்கிக் கொண்டிருக்கும் ஆளும் வட்டங்களுக்காக அமெரிக்க அரசாங்கத்தின் யுத்தங்களை அல்ஜீரிய அரசாங்கம் செய்யவேண்டாம் என்றுதான் நாங்கள் கேட்டுக்கொள்கிறோம். ஆப்ரோ அமெரிக்க மக்களின் போராட்டத்தில் இணைந்துகொள்ள அல்ஜீரிய அரசாங்கம் மறுத்துவிட்டது என்று சொல்லும்படி இருக்கவேண்டாம்.'' அந்தக் கடிதம் குடியரசுத்துலைவர் மாளிகையில் சேர்க்கப்பட்டது. அத்துடன் சர்வதேச செய்தித்தாட்களுக்கும் அளிக்கப்பட்டது.

ஆகஸ்ட் 10 அன்று அல்ஜீரிய காவல்துறை எல் பியாரிலிருந்த சிறுத்தைகளின் பண்ணைவீட்டைச் சோதனையிட்டது. அவர்களுடைய துப்பாக்கிகளைப் பறிமுதல் செய்தது. தொலை பேசி மற்றும் டெலக்ஸ் தொடர்புகள் துண்டிக்கப்பட்டன. பண்ணை வீட்டின் நுழைவாயிலில் காவலாளிகள் நிறுத்தப்பட்டார்கள். உள்ளேயும் வெளியேயும் யாரும் அனுமதிக்கப்படவில்லை. அடுத்த நாள் மாலை வரை அந்த முற்றுகை நீடித்தது. பிறகு அமைதி: அரசின் தலைமை பாதுகாப்பு அதிகாரி சாலா ஹிட்ஜெப்போடான ஒரு சந்திப்புக்கு ஆகஸ்ட் 16 அன்று எல்ரிட்ஜுக்கு அழைப்பாணை வரும்வரை எதுவும் நடக்கவில்லை. பூமிடியனுக்கு எழுதப்பட்ட திறந்த கடிதம் ஒரு வெடிகுண்டின் பாதிப்பைக் கொண்டதாக இருந்தது. தங்களுக்கு உதவுபவர்களை வெளிப்படையாகக் கண்டனம் செய்ததன் மூலம் அவர்கள் எப்படி துரோகம் இழைக்கலாம்? கடத்தப்பட்ட பணத்தை அவர்களுக்கு விடுவிக்கவேண்டும் என்பதற்காக பூமிடியனை அவமானப்படுத்த முயற்சிப்பதா?

நேர்காணல் குறித்த எல்ரிட்ஜின் குறிப்புகள் வெளிப்படுத்துவதுபோல் ஹிட்ஜெப்பின் விமர்சனங்களும், சிறுத்தைகளோடான அவரது கலந்துரையாடல்களின் தொனியும் யார் தலைவராக இருக்கிறார் என்பதையும், ஆனால், அதேசமயம் சம்பவங்களை விரிவாகப் பேசுவதைத் தவிர்த்து, விசயத்தை அத்துடன் விட்டுவிடவேண்டும் என்பதையும், சிறுத்தைகளுக்குத் தெரியப்படுத்தவேண்டும் என்று அல்ஜீரியர்கள் முடிவு செய்திருந்தார்கள் என்பதை அடையாளம் காட்டுவதாக இருந்தது. இதற்கு பதிலளிக்கும் விதத்தில், அல்ஜீரிய அதிகாரிகள் தங்கள் புறப்பாட்டுக்குப் பண உதவி செய்வதாக இருந்தால்,

தாங்கள் நாட்டைவிட்டு வெளியேறத் தயாராக இருப்பதாக, அதே அறையில் இருந்தவரான பெத்தி ஒநீல் கூறினார். ஹிட்ஜெப் திடுக்கிட்டது தெளிவாகத் தெரிந்தது. ஆனால் அவர் எந்தக் கருத்தும் சொல்லவில்லை.

அத்துடன் இரண்டு நாட்களில், சிறுத்தைகள் ஆகஸ்ட் 18 அன்று, ஆப்ரோ அமெரிக்க மக்களோடான சர்வதேச ஒருமைப் பாட்டு நாள் கொண்டாட இருப்பதாகவும் அவர் தெரிவித்தார். அழைப்பிதழ்களும், பத்திரிகைகளில் செய்தி வெளியீடுகளும் ஏற்கனவே வழங்கப்பட்டுவிட்டன. குறித்த நேரத்திற்குள் தொலைபேசி மற்றும் டெலக்ஸ் இணைப்புகள் மீண்டும் வழங்கப்பட ஹிட்ஜெப் ஒப்புக்கொண்டார். நான் பாரிஸில் இருந்தேன். ஆனால், ஹிட்ஜெப்பின் வாக்குறுதிகளுக்கு மாறாக, சாதாரண உடையணிந்த காவலர்கள் தூதரகத்தின் முன்னிருந்த கதவருகே நிறுத்தப்பட்டிருந்தார்கள். ஒருமைப்பாட்டு நிகழ்ச்சிக்காக வந்து சேர்ந்த செய்தியாளர்கள், இராஜதந்திரிகள் மற்றும் விடுதலை இயக்கங்களின் பிரதிநிதிகளை அவர்கள் திருப்பியனுப்பினார்கள் என்று புகார் செய்வதற்காக தொலைபேசி மூலம் எல்ரிட்ஜால் என்னைப் பிடிக்க முடிந்தது.

அடுத்த நாள் காவல் விலக்கிக்கொள்ளப்பட்டது. அதே நாளில், இதுவரை கேள்விப்பட்டிராத ஆப்பிரிக்க - அமெரிக்கர்களின் ஒருமைப்பாட்டுக்கான அல்ஜீரியக் கமிட்டியிடமிருந்து ''ஒடுக்கப் பட்ட மக்களின் நியாயமான இலட்சியத்துக்கு எங்கள் இடையராத ஆதரவை வழங்குகிறோம், ஆப்ரோ-அமெரிக்க மக்களின் போராட்டத்துக்கு மரியாதை செலுத்துகிறோம், எங்கள் ஆதரவையும், ஒருமைப்பாட்டையும் உறுதிசெய்கிறோம்,'' என்று வலியுறுத்தும் செய்தியொன்றின் எழுத்து வடிவத்தை எல் முஜாஹிதின் வெளியிட்டது. அதிகார பூர்வமான இரட்டைப் பேச்சுக்கு இது வளமிக்க உதாரணமாகும்.

அல்ஜியர்ஸிலிருந்து வந்த எல்ரிட்ஜின் கலக்கம் தரும் அழைப்புகள் என்னைக் கவலையில் ஆழ்த்தின. எனக்கு ஒரு கருத்து தோன்றியது: பாலஸ்தீன விடுதலைப் போராட்ட வீரர்களுக்கு அந்தப் பணத்தைக் கொடுக்க ஆயத்தமாக இருப்பதாக அவரால் கூறமுடியும். அதன் மூலமாக, அல்ஜீரியத் தரப்புக்கு மனதளவில் நெருக்கமான நிறுவனங்களின் வழியாக இந்த நிகழ்ச்சிகளினுள் ஒரு புதிய விசயத்தை நுழைக்க முடியும். அவரது பெயரில் ஒரு செய்தி வெளியீட்டைத் தயார் செய்து, அதைத் தட்டச்சுச் செய்து, காலைநேர பிரெஞ்சுச் செய்தித்தாளான

லிபரேசனுக்கு எடுத்துச் சென்றேன். அது அடுத்த நாள் வெளியானது. நான் எல்ரிட்ஜைக் கலந்தாலோசிக்கவில்லை. பாரிஸுக்கும் அல்ஜியர்ஸுக்கும் இடையிலான வெளிப்படையான தொலைப்பேசிப் பேச்சில் என் திட்டத்தை என்னால் அறிவிக்க முடியவில்லை. நான் பாப்லோவிடம் ஆலோசனை கேட்டேன்; அவர் ஏற்றுக்கொண்டார். ஆனால் வெற்றிக்கான வாய்ப்பு அதிகமில்லை என்று நினைத்தார். அல்ஜியர்ஸில் எல்ரிட்ஜ், ''அதில் பாதியான 5,00,000 டாலரை பாலஸ்தீனிய மக்களுக்கு நன்கொடை''யாக அளிப்பதாக ஒப்புக்கொண்டு, அதற்கான எழுத்து மூலமான அறிவிப்பைத் தயார் செய்தார், அது வெளியிடப் படவில்லை. ஏற்பாடுகள் இறுதிப்படுத்தப்பட்டதும் பணம் விமான நிறுவனத்துக்குத் திருப்பியளிக்கப்பட்டது.

பூமிடியனுக்கு எழுதி வெளியிடப்பட்ட அந்தக்கடிதம் முன்பின் யோசிக்காமல் செய்த பெருந்தவறு. மூன்றாம் உலக அரசியலை சிறுத்தைகள் எவ்வளவு குறைவாகப் புரிந்து கொண்டிருந்தார்கள் என்பதை அது வெளிப்படுத்தியது. தங்களுக்கும், அல்ஜீரிய அரசியல் மேட்டுக்குடியினருக்கும் இடையிலான அதிகார உறவை அவர்கள் ஏற்றுக்கொள்ள மறுத்தார்கள். எல்ரிட்ஜும் அவரது கூட்டாளிகளும் தங்கள் சொந்த நாட்டிலிருந்து தங்களால் வெகு தூரத்திலிருந்து போற்றப்பட்ட ஒரு நாட்டில் இருந்தார்கள். அல்ஜீரியா குறித்த அவர்களது அறிவு, அல்ஜீரிய சுதந்திரப் போராட்டத்திலிருந்து கிடைத்த கருத்துருக்களையும், போன்டி கோர்வோவின் திரைப்படமான *பேட்டில் ஆஃப் அல்ஜியர்ஸையும்*, ஃபிரான்ஸ் ஃபனானின் எழுத்துகள் மற்றும் மால்கம் எக்ஸ்ஸின் அமெரிக்க மயப்படுத்தப்பட்ட தனிவகை இஸ்லாமையும் அடிப்படையாகக் கொண்டது. அல்ஜியர்ஸில் அவர்கள் நகரத்தைத் தாண்டி வேறெங்கும் சென்றதில்லை. பிரெஞ்சு மொழியறிவு அதிகரித்திருந்தபோதிலும், அவர்கள் செய்தித்தாள் வாசிக்கவில்லை அல்லது உள்ளூர் வானொலியும் கேட்கவில்லை. பெண் நண்பர்களைத் தவிர்த்து ஒருசில அல்ஜீரியர்களையே அவர்கள் அறிந்திருந்தார்கள். அல்ஜீரியர்களின் வீடுகளுக்கு அவர்கள் ஒருபோதும் சென்றதில்லை. அல்ஜீரியாவின் காலனியக் கடந்த காலம், போரால் ஏற்பட்ட கடுஞ்சேதங்கள், அல்லது ஆட்சியால் சமாளிக்க முயற்சிக்கப்படும் முனைப்பான குறை வளர்ச்சிப்பிரச்சினை ஆகியவை குறித்து அவர்களுக்கு எந்தப் பார்வையும் இருக்கவில்லை. எதிர்ப்பின் சக்திகளையும், ஊடகத்தையும் தங்கள் விருப்பம்போல் பயன்படுத்த முடிந்த

சுதந்திரத்தின் பிரதிநிதிகளாகத் தங்களை அவர்கள் கண்டார்கள். அவர்களில் சிலர் குடியரசுத் தலைவர் பூமிடியனின் அலுவலகத்தின் முன்னால் ஓர் எதிர்ப்பு ஊர்வலத்துக்கு ஏற்பாடு செய்யலாம் என்ற கருத்தை முன்வைக்கும் அளவுக்குச் சென்றார்கள். இது அல்ஜியர்ஸ், "ஹார்லெம் அல்ல" என்று எல்ரிட்ஜ் அவர்களுக்கு நினைவுபடுத்தவேண்டியிருந்தது. அவர்களுக்குப் புகலிடம் அளித்திருப்போர் குறித்தோ, அவர்களது அரசியல் குறித்தோ, அல்லது அவர்களது உள்ளார்ந்த ஐயப்பாடுகள் குறித்தோ அவர்களுக்கு எந்தவிதமான தீவிர உணர்வும் இருக்கவில்லை. அவர்களை அவர்கள் குறைத்து மதிப்பிட்டார்கள்.

அல்ஜீரியர்கள் தங்கள் பங்குக்கு அமெரிக்கர்கள் எவரையும் அறிந்திருக்கவில்லை என்ற நிலையில் கறுப்பின அமெரிக்கர்களை அவர்கள் அறிந்திருப்பதற்குச் சாத்தியமேயில்லை. அவர்களை எப்படிக் கையாள்வது என்ற விசயத்தில் அவர்கள் தோல்வி யடைந்திருந்தார்கள். அவர்களைக் குறித்தும், அவர்களது வாழ்க்கைப் பாணி, அவர்களது துணிவு மற்றும் செயலாற்றல் குறித்தும் அவர்கள் ஐயுறவு கொண்டிருந்தார்கள். அவர்கள் நவீன உலகத்தைப் பிரதிநிதித்துவம் செய்பவர்களாக இருந்தார்கள். சிறுத்தைகள் வந்துசேர்ந்தபோது, அல்ஜீரியா மூன்றாம் உலகின் தலைமை ஒளியாக இருந்தது. சர்வதேச அரசியலிலும் அணி சேரா நாடுகளின் குழுவிலும் சுறுசுறுப்பாகச் செயல்பட்டுக் கொண்டிருந்தது. லத்தின் அமெரிக்கா, ஆப்பிரிக்கா மற்றும் ஆசியாவைச் சேர்ந்த விடுதலை இயக்கங்களுக்கு அவர்கள் புகலிடம் தந்து பயிற்சியும் வழங்கினார்கள். அமெரிக்காவிலிருந்து நாடுகடத்தப்பட்டவர்களின் நிலை எவ்வளவு இக்கட்டானதாக இருந்தபோதிலும், அவர்களது கட்டளைக்குப் பணிந்து போவதில் ஏராளமான ஆபத்துகள் அவர்களுக்கு இருந்தன. சர்வதேச விமானக் கடத்தல்காரர்களால் தாங்கள் விதிகளுக்குக்கட்டுப்பட்டு நடக்க மறுக்கும் போக்கிரி நாடாக மாற்றப்படுவதை அவர்களால் அனுமதிக்கமுடியாது.

எந்தத் தண்டனை நடவடிக்கையும் எடுக்கப்படாததால், மூன்றாம் உலகிலுள்ள அல்ஜீரியாவின் முக்கியக் கூட்டாளியான வியட்நாம் மீது போர்தொடுத்திருக்கும் உலக வல்லரசின் குடிமக்களான, சித்திரவதைக்குட்படுத்தப்பட்ட, வேட்டையாடப்பட்ட சிறுபான்மை இனத்தவரின் பிரதிநிதிகளை ஓநாய்களிடம் வீசியெறிவதற்கு அல்ஜீரிய அதிகாரிகள் தயாராக இருக்கவில்லை என்று நான் ஊகித்தேன்.

சிறுத்தைகள் அல்லது வேறு யாரேனும் ஒருவருக்குக் கேடுவிளைவிப்பதன் மூலம் அமெரிக்காவோடு உறவை வலுப்படுத்திக்கொள்ள வழிதேடிக்கொண்டிருக்கும் அல்ஜீரிய அரசியல் மேட்டுக்குடி உறுப்பினர்கள் சிலரும் இருக்கத்தான் செய்தார்கள். வெளியுறவுத்துறை அமைச்சர் அப்துலஸிஸ் பூடிஃபிலிகா (பின்னர் அல்ஜீரியக் குடியரசுத்தலைவராக ஆனவர்) தனது ஹனோய் பயணம் ஒன்றின்போது, தான் தனிப்பட்ட முறையில் அமெரிக்க அரசிடம் ஒப்படைப்பதற்காக அதன் அமெரிக்கப் போர்க் கைதிகளைத் தன்னிடம் கையளிக்குமாறு வடவியட்நாம் அரசாங்கத்திடம் கேட்டுக்கொண்டார் என்று சிறிது காலத்திற்குப் பிறகு நான் அறிந்துகொண்டேன். அவர் செய்ய முன் வந்த உதவியை வியட்நாமியர்கள் மிகவும் கனிவான அரசியல் மொழியில் மறுத்துவிட்டார்கள்.

விதியின் தந்திரத்தின் மூலமாக, வெளிநாடுகளுக்குச் செல்லும் பயணங்களுக்காக தங்கள் உரிமையாளர்களின் விசாக்களுக்காகக் காத்திருந்த நிலையில், பாரிஸ் பயண முகமையொன்றின் மேசையிலிருந்து ஒரு கத்தை அமெரிக்கக் கடவுச் சீட்டுகள் களவாடப்பட்டன. அந்த ஆவணங்களை எடுத்துக் கொண்டு கதவைத் தாண்டிச் சென்றவரான ஆப்பிரிக்க அமெரிக்க இளைஞர் தனக்கு ஒரு பானை நிறையத் தங்கம் கிடைத்திருப்பதைப் புரிந்துகொண்டிருந்தார். அவர் ஒரு சிறுத்தையல்ல, ஆனால் அவர் நிச்சயமாக வருங்காலத்தை உணரும் புரட்சிகரத் தொலையுணர்வுக்குத் தகுதி கொண்டவராக இருந்தார்: அவர் அந்தக் கடவுச்சீட்டுகளை அல்ஜியர்ஸில் இருந்த எல்ரிட்ஜ் கிளிவரின் பசித்த கரங்களிடம் ஒப்படைக்க முடிவு செய்தார்.

இந்த எதிர்பாராத நிகழ்வு ஜெர்மன் ரெட் ஆர்மி ஃபேக்சன் (ஆர்ஏஎஃப்) மற்றும் பாடர்-மெயின்ஹாப் குரூப் என்றும் அறியப்பட்ட ஒரு குழுவினருடன் சேர்ந்து சர்வதேச விமானக் கடத்தல் திட்டமொன்றைத் திட்டமிட்டு ஒருங்கிணைப்பதில் எல்ரிட்ஜ் தனிப்பட்ட முறையில் தொடர்பு கொண்டிருந்த சமயத்தில் இடம் பெற்றது. இது, ஐரோப்பிய வானில் பறக்கவிருக்கும் பயணிகள் விமானமொன்றைக் கடத்தப்போகிற ஆர்ஏஎஃப், பாலஸ்தீனிய விடுதலைப் போராளிகள் மற்றும் சிறுத்தைகள் (அதாவது எல்ரிட்ஜ்) ஆகியோரைப் பிரதிநிதித்துவம் செய்பவர்களான, செயல் நோக்கத்துக்காக உயர்ந்தபட்ச அளவில் ஊக்குவிக்கப்பட்ட

தனிநபர்களைக்கொண்ட ஒரு சிறுபடையணிக்கான திட்டமாக இருந்தது. வானில் பறந்து கொண்டிருக்கும்போது, பயணிகள் மற்றும் விமானப் பணியாளர்களின் உயிர்களுக்கு மாற்றீடாக, அமெரிக்க, பாலஸ்தீனிய மற்றும் ஜெர்மானிய அரசியல் கைதிகளை, குறிப்பாக பாடர் - மெயின்ஹாப் குரூப் உறுப்பினர்களின் விடுதலையை நிபந்தனையாக அவர்கள் முன்வைப்பார்கள்.

1972 - ன் பிற்பகுதியில் ரெட் ஆர்மி ஃபேக்சனின் பிரதிநிதி அல்ஜியர்ஸுக்குள் எளிதாகவும், அடிக்கடியும் வந்து போய்க் கொண்டிருந்தார். அந்தப் பெண்ணை நாங்கள் ஆன் என்று அழைத்தோம். அவர் வெளிறிய தோலும், பொன்னிறத் தலைமுடியும் கொண்டு ஒல்லியானவராக இருந்தார். எப்போதும் ஜீன்ஸ் அணிந்திருந்த அவர் விரைவாக இயங்குபவராகவும், தன் செயல்திறன் மீது நம்பிக்கை கொண்டவராகவும், எளிதாக அச்சுறுத்த முடியாதவராகவும் இருந்தார்.

அந்தச் சமயத்தில் விமானக் கடத்தலைத் தடுப்பதற்காக விமான நிலையங்கள் பாதுகாப்பைப் பலப்படுத்திக் கொண்டிருந்தன. உலோகக் கண்டறி கருவிகள் ஏற்கனவே அமெரிக்காவின் முக்கிய விமான நிலையங்களில் இடம் பெற்றிருந்தன. உலகெங்கும் அவை நிர்மாணிக்கப்பட்டு வந்தன. இருந்தாலும், அல்ஜியர்ஸின் டார் எல் பெய்டாவில் அவை இன்னும் நிர்மாணிக்கப்படவில்லை. ஆப்பிரிக்காவினுள்ளும், அதைச் சுற்றிலுமிருந்த விமானநிலையங்களை ஆன் சென்று பார்வையிட்டார். அவற்றின் தயார்நிலையைச் சோதித்தார். பெரிய சர்வதேச நிறுவனங்கள் - குறிப்பாக லுஃப்தான்ஸா-பயணிகளை எங்கு இறக்கிவிட்டுவிட்டு ஏற்றிக்கொள்கின்றன, பாதுகாப்புக்கருவி நிர்மாணிக்கப்படாத, கட்டுப்பாடுகள் தளர்வாக உள்ள விமான நிலையங்கள் எங்குள்ளன என்று பல இடங்களை அவர் கண்டுபிடித்தார். அவற்றில் மொராக்கோவைச் சேர்ந்த கஸபிளாங்காவும் இருந்தது. சிக்கலான நுட்பங்கள் கொண்ட விமானக் கடத்தல் நடவடிக்கைக்கான திட்டங்கள் முன்னோக்கி நகர்ந்துகொண்டிருந்தபோது, அமெரிக்கக் கடவுச்சீட்டுகளின் கத்தை அல்ஜீயர்ஸில் தரையிறங்கியது.

விமானநிலையங்களைப் போல் கடவுச்சீட்டுகள் முறைகேடாகப் பயன்படுத்த முடியாதவையல்ல. சரியான கருவியையும் ஓரளவு நிபுணத்துவத்தையும் கொண்டு புகைப்படங்களை மாற்ற முடியும். உள் நுழைவுக்கும், வெளியேறுதலுக்குமான முத்திரைகள் பிரதியெடுக்கப்பட்டுப் பயன்படுத்தப்பட்டன. அமெரிக்கக்

கடவுச்சீட்டுகளுக்கான அதிகார பூர்வமான வழிகாட்டு நெறிகளை மதித்து, தங்களுக்கான ஆவணங்கள் இல்லாத விமானக் கடத்தல்காரர்களும், சிறுத்தைகளும் புகைப்படங்களை எடுத்துக் கொண்டார்கள். திருடப்பட்ட கடவுச்சீட்டுகளின் அடையாளத் தகவல்களை அவற்றைப் பயன்படுத்துவோரின் தனித்தன்மைகளுக்கு முடிந்த அளவு நெருக்கமாக இருக்கும்படி நாங்கள் பொருத்தினோம், இதற்குப் பின்விளைவுகள் ஏதும் இருக்கவில்லை என்ற போதிலும் கூட: எல்லைப் பாதுகாப்பு முகவர்கள் அமெரிக்கக் கடவுச் சீட்டுப்புகைப்படங்களை அவற்றின் தகவல்களோடு சேர்த்து அதை வைத்திருப்போரின் உயரம், தலைமுடி மற்றும் கண்ணின் நிறம் ஆகியவற்றைப் பொருத்திப் பார்ப்பதில்லை அல்லது வயதைச் சோதிப்பதில்லை. கடவுச்சீட்டின் அசலான உரிமையாளர்கள் வெள்ளையர்கள் என்பது புதிய புகைப் படங்கள் உரிய இடத்தில் பொருத்தப்பட்டதும் மறைந்து போவதாக இருந்தது.

அல்ஜியர்ஸை விட்டு ஐரோப்பாவுக்கு நான் கிளம்பிய போது, எல்ரிட்ஜ் என்னிடம் ஒரு ஜெர்மன் தொலைபேசி எண்ணை மனப்பாடம் செய்துகொள்ளும்படி கொடுத்தார். கடவுச் சீட்டு களையும், புகைப்படங்களையும் ஒரு தோள்பையில் தனியாகப் போட்டு எடுத்துக்கொண்டு, அதை என் உடலோடு சேர்த்துப் பிடித்துக்கொண்டு பாரிஸுக்குப் பறந்தேன். எனது கடமைப் பணி குறித்து திருப்தியுணர்வுடன் கார் த லெஸ்டில் ஃபிராங்க்பர்ட்டுக்குச் செல்லும் காலை நேரத்துக்குப் பிந்தைய ரயில் ஒன்றில் ஏறினேன். ஆனால் ரயில் ஜெர்மனிக்குள் நுழைந்ததும் சீருடை அணிந்த அதிகாரிகள் அதில் ஏறினார்கள். நான் விறைத்துப் போனேன். மேற்கு ஐரோப்பிய நாடுகள் முழுவதிலும் பொருட் களுக்கும், தனிநபர்களுக்கும் திறந்திருந்த ஐரோப்பிய யூனியனின் எல்லைகள் பிரான்ஸுக்கும் ஜெர்மனிக்கும் இடையில் எல்லைக் கட்டுப்பாடுகளை நீக்கவில்லை என்பதை நான் அறிந்திருக்க வில்லை. எனது பெட்டியின் கதவைத்திறந்த ஒரு ஜெர்மன் அதிகாரி அனைவரது அடையாள அட்டைகளையும் கேட்டார். எனது அமெரிக்கக் கடவுச்சீட்டை நான் கொடுத்தேன். எந்தப் பேச்சும் இன்றி அது திருப்பித்தரப்பட்டது. என் உள்ளுறுப்புகள் நிதானத்துக்கு வந்தன.

ஃபிராங்க்ஃபர்டில் நான் மனப்பாடம் செய்து வைத்திருந்த தொலைபேசி எண்ணை அழைத்தேன். ஒரு முகவரி தரப்பட்டது. நகரத்தின் நடுத்தர வகுப்பினரின் பகுதியில், ஒரு பெரிய, வசதியான, ஒரு குடும்பத்துக்கானதுபோல் காணப்பட்ட வீட்டின்

முன் வாடகைக்கார் என்னை இறக்கி விட்டது. கதவு தட்டலுக்கு பதிலளித்த மனிதர் என்னை எதிர்பார்த்துக்கொண்டிருந்தவராக இருந்தார். மூன்றாவது தளத்தில் ஒரு படுக்கையறையை அவர் காட்டினார். அங்கு நான் இரவைக் கழித்தேன்; ஆவணங்களையும் புகைப்படங்களையும் நான் ஒப்படைத்தேன். எங்கள் தொடர்பாளர் ஆனுக்கு ஒரு செய்தியை வைத்திருப்பதாக நான் அவரிடம் சொன்னேன். அவர் பார்க்கக் கிடைப்பாரா?

அன்று இரவு தரைத்தளச் சமையலறையில் உணவு பரிமாறப்பட்டது. அங்கு சுற்றிக்கொண்டிருந்த இளவயதினர் சிலர் என்னைக் கவனித்தார்கள். தன்னியல்பான உரையாடல் எதுவும் இடம்பெறவில்லை. அடுத்த நாள் காலை உணவுக்குப் பிறகு, அன்றைய நாளின் முடிவின்போது கடவுச்சீட்டுகள் தயாராகி விடும் என்றும், ஃபிராங்க்ஃபர்ட் நகரத்தின் மையத்திலுள்ள காபி விடுதியொன்றில் அன்று பிற்பகல் ஆன் என்னைச் சந்திப்பார் என்றும் எனக்குப் புகலிடம் அளித்தவர் என்னிடம் தெரிவித்தார்.

காபி விடுதிக்கு நான் முன்னதாகவே சென்று அந்தப்பெண் என்னை நோக்கி மிகுந்த மதிப்புணர்வுடன் வருவதை கவனித்தேன். இவர் அல்ஜியர்ஸில் சந்தித்த நீலநிற ஜீன்ஸ் அணிந்த ஹிப்பியாக இருக்கவில்லை. அவருடைய தலையில் நேர்த்தியான பில்பாக்ஸ் தொப்பி ஒன்று சரியாக அமர்ந்திருந்தது. அவர் குதிகால் உயர்ந்த காலணிகளும், காலுறைகளும், கச்சிதமாகத் தைக்கப்பட்ட கடல் நீலநிறத்திலான உடைத்தொகுதியும் அணிந்திருந்தார். மர்லின் டீட்ரிச்சின் சாயலில் ஏதோ ஒன்று அவரிடம் இருப்பதாக நான் சொன்னபோது, அவர் சிரித்தார். ஏதோ ஒரு தொடர்பு இருக்கலாம் என்று தெரிவித்தார்.

எல்ரிட்ஜிடமிருந்து ஆனுக்கான செய்தியொன்று என்னிடம் இருந்தது: ஆர்ஏபி கடத்தல் நடவடிக்கையிலிருந்து தான் வெளியேறப்போகிறார் என்றும், தங்கள் திட்டங்களில் அல்ஜீரிய விமான நிலையங்களைச் சேர்க்கவேண்டாம் என்றும் அவர் கேட்டுக் கொண்டார். ஆன் பொறுமையின்றிச் சினக்குறிப்புடன் சிரித்தார். சட்டென்று சொன்னார், ‘‘கவலைப்படவேண்டாம் என்று அவரிடம் சொல்லுங்கள். அவருடைய பூமிடியனின் நாட்டை நாங்கள் விமானக் கடத்தலுக்குப் பயன்படுத்தப் போவதில்லை.’’ அவருடைய என்பதற்கு அவர் அழுத்தம் தந்தார். மற்ற விசயங்களைப் பற்றிப் பேசினோம், முத்தமிட்டோம், பிரிந்துசென்றோம்.

பின்னர் அன்று மாலை கடவுச்சீட்டுகள் என்னிடம் திருப்பித்தரப்பட்டன. அவற்றை நான் பரிசோதித்தேன். எல்லைக் கட்டுப்பாட்டுச் சோதனைகளில் அவை தப்பிவிடும் என்று நான் உணர்ந்தேன். புகைப்படங்கள் அமெரிக்க அரசாங்க முத்திரை மற்றும் அச்சுப்பொறிப்பை போன்ற ஏதோ ஒன்று பதிக்கப் பட்டவையாக இருந்தன. அடுத்த நாள் காலை நான் பாரிஸுக்கு ரயிலில் சென்றேன். பிறகு அல்ஜியர்ஸுக்கு விமானத்தில் பயணம் செய்தேன்.

இருப்பினும், புதிய கடவுச்சீட்டுகளுக்கான ஒரு முக்கிய விசயத்தை தவறவிட்டு விட்டோம் என்பதை விரைவிலேயே நாங்கள் அறிந்துகொண்டோம். அல்ஜீரியாவுக்குள் நுழைவதற்கான ஒரு நுழைவு முத்திரை. உங்கள் கடவுச்சீட்டில் முத்திரையிடப் பட்டு செயல்முறைப்படுத்தப்படாவிட்டால் நீங்கள் நாட்டை விட்டு எப்படி வெளியேற முடியும்? எல்ரிட்ஜ் ஜெர்மன் குழுவைத் தொடர்புகொண்டார். ஆன் உரிய கருவியுடன் விரைவிலேயே வந்து சேர்ந்தார். எனது குடியிருப்பில் பணிமேசை ஒன்றில் அவர் அமர்ந்தார். எல்ரிட்ஜும், மோஹ்தாரும், நானும் சுற்றி நின்று அவரது கைகளின் திறமையையும், விரைவாற்றலையும் வியந்து பாராட்டிக் கொண்டிருக்க, அவர் கடவுச்சீட்டுகளுக்கு முத்திரை பதித்தார். விமானக் கடத்தல் திட்டத்திலிருந்து விலகிக் கொண்டதற்கு மாறாக, அவர் எல்ரிட்ஜுடன் எதுவும் தவறாக நடக்காததுபோல் நிதானமாக நடந்துகொண்டார். ஆனை மீண்டும் ஒருபோதும் நான் பார்க்கவில்லை. பிறகு அந்த விமானக்கடத்தல் பற்றிய செய்தி பெரிய எழுத்துகளில் வெளியாகுமென்று எதிர்பார்த்து சில மாதங்கள் நான் காத்திருந்தேன். ஆனால் எதுவும் நிகழவில்லை.

ஐந்து ஆண்டுகளுக்குப் பிறகு, 1977 அக்டோபர் 13 அன்று, லுஃப்தான்ஸா ஜெட் விமானமொன்று மத்தியதரைக்கடலில் உள்ள ஸ்பெயினைச் சேர்ந்த ஒரு தீவான மஜோர்காவிலிருந்து ஃபிராங்ஃபர்டுக்குப் பறந்துகொண்டிருந்தபோது, இரண்டு ஆண்கள் இரண்டு பெண்கள் ஆகிய பாலஸ்தீனத்தைச் சேர்ந்த நான்குபேரால் கடத்தப்பட்டது. வாபில் ஹார்ப், ஹிந்த் அலெமெஹ், ஜோஹைர் அக்காசி மற்றும் சுஹெய்லா சாயெஹ். விமானக்கொள்ளையர்கள் ''ஜெர்மன் சிறையிலுள்ள எங்கள் தோழர்களை'' விடுதலை செய்யவேண்டுமென்று நிபந்தனை விதித்தனர். குறிப்பாக, ஜெர்மனியில் சிறையில் அடைக்கப் பட்டிருந்த ஆண்டிரியாஸ் பாடர் உள்ளிட்டு இரண்டு

எலெய்ன் மோஹ்டெஃபி ✿ 229

பாலஸ்தீனீயர்கள் மற்றும் பதினொரு ஆர்ஏஎஃப் சிறைக் கைதிகளின் விடுதலையை அவர்கள் கோரினர். சோமாலியாவைச் சேர்ந்த மோகடிசு விமான நிலையத்தின் தார்ச் சாலையில், அந்த விமானத்தை ஜெர்மனியின் சிறப்புப் பயிற்சி பெற்ற கமாண்டோப் படை அதிரடியாகத் தாக்கியபோது கடத்தல் முடிவுக்கு வந்தது. விமானக் கடத்தல்காரர்கள் நால்வரில் மூவர் கொல்லப்பட்டனர். சுஹெய்லா சயெக் தப்பிப் பிழைத்தார். ஐந்து நாட்களுக்குப் பிறகு, அக்டோபர் 18 அன்று, ஆர்ஏஎஃப் தலைவர்களான ஆண்டிரியாஸ் பாடர், குட்ரன் என்ஸ்லின் மற்றும் ஜான்-கார்ல் ராஸ்பே ஆகியோர் தங்களது சிறையறையில் செத்துக்கிடந்தது கண்டுபிடிக்கப்பட்டது. இர்ம்கார்ட் மோல்லர் காயம்பட்டிருந்தார், ஆனால் உயிரோடிருந்தார். அந்தக் குழு கூட்டுத் தற்கொலை செய்து கொண்டதாக ஜெர்மனிய அதிகாரிகள் சொன்னார்கள். சமையலறைக் கத்தியால் நான்குமுறை குத்தப்பட்டுத் தப்பிப் பிழைத்த இர்ம்கார்ட் மோல்லர் தற்கொலை உடன்படிக்கை ஏதுமில்லை என்றும், அது சிறப்பு கமாண்டோ ஒருவரால் செய்யப்பட்ட படுகொலை என்றும் கூறினார். பிற முன்னாள் ஆர்ஏஎஃப் போராளிகள் அது கூட்டுத் தற்கொலைதான் என்று வலியுறுத்தினார்கள்.

அமெரிக்காவில் அமைப்பு பிளவுபட்டுப்போன ஒன்றாக இருந்ததுடன், சர்வதேச ஆதரவு வேகமாகச் சரிந்துகொண்டிருந்த நிலையில், சர்வதேச சிறுத்தைகள் நாடற்றவர்கள் என்ற நிலையை நெருங்கியிருந்தார்கள். பூமிடியனுக்கு எழுதிய திறந்த கடிதம் வெளியான பிறகு மேற்கொள்ளப்பட்ட தடுப்பு நடவடிக்கையானது ஒவ்வொருவரும் தங்கள் சொந்த எதிர் காலத்தைக் கருதிப்பார்க்கவேண்டிய தேவையை உணர்த்துவதாக இருந்தது. அவர்கள் கூச்சலிட்டுச் சச்சரவில் ஈடுபட்டார்கள்: யாரைக் குற்றம் சொல்வது? யார் பொறுப்பேற்றுக் கொள்வது?

டான்காக்ஸ் விலகிக்கொண்டார். புதிதாக வந்துசேர்ந்த கடத்தல்காரர்களின் குடும்பங்களுடன் கடற்கரையை ஒட்டியுள்ள பாயின்ட் பெஸ்கேடில் வாழ்ந்துவந்தார். எல்ரிட்ஜ் அதிகார பூர்வமான பிரதிநிதித்துவத்தை பெத்தி ஓநீலிடம் ஒப்படைத்து விட்டு, தூதரகத்திலிருந்து வெளியேறி, மலையில் இன்னும் கீழே நகரத்துக்குப் பக்கத்திலிருந்த சிறியதொரு நேர்த்தியான அடுக்குமாடிக் குடியிருப்புக்கு இடம்பெயர்ந்தார். கேத்தலினும்

குழந்தைகளும் முதலில் அமெரிக்காவுக்கும், பின்னர் ஐரோப்பாவுக்கும் கப்பலேற்றி அனுப்பப்பட்டனர். முதல் வான் கொள்ளையர்களான கேத்தியும், ரோஜர்ஸும் செப்டம்பர் தொடக்கத்தில் நான் திரும்பிவரும் வரை என்னுடைய இருப்பிடத்தில் தங்கவைக்கப் பட்டனர். அதன்பிறகு, மத்தியத்தரைக்கடலை மகத்தான பார்வைப் புலமாகக்கொண்ட, நகரத்தின் மையப்பகுதியிலிருந்த, அடுக்குமாடிக் குடியிருப்பு ஒன்றில் குடியேறினர். அதற்கு எல்ரிட்ஜ் தருவதாக வாக்களித்திருந்த முன்பணத்தை அவர் தரவேயில்லை. நிதித்தேவைகள் ஏற்படும்போது, அது நன்றாகப் பொருந்தக்கூடிய 'திருக்குத் தந்திர'மாக இருந்தது.

எஃப்எல்என் விடுதலை இயக்க அலுவலகத்திலிருந்து சிறுத்தைகள் மாதாந்திர உதவித்தொகையை இன்னும் பெற்றுக் கொண்டிருந்தார்கள். ஆனால் எல்ரிட்ஜை மேற்கோள் காட்டுவதானால், ''சர்வதேசப் பிரிவு ஒரு மூழ்கும் கப்பலாக மாறிவிட்டது.'' உயிர்தப்பிப் பிழைக்கும் கருத்துக் கோணத்தில் சிந்திக்க வேண்டிய நேரம் வந்துவிட்டது: உயிர்தப்புவதும், அமெரிக்க சட்டச் செயலாக்க அமைப்புக்கு சில படிகள் முன்னால் இருப்பதும் எப்படி? அல்ஜீரியாவிலேயே தங்கிவிடுவது என்ற தீர்வை அவர்கள் கேள்விக்கிடமின்றி நிராகரித்தார்கள். நீண்டகாலப்போக்கிலேகூட அல்ஜீரிய வாழ்க்கையை வாழக் கூடியதாக ஆக்கிக் கொண்டிருக்கமுடியும் என்று நான் நம்பியிருந்தேன். மொழியைச் சரளமாகப் பேச முடியாமை என்பது அவர்களுடைய தொழில்நுட்பத்திறமைகள் மற்றும் வேலை செய்வதற்கான ஆற்றலால் ஈடுசெய்யப்பட்டிருக்க முடியும். இருப்பினும், இப்போது தங்களால் எதிரிகளாகக் கருதப்படும் அதிகாரிகளுடன் தங்கள் எதிர்காலம் குறித்துக் கலந்தாலோசிக்க அவர்களுக்கு மனமில்லை.

கோன்னி மாத்யூஸும் மிஷல் 'செடிவயோ' டபோரும் தான் முதன்முதலாக அல்ஜீரியாவிலிருந்து வெளியேறினார்கள். அவர்கள் ஜாம்பியா என்னும் முன்னாள் பிரிட்டிஷ் காலனியான வட ரொடிசியாவுக்கும் பயணித்தார்கள். ஹார்லெம்மைச் சொந்த இடமாகக் கொண்டவரான செடிவயோ வீதியிலிறங்கிப் பிரச்சனைகளைச் சமாளிக்கும் வல்லமை வாய்ந்தவராகவும், துடுக்கானவராகவும் இருந்தார். வலுவானதும், ஆழ்ந்து

ஒலிப்பதுமான அவரது குரல் இனிமையான ஒலிபெருக்கிபோல் ஒலிக்கக் கூடியது. கறுப்புச் சிறுத்தைகள் கட்சியின் மிக முக்கியமான இலக்கியமான ''கேப்டலிசம் பிளஸ் டோப் ஈக்குவல்ஸ் ஜெனோசைட்'' என்னும் அவரது துண்டறிக்கை ஹெராயின் போதை மருந்துக்கு அடிமையாயிருந்த அவரது சொந்தக் கதையிலிருந்து உருவாக்கப்பட்டதாகும்:

கறுப்பின மக்களைப் பொறுத்தவரை முதலாளித்துவச் சுரண்டலும், இன ஒடுக்குமுறையும் போதைமருந்துக்கு அடிமையாதலுக்குப் பங்களிக்கும் முக்கியக் காரணிகள்... போதை மருந்துக்கு அடிமையாதலுக்கான உண்மையான காரணங்களை முன்வைத்துப் பேசுவதற்கு அரசாங்கம் முற்றிலும் ஆற்றலற்றதாக இருக்கிறது. ஏனெனில், அப்படிச் செய்வது இந்தச் சமூகத்தில் தீவிரமான மாற்றமொன்றை ஏற்படுத்துவதை அவசிமானதாக ஆக்கிவிடும்.[3]

ஜாம்பியாவில் செடிவயோ ஒரு முன்னணிச் செய்தியாளராக ஆனதில் வியப்பேதுமில்லை. நியூயார்க்கிலிருந்து நான் அவருடன் கடைசியாக தொலைபேசியில் உரையாடியபோது, அவர் வானொலியில் செய்திகளை ஒலிப்பரப்பிக் கொண்டும், பல வானொலி மற்றும் செய்தி வெளியீட்டுத் திட்டங்களை நடைமுறைப்படுத்திக் கொண்டும் இருந்தார். நாடு கடந்த நிலையில், 2010 - ல் அவர் இறந்தார்.

கோன்னி மாத்யூஸ் சிற்றுருவம் கொண்டவராகவும் எலும்பு தெரியும்படி மெலிந்தவராகவும் இருந்தார்; அவரது மேடான கன்ன எலும்புகள் அவரது சரிவான, நேர்த்தியான முகவாய்க் கட்டையை நோக்கி மென்மையாக இறங்கிச் செல்வதாக இருந்தன. சிறுத்தைகளின் ''கீழ்த்தரமான'' பேச்சு அங்கங்கு தூவப்பட்ட அவரது பிரிட்டிஷ் உச்சரிப்புடன் அவர் பேசுவது கேட்பதற்கு இனிமையானதாக இருக்கும். கூரறிவு கொண்ட அவர் கற்றறிந்தவர், விரைந்து இயங்குபவர். ஜமைக்காவை பிறப்பிடமாகக் கொண்ட கோன்னி, தனது இளம்பருவ வாழ்க்கையின் பெரும்பகுதியை ஐரோப்பாவில் வாழ்ந்தவர். லண்டனிலும் வியன்னாவிலும் கல்வி கற்று, வியன்னாவில் தனது உளவியல் முதுகலைப்பட்டத்தை பெற்றவர். சிறுத்தைகளுடன் முழுநேரமாக இணைவதற்கு முன்பு

யுனெஸ்கோவுக்காகப் பணிபுரிந்தவர். சிறுத்தைகளோடு தொடர்பு ஏற்படுவதற்கு முன்னதாக அவர் அமெரிக்காவில் காலடி வைத்ததில்லை. கோன்னி மற்றும் செடிவயோவின் திருமணம் அவர்களது புதிய சூழல்களின் இறுக்கங்களிலிருந்து தப்பிப் பிழைப்பதாக இருக்கவில்லை. இன்னும் போராளியாக இருந்த அவர் ஜமைக்காவுக்குத் திரும்பினார். அங்கு அவர் 1993 - ல் புற்றுநோயால் இறந்தார்.

பெத்தியும், சார்லட் ஓ'நீலும் அவர்களது குழந்தையும் விமானத்தில் கெய்ரோவுக்கும், பின்னர் தான்சானியாவுக்கும் சென்றனர். அங்கு அவர்களுக்கு நண்பர்கள் இருந்தனர். அவர்கள் அந்த நாட்டின் வடக்குப் பகுதியில் அரூசாவுக்கு அருகில் குடியேறினர். அவர்கள் தங்களுக்கான ஒரு வாழ்க்கையை அமைத்துக் கொண்டது மட்டுமின்றி, தங்களைச் சுற்றிலுமிருந்தவர் களின் வாழ்க்கையையும் மாற்றியமைத்தனர். பெத்தியும், சார்லட்டும் கான்சாஸ் சிட்டியிலிருந்து வந்தவர்கள். அங்கு சிறுதிறமான குற்றங்கள் புரிபவராகவும், விபச்சாரத்தரகராகவும் இருந்த பெத்தி கறுப்புச் சிறுத்தைகளால் மாற்றப்பட்டவராவார். துப்பாக்கி தொடர்பான பொய்க்குற்றச்சாட்டுகளின் பேரில் சில ஆண்டு காலம் சிறையிலடைக்கப்படும் வரை அவர், வலுவான உள்ளூர்க் கட்சியொன்றை உருவாக்கி நடத்தி வந்தார். சார்லட்டும் அவரும் இணைந்து பொய்யான ஆவணங்களைக் கொண்டு அமெரிக்காவிலிருந்து தப்பிச் சென்று அல்ஜியர்ஸில் கிளிவருடன் இணைந்துகொண்டார்கள்.

அவர்கள் இப்போது ஆப்பிரிக்கக் காட்டுநிலப் பகுதியில் விவசாயிகளாக இருக்கிறார்கள். அங்கு அவர்கள் தங்கள் சொந்தக் குழந்தைகள் மூவரையும் அதுபோலவே சுற்றிலுமிருந்த பழங்குடிகளிலிருந்து மற்ற சிலரையும் வளர்த்துக் கல்வி பயிற்று வித்தார்கள். அவர்கள் பள்ளிகளையும், மருத்துவ சேவை மையங்களையும், இளம் ஆப்பிரிக்க அமெரிக்கர்களுக்கான பரிமாற்றத் திட்டங்களையும் உருவாக்கினார்கள். சார்லட் மற்றும் குழந்தைகள் ஆகிய அனைவரும் அமெரிக்காவுக்குத் திரும்பி விட்டார்கள். பெத்தியைப் பொறுத்தவரையில், பரிவுகொண்ட அரசியல்வாதிகளின் முயற்சிகளுக்கு மாறாக, அவருக்கு மன்னிப்பு வழங்கப்படவில்லை: நடக்காத ஒரு குற்றத்துக்காக அவர் மன்னிப்புக் கேட்க வேண்டியிருந்தது. அப்படி மன்னிப்புக் கேட்பதற்கு அவர் மறுத்துவிட்டார்.

ஜேம்ஸ் ''அகிலி'' பேட்டர்சன், அவரது மனைவி க்வென் மற்றும் அவர்களது மகள் தான்யா ஆகியோர் ஹவானாவிலிருந்து அல்ஜியர்ஸுக்கு வந்துசேர்ந்தார்கள். அமெரிக்காவிலிருந்து கியூபாவைச் சென்றடைய அவர்கள் ஒரு விமானத்தைக் கடத்தினார்கள். அந்தத் தம்பதிகள் நாடுகடந்த நிலையில் கடுமையாகத் துன்புற்றார்கள். கறுப்புச் சிறுத்தைகள் கட்சியிலிருந்து எல்ரிட்ஜால் நீக்கப்பட்டபிறகு, அகிலிலைபீரியாவுக்குப் புறப்பட்டுச் சென்றார். அங்கு அவர் வெற்றிகரமான தொழிலதிபராக மாறிவிட்டார் என்று வதந்தி நிலவியது. அல்ஜியர்ஸிலிருந்த சிறுத்தைகளின் குழந்தைகளுக்கு ஒரு செவிலித்தாயாக மாறும்படி க்வென் விடப்பட்டார். அவர் மெதுவாக மனச்சோர்வு நோயில் மூழ்கினார். கட்டுமீறிப்போன நிலையில் கேத்தலின் அவரைச் சொந்த தேசத்துக்குத் திருப்பியனுப்ப ஏற்பாடு செய்யும்படி ஸ்லைமான் ஹாப்மேனிடம் கேட்டுக்கொண்டார். க்வென் அமெரிக்கா திரும்புவதற்கான பயணச்சீட்டு ஒன்றை அவர் ஏற்பாடு செய்து கொடுத்தார்.

நியூ யார்க் சிறுத்தைகளான லேரி மேக்கும், சேகு ஓடிங்காவும் அமெரிக்காவுக்குள் ரகசியமாக நுழைந்தனர். இரண்டு காவல்துறை அதிகாரிகளும் பிரிங்க்கின் காவலாளி ஒருவரும் கொல்லப்பட்ட, 1981 அக்டோபரில் நடந்த பிரிங்க் கொள்ளையைத் தொடர்ந்து சேகு கைது செய்யப்படுவதற்கு முன் சில ஆண்டு காலம் அவர் இரகசியமாக வாழ்வதற்கு ஏற்பாடு செய்து கொண்டவராக இருந்தார். முப்பதாண்டு காலத்திற்கும் அதிகமாக சிறையிலிருந்த அவர் 2014 நவம்பரில் விடுதலை செய்யப்பட்டார்.

டெட்ராயிட் விமானக் கடத்தல்காரர்கள் 1973 - ல் கப்பல் மூலமாக பிரான்ஸுக்குள் நுழைவதற்கு முன்னதாக இன்னொரு எட்டுமாதங்கள் அல்ஜீரியாவில் தங்கியிருந்தார்கள். எகிப்து நாட்டைச் சேர்ந்த ஹென்றி குரியல் என்பவரின் தலைமையிலான பிரெஞ்சு இடதுசாரிப் போராளிகளின் அமைப்பொன்று அவர்களுக்கு உதவியது. 1978 - ல் அடையாளம் தெரியாத இரு நபர்களால் பாரிஸில் குரியல் கொல்லப்பட்டார். அந்த இருநபர்களும் வெள்ளையினத்தைச் சேர்ந்த தென்னாபிரிக்க ஃபாசிசவாதிகளால் கூலிக்கு அமர்த்தப்பட்டு, அதைத் தயக்கமின்றி நடத்துவதற்கு ஆளும் காலிசக்கட்சியின் மக்கள் இராணுவப் படையால் அனுமதி வழங்கப்பட்டிருந்தனர் என்று கருதுவதற்கு இடமிருக்கிறது.

மரியா வீச்லரின் *மெல்வின் அண்ட் ஜீன்: ஏன் அமெரிக்கன் ஸ்டோரி* என்னும் சமீபத்திய ஆவணப்படமொன்று மக் நாயர் தம்பதிகளின் (பிரான்ஸின் சிறந்த குடிமக்களாக மாறிய விமானக் கடத்தல்காரர்களின் இரண்டாவது குழுவைச் சேர்ந்தவர்கள்) காவியக் கதையை விரிவாகவும், மனதை நெகிழச்செய்யும் விதத்திலும் முன்வைக்கிறது. அதில் ஒரு சிறு பாத்திரத்தில் நான் நடித்திருக்கிறேன். ஜீன் மக்நாயர் 2014 - ல் இறந்தார். கலிபோர்னியாவைச் சேர்ந்த விமானக் கடத்தல்காரர்களான ரோஜரும் கேத்தியும் 1974 ஜனவரியில் ஐரோப்பாவுக்குச் சென்று பாரிஸில் குடியேறும் வரை ஒன்றரை ஆண்டுகாலம் நகரத்தின் மையத்திலிருந்த தங்கள் அடுக்குமாடிக் குடியிருப்பிலேயே தங்கியிருந்தனர். எனது உடைகளையும், பச்சை நிறத் தோல் காலணிகளையும் அணிந்துகொண்டு, ஜெனிவா வழியாக அவர்கள் வெளியேறுவதற்கான அந்தப் பயணத்தை ஏற்பாடு செய்வதற்கு அவர்களுக்கு நான் உதவினேன். தம்பதிகளாக இருந்த அவர்கள் விரைவிலேயே பிரிந்து விட்டார்கள். பின்னர் ரோஜர் அமெரிக்காவுக்குத் திரும்பினார். கேத்தி எந்தத் தடயமுமின்றி மறைந்து போனார்.

புரட்சிகர உணர்வுகளில் எந்த எழுச்சியும் இல்லை என்பதும், வருங்காலத்தில் விரைவிலேயே அமைப்பு நிலையற்றுப் போகப் போவதை எதிர்பார்க்கவேண்டும் என்பதுமான சிறுத்தைகளுக்குப் பின்னான யாதார்த்த நிலை குறித்த எண்ணம் ஏற்படும் வரை டான் காக்ஸ் அமெரிக்கா சென்று, அங்கு தலைமறைவு வாழ்க்கையொன்றை வாழ்ந்தார். 1974 - ன் தொடக்கத்தில் அவர் மீண்டும் அல்ஜீரியாவுக்குத் திரும்பி வந்தார். மேலும் நான்கு ஆண்டுகள் ஒரு தொழிலகப் புகைப் படக்காரராக, தேசிய இரும்புத் தொழிற்சாலையான நேஷனல் தெ சைடரூர்கியின் புகைப்பட ஆய்வுக் கூடத்தில் தலைமை யேற்றிருந்தார். அல்ஜியர்ஸுக்குக் கிளம்பி வருவதற்கு முன்னால், கறுப்புச் சிறுத்தைகள் கட்சியில் ஃபீல்ட் மார்சலாக இருந்தார். இராணுவரீதியாகத் தயார்நிலையில் இருப்பது குறித்த அவரது சிறு நூல் கறுப்புச் சிறுத்தைகள் கட்சியின் கட்டளைநூலாக மாறி, நேரடி நடவடிக்கையை மேற்கொள்ளும் ஆற்றல் வாய்ந்த தலைமறைவு வலைப்பின்னல் ஒன்றினைக் கட்டியமைப்பதற்கு அமைப்பு முழுவதிலும் பயன்படுத்தப்பட்டது. ஆப்பிரிக்கா உள்ளிட்டு பிற இடங்களைச் சேர்ந்த புரட்சிகரக் குழுக்கள் அவருடைய நூலைத் தேடிப் பிடித்து, அதன் வழிகாட்டு நெறிகளைப் பயன்படுத்திக் கொண்டன.

டீசி தோற்றப் பொலிவு கொண்ட அழகான மனிதர், நம்பிக்கைக்குரியவர், விட்டுக்கொடுப்பவர். 2011 - ல் அவர் பாரிஸில் இறந்து போகும் வரை நாங்கள் தொடர்பையும் பரஸ்பர உதவியையும் பராமரித்து வந்தோம். 1977 - ல் அவர் அல்ஜீரியாவை விட்டு பிரான்ஸுக்குச் சென்றபோது, எபெர்னேயின் மேயரான பெர்னார்ட் ஸ்டாஸியை நான் அவருக்கு அறிமுகம் செய்துவைத்தேன். டீசியின் இருப்பிட ஆவணங்களுக்காக அவருக்குச் சார்பாக பெர்னார்ட் ஸ்டாஸி தலையிட்டார். டீசி மிசௌரியில் ஒரு பண்ணையில் வளர்ந்தவர். தென்மேற்கு பிரான்ஸில் அவர் மீண்டும் விவசாயத்துக்குத் திரும்பினார். நறுமணத் தொழில் துறைக்காக நறுமணத் தாவரங்களை விளைவித்தார். அவர் எனக்கு சிறுத்தைகள் அமைப்பில் இருந்த மிகவும் நெருக்கமான நண்பர். அவரது இழப்பு என்னை மனம் கலங்கச் செய்கிறது.

எவரொருவரும் விமானத்தில் ஏற்றப்பட்டு அல்ஜீரியா விலிருந்து வெளியே அனுப்பப்படவில்லை என்பதும், இரண்டாவது முறையாக விமானக் கடத்தல்காரர்கள் பலர் வந்தபிறகு அதைத்தொடர்ந்து நடந்த சம்பவங்களுக்குப் பிறகும் கூட, யாரிடமும் நாட்டைவிட்டு வெளியேற வேண்டும் என்று கூறப் படவில்லை என்பதும், உண்மையில் எழுத்தாளர்கள் பலரும் வாதிடுவதுபோல், சிறுத்தைகள் ''வெளியே தூக்கியெறி''யப்பட வில்லை என்பதற்கான சான்றாகும். தங்கள் சொந்த விருப்பத்தின் படியே அவர்கள் அனைவரும் வெளியேறினார்கள். எல்ரிட்ஜ், டிசி மற்றும் விமானக் கடத்தல்காரர்கள் அனைவரும் வெவ்வேறு கால அளவுகளில் அல்ஜியர்ஸில் தங்கியிருந்தார்கள். பூமிடியனுக்கு அவர்கள் எழுதிய திறந்த கடிதத்தைத் தொடர்ந்து அவர்கள் வாழ்ந்து அனுபவித்த சம்பவங்கள் அங்கிருந்து புறப்பட்டுச் சென்ற சர்வதேசப் பிரிவின் உறுப்பினர்கள் சிலருக்குச் சாவுமணியாக இருந்தது என்பது புரிந்துகொள்ளத் தக்கதே. இருப்பினும், எவரொருவரும் நாட்டைவிட்டு வெளியேற்றப் படவில்லை என்பதை நான் உறுதிப்படுத்துகிறேன்.

ஃபிராங்க்பர்டிலிருந்து நான் திருப்பிக் கொண்டுவந்த கடவுச்சீட்டுகளில் எல்ரிட்ஜுக்கான ஒன்றும் இருந்தது. அதை அவர் கவனமாகப் பார்த்தார். அதைத் தடவிக் கொடுத்தார். பிறகு

என் முகத்தை நேராகப் பார்த்து மெதுவாகச் சொன்னார், ''நான் இதைப் பயன்படுத்தப் போகிறேன் எலைன். நான் பிரான்ஸுக்குப் போகிறேன்.''

அல்ஜீரியாவில் தங்கியிருப்பது ஒரு முட்டுச்சந்தில் இருப்பதாக ஆகிவிடும் என்று அவர் கருதினார். கறுப்புச் சிறுத்தைகள் கட்சியின் சர்வதேசப் பிரிவு காற்றிறங்கிப் போனதாக மாறிவிட்டது. அமெரிக்காவில் இருந்த சிறுத்தைகள் தனிநபர் அளவிலும், அமைப்பின் அளவிலும் செத்துக்கொண்டிருந்தார்கள். பிளவு பலவந்தமானவிதத்தில் முடிவைக் கொண்டுவருவதாக இருந்தது. தன்னால் சமாளிக்க முடிந்த ஒரு சூழலுக்குத் திரும்பிவிடவேண்டும் என்று எல்ரிட்ஜ் பெரிதும் விரும்பினார். தான் வழிகண்டு செல்வது சிரமம் என்பதை இந்த வகையில் அவர் அரைச் சர்வாதிகாரிகளான மற்றவர்களைக் காட்டிலும் நன்கு புரிந்து கொண்டிருந்தார். கலிபோர்னியாவில் தான் முன்பு நடத்தி வந்தது போன்ற ஒரு வாழ்க்கைக்காக அவர் ஏக்கம் கொண்டிருந்தார். இடதுசாரித்தன்மையிலிருந்து விலகிச் செல்லும் செயல்முறையை அவர் தொடங்கிவிட்டிருந்தபோதிலும், இன்னும் அது வெளிப்படையாகத் தெரியாததாக இருந்தது. ஒருவேளை அது அவருக்கே தெரியாததாக இருந்திருக்கலாம்.

கேத்தலின் அவர்களுடைய குழந்தைகளைப் பேணிக் காப்பதற்காக அமெரிக்காவுக்கு அழைத்துச் சென்றார். பிறகு, தனது குடும்பத்துக்குப் புகலிடம் அளிக்க விரும்பும் ஒரு நாட்டைத் தேடிக் கண்டுபிடிக்க முடியும் என்ற நம்பிக்கையில் ஐரோப்பாவுக்குப் பறந்து சென்றார். அவர் ஸ்காண்டிநேவியாவுக்கும், சுவிட்சர்லாந்துக்கும் பயணம் செய்தார். ஆனால் எல்ரிட்ஜ் தனது நல்வாய்ப்பை பிரான்ஸில் சோதித்துப் பார்க்கும் முயற்சியில் ஈடுபடுவதென ஏற்கனவே முடிவு செய்திருந்தார்.

1972 டிசம்பரில், அதற்கான ஏற்பாடுகளைச் செய்வதற்காக நான் பாரிஸுக்குப் போனேன். எங்கள் டிராட்ஸ்கியிசத் தொடர்பாளரான மிஷல் பாப்லோ திட்டங்களை வகுக்க எனக்கு உதவினார். டூனிசியாவிலிருந்து பயணம் செய்தால் எல்ரிட்ஜ் அதிகமாக வெளித்தெரியமாட்டார் என்று நாங்கள் முடிவு செய்தோம். அல்ஜியர்ஸிலிருந்து டுஸியரிலிருந்த பாலைவனச் சோலைக்கு அவரை ஏற்றிச் செல்ல பால் ரூஸோபவுலோஸ் தானாக முன்வந்தார். அங்கு அவருக்கும் அவரது மனைவிக்கும் சொந்தமாக ஒரு வீடு இருந்தது. எல்லைக்கட்டுப்பாடுகள் அங்கு

இல்லாமல் இருக்கக்கூடும்; பேரீச்சை மரங்களும் பாலைவனமுமான அந்த வேற்றுலகச் சூழ்நிலையில் அவர்கள் இரவைக் கழித்து விட்டு, டூனிஸுக்கு வாகனத்தை ஓட்டிச் செல்லலாம்.

டூனிஸிலிருந்து ஸ்விட்சர்லாந்துக்குள் விமானம் மூலம் நுழைவது ஆபத்துக் குறைவானதாக இருக்கும். "கைமாற்றிவிடுபவர்" ஒருவரின் தொலைபேசி எண்ணை பாப்லோ என்னிடம் கொடுத்தார். அந்த ஆள் எல்ரிட்ஜை ஜெனிவா விமான நிலையத்தில் சந்திப்பார். அவர் அதிகாரபூர்வமான எல்லைச் சாவடிகளை விட்டுவிலகி பிரான்ஸுக்குள் அவரை ஏற்றிச் செல்வார். கைமாற்றி விடுபவரை நேரடியாகத் தொடர்பு கொண்டு, அவரது தலையீட்டுக்கான சமிக்ஞைகளை ஏற்பாடு செய்வதற்கான பொறுப்பை நல்ல, நம்பகமான நண்பியான ஆண்டிரியா தீபாட்டிடம் ஒப்படைத்தேன். அவர் ஜெனிவாவுக்குப் புறப்பட்டுச் சென்று, எங்களுக்குத் தேவையான தகவல்களுடன் அடுத்தநாள் திரும்பிவந்தார்.

பாரிஸைச் சேர்ந்த கட்டிடக் கலைஞரும் நண்பருமான யெவ் அந்த்வான் கிழக்கு பிரான்ஸில் ஸ்விஸ் எல்லைக்கு அருகிலிருந்த ஒரு சிறு நகரமான பெசன்சன்னுக்கு என்னை ஏற்றிச் செல்லச் சம்மதித்தார். அங்கு கைமாற்றி விடுபவர் எல்ரிட்ஜை இறக்கி விடுவார், நாங்கள் அவரை மீட்டுக்கொள்வோம். அவர் வந்து சேர்ந்ததும், எனது நண்பர்கள் நிக்கோலே மற்றும் சேப்போ மூலம் தெற்கு பிரான்ஸிலுள்ள சிறிய மலையுச்சி நகரமான கார்தேவுக்கு வெளியிலுள்ள, அவர்களுடைய தனிமையான கால்நடை வளர்ப்புப் பண்ணையில் தங்கவைப்பதற்கு நான் ஏற்பாடு செய்தேன். அந்தச் சமயத்தில் அந்தத் தொலைவு மட்டுமே என்னால் முன்னோக்கிப் பார்க்கவும் சமாளிக்கவும் முடிந்தது.

தொலைபேசித் தொடர்பு ஏற்படுவதைத் தவிர்த்துவிட்டு, சேப்போ தம்பதியரிடம் இதை நேரில் சொல்வதற்காக கார்தேவுக்கு நான் பயணம் மேற்கொண்டேன்.

"செபோன்"* என்று அவர்கள் சொன்னார்கள். "இங்கு எப்போதும் யாராவது இருப்பார்கள்."

"முழுமையான வீட்டு விருந்தினராக அவர் இருப்பார்."

* C'est bon - அது நல்லது.

டிசம்பர் 21 அன்று, மார்ஸேலிருந்து அல்ஜியர்ஸுக்கு நான் விமானத்தில் திரும்பினேன். எல்ரிட்ஜ் தயாராகிக் கொண்டிருப்பதையும், சிறப்பு உடுப்புத் தொகுதியை அணிந்துகொண்டும், தனக்கு மிகவும் நெருக்கமானவர்களிடம் விடைபெற்றுக்கொண்டும் இருப்பதை நான் கண்டேன். ''யாரோ ஒருவரிடம் விடை பெறுவதற்காக'' என் அடுக்குமாடிக் குடியிருப்பின் சாவிகளை அவர் கேட்டபோது நான் அதிர்ச்சியடைந்தேன். அந்த ''யாரோ ஒருவர்'' முகத்திரை அணிந்த பெண்ணாக இருந்தார். அவர் மேல்தளங்களில் ஒன்றில் வாழ்ந்தார். பகல் நேரத்தில் எல்ரிட்ஜ் எனது சாவிகளை அடிக்கடி எடுத்துக்கொள்வார். எனது குடியிருப்பு தூதரகத்தின் இரைச்சல் மற்றும் பரபரப்பிலிருந்து தொலைவில் அமைதியின் பாலைவனச் சோலையாக இருப்பதாக அவர் சொன்னார். அவர் மேசையில் எழுதிக் கொண்டும், படித்துக் கொண்டும், தூங்கிக் கொண்டும் இருந்ததாக நான் கற்பனை செய்தேன். அடுத்த தளத்தைச் சேர்ந்த ஒரு பெண்ணுடன் நெருக்கமான உறவை அவர் உருவாக்கிக் கொண்டார். ஒரு நாள் என்னுடைய காரை அவர் கட்டிடத்தின் பின்பக்கத்தில் நிறுத்தியபோது, அந்த மர்மமான பெண் துவைத்த துணிகளை தனது மாடியின் பின்முகப்பில் தொங்கவிட்டுக் கொண்டிருந்த நிலையில் அனைத்தும் தொடங்கியதாக அவர் என்னிடம் சொன்னார். அந்தப் பெண் தனது குடியிருப்பில் நிரந்தரமாக அடைத்து வைக்கப்பட்டவராக இருந்தார். தனது குடும்பத்தின் ஆண் உறுப்பினரின் துணை கிடைக்கும் போதுமட்டுமே அவர் வெளியில் வருபவராக இருந்தார். ஆனால், எல்ரிட்ஜ் எப்படியோ இரகசியமாக அவரைப் பல மாதங்களாகச் சந்தித்து வந்தார். அவருடைய வாழ்க்கை உருண்டோடும் போக்கில் உலகம் முழுவதற்கும் அது தெளிவாகிவிடும் என்பதால், அவருடைய கடந்த காலம் குறித்து எதையும் சொல்லாமல் இருப்பதற்கு நான் கற்றுக் கொண்டேன்.

மலிகா உள்ளிட்டு தனது சிறப்பு வாய்ந்த மக்களிடம் அவர் விடைபெற்றுக் கொண்டார். அந்தப் பெண்ணையும்கூட அவர் எனது குடியிருப்பில்தான் பார்த்திருந்தார். அவர்கள் இனியும் காதலர்களாக இருக்கவில்லை: அந்தச் சமயத்தில் அவர் இன்னொரு மனங்கவரும் அல்ஜீரியப் பெண்ணுடன் தொடர்பு கொண்டிருந்தார். அந்தப் பெண்ணை நான் ''பி'' என்று அழைக்கப்போகிறேன். மலிகாவைப் பற்றி அவர் எவ்வளவு பெருமைப்பட்டார் என்பதை நான் சொல்லவேண்டுமென்று அவர் வலியுறுத்தினார். மலிகா தொழிற்சங்கமொன்றில்

பணியாற்றி வந்தார். அமைப்பைக் கட்டியமைப்பதிலும், பொதுக்கூட்டங்களில் பேசுவதிலும் ஈடுபட்டார். தொழிலாளர்களின் உரிமைகளுக்கான போராளியாக அவர் உருவானார். முதிர்ச்சியடைந்து வந்த மலிகாவை வல்லமை வாய்ந்த ஒரு தந்தையாக அவர் விவரித்தார். தந்தையாகிய அந்த மனிதர் அந்தப் பெண்ணை வடிவமைத்தார், காரியங்களை எப்படிச் செய்வதென்று கற்றக்கொடுத்து தன் வழியில் போக அனுப்பிவைத்தார்.

எல்ரிட்ஜ் கிளம்பிப் போவதற்கு இரண்டு நாட்கள் முன்னதாக, அல்ஜியர்ஸில் எனது முதல் நாட்களிலிருந்து நெருக்கமானவராக இருந்தவரான பிரான்ஸைன் செர்ஃபடி, எல்ரிட்ஜ், பிரான்ஸுக்குப் போவது உண்மைதானா என்று என்னிடம் கேட்டார். ''நீங்கள் என்ன சொல்கிறீர்கள்?'' என் முகத்தை நிமிர்த்தி வைத்துக்கொண்டு தட்டுத்தடுமாறிக் கேட்டேன். அந்தப் பெண்ணின் முகத்தை நேராகப் பார்த்து, அது முற்றிலும் உண்மையற்றது, பொய்யானது, நடக்க முடியாதது என்று சொன்னேன். சிறுத்தைகளின் கவனமின்மையாலும், தகவலைத் தங்களுக்குள்ளேயே வைத்திருப்பதற்கான அவர்களது இயலாமையாலும் நான் ஆழ்ந்த தாக்கத்துக்கு உள்ளானேன். ''நீங்கள் சொன்னால் அது சரி,'' என்று அவர் முணுமுணுத்தார்.

1973 புத்தாண்டு தினத்தின் தொடக்கத்திலேயே பாலும் எல்ரிட்ஜும் அல்ஜியர்ஸை விட்டு கிளம்பிவிட்டார்கள். மோஹ்தாரும் நானும் புத்தாண்டு விருந்தொன்றில் குடித்துக் கொண்டும், காலை அழுத்தி நடந்து கொண்டும் இருந்துவிட்டு, காலை மூன்று அல்லது நான்கு மணிக்கு மெதுவாக வீட்டுக்கு வந்து சேர்ந்தோம். எங்கள் படுக்கையின் கதகதப்பிலிருந்து என்னை நானே பறித்தெடுத்துக் கொண்டு காலை 6 மணிக்கு சிறுத்தைகளின் தூதரகத்துக்கு விடைபெறுவதற்காக காரை ஓட்டிச் சென்றேன்.

நான் எதைப் பார்த்தேனோ அதை என்னால் நம்ப முடியவில்லை. எல்ரிட்ஜ் மாறிப் போயிருந்தார். அவருடைய பெரிய உடலமைப்பு கனமான, நீண்ட கரும்பழுப்பு செஸ்டர் ஃபீல்ட் உடையொன்றை உடுத்தியதாக இருந்தது. அவரது முகம் மழுங்கச் சிறைக்கப்பட்டிருந்தது. அவர் ஹாம்பர்க் தொப்பியொன்றை அணிந்திருந்தார். அந்தத் தொப்பியை யாரும் அணிந்திருப்பதை பல ஆண்டுகாலமாக நான் பார்க்கவில்லை. அவருக்குத் தேவைப்பட்டதை விடவும் அதிக கவனத்தை அது ஈர்க்கக் கூடுமோ என்று வியக்காமல் இருக்க என்னால் முடியவில்லை.

சுருட்டி வைக்கப்பட்ட அந்தோனி ஈடன் கறுப்புக் குடையொன்றை அவரது கைகளில் ஒன்று இறுகப்பிடித்திருந்தது. இன்னொரு கையில் தோலாலான கைப்பெட்டி இருந்தது. காலைநேரக் கடுங்குளிருக்குப் புறம்பாக அவருக்கு மிக அதிக அளவில் வியர்த்துக் கொட்டியது.

அவர் என்னைக் கட்டித் தழுவினார். நான், ''அ' பியாந்து,''* சொன்னேன். மோஹ்தாரின் படுக்கைக்குத் திரும்பிச் சென்று கட்டுப்படுத்திக் கொள்ளமுடியாமல் அழுதேன். என் வாழ்வின் ஒரு யுகம் முடிவுக்கு வந்தது.

ஜனவரி 2 அன்று நான் பாரிஸுக்குப் புறப்பட்டுச் சென்றேன். ஜனவரி 5 அன்று பிற்பகலின் தொடக்கத்தில், மிகவும் வசதியான கறுப்பு பியூஜியோ காரை ஓட்டிவந்த யெவ் அந்த்வானை ஆறாவது ஆட்சித்துறை உட்பிரிவைச் சேர்ந்த, செயின்ட் ரோமெய்ன் வீதியிலிருந்த அவரது அடுக்குமாடிக் கட்டிடத்தின் முன்னால் சந்தித்தேன். எல்ரிட்ஜுக்குக் கவலையையும் பதற்றத்தையும் அளிக்கவிருந்த, நான்கிலிருந்து ஐந்து மணிநேரம் எடுத்துக் கொண்ட 400 கிலோ மீட்டர் கார்ப்பயணத்தை நாங்கள் மேற்கொள்ளப்புறப்பட்டோம். அவர் மூன்று தேசிய எல்லை களினூடாகப் பயணம் செய்ய வேண்டியிருந்தது: அல்ஜீரியா-டூனிசியா, டூனிசியா-ஸ்விட்சர்லாந்து, ஸ்விட்சர்லாந்து-பிரான்ஸ். இவற்றில் ஏதேனும் ஒன்றில் - குறிப்பாகக் கடைசி இரண்டில் - அவர் கைது செய்யப்பட்டு அமெரிக்காவுக்கு நாடுகடத்தப்படக்கூடிய ஆபத்து இருந்தது. பெசன்சன்னில் மையத்திலிருந்த கிராண்ட்ரூவில் ஏழு மணிக்கு எங்களுக்காக அவர் காத்திருப்பாரா?

சரியாக ஏழு மணிக்கு நாங்கள் காரைச் செலுத்தினோம். அங்கு அவர் தனியாக, வியர்த்துக்கொட்டியவாறு இருந்தார். என்னைப் பார்த்ததும் அவர் புன்னகையொன்றை வெளியிட்டார், காரின் பின்பக்கப் பெட்டிக்குள் ஹாம்பர்க் தொப்பியைக் கழற்றி வீசினார். குடையையும் கைப்பெட்டியையும் வைத்தார். முன்னிருக்கைக்குள் புதைந்துகொண்டார். நான் பின்னிருக்கையில் ஏறிக்கொண்டேன். பியூனேவுக்கும், லியோனுக்கும் எங்களை எப்படி இட்டுச் செல்வதென்று அந்த்வானுக்குத் தெரிந்திருந்தது. அங்கு நாங்கள் ஆட்டோரூட் து சொலாய்ல் என்னும் A7 தடத்தைப் பிடித்தோம். எல்ரிட்ஜ் நீண்டநேரம் மௌனமாக இருந்தார். அவர் மிகவும் களைப்புற்று இருந்தார். தன்னைத்

* Abientot - விரைவில் உன்னை சந்திப்பேன்.

தானே ஒருமுகப்படுத்திக் கொண்டிருந்தார். அந்த்வானும் நானும் முக்கியமாக சாலை மற்றும் போக்குவரத்து குறித்து சிறிது பேசினோம். ''கார்தே, நான்கிலிருந்து ஐந்து மணி நேரத்துக்கு அப்பால் இருக்கிறது'' அவர் முணுணுத்தார்.

ஏதோ ஒரு கட்டத்தில், தனது பயணத்தை மீண்டும் வாழும்விதத்தில், மனம் திறந்து பேச முன்வந்தார். டோஸியரில் இருந்த பாலைவனச்சோலை ''காதல் விவகாரத்தில் ஈடுபடுபவர் களுக்கான இட''மா இருந்தது. டூனிஸிலிருந்த விமான நிலையம், ''வெறுப்பூட்டுவதாக இருந்தது: வெளிநாட்டு தூதரின் உடையிலிருந்த பெரிய கறுப்பு மனிதரை எல்லோரும் வெறித்துப் பார்த்துக் கொண்டிருந்தனர்.'' ஜெனிவாவில் அவர் வாயைத் திறந்து பேசவில்லை. நல்லவேளையாக அவர் பேசவேண்டியிருக்க வில்லை, கடவுச்சீட்டைக் காட்டுவதே போதுமானதாக இருந்தது. கைமாற்றி விடுபவர் சரியான நேரத்துக்கு வந்து சற்றுதூரத்தில் எல்ரிட்ஜ் தன்னைப் பின்பற்றி நடந்துவர விமான நிலைய முனையத்தை விட்டு தனது காருக்கு அவர் நடந்து சென்றார். அவர்கள் பின்பக்கச் சாலைகளில் சென்றார்கள், அரிதாகவே பேசிக்கொண்டார்கள். சாலையின் ஒரு திருப்பத்தில் தூரத்திலிருந்த அதிகாரபூர்வமான எல்லைப்புறச் சாவடியொன்றைச் சுட்டிக் காட்டினார். ''அவர்கள் நம்மை கவனிக்க மாட்டார்கள்.'' எல்ரிட்ஜிடம் அவர் உறுதிப்படுத்தினார்.

கவில்லானுக்கு அருகில் நாங்கள் D900 - க்கு மாறிக் கொண்டோம். அங்கிருந்து நான் பின்னிருக்கையிலிருந்து முன்னோக்கிச் சாய்ந்து, இருண்ட பின்பக்கச் சாலைகளை யொட்டி, கௌத் மற்றும் பண்டாலியனின் மிகச்சிறிய குக்கிராமங்களினூடாக கால்நடை வளர்ப்புப் பண்ணை அமைந்திருக்கும் கார்தேவுக்குக் கீழேயுள்ள சமவெளிக்கு வழிகாட்டினேன். பியூஜியோவிலிருந்து வெளிப்படும் ஒளிவீச்சுகள் மட்டுமே எங்கிருந்தும் காணக்கூடிய வெளிச்சங்களாக இருந்தன. சுற்றிச்சுற்றிச் செல்லும் அந்தத்தடங்கள் எனக்கு மனப்பாடமாகத் தெரியும். கடந்த ஆண்டுகளில் நான் நிக்கோலேவுடனும், பியருடனும் அவ்வப்போது இங்கே வாழ்ந்திருக்கிறேன். அந்த்வான் மற்றும் எல்ரிட்ஜ் ஆகிய இருவருமே ஒரு வார்த்தையும் சொல்லவில்லை.

நள்ளிரவுக்கு பிறகு வெகுநேரம் கழித்து நாங்கள் போய்ச் சேர்ந்தோம். எங்கள் எஞ்சினின் ஓசை கேட்டு வீட்டில் விளக்குகள் எரியத் தொடங்கின. நிக்கோலே வெளியில் ஓடிவந்து எங்கள்

அனைவரையும் தனது கைகளை விரித்துக் கட்டிப் பிடித்துக் கொண்டார். எல்ரிட்ஜ் திகைத்துப் போய்விட்டார். நான் உரக்கக் கத்தினேன், ''நாம் சாதித்துவிட்டோம்! உங்கள் உபசரிப்பாளர் நிக்கோலே இங்கிருக்கிறார்!''

எல்ரிட்ஜை அங்கேயே விட்டு வைப்பதைத் தவிர வேறெதும் செய்வதற்கில்லை என்னும் நிலை வரை, அந்த்வானும் நானும் கால்நடை வளர்ப்புப் பண்ணையிலேயே சில நாட்கள் தங்கியிருந்தோம். நிக்கோலேவுடனும் அவரது மகன்கள் நிக்கோலஸ் மற்றும் ஃபிடலுடனும் எல்ரிட்ஜ் மகிழ்ச்சியாக இருப்பதுபோல் தோன்றியது; அவரது கணவர் பியர் தொழில் நிமித்தமாக ஸ்ராஸ்போர்க்கில் இருந்தார். அந்தக் கால்நடை வளர்ப்புப் பண்ணை மரபான அர்த்தத்திலான கால் வளர்ப்பு பண்ணையாக இருக்கவில்லையென்றபோதிலும் விரும்பத்தக்க நிலப்பரப்பை அது உள்ளடக்கியிருந்தது. அங்கு பாதுகாக்கப்பட்ட விலங்குகள் வாத்துக்களின் பெருங்கூட்டம் ஒன்று மட்டும்தான். அந்த நிலப்பரப்பைச் சுற்றிலும் அவற்றை நடைபழகச் செய்வதை பியர் விரும்பினார். அது அவரைப் பற்றி அவரே வளர்த்தெடுத்த கருத்துருவாகும். மனதளவில் அவர் ஓர் ஓவியராக இருந்தபோதிலும், மரபான உத்திகளைப் பயன்படுத்தி நவீனமான வீட்டுஉபயோகப்பொருட்களைச் செய்வதன் மூலம் அவர் பிழைப்பு நடத்தி வந்தார்.

ஐம்பது வயதை நெருங்கிக்கொண்டிருந்த நிக்கோலே சற்றே பருமனான பெண். பிரெஞ்சுக்காரர்களைப் பொறுத்த விதத்தில் உயரமானவர். உரிய காலத்துக்கு முன்னதாகவே நரைமுடி வரப்பெற்றவர். வெளிறிய நீலக்கண்களைக் கொண்டவர். விசித்திரமான, எளியவகைப்பட்ட ஆங்கிலம் ஒன்றை அவர் பேசினார். அவருக்கு மகத்தான நகைச்சுவை உணர்வு இருந்தது. முனைப்பானதும், விரைவானதுமான புரிதலைக் கொண்டவராக அவர் இருந்தார். ஓவியரும், சிற்பியுமான அந்தப்பெண் எல்ரிட்ஜின் மார்பளவு சிலையொன்றைச் செய்யப் போவதாக அறிவித்தார்.

எல்ரிட்ஜ் நிம்மதியடைந்தார். நிக்கோலேவின் விரைவான சுவையான உணவை அவர் விரும்பினார். அப்ட்டிலிருந்து கவியானுக்கும், அங்கிருந்து லைல் சுர் லா சோர்ருக்கும் அவரைக் காரில் அழைத்துச் சென்று நாங்கள் சுற்றிக் காட்டினோம். மற்ற அனைவரையும் விட உயரமானவராக, கண்ணில் பட்ட ஒரே ஒரு கறுப்பு மனிதராக அவர் உயர்ந்து நின்றார். வீதியிலிருக்கும்

மக்களோடு கலந்துகொள்வதற்கும், பொதுவெளியில் கண்ணில் படுவதற்கும் அவர் பழகிக்கொண்டார். ஆச்சரியம் - யாரும் அவரை அடையாளம் கண்டுபிடிக்காததுதான்.

நான் பாரிஸுக்கும், பிறகு அல்ஜியர்ஸுக்கும் திரும்பிப் போனேன். எங்கள் அடுத்த அடியெடுப்பை நாங்கள் கண்டு பிடிக்கவில்லை.

1973 ஜனவரி இறுதிக்கு அண்மையில், சாத்தியமானால், கார்தேவிலிருந்து பாரிஸுக்கு இடம்பெயர தான் தயாராக இருப்பதை சொல்வதற்காக எல்ரிட்ஜ் கடிதம் எழுதினார். போதுமான காலம் அவர் பெயர் தெரியாமல் இருந்துவிட்டார். மீண்டும் செயலில் இறங்கி மேலே செல்ல அவர் விரும்பினார். என்னால் என்ன ஏற்பாட்டை செய்யமுடியும்?

நான் பிரான்ஸுக்குத் திரும்பி வந்தேன். எனது பழைய நண்பரான கட்டடக்கலைஞர் பியர் ரிஸ்டோர் செல்லியை சந்தித்தேன். லத்தின் குவார்ட்ரைச் சேர்ந்த ரூ செயின்ட் ழூாக்கில் இருந்த, ஒரு படுக்கையறை கொண்ட, வீட்டு உபயோகப் பொருட்கள் அமைக்கப்பட்ட அடுக்குமாடிக்குடியிருப்பு ஒன்று அவருக்குச் சொந்தமாக இருந்தது. அது காலியாக இருந்தது. அதை எல்ரிட்ஜுக்கு வாடகைக்குத் தர அவர் சம்மதித்தார்.

அந்த இடமாற்றத்தை மேற்பார்வையிடுவதற்காக கார்தேவுக்குப் புறப்படுவதற்கு நான் தயராகிக்கொண்டிருந்த போது, அல்ஜியர்ஸிலிருந்து இனிய குட்டி ''பி'' வந்து சேர்ந்தார். எல்ரிட்ஜ் எங்கே இருக்கிறார்? அவரை எப்போது பார்க்க முடியும்? செய்திகளைத் தெரிந்துகொள்ளவேண்டுமென்று அவர் மிகுந்த ஆர்வத்தோடு இருந்தார். எல்ரிட்ஜை சந்திக்க வேண்டுமென்று அவர் பேராவலோடு இருந்தார். எனது நெருக்கமான நண்பரான சிந்தியா ஹார்னிடமிருந்து பீட்டில் வோக்ஸ்வோன் காரொன்றை நான் இரவல் பெற்றேன். நாள் முழுக்க நீளும் பயணத்திற்காக நாங்கள் நெடுஞ்சாலைக்குச் சென்றோம். தெற்கே சென்ற வழி முழுவதும் மழை பெய்தது. பெட்ரோல் நிலையத்துக்கு ஒரு கிலோ மீட்டர் முன்னால் பெட்ரோல் தீர்ந்துபோனது. நாங்கள் சுங்கச்சாவடி நெடுஞ்சாலையில் இருந்தோம். ஆகவே நான் காரில் காத்திருக்க ''பி'' பெட்ரோல் நிலையத்துக்கு நடந்து போனார். இரவு விழும் நேரத்தில்தான் நாங்கள் பண்ணை வீட்டுக்குப் போய்ச்சேர்ந்தோம். எங்களைப் பார்த்து எல்ரிட்ஜ் உணர்ச்சிவசப்பட்டார். ''பி'' பரவசமடைந்தார்.

அவர் மேலும் கீழுமாகக் குதியாட்டம் போட்டுக் கொண்டார். உள்ளே நுழைந்ததும் நான் முதலில் கவனித்த விசயம் நிக்கோலே செதுக்கிய தனது விருந்தினரின் மார்பளவு மாவுச் சிலைதான். அற்புதமானவிதத்தில் ஒத்த தோற்றம்கொண்ட அது, இன்று கார்தேவுக்கு அருகிலுள்ள ஃபிடல் சேப்போவின் கலைக் கூடத்தின் நுழைவாயிலில் அமர்ந்திருக்கிறது.

''பி''யும் நானும் அந்த வார இறுதியைப் பண்ணை வீட்டில் கழித்தோம். இந்த நாட்டை இருப்பிடமாகக் கொள்ளாத அந்நியர்களான எங்கள் இருவரை விடவும் எல்ரிட்ஜை பிரெஞ்சு நாட்டவரான நிக்கோலே பாரிஸுக்கு வழித்துணையாக இருந்து அழைத்துச் செல்வது நல்லது என்று நாங்கள் முடிவு செய்தோம், எப்படியும், நாங்கள் இரவல் வாங்கிய காரைத் திருப்பித் தரவேண்டும்.

நிக்கோலேவும் எல்ரிட்ஜும் கார்தேவை விட்டுப் புறப்பட்ட போது, அவர்கள் ஒரு கொள்கலன் நிறைய ரீஸ்லிங்க் வெள்ளைத் திராட்சையையும், கிலோ கணக்கில் சுக்ரூட்*டையும் ஏற்கனவே இருந்தவற்றோடு சுமையேற்றினார்கள். அவை இரண்டுமே பியர் சேப்போவால் ஸ்ட்ராஸ்போர்க்கிலிருந்து கொண்டுவரப்பட்டவை. பாரிஸிலுள்ள குடியிருப்புக்கு அவர்கள் வந்து சேர்ந்ததும், சாசேஜ்கள் (கொத்திறைச்சி வகை), ஹேம் (பன்றித் தொடை இறைச்சி), பேச்சன் (பன்றியின் பதனப் படுத்தப்பட்ட விலா இறைச்சி) நறுமணப்பொடிகள் மற்றும் சுக்ரூட்டுடன் சேர்ப்பதற்காக சுவையூட்டிகளையும் தயாரிக்கும் வேலையில் நிக்கோலே இறங்கினார். எல்ரிட்ஜின் புதிய கொடையாளிகளான எங்கள் நண்பர்கள் அனைவருக்கும் விருந்தொன்றைப் படைத்தார்.[4] எங்களது வெற்றிகரமான செயல் முயற்சிக்காக நாங்கள் அனைவரும் பெருமைப்பட்டோம்- அவரைப் பாதுகாப்பாக பிரான்ஸிலும், தற்போது பாரிஸிலும் தரையிறங்கச் செய்ததில் எங்கள் எல்லோரின் கையும் இருந்தது. மகிழ்ச்சிப்புன்னகை பூத்த கிளீவரைச் சுற்றி நின்று எங்கள் கண்ணாடிக் கோப்பைகளை உயர்த்தி வாழ்த்துச் சொன்னோம்: *சாந்தே! லாங் வை!***

---

* choucroute- உப்பிலிடப்பட்ட முட்டைக்கோசு

** sante: Longuevie! - மகிழ்ச்சிகொள்க! நீடுழி வாழ்க!!

கரோலும், பால் ரூஸ்ஸோபவுலோசும் தீவிரவாதப் போக்கு கொண்ட பிரெஞ்சு நாடகாசிரியர் ழான் ஜெனெவுக்கு எல்ரிட்ஜை அறிமுகப்படுத்தி வைத்தனர். அவர்களது முதல் சந்திப்பில் ''ஜனநாயக பிரான்ஸை'' ஒளிரும் வார்த்தைகளால் புகழ்ந்து, அந்த நாட்டை அமெரிக்காவோடு மோதல் போக்கைக் கொண்டிருப்பதாக'' விவரித்ததை ஜெனெ கேட்டுக் கொண்டிருந்தார். அதற்குக் கூர்மையாக எதிர்வினை புரிந்த ஜெனெ, எல்ரிட்ஜ் அப்பாவியாக இருந்ததற்காக அவரைச் சாடினார்: ''நீங்கள் குழந்தையாக மட்டும் இருக்கவில்லை, நீங்கள் 'வெள்ளையராகவும் *இருக்கிறீர்கள்!''*[5] அவர் உரக்கக்கூச்சலிட்டார். பிரெஞ்சு வரலாறு குறித்த எல்ரிட்ஜின் பார்வையை இருளடையச் செய்யும் வேலையில் அவர் ஈடுபட்டார்: ஒன்றன்பின் ஒன்றாக வந்த பிரெஞ்சு நிர்வாகங்களின் போர்கள், அட்டூழியங்கள், இனவாதம்.

எரிச்சலூட்டிய அந்த முதல் சந்திப்பு, முன்னணி பிரெஞ்சு வழக்குரைஞரான ரோலண்ட் டூமாஸை எல்ரிட்ஜுக்கு அறிமுகப் படுத்துவதிலிருந்து ஜெனெவைத் தடுத்து நிறுத்துவதாக இருக்க வில்லை. ரோலண்ட் டூமாஸ் 1980-ல், ஃபிரான்சுவா மித்தரோனின்கீழ் வெளியுறவுத் துறை அமைச்சராக ஆகவிருந்தார். எல்ரிட்ஜ் முகம்கொடுக்க வேண்டியிருக்கக்கூடிய எந்த சட்டச் சிக்கலையும் கையாள முடிந்தவராக டூமாஸ் இருப்பார் என்று அவருக்கு ஜெனெ உறுதியளித்தார்.

1973 ஏப்ரல் 5 அன்று, எல்ரிட்ஜ் கிளிவருக்கு அரசியல் அடைக்கலம் தரக்கோரும் மனுவொன்றை பிரெஞ்சு அரசாங்கத் தலைவர் பியர் மெஸ்மரிடம் டூமாஸும், மனித உரிமைகள் வழக்குரைஞர் ழாக் தெஃபெலிஸும் முன்வைத்தனர். தெ பூவாவும், சார்த்தரும் உள்ளிட்ட பிரெஞ்சு அறிவுஜீவிகள் பலராலும் கையெழுத்திடப்பட்ட ஆதரவு அறிக்கையொன்றையும், முறையீடு ஒன்றையும் அதற்குப் பக்கபலமாக அவர்கள் வைத்தனர். அந்த வேண்டுகோள் அப்போது எதிர்க்கட்சித் தலைவராக இருந்த பிரெஞ்சு அதிபர் மித்தரோனால் புறக்கணிக்கப்பட்ட போது, அந்த விவகாரம் தேசியப் பேரவையில் எழுப்பப்பட்டது. கிளிவர் ''இப்போது தங்கியிருக்கும் நாட்டில் அவரது (அல்ஜீரியா) அரசியல் கொள்கைகள் அல்லது அவரது இனத்தின் மூலவேர் காரணமாக எந்தக்குறிப்பிட்ட ஆபத்தையும் எதிர்கொள்ள வில்லை,'' என்று உள்துறை அமைச்சர் ரேமண்ட் மார்சலின் பதிலளித்தார். வேறு வார்த்தைகளில் சொன்னால் அவர் அல்ஜீரியாவிலேயே இருக்கட்டும்.

பாரிஸிலிருந்த நண்பர்களை தொடர்பு கொள்வதிலும், புதிய நண்பர்களை உருவாக்கிக் கொள்வதிலும் எல்ரிட்ஜ் நேரத்தை வீணடிக்கவில்லை. அமெரிக்காவிலிருந்து பழைய நண்பர்கள் வந்துசேரத் தொடங்கினார்கள். எல்ரிட்ஜ் சட்ட விரோதமானவராகவும், இன்னும் ஓர் ஆண்டுக்கு அவ்வாறே இருக்கவேண்டியிருந்தபோதிலும், அவர் மேலோங்கச் செய்ய முயன்ற சமூகச் சுழற்சி தொடங்கிவிட்டது.

௸

தனது பல்கலைக் கழக அனுமதிகளைப் புதுப்பித்துக் கொள்வதற்காக மோஹ்தார் பாரிஸுக்கு வந்தார். நாங்கள் செப்போ தம்பதிகளைப் பார்ப்பதற்காக கார்தேவில் இடைநின்று, அல்ஜியர்ஸுக்கு ஒன்றாகத் திரும்பினோம். நாங்கள் புறப்பட்ட நாளில் வான்போக்குவரத்துக் கட்டுப் பாட்டாளர்கள் வேலை நிறுத்தத்தில் ஈடுபட்டார்கள். வெளிநாடு செல்லும் சில விமானங்கள் இன்னும் புறப்பட்டுப் போய்க் கொண்டிருப்பதாக நாங்கள் அறிந்தோம். அதனால் மார்சே விமான நிலையத்துக்குச் சென்றோம். கடவுச்சீட்டுக் கட்டுப் பாட்டுப் பகுதியினூடாகச் சென்றதற்குப் பிறகு, அல்ஜியர்ஸுக்குச் செல்லும் விமானத்துக்காக சில மணிநேரம் புறப்பாட்டுக் கூடத்தில் நாங்கள் காத்திருந்தோம், திடீரென்று ஒலிபெருக்கி அமைப்பில் என் பெயர் ஒலிபரப்பப்பட்டது. சிறிய அலுவலகம் ஒன்றுக்கு நான் அழைத்துச் செல்லப்பட்டேன். அங்கு நான் பிரான்ஸை விட்டு வெளியேற வேண்டும், அத்துடன் திரும்பிவரக் கூடாது என்று உத்தரவிடப்பட்டுள்ளதாக பாதுகாப்பு முகவர் ஒருவர் என்னிடம் தெரிவித்தார். பிரெஞ்சுப் பிரதேசத்துக்குள் நுழைவதற்குத் தடையுத்தரவை விதிக்கும் அதிகாரபூர்வ அறிவிப்பை நான் பெற்றுக் கொண்டதற்குச் சான்றளிக்கும் ஆவணங்கள் கையெழுத்திடப்படுவதற்காக என்னிடம் தரப்பட்டன. காரணம் எதுவும் தரப்படவில்லை. நான் ஒரு செய்தியாளராக இருப்பதால் நான் எழுதியது ஏதாவது காரணமாக இருக்குமா என்று அந்த முகவர் கேட்டார். காரணம் என்னவென்று எனக்கு நன்றாகத் தெரியும். ஆனால், அப்படி நான் அவரிடம் சொல்லவில்லை.

இதழியல் பள்ளியில் என் வகுப்புகளுக்கு நான் திரும்பினேன். மோஹ்தாருடன் எனது காதல் விவகாரம் வலுவானதாகவும், நேரத்தையும் கவனத்தையும் தன்வசப்படுத்திக் கொள்வதாகவும் இருந்தது. நாங்கள் ஒரு நாளையும் தவறவிடவில்லை.

தடையுத்தரவுக்குப் புறம்பாக, அந்தக் கோடைகாலத்தை ஐரோப்பாவில் கழிப்பதென நானும் மோஹ்தாரும் முடிவு செய்தோம். ஓர்லியில் எனது அமெரிக்கக் கடவுச்சீட்டு கவனமாக ஆராயப்படாது என்ற நம்பிக்கையில் நான் முதலில் புறப்பட்டேன். மின்னனுப் பரிசோதனை மற்றும் பறக்கக்கூடாதவர்களின் பட்டியல் ஆகியவற்றின் நாட்கள் எதிர்காலத்தில் இன்னும் வெகுதூரத்தில் இருந்தன. பணியில் இருந்த அதிகாரியிடம் எனது கடவுச்சீட்டை நான் காட்டினேன். அதை அவர் முத்திரையிட்டு என்னிடம் திருப்பித் தந்தார். அந்த வாயில் களினூடாக நான் பிரான்ஸுக்குள் நடந்து சென்றேன். புல்வார் தெ எல்' ஹோப்பிடலில் உள்ள சேப்போ தம்பதியரின் அடுக்குமாடிக் குடியிருப்பில் எனது பைகளை வைத்துவிட்டு, எல்ரிட்ஜின் இடம் நோக்கிச் சென்றேன். செந்த் மூாக் வீதியின் முனையில் நான் பேருந்தைவிட்டு இறங்கியபோது, அவரது கட்டடத்துக்கு மறுபக்கமிருந்த வழியில் இன்ஸ்டிடியூட் சுர்ட் - மியூட்டுக்கு வெளியிலும், வீதியிலும் மக்கள் சுற்றிச்சுற்றி வந்துகொண்டிருந்ததை என்னால் பார்க்க முடிந்தது. ஐந்தாவது தளத்தின் ஜன்னலை நான் மேல் நோக்கிப் பார்த்தபோது அவர் அங்கே இருந்தார். அவரது இராட்சதக் கைகளில் ஒன்றை என்னை நோக்கி ஆட்டினார். வாயிற் கதவுக்கு முன்னால் சுற்றிக் கொண்டிருந்த புகைப்படக்காரர்களும், செய்தியாளர்களும் என்னை உள்ளே விட்டார்கள். எல்ரிட்ஜ் கண்டுபிடிக்கப்பட்டு விட்டார். அடையாளம் தெரியாத நிலை இனிமேல் இல்லை. அவர் உணர்ச்சிவசப்பட்டவராக இருந்தார். இது எப்படி நடந்திருக்கும் என்று நான் வியப்பிலாழ்ந்தேன். முன்னோக்கி நகர்வதற்காக வலுவான அரசியல்பார்வை கொண்டவர்களை பொத்தான்களை அமுக்கச் செய்வதற்காக, அதன்மூலம் அரசியல் தஞ்சத்திற்கான வேண்டுகோள் குறித்து அவர்கள் முடிவெடுக்க வேண்டும் என்பதற்காக அவரே இதைத் திட்டமிட்டுச் செய்திருப்பார் என்று நான் சந்தேகித்தேன்.

செய்தித்தாட்களின் கவனம் கிடைத்ததால் ஏற்படும் நேர்மறைத்தாக்கம் ஏதேனும் இருந்தால் அது குறைந்த காலமே நீடிப்பதாக இருந்தது. இருப்பினும், கிளிவர் தம்பதிகளுக்கு அகதி அந்தஸ்து வழங்குவது என்ற முடிவுக்கு இட்டுச் செல்வதாக அது இருக்கவில்லை. அதற்குமாறாக, இப்போது அவரை எங்கே காணமுடியும் என்று காவல்துறைக்குத் தெரியும் என்பதால், எல்ரிட்ஜால் புறக்கணிக்கமுடியாத ஆபத்தான கூறு ஒன்றும் அதில் இருந்தது. ரோலன்ட் டூமாஸ் உள்ளிட்டு,

ஒவ்வொருவரும் செந்த் - மூாக் வீதியை விட்டு மறைவான இடத்துக்குப் போய் விடும்படி அவருக்கு ஆலோசனை கூறினார்கள். பியரின் பெற்றோருக்குச் சொந்தமான, பாரிஸ் நகரத்தின் ஏழாவது ஆட்சிப் பிரிவைச் சேர்ந்த, செவ்ரெஸ் பாபிலோன் குறுக்குச் சந்தியிலிருந்த கலைக்கூடத்துடன் மீண்டுமொரு முறை சேப்போ தம்பதியர் மீட்பதற்கு வந்தார்கள். செய்தியாளர்கள் படுக்கைக்குச் சென்றபிறகு, பின்னிரவில் எல்ரிட்ஜ் செந்த் - மூாக் வீதியை விட்டுச் சென்றார்.

எல்ரிட்ஜை அந்தக் கோடைகாலத்தில் நான் அடிக்கடி பார்த்தேன். தனக்குப் பக்கத்துணையாக இருந்தவர்களில் ஒருவரின் மனைவியுடனும், தனது தோழர்களில் ஒருவரின் காதலியுடனும் தொடர்பு வைத்துள்ளவராக அவர் மாறியதை நான் கவனித்தேன். பின்னவர் அதைப் பொருட்படுத்தவில்லை. ஆனால் முன்னவர் தற்கொலைக்கு முயலும் அளவுக்கு மூளை குழம்பியவராக ஆனார். நான் பாரிஸை விட்டுப் புறப்பட்டுக் கொண்டிருந்த நிலையில், எல்ரிட்ஜ் கட்டப்பட்ட ஒரு சிறிய பெட்டியை என்னிடம் கொடுத்து, அல்ஜியர்ஸில் மலிகாவிடம் அதைச் சேர்க்கும்படி கேட்டுக்கொண்டார். 2017 - ல் மகத்தான நல்வாய்ப்பொன்றின் உதவியால் நேசிக்கத்தக்க மலிகாவுடன் மீண்டும் ஒரு முறை தொடர்பு கிடைத்தபோது, நாற்பத்து நான்கு ஆண்டுகளுக்குப் பிறகுதான், அந்தப் பெட்டியில் இருந்தவற்றையும் அவற்றின் முக்கியத்துவத்தையும் நான் தெரிந்துகொண்டேன். உள்ளே அந்தப் பெண்ணின் தலைமுடிச் சுருள் ஒன்றும், எல்ரிட்ஜிடமிருந்து வந்த ''தயாராக இரு,'' என்று முடியும் வார்த்தைகளைக்கொண்ட, காதல் கடிதம் என்று அழைக்கப் படக்கூடிய ஒன்றும் வைக்கப்பட்டிருந்தது.

கேத்தலின் இன்னும் ஐரோப்பாவைச் சுற்றிப் பயணம் செய்துகொண்டிருந்தார். எல்ரிட்ஜ் தன்னந்தனியாக இருந்தார். தனது பழைய வாழ்க்கையைக்கொண்டு புதிய வாழ்க்கையொன்றை உருவாக்கிக் கொண்டிருந்தார். சாகும் தறுவாயிலிருந்த சர்வதேசப் பிரிவு அவரைப் பொறுத்த அளவில் எதையேனும் பிரதிநிதித்துவம் செய்வதாக இருக்குமானால் அந்த உறுப்பினர்கள் அல்லது குழுவினருக்கான பொறுப்பை அவர் உதறியெறிந்தார். ''அவரவர் பிரச்சனையை அவரவர் பார்த்துக் கொள்வது'' என்பது புதிய மூதுரையாக இருந்தது. வார்த்தைகளால் சொல்லப்படவில்லை யென்றபோதிலும், அது என்னையும் உள்ளடக்கியதாக இருந்தது. என்னால் முடிந்தவற்றை, பிரான்ஸ் மற்றும் அல்ஜீரியாவில்

இருபதுக்கும் மேலான ஆண்டுகளில் எனக்குக் கிடைத்த நற்பேறுகளை நான் அவருக்குக் கொடுத்தேன். அவர் அல்ஜிரியர்ஸை விட்டுப்புறப்பட்ட அந்த நாளில் நாங்கள் ஏற்படுத்திக்கொண்ட பிணைப்புகள் அவிழப் போகின்றன என்பதை நான் புரிந்துகொண்டேன். அது நடந்துகொண்டிருப்பதை இப்போது என்னால் பார்க்க முடிந்தது.

எனக்குத் தெரியாமல் இருந்தது என்னவென்றால் ஒரு நாள் அவர் எனக்குத் தேவைப்படுவார் என்பதுதான்.

௸

சில ஆண்டுகளுக்குப் பிறகு, கடவுச்சீட்டுகள் மற்றும் திருடப்பட்ட கார்களைக் கையாண்டதன் மூலம் அல்ஜீரியாவில் தான் உயிர்பிழைத்துவந்ததாக எல்ரிட்ஜ் கோரிக்கொண்டார்: ''கிழக்கு லாஸ் ஏஞ்சல்ஸில் நான் கற்றுக்கொண்ட குற்றக் கல்வி, வடக்கு ஆப்பிரிக்காவில் குறிப்பிடத்தக்கவிதத்தில் எங்களுக்கு உதவியது. எங்களுக்குப் பலனளித்த முதல் முயற்சி திருடப்பட்ட கடவுச்சீட்டுகளைக் கடத்தி வந்ததும் விசாக்களைக் கள்ளத் தனமாக உருவாக்கியதும்தான்... கையில் எடுத்துச் செல்லக் கூடிய தனித்துவமான ஒரு செயல்முறை மூலம்... தனித்துவமானது என்பதன் பொருள் விமான நிலையத்தின் பொருட்களைப் பூட்டிவைக்கும் ஓர் அறையிலேயே எங்களால் கடவுச்சீட்டுகளை மாற்றிவிட முடியும் என்பதாகும். புகைப்படங்களை மட்டுமே மாற்றுவதன் மூலம் ஒரே ஆவணத்தைக் கொண்டு வெவ்வேறு நபர்களும்கூட பயன்படுத்துவார்கள்.''[6] என்று *சோல் ஆன் ஃபயர்* நூலில் அவர் எழுதினார். நூலின் அதே பகுதியில் சிறுத்தைகள், ''ஐரோப்பாவிலிருந்து திருடப்பட்ட கார்களை ஓட்டிக் கொண்டிருப்பதை வழக்கமாகக் கொண்டிருந்தார்கள்... அல்ஜீரியாவிற்குள் நாங்கள் கொண்டுவந்த கார்கள் மூன்றாம் உலகம் முழுவதும் அவற்றுக்கான இடத்தைச் சென்றடைந்தன.''[7]

அல்ஜீரியாவில் சிறுத்தைகளின் அனுபவம் குறித்து ஆய்வு செய்யும் பல காத்திரமான எழுத்தாளர்களும், செய்தியாளர்களும் இத்தகைய தகவல்களை மீளுருவாக்கம் செய்கிறார்கள். அது நேரடியாக எல்ரிட்ஜிடமிருந்து, சொல்லப் போனால் - குதிரையின் வாயிலிருந்து வருகிறது என்று புரிந்துகொண்டேன். பலரால் அறியப்படாத ஒரு புத்தக வெளியீட்டாளர் மூலம் 1978 - ல் எல்ரிட்ஜால் வெளியிடப்பட்ட *சோல் ஆன் ஃபயர்* என்னும் அவரது சுயசரிதையில் இந்தத் தகவல் வெளியானது. இது

''ஆன்மாவின் சுற்றுப் பாதை'' என்று அவரால் பயன்படுத்தப் பட்ட சொற்றொடர் கொண்டு தனது அந்தஸ்தைப் பெறுவதற்காக, தனது பிம்பத்தைச் சீராக்கிக் கொள்ளும் நோக்கிலான ஒரு நூல் என்று நான் நம்புகிறேன். கறுப்புச் சிறுத்தைகள் கட்சியின் சர்வதேசப் பிரிவு தீங்கு விளைவிக்கும் ஒரு நாட்டில் இருந்துகொண்டு குற்றவாளிக் கும்பலின் நடவடிக்கையை மேற்கொண்டிருந்தது என்று யாரேனும் உண்மையில் நம்புவார்களா? உண்மைக்கு அப்பாற்பட்டதாக எதுவும் இருக்கமுடியாது. கறுப்புச் சிறுத்தைகள் கட்சியால் அறியப்படாத ஒருவரால் திருடப்பட்ட அந்தக் கடவுச்சீட்டுகள் - அவற்றை உருமாற்றுவதற்காக ஜெர்மனிக்கு என்னால் எடுத்துச் செல்லப்பட்டவை - ஒரு நோக்கத்திற்காக சிறுத்தைகளால் பயன்படுத்தப்படுவதற்கான சாத்தியம் இருந்தது: அல்ஜீரியாவுக்கு வெளியில் பயணம் செய்வதற்காகப் பயன் படுத்தப்பட்டது. சில வெற்றுக் கடவுச்சீட்டுகளை அமெரிக்க அலுவலகத் தட்டச்சு செய்பவர்கள் இரண்டுபேர் தூதரகத்துக்கு வெளியே தப்பவிட்டார்கள். நாங்கள் காரியத்தில் இறங்கினோம்,''[8] என்று அவர் கூறுகிறார். நான் சொன்னதுபோல, கடவுச் சீட்டுகளைப் போலி செய்வது எப்படி என்பதை நாங்கள் அறிந்திருக்கவில்லை. அல்ஜீரியாவுக்கு வந்துசேர்ந்தற்கான முத்திரையைப் பதிப்பதன் மூலம் அவற்றை நாங்கள் பயன் படுத்தத் தக்கவாறு ஆக்குவதற்கு நாங்கள் ஆனை ஜெர்மனியிலிருந்து அல்ஜியர்ஸுக்கு அழைத்துவர வேண்டியிருந்தது. கார்களைப் பொறுத்தவரையில், சிறுத்தைகளின் ஜெர்மனிய ஆதரவுக் குழுவால் வழங்கப்பட்ட, பயன்படுத்தப்பட்ட ஒரு வேன் மற்றும் புதியதொரு சிற்றுந்தும் சிறுத்தைகளுக்குச் சொந்தமாக இருந்தது, அவ்வளவுதான். கார்களைத் திருடும் கறுப்பின அமெரிக்கர்களின் கூட்டமொன்று ஐரோப்பாவுக்கும் அல்ஜியர்ஸுக்கும் இடையில் தீவிரக் கண்காணிப்பில் ஈடுபட்டிருந்த காவல்துறையின் கண்ணெதிரே செயல்பட்டுக் கொண்டிருந்ததாகவும், தெருச் சந்தையில் மிட்டாய் விற்பதுபோல் வாகனங்களை விற்றுக் கொண்டிருந்ததாகவும் கதை சொல்வதைவிட வேறெதுவும் நம்புவதற்குக் கடினமானதாக இருக்கமுடியாது.

உண்மையிலேயே ஒரு குற்றவாளிக் குழுவின் தலைவனாக ஆவதற்கான வாய்ப்பு அல்ஜீரியாவில் ஒரு சமயம் எல்ரிட்ஜுக்கு வழங்கப்பட்டது. அவர் அதை நிராகரித்துவிட்டார். லத்தின் அமெரிக்காவிலிருந்து போதை மருந்து ஐரோப்பாவுக்குச் செல்லும் வழியில், அல்ஜீரியாவில் வாங்கி அனுப்பும் நிலையமொன்றை

அமைப்பதற்கான ஒரு திட்டத்தோடு ஆப்பிரிக்க அமெரிக்கர் ஒருவரால் தொடர்பு கொள்ளப்பட்டபோது, தனது நாட்டை விட்டு இடையூறு செய்யாமல் விலகியிருக்கும்படி அந்தத் தொடர்பாளரை அவர் எச்சரித்தார். தனது பாதுகாப்புக்கு உதவிசெய்த வட ஆப்பிரிக்கக் கொடையாளிகளுக்கு அவர் எவ்வளவு கடமைப்பட்டிருக்கிறார் என்பதை பிற்காலத்தில் அவர் மறக்கத் தீர்மானித்திருக்கலாம். ஆனால் அந்தச் சமயத்தில் பல டஜன் கணக்கான பெண்கள், ஆண்கள், குழந்தைகளின் வாழ்க்கைக்கான அவரது பொறுப்பு குறித்து அவர் விழிப்போடிருந்தார்.

1973 டிசம்பர் முடிவில் எனது அல்ஜீரிய விசாவைப் புதுப்பிப்பதற்காக நான் டூனிஸுக்குக் கிளம்பிச் சென்றேன். பல ஆண்டுகாலமாக நான் ஓர் இருப்பிட அனுமதிச்சீட்டு இன்றி இருந்தேன். சிறுத்தைகளின் காலத்தின்போது, சாதாரணமாக எஃப் எல்என் விடுதலை இயக்க அலுவலகத்தைத் தொடர்பு கொள்வதன் மூலம் நாட்டிற்கு உள்ளேயும் வெளியேயும் சென்றுவர என்னால் முடிந்தது. விமான நிலையத்தில் எனது புறப்பாடு மற்றும் வந்து சேர்தலையும்கூட அந்த அலுவலகம்தான் ஏற்பாடு செய்தது. இப்போது சிறுத்தைகள் போய்விட்டார்கள் என்பதால், இது எனது அந்தஸ்தை முறைப்படுத்திக் கொள்வதற்கான சரியான நேரமாக இருந்தது: ஒரு விசாவுக்கு மீண்டும் விண்ணப்பிப்பது, பிறகு இருப்பிட அனுமதிச்சீட்டை வேண்டிக் கேட்பது. டூனிஸிலிருந்த என் நண்பர்களோடு நான் தங்கினேன். கடந்த காலத்தில் நான் பெற்றிருந்த பணிமுறை விசா கேட்டு அல்ஜீரியத்தூதரகத்தில் விண்ணப்பித்தேன். தூதரகத்தை பலமுறை தொடர்பு கொண்டேன். ஆனால் அதிகாரபூர்வ அனுமதி வந்துசேரவில்லை. போர் நடந்த ஆண்டுகளைச் சேர்ந்த மோஹ்தாரின் பழைய நண்பரான தூதர் என்னை வரவேற்றார்: ஆனால் அல்ஜியர்ஸிலிருந்து அதிகாரபூர்வ அனுமதியின்றி விசாவை வழங்குவதற்கு அவரால் முடியாது.

எனது டூனிஸ் உபசரிப்பாளர்களின் நண்பர் ஒருவர் வெளியுறுவுத்துறை அமைச்சரின் தனி உதவியாளரான மதாம்பர்ரை அழைத்து, அவரைத் தலையிடும்படி கேட்டுக்கொள்ள முன்வந்தார். மதாம்பர் என்னை நினைவில் வைத்திருந்தார்; வருடங்களின் போக்கில் நாங்கள் சிலமுறை சந்தித்திருந்தோம். அடுத்த நாள் என்னுடைய விசா வந்துசேர்ந்துவிட்டதாகச் சொல்வதற்கு தூதர் என்னை அழைத்தார்.

புறப்படுவதற்கு முன்னால், எனது உபசரிப்பாளரின் தந்தையான வயதுமுதிர்ந்த கனவான் கலீல் தம்சலியிடம் விடைபெறுவதற்காகச் சென்றேன். அவருக்கு அல்ஜீரியாவில் ஓர் ஆலிவ் எண்ணெய்த் தொழிற்சாலை இருந்தது. அது தேசிய மயமாக்கப்பட்டிருந்தது. எனக்கு நல்வாய்ப்புக் கிடைக்கட்டுமென்று அவர் வாழ்த்தினார், ''நீ ஒரு துணிவான பெண். அந்தக் குளவிக்கூட்டுக்குள் திரும்பிப்போகிறாய்!'' நான் டூனிஸிலிருந்து பெருமூச்சுடன் புறப்பட்டேன்.

நான் உணர்ந்த சிறிதளவு நன்னம்பிக்கையும் குறுகிய காலமே நீடித்தது. அல்ஜியர்ஸ் விமான நிலையத்தை சென்றடைந்த போது, எனது கடவுச்சீட்டு காவல்துறையின் வசமே வைத்துக் கொள்ளப்பட்டது. நகரத்திலிருந்த சென்ட்ரல் கமிசாரியேட்டைச் சேர்ந்த வெளிநாட்டவர்களுக்கான அலுவலகத்தில் அதை நான் பெற்றுக்கொள்ளலாம் என்று என்னிடம் சொல்லப்பட்டது. அந்த அலுவலகத்துக்கு நான் பலமுறை பயணம் சென்றேன். அவற்றில் இரண்டு பயணங்கள் குறுக்கு விசாரணைகளாக மாறின. ஆனால் எனது கடவுச்சீட்டு திருப்பித் தரப்படவில்லை. பிறகு பாதுகாப்புத்துறை அமைச்சத்தில் உள்ள செக்யூரித்தே மிலித்தர் தலைமையகத்தில் முறைப்படி முன்னிலைப்படுமாறு அழைப்பாணை வரப்பெற்றேன். இதே அலுவலகங்களுக்கு நான் இழுத்தடிக்கப்பட்டு, ஜோக்ரா செல்லமியை உளவு பார்க்கும்படி கேட்டுக்கொள்ளப்பட்டு இரண்டு ஆண்டுகள் ஆகியிருந்தன. இப்போது நாங்கள் எல்லாவற்றையும் மீண்டும் தொடங்கியிருந்தோம்: அதே கேள்வி, அதே மறுப்பு ஒலிப்பதிவு செய்யப்பட்டது.

செக்யூரித்தே மிலித்தர் அலுவலகத்திலிருந்து நான் புறப்பட்டதும் ஜமெல் என்ற புனைபெயரில் நன்கு அறியப்பட்ட, பூமிடியனுக்கு மிகவும் நெருக்கமான, அவரது மூளையாகச் செயல்படும் திறனாளர் குழுவைச் சேர்ந்த மூவரில் ஒருவரும், 1965 - ம் ஆண்டு ஆட்கிக்கவிழ்ப்பைத் தூண்டியவர்களில் ஒருவருமான செரிஃப் பெல்காசெம்மை தொலைபேசியில் அழைத்தேன். ஆட்சிக்கவிழ்ப்பை அடுத்து உருவாக்கப்பட்ட புரட்சிகரக் கவுன்சிலின் உறுப்பினராகவும், கல்வித்துறை மற்றும் நிதித்துறை ஆகிய இரு அமைச்சகங்களின் தலைமைப் பொறுப்பிலும், அரசாங்கத்தின் தலைமை உறுப்பினர்களில் ஒருவராகவும் அவர் இருந்தார். 1960களில் அவரது புகழ்பெற்ற விருந்துகளுக்கு அடிக்கடி செல்லும் ஒரு விருந்தினராக நான் இருந்திருக்கிறேன். ஸ்வீடனைச் சேர்ந்த அவருடைய பேரெழில்

வாய்ந்த அவருடைய மனைவியையும் அவருடைய நெருக்கமான கூட்டாளிகளையும் நான் அறிவேன். அவர் மட்டுமீறிய குடிகாரராகவும், பெண் பித்தராகவும் கீழிறங்கியதையும்கூட நான் நேரில் கண்டிருக்கிறேன்.

ஐமெலின் தனிப்பட்ட தொலைபேசி எண் என்னிடம் இருந்தது. அவருடைய உதவி எனக்குத் தேவை என்று நான் சொன்னபோது அன்று மாலை அவருடைய வீட்டுக்கு வரும்படி அவர் என்னை வரவேற்றார். அவருடைய எதிர்வினை கூர்மையானதாக இருந்தது: என்னை அச்சுறுத்துவதும், செக்யூரித்தே மிலித்தரால் பயன்படுத்திக் கொள்ளப்படுவதும் அறவே கூடாது. அவர் என்னுடைய பிரச்சனையைக் கவனத்தில் எடுத்துக் கொள்வார், கவலைப்பட வேண்டாம். அடுத்தவாரம், அந்த விசயம் கைவிடப்பட்டதாகச் சொல்வதற்கு ஐமெல் என்னை தொலைபேசியில் அழைத்தார். எனது கடவுச்சீட்டைத் திருப்பித்தருவதற்கும், புதிய இருப்பிட அனுமதியொன்றை வழங்குவதற்கும் அவரைத் தலையிடுமாறு நான் கேட்டுக் கொண்டேன்.

இதற்கிடையில் பாரிஸ் பத்திரிகையான *ஆஃப்ரிக் ஆஸ்ஸி*யின் இயக்குநரான சிமோன் மேல்லியை நான் தொடர்பு கொண்டேன். நியூ யார்க்கில் இருந்தபோதிருந்தே அவரை எனக்குத் தெரியும். இத்தனை ஆண்டுகளாக எங்கள் தொடர்பை நாங்கள் பராமரித்துவந்தோம். அந்தப் பத்திரிகையின் ஆசிரியர் குழுவில் நான் ஓர் உறுப்பினராக இருந்தேன். அதற்குக் கட்டுரைகள் எழுதினேன். குறிப்பாக சிறுத்தைகளின் கட்சி பிளவடைந்தது குறித்து நான் எழுதிய கட்டுரையொன்று பிரெஞ்சு மொழி பேசும் உலகில் பரபரப்பை ஏற்படுத்தியது, குடியரசுத் தலைவர் அலுவலகத்தின் பொதுச் செயலாளரிடம் சிமோன் பேசினார்; எனது விவகாரம் கைவிடப்படும் என அவருக்கும் உறுதியளிக்கப்பட்டது.

ஜனவரி 29 அன்று, ''உங்கள் கடவுச்சீட்டைப் பெற்றுக் கொள்வதற்காக'' சென்ட்ரல் கமிசாரியேட்டில் முன்னிலை தருமாறு அழைப்பாணையொன்றை நான் வரப்பெற்றேன். மோஹ்தாரும் நானும் சந்தேகம் கொள்ளவில்லை; மாறாக, எனது கோப்பு ஒரேயடியாக கிடப்பில் போடப்பட்டுவிட்டது என்பதே இதன்பொருள் என்ற நாங்கள் கருதினோம். அன்று என்னுடைய கார் அவருக்குத் தேவைப்பட்டதால் காவல்துறை தலைமையகத்துக்கு அவர் என்னை ஏற்றிச் சென்றார். பல மாத

கால அளவில் நாங்கள் ஒருவரையொருவர் கடைசியாகப் பார்த்துக்கொண்டது அப்போதுதான். அன்று பிற்பகல் நான் நாடு கடத்தப்பட்டேன் - அதிகாரபூர்வமான ஆணையின் மூலம் நான் நுழைவதற்குத் தடைசெய்யப்பட்ட ஓர் இடமான பாரிஸுக்கு விமானத்திலேற்றி அனுப்பப்பட்டேன்.

''இதை அவர்கள் எனக்குச் செய்திருந்தால் அது நல்ல அறிகுறியல்ல,'' என்று ஜமெல் அன்று இரவு தொலைபேசியில் சொன்னார். ''ஆனால் என்னால் என்ன செய்யமுடியும் என்று பார்க்கிறேன்.'' அதிகார விளையாட்டில் தன்னை தோற்றுப் போன ஒருவராக அவர் பார்க்கிறார் என்பதே அதன் பொருள் என்று நான் எடுத்துக்கொண்டேன். அதாவது செக்யூரித்தே மிலித்தர் அவருடைய கட்டுப்பாட்டை மீறிச் செல்வது அவருடைய அரசியல் எதிர்காலத்தைப் பொறுத்த வரையில் கணிசமான அளவில் முக்கியத்துவம் வாய்ந்ததாக இருந்தது. அவருடைய நட்சத்திரம் மங்கிக்கொண்டிருந்தது.

அவருடன் நான் அவ்வப்போது பேசினேன். ஆனால் அவர் தெரிவிப்பதற்கு எதுவும் இருக்கவில்லை. அதன் பிறகு, ஜூலை மாதத்தில் அவர் என்னை அழைத்தார். ''வழி தெளிவாக உள்ளது. நீயாகவே ஒரு விசாவை வாங்கு. நீ திரும்பி வரலாம்.'' போதுமான அளவு வேகத்தில் அல்ஜீரியத்தூதரகத்தை என்னால் அடையமுடியவில்லை.

1974 ஜூலை 23 அன்று பிற்பகலின் தொடக்கத்தில் அல்ஜியர்ஸுக்கு நான் வந்துசேர்ந்தேன். கடவுச்சீட்டுக் கட்டுப் பாட்டுப் பகுதியினூடாக எந்தத் தடங்கலுமின்றி எளிதாகச் சென்றேன். பயணப்பைகள் மற்றும் பெட்டிகள் இருந்த கூடத்திலிருந்து கண்ணாடியினூடாக, மோஹ்தாருடன் சிமோனும், மொஹமத் ரெஸ்ஸுக்கும் இருந்ததைப் பார்த்தேன். நாங்கள் வெற்றியின் பெரும்புன்னகைகளைப் புன்னகைத்தோம். கையசைத்தோம். எனது பை வந்து சேர்ந்தது. அதை எடுத்தபோது எனது தோளில் ஒரு மெல்லிய தட்டலை நான் உணர்ந்தேன். சீருடையிலிருந்த ஓர் அதிகாரி தன்னைப் பின்தொடருமாறு என்னிடம் சொன்னார். எனது கடவுச்சீட்டைத் தருமாறு அவர் கேட்டார். நுழைவு முத்திரையினூடாக ஒரு கோட்டை வரைந்தார். என் பெயர் பட்டியலில் இருந்தது.

நான் அதே விமானத்தில் பாரிஸுக்குத் திருப்பி அனுப்பப் பட்டேன். ஏர் பிரான்ஸ் நிறுவனம் திரும்புதலுக்கான பயணச் சீட்டை வாங்கக் கோரியது. நான் வாங்க மறுத்தேன். விமான

நிலைய அதிகாரிகள் வாங்கிக்கொடுக்கவில்லை. நிறுவனம், ''செல்லத்தக்க விசா இருந்தும் பயணி திருப்பியனுப்பப் பட்டார்,'' என்று புகார் செய்தது. ஆனால் அவர்கள் என்னை விமானத்தில் ஏற்றிக்கொண்டார்கள். நான் வேண்டப்படாதவள் என்று ஆவணப்பதிவு கொண்ட ஒரு நாட்டில் நான் மீண்டும் தரையிறங்கினேன்.

அன்று இரவு மோஹ்தாரும் நானும் பேசிக்கொண்டோம், ''அவர்கள் நன்றிகெட்ட தாயோளிகள்,'' அவர் கோபப்பட்டார்.

1974 ஜனவரியிலிருந்து ஜூலை வரை நான் புல்வார் எல் ஹோப்பிடலில் இருந்த சேப்போ தம்பதியரின் அடுக்குமாடிக் குடியிருப்பில், அல்ஜீரியாவுக்குத் திரும்பிச் செல்ல நான் வழிகண்டுபிடிப்பேன் என்ற திடமான நம்பிக்கையில் பதுங்கியிருந்தேன். என்னிடமிருந்த பணம் தீர்ந்ததும் பணம் தரும் சிறுசிறு வேலைகளைத் தேடிக்கொண்டேன். அவற்றில் ஒன்று அல்ஜியர்ஸைச் சேர்ந்த என் பழைய நண்பர் ஃபிரான்ஸைன் செர்ஃபடிக்கு கழுத்தில் அணிந்து கொள்ளும் அணிமணிகளை வடிவமைத்தல் மற்றும் கோர்த்தலுமாகும். பாரிஸில் தடுத்து வைக்கப்பட்டிருப்பது இன்னும் பெரிய கவலையாக இருக்கவில்லை. நான் நம்பிக்கையோடு இருந்தேன்.

எல்ரிட்ஜும்கூட சட்டவிரோதமாகத்தான் அங்கே இருந்தார். தனது அசைவுகள் குறித்து எச்சரிக்கையாக இருந்தபோதிலும், அரசியல் தஞ்ச அந்தஸ்துக்கு நெருக்கமாகக்கொண்டுசெல்லும் என்ற நம்பிக்கையில் பாரிஸிலிருந்த சுறுசுறுப்பான ஒரு கூட்டத்தோடு இணைந்திருந்தார். பிப்ரவரி மாதத்தின் பிற்பகுதியில் ஒரு நாள் உற்சாகம் பீறிடும் நிலையில் அவர் சேப்போ தம்பதியரின் வீட்டுக்கு வந்துசேர்ந்தார். நீளிருக்கையில் கைகால்களைப் பரப்பிக்கொண்டு அமர்ந்து மயக்கத்தோடு கதையொன்றைக் கொட்டினார். அவருக்கு கம்மா புகைப்படச் செய்தியாளரான மேரி லோர் தெ டேக்கர் என்றொரு புதிய நண்பர் இருந்தார். அவர் இப்படி இருந்ததை அவருக்குப் பக்கத்திலிருந்து நான் ஒருபோதும் பார்த்ததில்லை. அந்த உன்னதமான பெண் தன்னோடு படுக்கையில் இருந்ததை அவர் விவரித்தபோது, சைகைகள் செய்துகொண்டும், போலியாக நடித்து நையாண்டி செய்துகொண்டும், சிரித்துக்கொண்டும்

உயிர்த்துடிப்போடு இருந்தார். அவருடைய காதில் அந்தப் பெண் தொலைபேசியை வைத்துப் பிடித்துக் கொண்டிருந்தார். பிறகு, தொலைபேசி இணைப்பின் மறுபக்கத்திலிருந்த நபருடன் ஹெய்ன்*, உய்**, நன்*** என முக்கல் முனகலுடன் சொல்வதற்காகத் தொலைபேசியை பறித்து இழுத்துக்கொண்டார்: இணைப்பின் மறுபக்கத்திலிருந்தவர் வேலறி கிஸ்கார்ட் டெ'ஸ்டாங்க். இப்போது மேரி-லோர் அந்த இரு நாட்டாரும் சந்திப்பதற்கு ஏற்பாடு செய்துகொண்டிருந்தார்.

எல்ரிட்ஜ் சொல்வதன்படி, தான் மற்றவர்களைத் தனக்குச் சாதகமாகப்பயன்படுத்திக் கொள்பவளாக இருப்பதுபோல், மேரி-லோர் துடுக்குத்தனம் மிக்கவராக இருந்தார். பிரெஞ்சு அமைச்சரவைக் கூட்டம் ஒன்றில் புகைப்படம் எடுக்கும் பொறுப்பு கம்மாவின் மூலமாக அவரிடம் ஒப்படைக்கப் பட்டிருந்ததன் காரணமாக, அவர் மென்மையான, பகட்டான, அடர் பழுப்பு நிற அங்கியொன்றை வாடகைக்கு வாங்கியிருந்தார். கூட்டம் நடந்த அறைக்குள் அதிகத் தயக்கமில்லாமல் நுழைந்தார், சுற்றிச்சுற்றி வந்து சாய்கோணத்திலும், கவனத்தைக் கவரும்படி பாலுணர்வைத் தூண்டும் விதத்திலும், திடீரென முன்னோக்கி சென்றும் புகைப்படங்களை எடுத்தார். மெல்ல வெளியே செல்வதற்கு முன்னால், கிஸ்கார்டின் கையில் தனது தொழிலக அட்டையைத் திணித்தார்.

கிஸ்கார்டுக்கும் எல்ரிட்ஜுக்கும் இடையிலான சந்திப்பு இடம் பெற்றது. சில வாரங்களுக்குப்பிறகு, ரிவோலி வீதியை ஒட்டி, லூவரினுள் இருந்த அரசு இருப்பிடம் மற்றும் கிஸ்கார்டின் அமைச்சரவை தலைமையகத்தை விவரித்து என்னை மகிழ்வூட்டுவதற்காக எல்ரிட்ஜ் வந்தார். காகிதப் பணத்தால் நிரம்பி வழிந்த புகழ்பெற்ற அந்தப் பழங்கால மேசையை அவர் விவரித்தார். அமெரிக்காவை பற்றியும், அரசியல் செயல்பாடு பற்றியும், ஆளுமைகள் பற்றியும், குறிப்பாக ஜான். எஃப். கென்னடி குறித்து தனிப்பட்ட ஆர்வம் காட்டும் விதத்திலும் கிஸ்கார்ட் அவரிடம் கேள்விகள் கேட்டார். அவரது மேசைக்குப் பின்னால் சுவரில் கென்னடியும் கிஸ்கார்டும் இருக்கும்

---

* hein - ம்

** oui - ஆமாம்

*** non - இல்லை

புகைப்படமொன்று தொங்கிக்கொண்டிருந்தது. தான் அவருடைய இரசிகராக இருப்பதை அவர் ஒப்புக்கொண்டார். மிகவும் முக்கியமாக, எல்ரிட்ஜும் அவரது குடும்பத்தினரும் தனது நாட்டில் அதிகாரபூர்வமாக ஏற்றுக்கொள்ளப்படுவதற்கு ஏற்பாடு செய்வதாக அவர் வாக்களித்தார்.

பிரெஞ்சுக் குடியரசுத் தலைவரான ஜார்ஜ் போம்பீடு உயிராபத்து விளைவிக்கும் புற்றுநோயால் பாதிக்கப்பட்டிருந்தார்; தனது பதவிக்காலத்திலேயே அவர் உயிரிழக்கவிருந்தார். சிக்கலை விளைவிக்கும் ஆளாக இருந்த, அடாவடிப் பேர்வழியான உள்துறை அமைச்சர் ரேமன்ட் மார்செலினை மாற்றீடு செய்வது அவரது கடைசிச் செயல்பாடுகளில் ஒன்றாக இருந்தது. பிரதம அமைச்சர் பியர் மெஸ்மர் அதிகமாக இணங்கிப் போகும் போக்கு கொண்ட ழாக் சிராக்கை அவருக்கு மாற்றாக நியமித்தார். கிஸ்கார்ட் அதை உற்சாகத்துடன் ஏற்றுக்கொண்டார்: சிராக் இரண்டு மாதங்கள் மட்டுமே உள்துறை அமைச்சராக இருந்தார். ஆனால் எல்ரிட்ஜை உண்மையான அரசியல் அகதியாக மாற்றுவதற்கும், அவருக்கும், அவரது மனைவிக்கும், அவரது இரு குழந்தைகளுக்கும் இருப்பிட அனுமதிகளை வழங்குவதற்கும் அந்த காலமே போதுமானதாக இருந்தது.

பிரிஃபெக்டியூர் தெ போலீஸ் அலுவலகத்துக்கு கிஸ்கார்டின் காரோட்டியால் செலுத்தப்பட்ட அமைச்சரகக் காரில் சென்ற பயணம் குறித்ததும், அதிகாரபூர்வ இருப்பிட அனுமதி அட்டையைப் பெறுவதற்கு அவர் கடந்துசெல்லவேண்டியிருந்த, தங்குவதற்கு வசதியேற்படுத்தும் நடைமுறைகளைக் குறித்ததுமான எல்ரிட்ஜின் விவரணையை நான் மதிப்புணர்வுடன் கேட்டுக் கொண்டிருந்தேன்.

போம்பீடு ஏப்ரலில் இறந்தார்; சோசலிஸ்ட் கட்சியின் தலைவரான மித்தரோனுக்கு எதிராக அடுத்த ஏழு வாரங்கள் கிஸ்கார்ட் தேர்தல் பரப்புரை செய்தார். மே 18 அன்று புதிய குடியரசுத்தலைவராக அவர் தேர்ந்தெடுக்கப்பட்டதை அடுத்து எல்ரிட்ஜும் மேரியும் அவர்களுடைய வழக்கத்துக்கு மாறான பாணியிலான தொலைபேசி உரையாடலைத் தொடர்ந்தனர். அலுவலக நிகழ்வுகளை விவரிப்பதற்காக அவர் அந்தப் பெண்ணுடன் தொடர்ந்து பேசி வந்தார். கிஸ்கார்டை அந்தப் பெண் எடுத்த புகைப்படமொன்று மிகவும் புகழ்பெற்றதாக மாறியது: தான் வெற்றி பெற்ற அந்த நாளில் தாழ்வான, கை

வைத்த வெல்வெட் நாற்காலியொன்றில் கால்களைக் குறுக்காக வைத்து அமர்ந்து தொலைக்காட்சியில் தன்னைத்தானே அவர் பார்த்துக் கொண்டிருந்தார்.

நாற்பது ஆண்டுகளுக்குப் பிறகு, 2014 ஜூலை 23 அன்று *லெ பாரிஸியன்* நாளிதழில் வெளியான கட்டுரையொன்று சொல்வதன்படி, கிஸ்கார்ட் பதவியேற்பதற்கு சில நாட்கள் முன்னதாக தேசியப் பத்திரிகையான *எல்'எக்ஸ்பிரஸ்ஸுக்கு* மேரிலோர் தெ தெக்கரிடமிருந்து கிடைத்த புகைப்படங்களின் வரிசையொன்றை கம்மா அனுப்பிவைத்தது. அவையனைத்தும் முன்னாள் குடியரசுத்தலைவருடையவை - அந்தக் கட்டுரையில் அவர் ''வேலறி ஸ்ட்ரேன்ஜ் லவ்'' ஓர் ''இதயமற்ற உணர்ச்சிவயப்பட்ட மனப்போக்காளர்'' என்று முத்திரை குத்தப்பட்டார்- அவற்றில் ஒன்றைத் தவிர மற்றவை அனைத்தும் அந்தப் பெண்ணால் எடுக்கப்பட்டவை. அந்த ஒன்று சந்தேகத்திற்கிடமின்றி எதிர்காலக் குடியரசுத் தலைவரால் எடுக்கப்பட்டது. *லெ பாரிஸியன்* சொல்வதன்படி, தெ தெக்கர், 'ரைசனரால் வடிவமைக்கப்பட்ட நன்கு அறியப்படட அந்த மேசைக்குப் பின்னால் கவர்ச்சியான தோரணையில் அமர்ந்திருந்தார்.'' ரைசனர் பத்தொன்பதாம் நூற்றாண்டைச் சேர்ந்த புகழ்பெற்ற நிலைப்பெட்டித் தயாரிப்பாளராவார். *எல்'எக்ஸ்பிரஸ்ஸின்* இயக்குநர் பிரான்சுவா ஜிரோ அந்தப் புகைப்படத்தைக் காட்டியபோது, அந்தப் பெண் தயக்கம் காட்டவில்லை: ''வெளியிடுவதற்கு அல்ல... உடனே வெளியிடவேண்டாம்.''

அதன்பிறகு எல்ரிட்ஜை நான் அதிகமாகப் பார்க்கவில்லை. பாரிஸுக்குக் கட்டாயமாகத் திருப்பியனுப்பபட்டதற்குப் பிறகு நான் எல்ரிட்ஜை தொலைபேசியில் அழைத்தேன். சத்தாலேவுக்கு அருகில் ஒரு காபி அருந்தகத்தின் மாடியில் நாங்கள் சந்தித்தோம். அவருக்குப் பிடித்த ஒரு வீட்டை கேத்தலின் தேடிக் கண்டு பிடித்தார். அவர்கள் அதில் குடியேறினார்கள். அவர் உயரப் பறந்து கொண்டிருந்தார். ''அவருடைய அசிங்கத்தை ஒன்று திரட்டி விட்டார்'' - இது அவருடைய விருப்பத்திற்குரிய வெளிப் பாடுகளில் ஒன்றாகும். பிரான்ஸில் எனக்குள்ள தடையாணையை நீக்குவதற்கு உதவுமாறு அவரை நான் கேட்டுக்கொண்டேன். என்னுடைய நிலைமைக்காக அவர் பரிதாபப்பட்டார். அதிகாரத்தில் இருப்பவர்களிடம் பேசுவதாக வாக்குறுதியளித்தார். அவர் ஒருபோதும் என்னிடம் திரும்பிவரவில்லை.

எல்ரிட்ஜ் கிளிவர் யார்?

தன்னால் ''ஓர் ஒழுங்கமைப்புக்குள் இணைத்துக் கொள்ள அறவே முடியாது'' என்று தற்பெருமைக்கான ஒரு குறிப்புடன் எல்ரிட்ஜ் அடிக்கடி என்னிடம் நினைவுபடுத்துவார். ஒரு வேலையைப் பற்றிக்கொண்டு ஒரு ஊதியக் காசோலையை வழக்கமாக வாங்கிக் கொள்வதற்கு தன்னால் ஒருபோதும் முடியாது என்று அவர் கூறவிரும்புகிறார், ஆனால் அவருடைய தற்புகழ்ச்சி அதைவிடவும் ஆழமானது என்பதை நான் கண்டு கொண்டேன். அவருடைய குடும்பத்தை விடவும் வீதிகளிலேயே அவர் கவலையற்றநிலையில் இருப்பார். அவர் முரட்டுப் பிள்ளையாக இருந்தார். பள்ளியில் இடைநின்றார். அனைத்து விசயங்களிலும் தனித்திறமையைப் பெற்றார். சிறைக்கு உள்ளேயும் வெளியேயும் தனது அறிவார்ந்த நகைத்திறத்தால் வாழ்ந்தார். தனது உடல் வலிமையையும் அறிவாற்றலையும் பயன்படுத்தி - எப்படியும், எங்கும் தன்னைத்தானே காப்பாற்றிக் கொள்வது எப்படி என்று அறிந்திருந்தார். தான் தலைவனாக மாறுவதற்காகவும் அப்படியே இருப்பதற்காகவும் வேண்டி, மற்றவர்களைத் தனக்குச் சாதகமாகப் பயன்படுத்திக் கொள்வதற்கான திறமையொன்றை அவர் வளர்த்துக்கொண்டார்.

எல்ரிட்ஜுடன் தமக்கிருந்த உறவு குறித்து எழுதியிருக்கும் சிறுத்தைகள் தமக்கும் அவருக்கும் இடையில் ஒரு சுவரை அவர் நிறுவியிருந்தார் என்று கூறுகிறார்கள். உதாரணமாக கறுப்புச் சிறுத்தைகள் கட்சியின் தலைவர் டேவிட் ஹில்லியர்ட் எழுதினார், ''அவரால் உள்ளே புகவிடாமல் தடுக்கப்பட்டதாக நான் உணர்ந்தேன்... எப்போதும் என்னால் அவரைப் பார்க்க முடிந்ததில்லை; மாறாக, அவர் புரிந்துகொள்ள முடியாதவராக, தன்னைத்தானே மர்மத்தில் போர்த்துக்கொண்டவராக இருந்தார்.''[9] எல்ரிட்ஜின் அந்தப் பக்கத்தை நான் அடையாளம் கண்டேன்: மற்றவர்களை அச்சுறுத்தி தன் விருப்பப்படி நடக்கும்படி செய்யும் பழக்கத்தை அவர் வளர்த்துக் கொண்டார். அணுகமுடியாதவராக இருக்கவேண்டும் என்று அவர் கருதினார். அவருடைய உருவம் ஒன்றை நான் கண்முன் கொண்டுவந்து நிறுத்த முயன்றபோது, உயரமான, கட்டுடல்கொண்ட, தலையைக் குனியாமலேயே என்னைக் கீழ்நோக்கிப் பார்க்கிற ஒரு மனிதனை நான் கண்டேன். அவரது கண்ணிமைகள் பின்தொடர்கின்றன, உயர்ந்து தாழ்கின்றன, மெல்லிய பச்சை விழிகளை பாதியளவு திரை விலக்கிக் காட்டுகின்றன. அவரது கைகள் குறுக்காகக்

கட்டிக் கொண்டிருக்கின்றன. தான் பேசவேண்டும் என்று விரும்பாவிட்டால் - அல்லது அப்படி விரும்பும்வரை அந்த நிலையில் அப்படியே அவரால் இருக்க முடியும். சில சமயங்களில் ஒரு சிரிப்பு படிப்படியாக வரத்தொடங்கும். தனது தாக்கம் குறித்து அவர் தெளிவாக உணர்ந்திருந்தார்.

எல்ரிட்ஜ் எந்தத் தியாகத்தையும் செய்ததில்லை. அவருடைய சொந்த ஆசைகளே முக்கியமானவை. அவை நிறைவேற்றப்பட வேண்டும். அவருடைய நடத்தை குறித்து மற்றவர்கள் என்ன நினைக்கிறார்கள் என்பது முக்கியத்துவமற்றது. அவர் விமர்சனத்துக்கு அப்பாற்பட்டவராக இருந்தார். பெண்களைப் பொறுத்த அளவில், ''நேசத்தின் முழு நிறை''வோடு *சோல் ஆன் ஐஸ்* நூலை யாருக்குச் சமர்ப்பணம் செய்திருந்தாரோ அந்த பெவர்லி அக்சல்ராட் என்னும் தன்னுடைய வழக்குரைஞராக இருந்தாலும்சரி, தான் திருமணம் செய்து கொண்ட இளமையான, வேட்கை மிக்க எஸ்என்சிசி போராளியான கேத்தலினாக இருந்தாலும் சரி, அல்லது வழி நெடுகவும் அவர் மயக்கித் தன்வசப்படுத்திய பிற ஆற்றல்மிக்க பெண்களாயிருந்தாலும் சரி அவரால் ஈவிரக்கமற்றவராக இருக்கமுடிந்தது. உடல்ரீதியாகவும், உணர்வுரீதியாகவும் கேத்தலின் அனுபவித்த அவமானப் படுத்தல்கள் மற்றும் மனக்கசப்பின் அத்துமீறல்களுக்குக் கண்கண்ட சாட்சிகளாக இருந்த பலரில் நானும் ஒருத்தியாவேன். அவரை விட்டு உடனடியாக (அவரது கூற்றுப்படி 1981-ல்) ஏன் விலகிச் செல்லவில்லை என்று அந்தப்பெண்ணிடம் கேட்ட போது, அவர் தெளிவான பதில் எதையும் சொல்லவில்லை

பெரும் எண்ணிக்கையில் விற்பனையாகும் அவரது நூலான *சோல் அன் ஐஸ்* அவர் குறித்தும், அவரது மிகைப்படியான பாலியல் விருப்பம் குறித்தும் மிகவும் அருகிலிருந்து எடுக்கப்பட்ட புகைப்படமாகும். திட்டமிட்டு வன்புணர்ச்சி செய்வதில் அவர் கைதேர்ந்தவராக இருந்தார். பெண்களிடம் அத்துமீறி நடந்து கொள்ளும் ஒழுக்கக்கேட்டை அல்லது பழிப்புக்கிடமான நடத்தையைக் கடந்து செல்வதற்கான ஆற்றல் தனக்கு இருக்கிறது என்று அவரை உறுதி கொள்ளச்செய்வதற்கு அந்த நூலின் வெற்றி பணியாற்றியது என்று நான் நம்புகிறேன். தனது கீழ்த்தரமான செயல்கள் மற்றும் தவறான நடத்தைகளை தெருவில் போகும் மற்றவர்களால் எடுத்துக்கொள்ளப்பட்டு எதிர்கொள்ளப் படுவதற்கென விட்டெறியும் பழக்கத்தை அவர் செம்மைப்படுத்திக் கொண்டார். தனது குப்பைகூளத்தைப் பொது மக்களுக்கு வழங்குவது அவருக்கு ஒரு பிழைக்கும் உத்தியாக மாறிவிட்டது.

ஹுயூவே நியூட்டனும், பாப்பி ஷீலும், டான் காக்ஸும் தெருக்களிலிருந்து கற்று ஆதாயம் அடைந்தார்கள். ஆனால் பொதுக் கருத்து என்னவாக இருந்தபோதிலும் அவர்கள் ''தெருச் சிறுவர்''களாக இருக்கவில்லை. அவர்கள் உயர்நிலைப் பள்ளியின் வழியாகக் கல்லூரியில் சேர்ந்தவர்கள். எல்ரிட்ஜ் சிறையின் புறவழிகளிலிருந்து நேரடியாக கறுப்புச் சிறுத்தைகள் கட்சிக்கு வந்தவர், அவருக்கு அதிகாரத்தை வழங்கக்கூடிய வேறொரு வகையைச் சேர்ந்தவராக அவர் இருந்தார்.

1973 - ல் எல்ரிட்ஜ் சட்டவிரோதமாக பாரிஸில் இருந்த சமயத்தில், ''கவலைப்படவேண்டாம். என்னால் முடிந்தவரை நான் நன்றாக இருப்பேன்,'' என்று சொல்வதற்காக எனக்கு அவர் எழுதினார். பிரான்ஸில் நன்றாக இருப்பதாக அவர் தெளிவாக உணர்ந்தார். எப்படிச் செயல்படுவது, உள்முகச்சிந்தனையை தடுத்து நிறுத்துவது, கண்டனத்தைத் தவிர்ப்பது என்று அவர் அறிந்திருந்தார்.

அவர் என்மீது அன்பு கொண்டிருந்தார் என்று சொல்வதற்கு எனக்குத் தயக்கமாக இருக்கிறது. அவர் என்னைப் பெரிதும் நம்பியிருந்தார். அவருக்குச் சேவை செய்யும்படி நண்பர்களுக்கும் தொடர்பாளர்களுக்கும் ஒரு வாழ்நாள் முழுக்க நான் அழுத்தம் தந்துவந்துள்ளேன். மொழிரீதியாகவும், அவருக்குப் புகலிடமளித்த ஒரு சமூகத்தைப் பற்றிய ஒரு புரிதலுக்காகவும் நான் அவருடைய விளக்கமளிப்பவராகவும் இருந்தேன். வெளியுலகம் தொடர்பான செய்திகளை நான் அவருக்கு அளித்தேன். அவர் சொல்வதற்கு வார்த்தைகள் இல்லாமல் போகும்போது, வார்த்தைக்காகவும், அர்த்தத்துக்காகவும் அவர் என்னிடம் திரும்பினார். குறிப்பாக மேலதிகாரிகளையும், வெளிநாட்டுப் போராளிகளையும், தூதர்களையும் சந்தித்துவிட்டுத் திரும்பும்போது எனது அங்கீகாரத்தை அவர் வேண்டினார் என்று நான் உணர்ந்தேன் என்ற போதிலும், அவருடைய இரசிகர்களைவிடக் குறைவான பாராட்டுகளை வழங்கப் பெற்றவளாகவே நான் இருந்தேன். அடிக்கடி கற்பனை செய்யப்பட்டதை விடவும் மிகுந்த கூருணர்ச்சி கொண்டவராக அவர் இருந்தார். நாங்கள் கூட்டாளிகளாக நீடிக்க வேண்டுமென்றால், எங்களுக்கிடையில் எந்தவிதமான பாலியல் எண்ணத்தையும் அடக்கிக்கொள்ளவேண்டும் என்று அவர் விரைவில் புரிந்துகொண்டார்.

பாலுணர்வு குறித்து அவருக்கு எந்த மன உறுத்தலும் இருக்கவில்லை: விளைவுகள் என்னவாக இருந்தாலும் அவருடைய சிறந்த நண்பர்கள் மற்றும் நெருங்கிய கூட்டாளிகள், முக்கியமான

விதத்தில் சேர்ந்து செயல்புரிபவர்களின் பெண்களுடன் உறவுகொள்ள அவர் தயங்கியதில்லை. விளைவித்த ஊறுகளின் பட்டியல் நீண்டது. என் சொந்த அறிவுப் புலத்துக்கு எட்டிய வரையில் அது கசப்புணர்வையும், பழிவாங்கும் உணர்வையும், துயரத்தையும், மனவேதனையையும், தற்கொலை முயற்சியையும், கேத்தலினின் காதலர் ரஹீமின் கொலையையும் உள்ளடக்கியிருக்கிறது. அல்ஜியர்ஸில் இருந்த சிறுத்தைகளிடம் ரஹீமின் கொலையை, "எனக்குச் சொந்தமானது. வேறு யாருக்கும் சொந்தமானதல்ல," என்று அவர் நியாயப்படுத்தினார். ஒருமுறை "கேத்தலினைப் புணர்ந்தவுடனேயே அவன் தொலைந்தான்."[10]

கறுப்புச் சிறுத்தைகள் கட்சியின் சர்வதேசப் பிரிவை மேலாண்மை செய்துவந்த ஆண்டுகளின்போது, அவர் மேன்மேலும் அதிக அளவில் ஒளிவுமறைவாகச் செயல்படுபவராக ஆகிவந்தார். அது, ஒரு நோயைப் போல, வன்முறையான ஒரு குடும்பப் பின்னணி மற்றும் ஆண்டுக்கணக்கிலான சிறைப்பட்டிருத்தலின் விளைவான சுயபாதுகாப்பின் ஒரு தீவிர வடிவமாக இருந்தது. 1978 ல் வெளியிடப்பட்ட அவரது சோல் ஆன் ஐஸ் நூலின் விசித்திரமான தொடர்ச்சியாக வெளிவந்த, சோல் ஆன் ஃபயர் நூலில் ஒரு வண்டி பொய்களையும், சிதைக்கப்பட்ட உண்மை களையும் வாரியிறைத்தவாறு, அவர் தன் வாழ்வின் பகுதி களினூடாகப் பயணம் செய்கிறார். சமய வட்டத்தில் தான் ஒரு மாபெரும் நட்சத்திரத்தின் பாத்திரத்தை வகிப்பதற்கான பாதையை அவர் சீர்படுத்திக்கொண்டிருந்ததை என் மனக்கண்ணால் நான் காண்கிறேன். இருப்பினும், சிறுவனாயிருக்கும் பருவம் குறித்த பகுதிகள் அழுத்தமான மனப்பதிவை உண்டாக்குபவை, உண்மையை ஒலிப்பவை. ஆறு குழந்தைகளைக் கொண்ட குடும்பத்தில் - மூன்று சிறுவர்கள், மூன்று சிறுமிகள் - எல்ரிட்ஜ் எல்லோருக்கும் மூத்த சிறுவனாக இருந்தார். முரட்டுத்தனமான தந்தையால் அர்கன்சாஸிலிருந்து அரிசோனாவுக்கும் அங்கிருந்து கலிபோர்னியாவுக்கும் அவர் இழுத்துவரப்பட்டார். எல்ரிட்ஜ் அவரை அழிக்கும் அளவுக்குப் பெரியவராகவும், ஆற்றல் மிக்கவராகவும் ஆகும் வரை அவர்கள் அனைவரையும் அவர் பயமுறுத்தி வந்தார். விலகிச்செல்லவேண்டிய நேரம் இது என்று தந்தைக்குப் புரிந்ததும், அவர் வீட்டையும் குடும்பத்தையும் கைவிட்டுச் சென்றார்.

நார்மன் மெய்லரின் *த ஒயிட் நிக்ரோ* குறித்த ஜேம்ஸ் பால்ட் வின்னின் விமர்சனத்துக்குள் எல்ரிட்ஜ் தனது *சோல் ஆன் ஐஸ்* நூலில் சிக்கிக்கொண்டதை நினைவு கூர்வது பயனுள்ளதாகும்.

மற்றவர்களுக்கு ஊறு விளைவிக்கும் மெய்லரின் மனநோயாளியோடு அவர் தன்னை அடையாளப்படுத்தி கொண்டாரா? தனது வன்புணர்ச்சிகளுக்கும், வன்முறைக்கும் அதில் அவர் நியாயத்தைக் காண்கிறாரா? சீண்டப்பட்டபோது மெய்லர் நஞ்சை உமிழ்பவராக இருந்தார். கிளிவரிடம் அது மரியாதையைப் பெறுவதாக இருந்தது. அப்படிப்பட்ட நிலையில், ''அவரது எழுத்துகள் கறுப்பர்கள் மீது வெறுப்பைப் பரப்பிக் கொண்டிருக்கிறது,'' என்பதற்காக பால்ட்வின்னுக்கு எதிராக கிளிவர் வசைமாரி பொழிந்தார். அத்துடன் ''அவமானமிக்க, வெறித்தனமான, நயந்து கெஞ்சுகிற, வெள்ளையர்களை அண்டிப் பிழைக்கும் விதத்திலான அன்பை நமது காலத்தின் கவனிக்கத்தக்க எந்தவொரு கறுப்பின எழுத்தாளரின் எழுத்திலும் நம்மால் கண்டுகொள்ள முடியும்.'' ''ஓரினப்புணர்ச்சி என்பது ஒரு நோய்நிலை,'' என்றும் கிளிவர் மேலும் சொன்னார்.[11] பால்ட்வின் மெய்லரைப் புரிந்திருந்தார். அவரது எழுத்தில் இருந்த ''காட்சி''ப் பாத்திரத்தைக்கண்டு அவர் அஞ்சினார். பால்ட்வின் அரை உண்மைகளை விட்டு விலகி நின்றார்: ''உங்கள் சொந்தக் குரலை மட்டுமே நீங்கள் கேட்கிறீர்கள்,'' என்று அவர் ஒப்புக்கொண்டார், ''உங்களைப் போலவே தோற்றமளிப்பது எதுவோ அதன் முடிவற்ற போலித்தனத்தில் நீங்கள் மூழ்கத் தொடங்கிவிடுகிறீர்கள்.'' எல்ரிட்ஜின் தாக்குதலால் பால்ட்வின் ஆழமாகப் பாதிக்கப்பட்டார் என்று தோன்றுகிறது.

முடிவில், அவரைப் பற்றிய வெறுக்கத்தக்க விசயங்கள் இருந்தபோதிலுங்கூட - கொலைக்கான அவரது இயல்பூக்கம், பெண்களைத் தராதரமின்றிப் புணர்வதற்கான அவரது நாட்டம் - அந்த மனிதரை நான் வியந்து போற்றுகிறேன். அவர் கூர்மதி கொண்டவராக, தன் கருத்துகளைத் தெளிவாக வெளிப்படுத்துபவராக இருந்தார். ஆழமான புரிதலைச் சுட்டிக்காட்டும் விதத்தில் மக்களையும், நிகழ்வுகளையும் தூண்டிவிடுவதில் அவருக்கென ஒரு வழி இருந்தது. குடியரசுத் தலைவர் ரிச்சர்ட் நிக்சனின் மூளையை, வியட்நாம் மற்றும் போர் எதிர்ப்பு இயக்கம், வெதர்மேன் இயக்கம், அத்துடன் நிச்சயமாக கறுப்புச் சிறுத்தைகள் கட்சி உள்ளிட்ட அதன் முன்னீடுபாடுகளோடு காட்டும் பெரிய விளக்க வரைபடமொன்றை தூதரகத்தின் சுவரில் தொங்கவிட்டபோது, ரிச்சர்ட் நிக்சனின் தலைக்குள் அவர் தன்னைத்தானே வைத்துக்கொண்டார். அதிர்ச்சியளிக்கும் மொழியை அவர் பயன்படுத்தினார்: அது பாதியளவு அரசியல் பாதியளவு ''கீழ்த்தரமான'' பேச்சு, கொஞ்சம் விவிலிய முழக்கமிடுதல் கலந்திருந்தது.

அவருக்கு அருகிலிருப்பதை நான் மகிழ்வோடு அனுபவித்தேன். அவருடைய நம்பிக்கைக்குரியவளாக இருக்க வேண்டும் என்பதற்காக நான் மிகையாகப் பாராட்டப்பட்டேன். அவருக்கு ஒரு நகைச்சுவை உணர்வு இருந்தது; அவர் ஆழ்ந்து சிந்திப்பவர். என்னுடன் முன்னாளில் காதலுறவு கொண்டிருந்த ஓர் இளைஞன் வெறுப்பேற்றும் வகையில் என்னை விடாமல் பின்தொடர்ந்தபோது, என் வீட்டில் தனியாக இருக்க பயந்து, எல்ரிட்ஜ் மற்றும் மலிகாவுடன் நான் பாயின்ட் பெஸ்கேடிலுள்ள அடுக்குமாடிக் குடியிருப்பில் சில வாரங்கள் வாழ்ந்தேன். அவர்களுடைய கனிவையும் காதலையும் நான் கூர்ந்து கவனித்தேன். அவர் அல்ஜியர்ஸை விட்டுச் சென்றபோது இழப்பால் நான் வருந்தினேன். அவர் இல்லாதகுறையால் மனம் கலங்கினேன். இருப்பினும் அதன்பிறகு, பாரிஸில் அவர் சட்டபூர்வமானவராக மாறி, பிரெஞ்சுக் குடியரசுத் தலைவரின் பரபரப்பூட்டும் கட்டற்ற இரவுநேர விருந்தோம்பல் செயல்பாடுகளில் கலந்துகொண்ட போது, அவர் என்னோடு தொடர்பறுத்துக்கொண்டார். தடையாணையை ஒழித்துக் கட்டுவதற்கும், வேலை செய்வதற்கும், இருப்பிடத்துக்குமான ஆவணங்களைப் பெறுவதற்கும் உதவி செய்யுமாறு கேட்டுக் கொண்டபோது, அவர் அதை செய்வதாக வாக்களித்தார். ஆனால் எதுவும் செய்யவில்லை. அது அவருக்கு மிகவும் எளிதாக இருந்திருக்கும்.

எல்ரிட்ஜிடம் நான் படிப்படியாக ஆர்வமிழந்தேன். ஆண்களுக்கு பாலுறுப்புகளைச் சுற்றி வார்ப்படம்செய்யும் கால் சட்டைகளை அவர் வடிவமைத்தார் என்று நான் படித்தபோது, அவரது நோக்கத்தில் நான் அவநம்பிக்கை கொண்டு அவரை ஏளனம் செய்தேன். அமெரிக்க நீதித்துறையிடம் அவர் தன்னைத்தானே ஒப்படைத்துக்கொண்டு, அமெரிக்காவுக்குத் திரும்பியபோது, அவர் ஏதேனும் இரகசிய ஒப்பந்தம் செய்து கொண்டிருப்பாரோ என்று நான் வியப்பிலாழ்ந்தேன். நேஷன் பத்திரிகை புலப்படுத்தியதுபோல், ''அவருடைய நோக்கம் என்னவாக இருந்தபோதிலும், கொள்கைகளைக் கைவிட்ட புரட்சியாளன் என்னும் விதத்தில் நாட்டின் அதிகார அமைப்புக்கு அவர் விலைமதிப்புமிக்க ஒரு சொத்தாக இருக்கப்போகிறார்.''[12]

கறுப்புச் சிறுத்தைகள் கட்சியில் அவர் இருந்த வருடங்கள் எல்ரிட்ஜின் நீதியுணர்வைத் தூண்டுவதாக இருந்தபோதிலும், அழிக்க வேண்டிய தேவையையும் அதன் விளிம்பில் இணைத்துக் கொண்டவராக அவர் இருந்தார். அவர் புரிந்துகொள்ளக்

கூடியவராக இருந்திருக்கக்கூடும். ஆனால் அவர் சகிப்புத்தன்மையின் சார்பாகப் பேசக்கூடியவராக இருக்கவில்லை. கொள்கையளவில் அவர் ஓர் அணி விளையாட்டுக்காரராக இருந்த அதே சமயத்தில் தனது சொந்த விதிகளை உருவாக்கிக்கொள்ளும் தனிமை விரும்பியாக இருந்தார். நியூட்டனுடனும், பாப்பி ஷீலுடனும் கறுப்புச் சிறுத்தைகள் கட்சியின் கூட்டாண்மை தோல்வியில் முடிந்து, கட்சியின் அழிவுக்கு பங்களித்தபோது, தனது கடந்த காலத்தை அவர் தோண்டியெடுத்தார் - அவரவர் பாட்டை அவரவர் பார்த்துக்கொள்வது.

இன்று, உணர்ச்சி வசப்படாமல் - அப்படி உணர்ச்சிவசப் படாமல் இருப்பது சாத்தியமானால் - விசயங்கள் எப்படியிருந்தனவோ அப்படியே பார்க்கவும், வெளிப்படையாகத் தெரிபவற்றை ஏற்றுக்கொள்ளவும் நான் முயற்சிக்கிறேன்: என்னை ஆழமாக பாதிக்கக்கூடிய ஓர் உறவு எங்களுக்கிடையே இருந்தது. அது செய்யாமல் விடப்பட்ட அவரது செயலினால் முடிவுக்கு வந்தது: அவர் என்னிடம் திரும்பி வரவேயில்லை. பிரான்ஸில் அவருடைய ஆற்றலை எனக்காகப் பயன்படுத்தவேயில்லை. பாரிஸில் அவரைப் பேட்டி கண்ட பிறகு 1975 மார்ச் 17 அன்று, ஜேன் ஃபிரைட்மேன் நியூஸ்வீக் பத்திரிகையில் இவ்வாறு எழுதினார்: ''ஏதோவொரு விதத்தில் இப்போது அவர் நான் நினைத்துக் கொண்டிருந்ததைக் விடவும் மாட்சிமை குறைந்தவராக இருக்கிறார்.''[13]

எல்மர் ''ஜெரானிமோ'' பிராட் சார்பாக வாதாடும் சட்டமுறைக் குழுவில் உறுப்பினராக இருந்தபோது, அவர்களது விவாகரத்து நடந்து பத்தாண்டுகளுக்குப் பிறகு, கலிபோர்னியா நீதிமன்ற அறையொன்றில் எல்ரிட்ஜைப் பார்த்தது குறித்த அதிர்ச்சியை கேத்தலின் விவரித்தார்: ''அவர் எப்படிச் சீரழிந்து போய்விட்டார் என்பதைக் காண்பது எனக்கு வேதனையளிப்பதாக இருந்தது.'' 1994 - ல், சான் ஃபிரான்ஸிஸ்கோ குரோனிக்கிள் பத்திரிகையோடான நேர்காணல் ஒன்றில், ''அவர் மிகவும் ஆரோக்கியமற்ற ஒரு மனிதராகத் திரும்பி வந்திருக்கிறார். உளரீதியாகவும் ஆரோக்கியமற்றவராக இருக்கிறார். அவர் என்றும் முற்றிலும் குணமடைவார் என்று நான் நினைக்கவில்லை.''

சில ஆண்டுகளுக்கு முன்னால், நான் இணையத்தில் துழாவிக் கொண்டிருந்தபோது, எல்ரிட்ஜ் இறப்பதற்கு ஓராண்டுக்கு முன்னால், 1997 - ல் ஹென்றி லூயிஸ் கேட்ஸ் ஜூனியரால் மேற்கொள்ளப்பட்டு, திரைப்படமெடுக்கப்பட்ட ஒரு நேர்காணலைத்

தற்செயலாகக் கண்டுபிடித்தேன். நடந்த சம்பவங்கள் குறித்த அவரது விளக்கங்கள் உண்மைகள் மற்றும் சிதைப்புகள் ஆகிய இரண்டையும் உள்ளடக்கிய அவரது விளையாட்டைப் போலிருந்தன. 1968 - ல் அவரைச் சிறைக்குத் திருப்பி அனுப்பிவைத்த துப்பாக்கிச் சண்டையை தொடங்கி வைத்தது காவலர்கள் அல்ல, அது அவர்தான் என்று அவர் ஒப்புக்கொண்டதைக் கேட்டது எனக்கு ஆச்சரியமளிப்பதாக இருக்கவில்லை. அவர் பலவீன மானவராகவும், தளர்ந்துபோனவராகவும் காணப்பட்டார். அந்த நேர்காணலுக்காக அவர் தனக்குத்தானே சிரமப்பட்டு உணர்ச்சி களைக் கட்டுப்படுத்திக்கொண்டு அமைதியாக இருந்ததுபோல் தோற்றமளித்தார்.

ஆமாம், அந்தப்பெண் சொன்னதுபோல் அவர் மாட்சிமை குறைந்தவராக இருந்தார்.

8. அல்ஜியர்ஸுக்குப் பிறகு

அல்ஜீரியாவுக்குள் நான் மீண்டும் ஒருபோதும் அனுமதிக்கப் படாது போகலாம் என்று உணர்ந்தபோது, எனது முதல் எண்ணங்கள் மோஹ்தாரைப் பற்றியவையாக இருந்தன. இது எங்களுக்கான ஒரு முடிவாக இருந்ததா? அல்ஜீரியாவிலும் இல்லாமல், பிரான்ஸிலும் இல்லாமல், ஒரு நீர்குமிழிக்குள் தனியாக மிதந்து கொண்டிருப்பதாக நான் உணர்ந்தேன். இன்று நான் இருக்கும் இடத்திலிருந்து திரும்பிப் பார்க்கும்போது, யூத எதிர்ப்புக் கிறித்தவ சமூகமென்றில் ஒரு யூதக் குழந்தையாக நான் அடைந்த அதிர்ச்சிகள் ஏதோவொரு விதத்தில் என் வாழ்க்கையின் பிற்பகுதியில் என்னை அடித்து நொறுக்கிய எதிர்பாராத அதிர்ச்சி களுக்கு ஆயத்தப்படுத்தியிருந்தன. இடரார்ந்த நிலையில், மகிழ்ச்சியற்றவளாக, ஆனால் தப்பிப்பிழைத்திருப்பதற்கான வலுவான ஓர் உணர்வோடு ஒருங்கிணைந்திருக்கிறேன். நல்லவேளையாக அந்த கோடைகாலத்தில் மோஹ்தார் பாரிஸுக்கு வந்தார். உன்னதமான அந்த ஆகஸ்ட் மாதத்தை நாங்கள் நகரத்திலும் பிரான்ஸின் தெற்குப் பகுதியிலும் கழித்தோம். நாங்கள் திட்டங்களை வகுத்தோம். தனது காதல் விவகாரங்களைச் சீர்படுத்திக்கொள்வதற்காக அவர் தன்னால் முடிந்த அளவு விரைவாக என்னோடு இணையவிருந்தார். நான் மிகுந்த நல்வாய்ப்பைப் பெற்றவளாக உணர்ந்தேன். நான் தடுமாறிப் போயிருந்தேன்.

அல்ஜியர்ஸில் விமானத்துக்குள் திணிக்கப்பட்ட அந்த நாளில், என் வாழ்க்கையை முற்றாகப் பின்னால் விட்டுவிட்டு வந்தேன்: நண்பர்கள், வேலை, கார், அடுக்குமாடிக் குடியிருப்பு, உடைகள், நகைகள், வீட்டு உபயோகப் பொருட்கள், தொடர்புகள், ஆவணங்களின் தொகுப்புகள், ஓவியங்கள் மற்றும் ஓவியப் பதிப்புகள், புகைப்படங்கள்.... மற்றும் மிகவும் முக்கியமாக மோஹ்தார். மோஹ்தாரும் நானும் எங்கள் தொடர்பை அஞ்சல் வழியாகப் பராமரித்தோம். ஆனால் எங்கள் இயல்புகள்

உணர்வுகளை வெளிப்படுத்தும் வார்த்தைகளின் விசயத்தில் அளவுகடந்த கூச்சவுணர்வு கொண்டவையாக இருந்தன. எனது புறப்பாட்டுக்குச் சில வாரங்களுக்குப் பிறகு, எனது அடுக்குமாடிக் குடியிருப்பைக் காலி செய்வதற்காக, எச்சரிக்கை சங்கொலி முழங்க, காவல்துறையினர் வந்தனர் என்று எப்போதும் விழிப்போடிக்கும் எனது மேல் தளத்து அண்டைவீட்டுக்காரர் மோ எனக்குச் சொன்னார். காவல்துறை தலைமை அதிகாரி அஹ்மெத் டிரயா அந்த இடத்தை தனது பரிவாரத்தைச் சேர்ந்த ஒரு பெண்ணுக்கு ஒதுக்கினார். அவரை அடிக்கடி பார்க்க வந்தார். என்னை மூட்டைகட்டி அனுப்பிவைத்துவிட்டதால், அந்தத் தலைமை அதிகாரி எனது அடுக்குமாடிக் குடியிருப்பை ஆக்கிரமித்துக் கொள்ளலாமா? இந்த அளவுக்கும் போகலாம் என்று கருத்துரைக்கும் மக்களும் இருக்கிறார்கள்.

ஹீரோஷீகி ஓவியப்பதிப்பு, ட்ரான் ஹோய் நாம் எனக்குக் கொடுத்த வியட்நாமிய மரச் சிற்பம், மொஹமெத் பூஸித்தின் இனிய நாட்டுப்புற வாழ்க்கை சார்ந்த எண்ணெய்ச் சாய ஓவியம் என ஒவ்வொரு ஓவியமும் எங்கே தொங்கவிடப்பட்டிருந்தது என்பது உள்ளிட்ட அந்த அடுக்குமாடிக் குடியிருப்பின் ஒவ்வொரு விவரமும் என் நினைவில் இருக்கிறது. எல்ரிட்ஜ் பெய்ஜிங்கிலிருந்து கொண்டுவந்த சீனக் கடிதத் திறப்பானை இன்னும் என் மனக்கண்ணால் தொட்டுப் பார்க்க முடிகிறது. என் பிறந்தநாளன்று ஜோக்ரா எனக்குக் கொடுத்த டேனிஸ் ஒயின் குவளைகள், பென் பெல்லாவின் தூதுக்குழு மாஸ்கோ விலிருந்து திரும்பிவந்தபோது அஹ்மெத் லெய்டியிடமிருந்து கிடைத்த மின்க் மென்மயிர்த்தொப்பி, நிக்கோலே சேப்போ பிரான்ஸிலிருந்து அனுப்பி வைத்த, வட்டமான ஓக் மர உணவறை மேசை மீதிருந்த ஜப்பானிய, காகித லாந்தர் விளக்கு, கஸ்பாவின் கீழ்ப் பகுதி நடைபாதையில் நான் வாங்கிய உலோகத் தையலிட்ட, இத்தாலிய சித்திரப் பூத்தையல் வேலைப்பாடு செய்யப்பட்ட நாற்காலிகள்.

மோஹ்தார் நவம்பர் தொடக்கத்தில் வந்து சேர்ந்தார். அரசு தொழிற்சாலையொன்றில் தான் செய்துவந்த தனது ஆலோசனைப் பணியிலிருந்து விலகினார். எனது ஆஸ்டின் மினி காரை விற்றார். தனது அடுக்குமாடிக் குடியிருப்பைத் தனது உடன் பிறந்தார் மகனான நாஸர்டினுக்கும் தனது குடும்பத்தினருக்கும் மாற்றிக் கொடுத்தார். அல்ஜீரியா இருண்மைச் சக்திகளின் ஒட்டுமொத்தக் கட்டுப்பாட்டை நோக்கி உச்ச வேகத்தில்

பாய்ந்து சென்று கொண்டிருக்கிறது என்று தன் நண்பர்களை எச்சரித்தார். முற்போக்காளர்களுக்கான இந்தத் தருணத்தின் எச்சரிக்கை வாசகமான *சூட்டியன் கிரிட்டிக்* அல்லது ஆக்கபூர்வமான விமர்சனம் என்பது, பிற்போக்குத்தனத்தின் இயந்திரப் பொறி களுக்கு மட்டுமே எரிபொருள் வழங்கும் ஒரு சமரசமாக இருந்தது. ஜனநாயக சிந்தனையும் செயல்முறையும் நின்று நிலைபெற வேண்டுமானால், அதற்கு முற்போக்கான கிளர்ச்சிகரமான இயக்கம் ஒன்று தேவைப்படுகிறது. அது நடக்கப்போவதில்லை. தனது உறவினர்களையும் நண்பர்களையும் அவர் கட்டித் தழுவினார், விடைபெற்றுக் கொண்டார்.

பாரிஸிலும் வீட்டுப் பற்றாக்குறை நிலவியது. வருமான அத்தாட்சி எதையும் எங்களால் காட்ட முடியவில்லை. எங்களுக்கு யார் வாடகைக்கு வீடு தருவார்கள்? சார்போனில் மாணவனாக இருந்த காலத்தைச் சேர்ந்த விஸா ஒன்று மோஹ்தாரிடம் இன்னமும் இருந்தது. ஆனால் நான் பிரான்ஸில் இல்லாதவளாக இருந்தேன். ஜனவரியில், ரூ து ஃபோபோர்க் செந்த் - அந்த் வான் வீதியில் இருந்த, வெம்மையூட்டும் வசதியோ வெந்நீரோ இல்லாத, ஐந்தாம் தளம் வரை படியேறிச் செல்லவேண்டியிருந்த அடுக்குமாடிக் குடியிருப்பொன்றை நண்பர்கள் வாடகைக்குத் தந்தார்கள். ஒவ்வொரு விருந்து அழைப்பையும் சுத்தம் செய்வதற்கும் துவலைக் குழாயில் குளிப்பதற்கும் முழு அளவில் பயன்படுத்திக் கொண்டோம். இரவு நேரத்தில், போர்வைகளின் குவியலின்கீழ் தழுவிக் கிடந்தோம். என் மீதான தடையாணையை சட்டப்படி செல்லாததாக்குவதற்கு நாங்கள் ஒரு வழியைக் காணாவிட்டால், நாங்கள் பிரான்ஸை விட்டு வெளியேறி விடவேண்டியிருக்கும். சட்டபூர்வமாக வேலை செய்வதற்கோ, அச்சமின்றிப் பயணம் செய்வதற்கோ, வங்கிக்கணக்கொன்றை தொடங்குவதற்கோ இருப்பிடத்திற்கான பயன்கள் எதையும் திரட்டுவதற்கோ எந்த வழியும் இருக்கவில்லை.

1975 பிப்ரவரி 1 அன்று பிற்பகலில் மோஹ்தார் *லெமாண்ட்* பத்திரிகையின் சுருட்டிப் பிடித்த பிரதியைக் தன் உள்ளங்கையில் தட்டிக்கொண்டு குடியிருப்புக்குத் திரும்பி வந்தார். அவர் முகத்தில் இரகசியத்தைத் மறைத்து வைத்திருக்கும் புன்னகையும் மனநிறைவும் மிளிர்ந்தது. கிஸ்கார்டின் பாதுகாப்பு அமைச்சராக யெவான் பூர்கே நியமிக்கப்பட்டிருப்பதாக பத்திரிகையின் முதல் பக்கம் அறிவித்தது. ஆட்சிக் கவிழ்ப்புக்கு முன்னதாக, பென் பெல்லாவின் சிறப்பு ஆலோசகராக ஹெர்வே பூர்கே என்றொருவர்

இருந்தபோது, அவரை எனக்குத் தெரியும் அல்லவா? நிச்சயமாக எனக்குத் தெரியும். ஆனால் இப்போது அவரை எங்கே தேடிக்காண்பது? யெவான் பூர்கேவுக்கு அவர் உறவினரா? பாரிஸில் பத்திரிகைத் துறைக்கான ஓர் ஆய்வு நிறுவனத்தின் தலைமைப் பொறுப்பில் அவர் இருப்பதாக நான் கேள்விப்பட்டேன்.

நான் ஐந்து தளங்களின் படிக்கட்டுகளையும் தாண்டி இறங்கி, பிளேஸ் தெ லா பாஸ்டில்லில் உள்ள கட்டணத் தொலைபேசியிடம் ஓடினேன். தகவல் துறைக்குத் தொலைபேசியில் அழைத்தேன். அவர்கள் ஓர் எண்ணைத் தந்தார்கள். பத்திரிகைத் துறை மையத்தை நான் அடைந்தபோது, இதழியல் பள்ளி யொன்றைத் தொடங்குவதற்காக ஹெர்வே பூர்கே கேமரூனில் இருப்பதாகவும், சில மாதங்களுக்கு அவர் திரும்பி வரப் போவதில்லையென்றும் என்னிடம் சொல்லப்பட்டது. அவரது மனைவியின் எண்ணை அவர்கள் தந்தார்கள். அவரது கணவரை அல்ஜீரியாவில் இருந்தபோது எனக்குத் தெரியும் என்று நான் சொன்னபோது, ஈஸ்டருக்காக அவர் வீட்டுக்குத் திரும்பிவரும் போது ஏப்ரலில் திரும்பக் கூப்பிடும்படி அவர் என்னிடம் சொன்னார்.

எங்களுக்கு நல்வாய்ப்புக்கிடைத்தது. மோஹ்தாரின் உடன் பிறந்தார் மகனான பிராஹிமுக்கு ஒரு நண்பர் இருந்தார். ஓர் அடுக்கு மாடிக் குடியிருப்பை வாடகைக்கு விட இருந்த அவர் எங்களுக்கு ஒரு வாய்ப்பை வழங்க விரும்பினார். மார்ச் மாதத்தில், பாரிஸின் ஐந்தாம் ஆட்சிப் பிரிவைச் சேர்ந்த ரூ ஃபிளாட்டர்ஸ்வீதியிலிருந்த சிறிய ஒற்றைப் படுக்கையறைக்கு நாங்கள் குடிபெயர்ந்தோம். மோஹ்தார் தன் பழைய நண்பரான ஆன்னி கோகனை தொடர்புகொண்டார். அவர் சோசலிஸ்ட் கட்சியுடன் நல்லதொடர்பில் இருந்தார் என்பது அவருக்கு நினைவிருந்தது. தெற்கத்திய ஆட்சித்துறைப்பணியாளர்களில் யாரோ ஒருவரை ஆன்னி நயந்து பேசிக் கூட்டிவந்தார். அவர் என் மீது விசாரணை மேற்கொள்ளும் பதவியில் இருந்தார். உடனடியாக அந்தப் பெண் தகவலோடு திரும்பிவந்தார்: "இந்த வழக்கைக் கையாள்வது மிகவும் ஆபத்தானது. இதிலிருந்து விலகியிருங்கள்," அந்தப் பெண்ணின் நண்பர் எச்சரிக்கப்பட்டார்.

நாங்கள் வெளியேறத் தயாராக இல்லை. அதற்கு மாறாக நாங்கள் அதிர்ச்சியினால் தூண்டிவிடப்பட்டிருந்தோம். நாங்கள் நிக்கோலே லாண்டு என்னும் இன்னொரு நண்பரைத் தொடர்பு கொண்டோம். உள்துறை அமைச்சகத்திலுள்ள மனிதர்களை அவருக்குத் தெரியும். அந்த அரசியல் அதிகாரி எனது கோப்பைப்

பார்த்துவிட்டுத் திரும்பி வந்தார்: நான் ''சர்வதேச பயங்கரவாதி''யாக இடம்பெற்றிருந்தேன். தடையாணை விலக்கப்படவேண்டு மென்று நாங்கள் விரும்பினால் நாங்கள் உயர்மட்டத்திற்குச் செல்ல வேண்டியிருக்கும் என்று அவர் அந்தப் பெண்ணிடம் சொன்னார். ஆக இப்போது எங்களுக்குத் தெரிந்துவிட்டது.

ஹெர்வே பூர்கே கேமரூனிலிருந்து திரும்பி வந்ததற்குப் பிறகு விரைவிலேயே அவரை நான் சந்தித்தேன். ஆமாம், யெவான் பூர்கே அவருடைய உடன்பிறவாச் சகோதரர்தான். எனக்குத் தேவையானதைச் செய்வதற்கு அவரிடம் நல்ல தொடர்பாளர் ஒருவர் இருந்தார். கடல் கடந்த பிரதேசங் களுக்கான முன்னாள் அமைச்சர் பெர்னார்ட் ஸ்டாசி. இலக்கணப் பள்ளி நாட்களிலிருந்து நண்பராயிருந்த அவர் குடிவரவு மற்றும் மனித உரிமைகள் தொடர்பான பிரச்சனைகளில் குறிப்பான விதத்தில் உணர்திறமிக்கவர். ஷாம்பேய்னின் தலைநகரமான எஃபெர்னேயின் மேயராக இருந்தார். தவிரவும் அவருக்கு பாரிஸில் ஓர் அலுவலகம் இருந்தது. ''நான் அவருக்கு எழுதுகிறேன்,'' பூர்கே சொன்னார், அவர் எழுதவும் செய்தார்.[1]

அதற்குப் பிறகு சிறிது காலத்திற்குள்ளாக 40 கர்ஸ் ஆல்பர்ட் - லெர்ரிலிருந்த தனது பாரிஸ் அலுவலகத்துக்கு பெர்னார்ட் ஸ்டாசியால் நான் அழைக்கப்பட்டேன். நொண்டி நடக்கும் சிறு உருவம் கொண்டவரான அவர், புன்னகைத்து அலுவலக ரீதியாக இல்லாமல் அன்போடு எனக்கு வணக்கம் தெரிவித்தார். என் கதையைச் சொல்லும்படி கேட்டுக்கொண்டார். நான் சொன்னேன்; குறுக்கீடு எதுவும் இருக்கவில்லை. நான் பேசிமுடிந்ததும் அவர் என்னை நேராகப் பார்த்துச் சொன்னார், ''நான் உனக்கு உதவி செய்வேன்.'' எனது வழக்கு மேலிடத்துக்குச் செல்லவேண்டிய தேவைகொண்டது என்று நான் கேள்விப்பட்டதாக அவரிடம் சொன்னேன். அவர் பதிலளித்தார், ''அங்குதான் நான் போகத்திட்டமிட்டிருக்கிறேன். உன்னோடு நான் தொடர்பில் இருப்பேன்.''

அவ்வாறே அவர் இருந்தார். எனது கோப்பு தொடர்பான அனைத்துக் கடிதப் போக்குவரத்தின் அசல்களையும் நகல் களையும் அனுப்பிக்கொண்டிருந்தார். உள்துறை அமைச்சர் மிஷல் போனியாடோவ்ஸ்கியிடமிருந்து வந்திருந்த முதல் கடிதம் 1975 மே 15 என்று தேதியிடப்பட்டிருந்தது: ''இந்த வழக்கை ஆய்வு செய்வதில் எனது சேவையைப் பயன்படுத்தப்

போகிறேன்.'' தடையாணை விரைவிலேயே ரத்து செய்யப்பட்டது, ஆனால் 1976 செப்டம்பர் 29 அன்று, பிரான்ஸில் நான் சட்டபூர்வமாக வசிக்கும் ஒருவராக மாறுவதற்கு ஓராண்டுக்கு மேல் ஆனது. இவ்வளவு நீண்டகாலம் எதற்கு? தடையாணை எஃப்பிஜயின் ஒரு வேண்டுகோளின் விளைவு என்று ஸ்டாஸி தெரிவித்தார்.

இடது கரையில் வீதியிலிருந்து மூன்று படிக்கட்டுகள் கீழேயிருந்த மிகச்சிறிய நகைக்கடை ஒன்றுக்குத் தேவையான முன் பணத்தை மோஹ்தாரும் நானும் கடன் வாங்கினோம். குறைந்த வாடகையும் தாழ்ந்த கூரையும் கொண்ட அதனுள் மோஹ்தார் பாதியாகக் குனிந்துதான் உள்ளேயும் வெளியேயும் போய்வரவேண்டியிருந்தது. கடையின் பெயரான பாட்செங்கா என்பது 1960 களின் கியூப இசை மற்றும் நடன வகையின் பெயரான பாச்செங்கா என்பதன் பிரெஞ்சு வகைப்பட்ட எழுத்தாக்கமாகும்.

நகை தயாரிப்பது குறித்த சில அடிப்படைத் தொழில் நுட்பங்களை ஃபிரான்ஸைன் செர்ஃபாடியிடமிருந்து நான் கற்றறிந்தேன். இப்போது உயர்தர உலோக வேலைப்பாட்டாளரான ஆன்னி போலினிடம் மாலை வகுப்பில் சேர்ந்தேன். அவர் எனக்கு நகைகளைப் பற்றவைப்பதற்கும், மணிக்கற்களைப் பதிப்பதற்கும் கற்றுத்தந்தார். ஒரு கைவினைக் கலைஞராகத் தேர்ச்சி பெறுவதற்கு அதுபோதுமானதாக இருந்தது. பாரம்பரிய பாணியிலான கழுத்துமாலைகள், கைவளையல்கள், காது வளையங்கள் மற்றும் மணிக்கற்களால் அலங்கரிக்கப்பட்ட வளையங்கள் மற்றும் கையால் செய்யப்பட்ட வெள்ளிப் பொருட்கள், மணிமாலைகளை நான் தயாரித்தேன். மோஹ்தார் வரவுசெலவுக் கணக்குகளைப் பார்த்துக் கொண்டார், கழுத்து மாலைகளைக் கோர்க்கக் கற்றுக்கொண்டார். நாங்கள் ஒரு வாழ்க்கையை அமைத்து கொண்டோம். அடுத்திருந்த கட்டடத்தில் ஒரு மாடி வீட்டை வாங்கவும் செய்தோம். வலதுகரையில் பிளேஸ் வென்டோமுக்கு அப்பால் இரண்டாவது கடையைத் திறப்பதற்கு முன்னால் எட்டு ஆண்டுகள் அந்தக் கடையை நடத்தினோம். 1983 - ல் நாங்கள் முதல் கடையையும், 1989 - ன் இறுதியில் இரண்டாவது கடையையும் விற்றோம்.

ஒரு நாள் கோட் அசூரில் விடுமுறையில் இருந்தபோது, எங்கள் வாழ்க்கையின் மீதி நாட்களை கழுத்துமாலைகளைக் கோர்ப்பதில் கழிக்க விரும்பக்கூடாது என்ற எண்ணம் எங்களுக்கு உதித்தது. தனது தலைமுறையும், எதிர்காலத் தலைமுறைகளும் தங்கள் சொந்த வரலாற்றைத் தெரிந்து கொள்ளவேண்டியது அவசியம் என்ற எண்ணம் மோஹ்தாரின் மனதை ஆட்கொண்டது. பிரெஞ்சுப் பள்ளிகளில் அது கற்றுத் தரப்படவில்லை. நம்பகமான பாடப்புத்தங்களை சுதந்திர அல்ஜீரியா தயாரிப்பதற்குப் பல வருடங்களுக்கு முந்தைய காலம் அது. அங்கேயே அப்போதே இளவயதினருக்காகவும், விடுதலை இராணுவத்திலிருந்த நண்பர் களையும் தோழர்களையும் போன்ற மிகக் குறைவான பள்ளிக் கல்வி கற்றவர்களுக்காகவும் ஒரு வரலாற்றை எழுதுவதென்று அவர் முடிவு செய்தார்.

மற்றவர்கள் என்னை விஞ்சிவிடக்கூடாது என்பதற்காக, மணிகளைக் கோர்ப்பதையும், காதுவளையங்களைப் பற்ற வைப்பதையும் நிறுத்திய அதேநாளில் ஓர் ஓவியராக என் வாழ்க்கையை நான் மீண்டும் தொடங்கவிருந்தேன். ஓவியம் என் எதிர்காலமாக இருக்கப்போகிறது என்று நம்பவைப்பதற்கு என் உயர்நிலைப்பள்ளி ஓவிய ஆசிரியை முயன்றார். அந்தச் சமயத்தில் அவரது அறிவுரையை நான் புறக்கணித்தேன். ஆனால் இப்போது நான் ஆயத்தமாக இருந்தேன். இஸபெல் ஃபாரஸ்டியர் மற்றும் ஆன்னி ரூய்யன் ஆகிய இரண்டு அழகிய ஓவியர்களிடம் மாலை வகுப்புகளை நான் தொடங்கினேன்.

ஆராய்ச்சியாளர் மற்றும் எழுத்தாளருக்கான மோஹ்தாரின் திறமை இரண்டு பிரெஞ்சு பதிப்பாளர்களால் அங்கீகரிக்கப் பட்டது. பதின்ம வயதினருக்கான, விளக்கப்படங்கள் கொண்ட அவரது முதல்நூலான *ஆஸ் பிரிமியர்ஸ் சிக்கிள்ஸ் த இஸ்லாம்* (*த ரைஸ் ஆஃப் இஸ்லாம்*) 1985 - ல் ஹாஸெட்டால் வெளியிடப் பட்டது. ஆங்கிலம், இந்தோனேசியன், ஜெர்மன், ஜப்பானியம், போலிஸ் மற்றும் போர்த்துகீசியம் ஆகிய மொழிகளில் மொழிபெயர்க்கப்பட்டது. விளக்கப்படங்கள் கொண்ட இரண்டாவது நூலான *எல் இஜிப்ட் அ பிரசென்ஸ்* 1989 - ல் வெளியானது. *அராப்ஸ் அ டெம்ப்ஸ் தெ லா ஏஜ் டிஷர்* (*த அராப்ஸ் இன் த கோல்டன் ஏஜ்*) 1991 - ல் எடிசன்ஸ் நதன்னால் வெளியிடப்பட்டது. மற்றும் *மாரோக் அல்ஜிரி, டூனிசி: லெ பேய்ஸ் த மேக்ரப்* 1992 - ல் வெளியிடப்பட்டது. இவையும்

இளம் வாசகர்களுக்கான விளக்கப்படங்கள் கொண்ட வரலாற்று நூல்களாகும். அவரது முதல் நூலின் திருத்தப்பட்ட பதிப்பு, *லெ டிபட்ஸ் தெ இஸ்லாம்* என்ற புதிய தலைப்பில் 2003 - ல் வெளியானது.

மற்றவர்கள் என்னை விஞ்சுவதை மறுக்கும் விதத்தில், 1990 - ல், அமெரிக்க உள்நாட்டுப் போர் குறித்து இளம் வாசகர்களுக்கான விளக்கப்படங்கள் கொண்ட ஒரு நூலான *லா கெர் தெ செஸ்ஸசன்* - ஐ எடிசன்ஸ் நதன்னில் நான் வெளியிட்டேன். மிகச் சிறந்த ஓவியரான யான்லா பெச்சக்குடன் இணைந்து விளக்கப்படங்கள் கொண்ட *நியூ யார்க் குவார்டியர்ஸ் நுவார்ஸ்* என்று அழைக்கப்பட்ட நூலை நான் எழுதித் தயாரித்தேன். 1990 மற்றும் 1993 - ல், நியூ யார்க்கைச் சேர்ந்த ஹிப்போகிரின் புக்ஸ் மூலம் *இன்சைடர்ஸ் கைடு டு பாரிஸ்* மற்றும் *லாங்வேஜ் அன்ட் டிராவல் கைடு டு பிரான்ஸ்* ஆகிய இருநூல்களை வெளியிட்டேன். இறுதியாக, பாரிஸ்: *ஏன் இல்லஸ்ட்ரேட்டட் ஹிஸ்டரி* 2002 - ல் ஹிப்போகிரின்னால் வெளியிடப்பட்டது. 2005 - ல் போனஸ் அயர்ஸுக்கு ஒரு பயணம் மேற்கொண்ட பிறகு, சிறுவர் நூல் ஒன்றுக்காக ஜப்பானிய தன்கா பாணியிலான என் சொந்தக் கவிதைகளுக்கான விளக்கப்படங்களின் வரிசையொன்றை வரைந்தேன்.

1989 - ல் எங்கள் இரண்டாவது பாரிஸ் கடையை விற்றவுடன் பாலஸ்தீன விடுதலை இயக்கத்துடன் செயல் படுபவளாக மாறினேன். ஒவ்வொரு சனிக்கிழமையும் பிளேஸ் து சாட்டலெட்டில் எல்லன் ரைட்டும் நானும் ஆர்ப்பாட்டத்தில் ஈடுபட்டோம். அங்கு நாங்கள் பாதசாரிகளாலும், வாகன ஓட்டிகளாலும் வழக்கமாக அவமதிக்கப்பட்டோம். அவர்களில் ஒரு பெண் அந்தச் சதுக்கத்திலிருந்த போராளிகள் மீது தனது காரை ஏற்ற முயற்சித்தார். முன்மாதிரிச் செயல்பாட்டாளரான ரெஜினி ஃபியோரனியோடும் அவரது துணைவரோடும் மோஹ்தாரும் நானும் வலுவான பிணைப்பொன்றை ஏற்படுத்திக் கொண்டோம். ரெஜினி மார்ஸேவுக்குப் புறப்பட்டுச் சென்றதைத் தொடர்ந்து, 1990 - ல் அந்தக் குழு பிளவுப்பட்டபோது, அமெரிக்கன்ஸ் எகென்ஸ்ட் த வார் அமைப்பினரோடு சேர்ந்து லெ ஹால்ஸ்ஸில் நான் ஆர்ப்பாட்டத்தில் ஈடுபட்டேன். அந்தச் சமயத்தில் நடந்த போர் வளைகுடாப்போராகும்.

ஒரு நாளும் நோய்வாய்ப்படாத என் தந்தை படிப்படியாகத் தனது நினைவுத்திறனை இழந்து, 1989 - ல், தொண்ணூற்றொரு வயதில் காலமானார். அவர் அப்போதும் என்னை அடையாளம்

கண்டு கொண்டார். ஆனால், அவரால் என் பெயரை நினைவுக்குக் கொண்டுவர முடியவில்லை. என் தாயார் மைல்ட்ரெட்டிடம் தங்களுக்கு எத்தனை குழந்தைகள் என்று அவர் கேட்டார். என் தாயாரை எங்களோடு வாழ்வார் என்ற நம்பிக்கையில் நாங்கள் பாரிஸுக்கு அழைத்து வந்தோம். ஆனால் பாரிஸ் விசித்திரமாக இருப்பதாகவும், அதற்குத் தன்னைப் பழக்கப்படுத்திக் கொள்வதற்கு தனக்கு மிகவும் வயதாகிவிட்டதாகவும் அவர் கண்டார். எங்கள் ஒன்றுவிட்ட சகோதரிகளான சண்ட்ராவும், ஸ்டீவ் கோஃப்பும் அவருக்காக நியூ யார்க், சய்ரகியூஸில் ஒரு வசதியான இருப்பிடத்தைக் கண்டுபிடிக்கும் வரை ஃபுளோரிடாவுக்குத் திரும்பிச் சென்றார். அது அவர்களுடைய வீட்டிலிருந்து சில நிமிடதூரத்திலிருந்தது.

1991 - ல், அவர் ஃபுளோரிடாவை விட்டுச் செல்வதற்குச் சற்று முன்பாக, ஃபோர்ட் லோடர்டேலில் மோஹ்தாரும் நானும் திருமணம் செய்து கொண்டோம். ரயில் தண்டவாளப் பாதைகளை ஒட்டியிருந்த நகரத் திருமண நிலையமொன்றில் நடந்த விழாவில் என் தாயார் கலந்து கொண்டார். ருடாக் கடலில் படகு சவாரி செய்து நாங்கள் கொண்டாடினோம். எழில் மிகுந்த இத்தாலிய உணவகமொன்றில் இரவுணவு உண்டோம். குடியிருப்புக்குத் திரும்பியதும் 1920 களைச் சேர்ந்த பாடல்களை அவர் இரவு வெகுநேரம் வரை பாடினார்.

இனவாதம் அன்றாடம் நிகழும் இடமான பிரான்ஸை விட்டுச்செல்லவேண்டிய நேரம் இது என்று மோஹ்தாரும் நானும் முடிவு செய்தோம். வீதிகளிலும், மெட்ரோவிலும் வட ஆப்பிரிக்கர் மற்றும் கறுப்பு ஆப்பிரிக்கர்கள் குறித்த இனவாதம் தொடர்பான, முழுமையான அளவில் ஆயுதந்தாங்கிய காவல் படைப்பிரிவுகளின் கவனத்தை ஈர்க்கும் நடவடிக்கை இடைவிடாமல் இடம் பெற்றது. அமெரிக்காவில் குடியேறுவதற்கான விசா ஒன்றுக்கு மோஹ்தார் விண்ணப்பித்தார். 1994 - ல் அது வழங்கப்பட்டது. நாங்கள் சய்ர கியூசுக்குக் கிளம்பினோம்.

உடனடியாக நாங்கள் மைல்ட்ரெட்டின் படுக்கையருகில் சென்றோம். தன்னைத்தானே பார்த்துக் கொள்ளமுடியாத அளவுக்கு அவர் பலவீனமானவராக ஆனபோது, அவருடைய இருப்பிடத்திலிருந்து மருத்துவ இல்லம் ஒன்றுக்கு நான் அவரைக் கொண்டு சென்றேன். தான் கர்ப்பமாக இருப்பதாக மைல்ட்ரெட் கற்பனை செய்துகொண்டிருந்தார் என்றும், தனக்குக் குழந்தை பிறக்க இருப்பதாக அறிவித்தார் என்றும் அந்த

இல்லத்திலிருந்த செவிலியர்கள் எங்கள் ஒன்றுவிட்ட சகோதரிகளிடம் தெரிவித்தார்கள். அந்த இல்லத்தில் அவர் பிரகாசிக்கும் ஒளிவிளக்குகளில் ஒன்றாகத் திகழ்ந்தார்: செவிலியர்கள் அவரை நேசித்தார்கள்; அவரது கற்பனை நிகழ்வோடு சேர்ந்து விளையாடினார்கள். குழந்தை பிறந்து விட்டதாக அவர் அறிவித்ததற்கு அடுத்தநாள் அவர்கள் பெரிய பொம்மை ஒன்றைக் கொண்டு வந்து அவரது படுக்கைக்கு அருகில் வைத்தார்கள்.

எங்களைப் பார்த்ததில் அவர் பெருமகிழ்ச்சியடைந்தார். அவரை முத்தமிடுவதற்கு நான் குனிந்தபோது, அவரது கன்னத்தில் ஒரு துளி கண்ணீர் வழிந்ததை நான் உணர்ந்தேன். அறைக்குள் என்னைப் பின்தொடர்ந்து மோஹ்தார் வந்தபோது, அவரைப் பார்த்து என் தாயார் கையை உயர்த்தினார். அவருடைய கையைத் தன்னால் முடிந்த அளவு இறுகப் பற்றிக்கொண்டார். சீக்கிரம் வராததற்காக அவர் என்னைக்கடிந்து கொண்டார் - குழந்தைக்குப் பெயர்வைக்க வேண்டிய நேரமது. ஹெரால்ட் என்னும் பெயரில் இசைவு கொள்ளும் வரை முன்னும் பின்னுமாகப் பெயர்களைத் தூக்கிப்போட்டு விளையாடிக் கொண்டிருந்தோம். ''ஹெரால்ட் மிஸ்ஸிஸிப்பி!'' அவர் ஆச்சரியத்தில் ஆழ்ந்தார்.

அடுத்த நாள், மருத்துவ இல்லத்துக்குத் திரும்பிச் செல்வதற்காக எங்கள் மேலங்கியை நாங்கள் அணிந்து கொண்டிருந்தபோது, எங்கள் ஒன்றுவிட்ட சகோதரிகளின் வீட்டில் தொலைபேசி அழைப்பொன்று வரப்பெற்றோம்: மதிய உணவுக்குத் தயாராகிக் கொண்டிருந்தபோது மைல்ட்ரெட் இறந்துவிட்டார். நாங்கள் அதிர்ச்சியடைந்தோம், வருந்தினோம், சங்கடத்துக்குள்ளானோம். எங்களுக்காக அவர் காத்திருப்பார் என்று நினைக்க விரும்பினோம். கோஃப்ஸின் வீட்டுக்குப் பின்னாலிருந்த காடுகளுக்குள் அவரது சாம்பலை மோஹ்தாரும் நானும் புதைத்தோம். அராபிய மொழியில் குரானிலிருந்து பிரார்த்தனைகளை மோஹ்தார் சொன்னார். அவரை ஓய்வு கொள்ளும்படி கிடத்தினோம். சில அடிதூரத்துக்கு அப்பால் ஒரு மேக்னோலியா செடியை நட்டோம்; இப்போது அது ஒரு பெரிய, அழகான மரமாக இருக்கிறது. அதை நாங்கள் அடிக்கடி சென்று பார்க்கிறோம். அவரை நினைக்கும்போது எங்கள் கண்கள் கண்ணீரால் நிறையும், நாங்கள் ஒருவரையொருவர் கட்டிப்பிடித்துக் கொள்வோம்.

நாங்கள் நியூ யார்க்குக்குக் குடிபெயர்ந்தோம். மோஹ்தார் கொலம்பியா ஆசிரியர் கல்லூரியில் இஎல்எஸ் பயிற்சிப் படிப்பொன்றில் சேர்ந்தார். நான் ஆர்ட்ஸ் ஸ்டூடன்ட்ஸ் லீக்கில் முறைப்படி வகுப்பில் சேர்ந்து வாரம் முழுவதும் ஓவியம் வரைந்து கொண்டிருந்தேன். எனக்கு இப்போது ஒரு வலைத்தளம் இருக்கிறது (elainemkhtefi.com). கண்காட்சிகள் பலவற்றை நான் நடத்தியிருக்கிறேன். மிக அண்மையில் நடந்தது, 2017 - ல், பாரிஸில் ரூ து செய்ன்வீதியிலுள்ள பெத்தி கேலரியில் நடந்ததாகும். எனக்கு ஹார்லெம்மில் கலைக்கூடமொன்றும் இருக்கிறது. எனது அருமை நண்பர்கள் மோன்செராட் டோபானுடனும், பெட்ரோ வில்லால்டா வுடனும் நான் அதைப் பகிர்ந்துகொள்கிறேன்.

எங்கள் கால்கள் ஓய்ந்து போகும் வரை, மோஹ்தாரும் நானும் நியூ யார்க்கிலும் வாஷிங்டனிலும் நடக்கும் போர் எதிர்ப்பு மற்றும் ஃபிரி பாலஸ்தீன் ஆர்ப்பாட்டங்களில் கலந்து கொள்வோம். வருந்தத்தக்கவிதத்தில் நமது நாட்டின் தலைவர்கள் நாங்கள் கூறுவதைக் கேட்கவிரும்பவில்லை. காலநிலைமாற்றம் தொடர்பான அணிவகுப்புகள், வால்ஸ்ட்ரீட்டை ஆக்கிரமிப்போம் மற்றும் இனவாத எதிர்ப்பு மக்கள் திரள் போராட்டங்களில் நாங்கள் பங்கெடுத்துக் கொண்டோம். எங்கள் மனதில் ஆழப்பதிந்திருக்கும் பிரச்சனையான பாலஸ்தீனியர்களின் பிரச்சனையை நாங்கள் ஒருபோதும் மறக்கவில்லை. மோஹ்தார் ஆண்டுக்கு ஒருமுறை தனது குடும்பத்தினரைப் பார்ப்பதற்காகவும், அவர் பிறந்த நகரமான பெருவாகியாவிலிருந்த தனது தந்தை மற்றும் தாயாரின் கல்லறைகளைப் பார்ப்பதற்காகவும் செல்கிறார். ''இல் மேண்ட் டோன் ல வி'' (எனக்கு அவர்கள் வாழ்க்கையைத் தந்தார்கள்) என்று அவர் சொல்வார்.

ஃ

2015 ஏப்ரல் 4 அன்று மோஹ்தார் இறந்தார். அவருக்கு எண்பது வயது ஆகியிருந்தது. பத்து நாட்களுக்கு முன்னால் படுக்கையை விட்டு தனது உடலை உயர்த்தக்கூட முடியாத நிலையில், அவர் உடையஉடுத்திக்கொண்டு, ஒரு கைத்தடியை ஆதாரமாகக்கொண்டு அதன் மீது சாய்ந்தவாறு, பிராட்வே செல்வதற்கான சரிவில் மெல்ல ஏறினார். நாங்கள் ஒரு வாடகைக் காரைப்பிடித்து மேற்கிலிருந்து கிழக்காக அந்த முழு நகரத்தையும் தாண்டி ஐ.நா வுக்குப் பக்கத்திலிருந்த அல்ஜீரியத் தூதரகத்தை அடைந்தோம். அல்ஜீரியாவோடு தான் கொண்டுள்ள உறவுகளை

முடிவுக்குக் கொண்டுவருவதற்கும், தனது உடன் பிறந்தார் மகன் ஜமெல் குடும்ப விவகாரங்களில் தனது பெயரால் செயல் படுவதற்கு ஓர் அதிகாரத்தை வழங்குவதற்கும் அவர் விரும்பினார்.

பிரகாசமான சிவப்பு, வெள்ளை மற்றும் பச்சை நிற அல்ஜீரியக் கொடி மற்றும் பூடிஃபிலிகாவின் பெரிய அளவு புகைப்படத்தைத்தவிர்த்து, தூதரகம் மங்கலான இளம்பழுப்பு நிறத்திலான சாதாரண அறையாக இருந்தது; சுவர்களின் ஓரத்தில் நாற்காலிகள் வரிசையாக இருந்தன. வரவேற்பாளர் யாரும் இல்லை. அழைப்புமணியை அடிப்பதற்கான அடையாளக்குறி மட்டும் இருந்தது. மற்ற அல்ஜீரியர்கள் மெல்ல மெல்ல வந்து சேர்ந்தார்கள்: ஒரு ''ஹிப்'' மாணவர், பச்சிளங்குழந்தையுடன் பிலடெல்பியாவைச் சேர்ந்த ஒரு தம்பதி, ஒரு தொழிலதிபர், தனது தலையில் தலைப்பாகைபோல் மரபான தலைத்துணியொன்றை அணிந்திருந்த வயதான ஒரு பெண்மணியுடன் துணையாக வந்திருந்த ஒரு பெர்பெர் குடும்பம். உரையாடல் மெல்லமெல்லத் தொடங்கியது. விரைவிலேயே உயிர்த்துடிப்பானதாகவும், அந்தரங்கமானதாகவும் மாறியது. சில நிமிடங்களிலேயே ஒவ்வொருவரும் எங்கிருந்து வந்திருக்கிறார்கள். அவர்களது வாழ்க்கை விவரங்கள், சில அரசியல் அபிப்பிராயங்களையும் நாங்கள் தெரிந்து கொண்டோம். முகவர்கள் உள்ளே வந்தார்கள். எங்களது கோரிக்கைகளை அவர்கள் கனிவாகவும் மரியாதை யோடும் நிறைவேற்றினார்கள். முந்தைய உரையாடல்கள் பிரெஞ்சு மற்றும் அராபிய மொழியில் இருந்த நிலையில், அவர்கள் அராபிய மொழியில் சற்று ஆங்கிலம் கலந்து பேசினார்கள். இது ஈஸ்ட் ரிவரில் இருக்கும் ஒரு ''குட்டி அல்ஜீரியா''வாக இருந்தது என்று நான் நினைத்தேன்.

இன்னொரு வாடகைக் கார் பிடித்து நகரத்தைத் தாண்டித் திரும்பிவந்தோம். அல்ஜீரியாவின் கடைசிச் சுவைப்பில் மனம் மகிழ்ந்து மோஹ்தார் புன்னகைத்துக் கொண்டிருந்தார். மனுதாரர்கள் மத்தியிலும், முகவர்கள் மத்தியிலுமான தடைச்சுவரின் இரு புறங்களிலும் அடிப்படையான ஏதோ ஒன்று இருப்பதை அவர் அடையாளம் கண்டார். கண்ணியம் மற்றும் சமத்துவம் தொடர்பான அதே வகைப்பட்ட உணர்வை அவர்கள் அனைவரும் மறந்து விட்டார்கள். ஒவ்வொருவராலும் அது உணரப்பட்டது, இனங்காணப்பட்டது. அன்று மாலை, உதறியெறிய முடியாத பிணைப்புகள் இங்கு இருக்கத்தான் செய்கின்றன என்று அல்ஜீரிய

எழுத்தாளரும் எங்கள் நண்பருமான அமரா லக்கோஸிடம் அவர் விவரித்தார்: ''சாகும்வரை நமது காலடியிலும், நமது இதயங்களிலும் அல்ஜீரியா நிலைகொண்டிருக்கும்.''

சில நாட்களுக்குப் பிறகு, ''நான் ஓர் உலகக் குடிமகன்'' என்ற வாசகம் பொறிக்கப்பட்ட ஒரு பொத்தானுக்காக, எங்கள் போர்க்குணமிக்க கடந்தகாலத்தின் நினைவுச் சின்னங்களை நான் சேர்ந்து வைத்திருந்த ஒரு பழைய பெட்டியைக் மோஹ்தார் கலைத்துக்கொண்டிருந்தார். அதற்குப் பிறகு ஒவ்வொரு நாளும் அந்த அடையாள வில்லையைத் தன் சட்டையில் குத்திக் கொண்டார். மோஹ்தாரின் செய்கைகளும், அறிக்கைகளும் போகிற போக்கிலானவையல்ல. அடையாள வில்லையைப் பொறுத்த வரையில் அவர் தனக்குத்தானே முரண்பட்டவராக இருக்கவில்லை. நம் எல்லோருக்குமான எதிர்காலத்தைக் கருத்தில் கொண்டு வகுத்தமைக்கப்பட்ட தனது இறுதி அறிக்கையை அவர் உருவாக்கிக்கொண்டிருந்தார். அல்ஜியர்ஸின் தெற்கு மேட்டுநிலப்பகுதியில் உள்ள ஒரு கிராமமான பெருவாகியாவில் (த ஆஸ்போடெல்ஸ்) ஆறு பையன்களில் எல்லோருக்கும் இளையவராகப் பிறந்து வளர்ந்தார். தனது சகோதரர்களில் அவர் ஒருவர் மட்டுமே உயர்நிலைப்பள்ளிப் படிப்பை ஒரு பிரெஞ்சு லிஸே பள்ளியில் படித்து முடித்தவராக இருந்தார். அங்கேதான் அவர் அல்ஜீரிய விடுதலைக்காக இரகசியமான எப்எல்என் கருக்குழு ஒன்றை உருவாக்கி ஆள் சேர்த்து ஒருங்கிணைக்கத் தொடங்கினார். 1957 - ல் அவர் விடுதலை இராணுவத்தில் சேர்ந்து, புதிதாக அமைக்கப்பட்ட சமிக்ஞைப்படையில் வானொலி இயக்குபவராகப் பயிற்சி பெற்றார். ஒலிபரப்புப் பணி வழங்கப்பட்ட சிறப்புப் படைக்குழுவின் முன்னணியில் செல்வதற்கான தெற்கத்திய போர்ப்பகுதிக்கு அனுப்பப்பட்டார்.

1962 - ல், மோஹ்தார் தேசிய மாணவர் அமைப்பான உகிமா (UGEMA) வின் தலைவராகத் தேர்ந்தெடுக்கப்பட்டார். புதிதாக விடுதலை பெற்ற நாட்டை மறுசீரமைக்கும் கடும்பணியை அந்த அமைப்பு ஏற்றுக்கொண்டது. அல்ஜியர்ஸில் கல்லூரிக்குச் சென்று சமூகவியலிலும், பாரிஸில் பொருளாதாரம் மற்றும் சட்டவியலிலும் முதுகலைப்பட்டங்கள் பெற்றார். வேளாண்மை மற்றும் வேளாண்மைச் சீர்திருத்த அமைச்சகத்தில் பயிற்சி மற்றும் கல்விப் பொறுப்பாளராகவும், அதுபோலவே சில அரசு தொழிலகங்களிலும் பதவிகளை வகித்தார். பின்னர், பாரிஸில் இஸ்லாம், அராபிய உலகம் மற்றும் வட ஆப்பிரிக்கா குறித்த விளக்கப்படங்கள் கொண்ட நூல்களை எழுதினார்.

மோஹ்தார் அல்ஜீரியாவுக்குத் தனது வாழ்க்கையே வழங்கியிருந்தார். தங்கள் கொடிக்காகவும், ஒரு கருத்தாக்கத்துக் காகவும், நீதிக்காகவும் உயிர்துறப்பதற்குத் தயாராக அவரும் அவருடைய தோழர்களும் விடுதலை இராணுவத்தில் இணைந்தார்கள். சுதந்திரத்தை அடுத்து, அவர்கள் எந்த இலட்சியங் களுக்காகச் சண்டையிட்டார்களோ அவை களங்கப்படுத்தப் படுவதை, இகழ்ந்துரைக்கப்படுவதை அவரால் தாங்கிக்கொள்ள முடியவில்லை. இராணுவ காவல்துறையின் உளவாளியாக மாறுவதற்கு மறுத்ததற்காக என்னை நாடு கடத்திய போது அது இறுதி அடியாக இருந்தது. அந்தச் சமயத்தில் அவர் எழுதியது போல், ''எனது கடைசிப் போலி நம்பிக்கைகளும் போய் விட்டன. திறமைக்குறைவும், நிலப்பிரபுத்துவமும் வெற்றியடைந்து நமது நீதிபதிகளாகத் திரும்பி வரும்போது, நாடு கடத்துவது என்பதே முழுமுற்றான தீர்வாக இருக்கும்.''

மோஹ்தார் இருபது ஆண்டுகள் பாரிஸிலும், இருபது ஆண்டுகள் நியூ யார்க்கிலும் வாழ்ந்தார்: பாரிஸ் அடிக்கடி அவரது குடல்களைப் பிடுங்கியெறிவதாக அவர் உணர்ந்தார். பாலஸ்தீனம் குறித்த மிகவும் அச்சுறுத்தும் அளவிலான பரிவின்மை இருந்தாலும்கூட, நியூ யார்க்கில் அவர் மகிழ்ச்சியாக இருந்தார். இங்கு அவர் சுதந்திரமாக உணர்ந்தார். எழுதுவதில் அமைதி கண்டார். அவருடைய இறுதி நூல் *ஜெ' எத்தாய்ஸ் ஃபிரான்ஸே - முசல்மான். இட்டிநெரெய்ர் த அன் சோல்தாத் தெ எல்' ஏஎல்என்* அவர் எப்படி ஒரு தேசியவாதியாக, போராளியாக, அல்ஜீரிய விடுதலைப் போராட்டத்தில் ஒரு இராணுவ வீரராக இருந்தார் என்பதைச் சொல்லும் அவரது வாழ்க்கையின் நினைவுக் குறிப்பாக இருந்தது.[2] 2016 - ல் அந்தத் கையெழுத்துப் பிரதியை அல்ஜியர்ஸை எடிசன்ஸ் பர்ஸாக் பதிப்பிக்கப் போவதாக அவர் அறிந்தபோது, சாதனை புரிந்த விசைப்பாய்ச்சலின் கதகதப்பை அவர் உணர்ந்தார்.

எண்பதாவது பிறந்த நாளுக்குச் சில நாட்களுக்குப் பிறகு, தனக்கு ஈரல் புற்றுநோய் இருப்பதை மோஹ்தார் தெரிந்து கொண்டார். ''நான் எலெய்னுடன் வீட்டுக்குப் போய் அங்கு சாக விரும்புகிறேன்,'' என்று தனது மருத்துவரிடம் அவர் சொன்னார். ''என் வாழ்க்கை எனக்குப் பின்னால் இருக்கிறது.'' அவருடைய கடைசி எழுத்து ஆங்கிலத்தில் எழுதப்பட்ட ஒரு சிறிய எழுத்துப் பகுதியாக இருந்தது: ''எனக்கு ஓர் அற்புதமான வாழ்க்கை இருந்தது,'' என்று அது அறிவித்தது. ''பொது

மருத்துவமனைக்கும் தனி மருத்துவமனைக்கும் போவதில் எலெய்னின் நேரத்தையும் எனது நேரத்தையும் நான் வீணாக்க விரும்பவில்லை. நாங்கள் ஒருவரையொருவர் போற்றுகிறோம், எங்கள் மகிழ்ச்சியைப் பாதுகாத்துக்கொள்ள விரும்புகிறோம்.''

மோஹ்தார் எனக்குச் சொன்ன கடைசி வார்த்தைகள், ''ஜே தெ'எம்ரேஸ்.''*

ஃ

1990 - ல், பத்து வருடங்கள் நாடு கடந்து இருந்ததற்குப் பிறகு, ஜோக்ராவும் அஹ்மெத் பென் பெல்லாவும் அல்ஜீரியாவுக்குத் தங்கள் வாழ்க்கையை வாழத் திரும்பி வந்தார்கள். அவர்கள் எனக்கு எதையும் தெரிவிக்கவில்லை. ஜோக்ரா 2010-ல் புற்றுநோயில் இறந்தார்; பென் பெல்லா தொண்ணூற்றைந்து வயதில் 2012 - ல் இறந்தார். இருவருக்கும் அரசாங்கரீதியான இறுதிச் சடங்குகள் செய்யப்பட்டன.

இந்த நாற்பத்து நான்கு ஆண்டுகள் முழுவதும் என் பெயர் இந்த நாட்டுக்குள் என்னை நுழைய விடாமல் தடுக்கும் ஒரு பட்டியலில் தொடர்ந்து இருந்து வந்தது. இந்தப் புத்தகம் அச்சுக்குப் போவதற்கு சில நாட்களுக்கு முன்னால், நியூ யார்க்கிலுள்ள அல்ஜீரியத்தூதர் என் பெயரில் ஒரு விசாவை வழங்குவதற்கான அதிகாரபூர்வமான அனுமதி வரப்பெற்றதாக எனக்குத் தெரிவித்தார். நான் பெருமகிழ்ச்சியடைகிறேன். ஒருவேளை மீண்டும் ஒருமுறை வீதிகளில் நடந்து, அல்ஜீரியாவின் காற்றையும் வெளிச்சத்தையும் சுவாசித்து, என் குடும்பத்தினரையும் நண்பர்களையும் நான் தழுவிக்கொள்ளக்கூடும்.

அல்ஜீரியாவோடான என் கதை என்றென்றைக்குமாக என் இருப்பின் மீது படையெடுத்து ஆக்கிரமித்துக்கொண்டது. இன்னும் முழுநிறைவான உலகம் ஒன்றைக் கட்டியமைக்க வந்தவர்களான கனவாளர்களில் நானும் ஒருத்தியாக இருந்தேன். போர் நெடுகிலும், உருக்குலைந்த நாட்டை மறுகட்டமைப்புச் செய்வதிலும் அல்ஜீரிய மக்களின் இதயத்தின் மீதும் ஆன்மாவின் மீதும் நான் நம்பிக்கை வைத்தேன். அதற்கு பதிலாக, பாசத்தை, ஏற்புணர்வொன்றை, ஒரு தாயகத்தைப் பெற்றேன். பெருமளவு அநீதியாலும், பெருமளவு துன்பத்தாலும், வடுப்படாத ஓர்

* Je t'embrasse - நான் உன்னைத் தழுவுகிறேன்.

அல்ஜீரியரை நான் ஒருபோதும் பார்த்ததில்லை. அனைத்தும் இன்னும் தீர்வுகாணப்படவில்லை. நியூ யார்க்கின் உயரமான மேற்குப் பகுதியில் உள்ள எனது குடியிருப்பில், சுவரில் உள்ள மோஹ்தாரின் படத்துக்கு எனது காலை வணக்கத் தலையசைப்புக்குப் பிறகு, காலையில் என் முதல் காரியம் கணிணியில் பிரெஞ்சு மொழியில் வரும் அல்ஜீரிய நாளிதழான *எல் - வட்டன்* - ஐத் திறப்பதுதான். மிகவும் முறை சார்ந்த அதன் மொழியில் நான் மனம் நெகிழ்கிறேன். இன்னொரு யுகத்தைச் சேர்ந்த அதன் வெளிப்பாட்டுத் தொனி கண்டு புன்னகைக்கிறேன். அது செய்திகளை முன்வைக்கும் பாங்கு *நியூ யார்க் டைம்ஸ்* வாசகர் ஒருவருக்கு மிகவும் பழைய பாணியிலானதாக இருக்கும். ஒவ்வொரு ஒன்றுகூடுதலிலும் இளைஞர்களும் வயதானவர்களுமான அல்ஜீரியர்களை நான் தேடிக்காண்பேன்: அவர்கள் கடந்த காலம் குறித்த ஓர் உணர்வுகொண்டவர்களாக இருக்கிறார்கள். அந்த கடந்தகாலத்துக்குத் திரும்பிசென்று அதை நினைவு கூர்கிறேன்: நான் மீண்டும் இளமையானவளாக இருக்கிறேன்.

❀❀❀

பின்னுரை
ஓர் அமெரிக்கக் குழந்தைப் பருவம்

நான் பொருளாதார மந்தநிலைக்காலத்தின் குழந்தை. பெருவீழ்ச்சிக்குச் சில மாதங்கள் முன்னதாக 1928 டிசம்பரில் நான் பிறந்தேன்.

என்னைப் பற்றிய என் முதல் நினைவு ஒரு நாற்காலியின் மேல் நின்று, இரண்டாம் தள அடுக்குமாடிக் குடியிருப்பொன்றின் ஜன்னலில் தனது தலையை வெளியே உந்திக்கொண்டிருக்கும் ஒரு குழந்தையினுடையது. கீழேயுள்ள வீதியைக் கீழ்நோக்கிப் பார்த்துக்கொண்டு அவள் உரக்க அழுதுகொண்டிருக்கிறாள். அவளுடைய வாய் கோணியிருக்கிறது. அவளுடைய முகம் கண்ணீரால் பிசுபிசுத்திருக்கிறது. இதை நினைவு வைத்திருக்க முடிவது எனக்குச் சாத்தியமாக இருக்காது என்று என் தாயார் சொன்னார்: லாங் ஐலண்ட், ஹெம்ப்ஸ்டெட்டில் என் தந்தையும் அவரும் நடத்திக் கொண்டிருந்த உலர் பொருட்கள் கடையில் நாங்கள் வாழ்ந்தபோது எனக்கு இரண்டு வயதுதான் ஆகியிருந்தது. மழை பெய்தபோது அல்லது பனி விழுந்தபோது, குடியிருப்பில் என்னை அவர் தனியாக விட்டுச் சென்றிருக்கலாம் என்று அவர் ஒப்புக் கொண்டார். ஒரு நாள் பூஜ்யப்பாகை வானிலையில் நடைபாதையில் குழந்தைகளுக்கான பெட்டி வண்டியில் தன் குழந்தையை யாரும் பார்த்துக்கொள்ளாத நிலையில் விட்டுச் சென்ற கல்மனம் கொண்ட அந்தப் பெண்ணைச் சபிப்பதற்காகக் கடைக்குள் வந்த ஒரு வாடிக்கையாளரைக் குறித்து அவர் சிரிப்பது வழக்கம். என்னைப் பொறுத்தவரையில் ஜன்னலில் இருந்த அந்தக் குழந்தையின் புகைப்படம், மேகமூட்டமான அந்த நாளைப்போல் தெளிவாக கறுப்பு, வெள்ளை மற்றும் பழுப்பு நிறத்திலான ஒரு படமாக இருக்கிறது.

ஹெம்ப்ஸ்டெட்டிலிருந்த அந்தக் கடை மூடப்பட்ட போது, எங்களிடமிருந்த அனைத்தும் போய்விட்டிருந்தது: குடியிருப்பு, தொழில், பணம், புருக்ளினிலிருந்த உறவினர்கள் மாமா ஜானும், அத்தை கிளாராவும் எங்களை அவர்களுடன் சேர்த்துக்கொண்டனர். என் தந்தை தொழில்முனைவில் உத்வேகம் கொண்டவராக இருந்தார். கொஞ்சம் பணத்தைத் தனக்குக் கடனாகத் தருவதற்கு மாமா ஜானைச் சம்மதிக்கச் செய்தார். புருக்ளின், பெட்ஃபோர்ட் - ஸ்டைவிசாண்டைச் சேர்ந்த பழைய யூதக் குடியிருப்பிலிருந்த இரண்டு நண்பர்களைக் கூட்டாளிகளாகச் சேர்த்துக்கொண்டு, இடத்தை வாடகைக்கு எடுத்து, துணி உற்பத்தித் தொழிலைத்தொடங்கினார். தொழில் மேம்படத் தொடங்கியதும், நேரோஸ் அவென்யூவைச் சேர்ந்த ஒரு பாறைத் தோட்டத்தைக் கொண்ட தனிப்பட்ட வீட்டுக்கு நாங்கள் குடிபெயர்ந்தோம். எனக்கு ஐந்து வயதாகியிருந்தது. முதல் வகுப்பில் சேர்க்கப்படுவதற்குத் தேவையான ஆறு வயதை நெருங்கியிருந்தேன். பள்ளி விட்ட பிறகு, நியூ யார்க் துறைமுகத்துக்கு இட்டுச் செல்லும் நீர்வழியான நேரோஸையொட்டியிருந்த இருண்ட, எண்ணெய்ப் பிசுக்கு மிகுந்த, கைவிடப்பட்ட துறைமுகப் பகுதியில் அங்கு வசிக்கும் குழந்தைகளோடு விளையாடினேன். அழுக்கடைந்து ஈரமாகி, சங்கடத்துடன் நான் வீட்டுக்கு வந்துசேர்ந்தபோது என் அம்மா என்னைப் பார்த்து அலறுவாள்: ''அந்தத் துறைமுகப்பகுதிக்குப் போகாதே. எப்படி நீச்சலடிப்பது என்று உனக்குத் தெரியாது. என்னை இப்போதே நீ கொல்லப் போகிறாய்!''

ஞாயிற்றுக்கிழமை பிற்பகல்களில் துறைமுகப்பகுதிக்கு மேலேயிருந்த புல்லில் நாங்கள் அண்டை வீட்டார்களோடு சேர்ந்து அமர்ந்திருந்தோம். ஹட்சனில் நங்கூரமிட்டு நிறுத்தப் படுவதற்கு நேரோஸினூடாகத் தமது கம்பீரமான பயணத்தை மேற்கொள்ளும் மா கடல் பயணக் கப்பல்களின் மேல் தளத்தில் வரிசையாக நின்று கொண்டிருக்கும் மக்களைப் பார்த்து நாங்கள் கையசைத்தோம். நாங்கள் மைய நீரோட்டத்தில் மீண்டும் நுழைந்தோம். என் தந்தை இருப்பைச் சரிப்பார்ப்பதற்காக பண்டகசாலையை அடைந்து கூட்டாளிகள் ஓடிப்போய் விட்டதையும், வங்கியிலிருந்த கூட்டுக் கணக்கில் பணம் துடைத் தெடுக்கப்பட்டதையும் தெரிந்து கொள்ளும் நாள் வரை இப்படியிருந்தது. அந்த ஒருமுறைதான் என் தந்தை அழுததை நான் பார்த்தேன். அவர் உணர்ச்சிவயப்பட்டவராக இருந்ததில்லை:

அடியாழத்திலிருந்து மேலெழுந்துகொண்டிருந்த, கடுமையாக உழைக்கும் மனிதரான அவர் மீண்டும் ஒருமுறை தோல்வியை ஒப்புக்கொள்ளவும், அண்டிப்பிழைக்கவும் செய்யப்பட்டார். தன்னை நொடித்துப்போனவராக அறிவித்தார்.

அப்போதுதான் உலர்பொருள் வியாபாரத்தை விட்டும், நியூ யார்க்கை விட்டும் வெளியேறுவதென்று அவர் முடிவெடுத்தார்: தனது குடும்பத்தை விட்டும், தன்னை ஏமாற்றிய முன்னாள் நண்பர்கள் மற்றும் தொழில் கூட்டாளிகளை விட்டும், யூதர்களை விட்டும் விலகிச் செல்வது. அவரைப் பொறுத்தவரையில், அவருடைய இழப்புகளுக்கும், எங்களுடைய நெருக்கடி நிலைக்கும் யூதர்களைத்தான் குற்றம் சொல்ல வேண்டும். அரசாங்கத்தையோ, வங்கிகளையோ, பொருளாதாரத்தையோ, ஒரு சில கீழ்த்தரமக்களையோ அல்ல. நாங்கள் யாரையும் சார்ந்திருக்கப் போவதில்லை. நாங்கள் துணையின்றித் தனியாகச் செல்லப் போகிறோம்.

நியூ யார்க் மேல் மாநிலத்தில் உள்ள சிறுநகரங்களுக்கு சிறு பயணங்கள் மேற்கொண்டோம். முக்கிய வீதிகளில் நாங்கள் நடந்தோம். கடைகள் ஏதேனும் காலியாக இருக்கிறதா என்று சோதித்தோம். உரிமையாளர்களை தேடிக்கண்டோம். புரூஸ்டரில், காலியான சிறுகடையொன்றைச்சென்றடைந்தோம்: ''அடுத்த வீட்டில் பார்க்கவும்'' ஜன்னலிலிருந்த அறிவிப்புக்குறி சொன்னது. என் தந்தை உரிமையாளரைத் தொடர்பு கொண்டார். ஓர் ஒப்பந்தத்தைச் செய்துவிட்டு வெளியே வந்தார். மகிழ்ச்சியுடன் நகரம் எப்படிப்பட்டது என்பதைக்கண்டறிவதற்காக வீதியில் மெல்ல நடந்துசென்றோம். ஆரோன் ஃபைன்பெர்க் உலர் பொருட்கள் கடையின் பெரிய ஜன்னலைத் தட்டி விட்டு நடந்தோம். ஃபைன்பெர்க் - என்பது யூதத்தன்மையோடு ஒலித்ததால் நாங்கள் உள்ளே நுழைந்தோம். (என் தந்தையிடம் முரண்பாடுகளுக்குக் குறைவிருந்ததில்லை.)

''சார்லி கிளெய்ன். இது என் மனைவி மைல்ட்ரெட் மற்றும் என் மகள்.''

சார்லி கிளெய்னுக்கு ஒரு விசயத்தைப் பற்றிக் கொஞ்சம் தெரியுமென்றால் அது உலர்பொருட்களைப் பற்றியதாக இருந்தது: என் பெற்றோர் உலர்பொருட்கள் கடையில்தான் சந்தித்துக்கொண்டார்கள். அவர் பயணம் செய்யும் விற்பனையாளர், அந்தப் பெண் எழுத்தர். ஹெம்ப்ஸ்டெட்டில் அவர்கள் உலர்பொருட்களை சில்லறை விற்பனை செய்து வந்தனர்.

அவருடைய தொழில் முயற்சியும் உலர்பொருட்களில்தான் இருந்தது. தனது கடந்தகாலத் தொழில் பற்றி தன்னைப்போல் தொழில் செய்யும் தோழர் ஒருவருடன் பேசுவதற்கும், புரூஸ்டரில் வாழ்க்கை எப்படி இருந்தது என்று கேள்விகள் கேட்பதற்கும் இது சார்லிக்கு வாய்ப்பாக அமைந்தது. அந்த வீதியிலிருந்த கடையில் அவர் பெண்களுக்கான தனிப்பட்ட ஆடைகளை மட்டும் - துணிகளை அல்ல - விற்றுவந்தார்.

பிற்பகல் முழுக்க அவர்கள் பேசிக்கொண்டிருந்தார்கள். கடையை மூடும் நேரத்தில் திரு. ஃபைன்பெர்க் தன்னோடு வீட்டுக்கு வந்து தன் மனைவி ரோஸைச் சந்திக்க எங்களை அழைத்தார். நாங்கள் ஆரோனுடனும் ரோஸுடனும் புரோஸ்பெக்ட் வீதியிலிருந்த அவர்களது வீட்டில் மூன்றாண்டுகளுக்குப் பக்கமாக வாழ்வதில் அது முடிவடைந்தது.

௸

அது கோடைகாலத்தின் தொடக்கமாக இருந்தது. என் பெற்றோருக்கு புது வீட்டில் அமைவுறத் தொடங்குவதற்கும், கடையைப் பொருத்தியமைப்பதற்கும், வணிகப் பொருட்களை விலைகொடுத்து வாங்குவதற்கும் கால அவகாசம் தேவைப் பட்டது. எனவே அவர்கள் ஆறுவயதான என்னை கனக்டிகட் மேல் மாநிலத்தில் உள்ள எனது தாய்வழித் தாத்தா பாட்டியின் பால் உற்பத்திப் பண்ணையில் விட்டார்கள். செஸ்ட்நட் ஹில் என்று அழைக்கப்பட்ட அந்த இடம் நகரம் இல்லாத ஒரு சாலையாகும். அதற்கு நிலப்படத்திலும்கூட ஓர் அடையாளக்குறி இல்லை. தனியாக வாழ்க்கை நடத்துவது அவர்களுக்கு எளிதாக இருக்குமென்று அவர்கள் விளக்கினார்கள். நான் உள்ளுக்குள் மனம் கலங்கினேன். நான் இல்லாமல் அவர்கள் மகிழ்ச்சியாக இருப்பார்கள் என்று மிகவும் உறுதியாக இருந்தேன்.

அந்தக் கோடைகாலத்திலும், அடுத்த பள்ளியாண்டு முழுவதும், அதைத் தொடர்ந்து வந்த கோடைகாலத்தின் பாதியிலும் அந்தப் பண்ணையிலேயே தங்கியிருந்தேன். அவ்வப்போது ஒரு நாள் என் பெற்றோர் வந்தார்கள். நாங்கள் கடிதங்களைப் பரிமாறிக் கொண்டோம். என்னுடைய கடிதங்கள் திகைக்கவைப்பவையாக இருந்தன. ‘‘நீங்கள் எப்படி இருக்கிறீர்கள், நான் நன்றாக இருக்கிறேன்,’’ கடிதங்கள் ஒழுங்கற்ற கையெழுத்தில் இருந்தன. சாலையில் ஒரு மைல் தூரத்திலிருந்த ஓரறைப் பள்ளிக்குச் சென்றேன். இரண்டாம் வகுப்பிலிருந்து நான்காம்

வகுப்புக்கு இமைப்பொழுதில் நான் தேர்ச்சியடைந்தேன். வழியின் மறுபக்கப் பண்ணையிலிருந்து வந்த பெர்கோவிட்ச் குழந்தைகளுடன் நான் பள்ளிக்கு நடந்து சென்றேன். நாங்கள் கப்ளான்களைக் கடந்து சென்றோம். அவர்கள் கோழி வளர்ப்பவர்கள். அடுத்து செங்கல்லால் கட்டப்பட்ட யூதக் கோயில், அடுத்ததாகப் பள்ளி இருந்தது. அது வளைவுகள் இல்லாத நேரான சாலையாக இருந்தது. செஸ்ட்நட் ஹில்லைச் சேர்ந்த அந்தச் சிறிய சமுதாயம் தரம் குறைந்த, கல் நிரம்பிய நிலத்தில் உயிர்பிழைத்திருப்பதற்கான முயற்சியில் ஈடுபட்டுள்ள, போலந்தைச் சேர்ந்த ஏழை யூதர்களால் ஆனதாக இருந்தது. எங்களுக்குக் கீழே சரிவிலுள்ள பண்ணை முதியவர் திரு. ஃபுல்லருக்குச் சொந்தமானதாக இருந்தது. அவரது நிலம் ரயில்பாதைத் தண்டவாளங்கள் வரை நீண்டிருந்தது. அங்கு அவ்வப்போது ஒரு சரக்கு ரயில் கடந்து சென்றது. பாதைகள் குறுக்கிடும் இடத்தில் திரு. லூமிஸின் மளிகைக் கடை இருந்தது. மைல் கணக்கான தூரத்துக்கு அந்த ஒரு கடை மட்டுமே இருந்தது. அது இருண்டுபோய் அழுக்கானதாக இருந்தது. பசைமிட்டாய் வாங்குவதற்கு நான் அங்கு போவேன். தலையைக் குனிந்துகொண்டு வேகமாக வந்துவிடுவேன்.

பள்ளி விடுமுறை விடப்பட்டதும் நாட்கள் முடிவற்றவையாக இருந்தன. சாலையில் ஒருசில கார்களைத் தவிர மக்கள் யாருமில்லை. பெர்கோவிட்ஸ் குழந்தைகளைத் தவிர சேர்ந்து விளையாடுவதற்கு யாருமில்லை. அவர்கள் நிறையப்பேர் இருந்தனர். அவர்களளவில் விளையாடிக் கொள்வதில் அவர்கள் நிறைவடைந்தனர். அஞ்சல்காரருக்குக் காத்திருப்பது எனது பொழுதுபோக்காக இருந்தது. பண்ணையில் திருச்சபையின் பிரார்த்தனை அறை போன்ற அமைதி நிலவியது. என் பாட்டி ரொட்டிக்கு மாவு பிசைவதையும், நூடுல்ஸ் சுற்றுவதையும் பார்த்துக்கொண்டு எவ்வளவு நேரத்தைக் கழிக்கமுடியும்? பிற்பகல் நேரங்களில் தரைத்தளப் படுக்கையறையில் தாத்தா படுத்திருப்பார். அவருடைய இரண்டாவது மனைவியான பாட்டி அவருக்காக யூத நாளிதழான *டெய்லி ஃபார்வார்ட்டை* இட்டிஷ் மொழியில் மென்மையாகப் படிப்பார். பிறகு அவர்கள் பகல் நேரம் சிறு தூக்கம் தூங்குவார்கள்.

தாத்தா குருடராக இருந்தார். அவரை தொழுவத்துக்கு அணுகுபாதையில் அழைத்துச் செல்வது என்னுடைய வேலையாக இருந்தது. இரண்டு வரிசை பசுக்களின் நிலையிடங்கள் நெடுக தன் வழியைத் தொட்டுணர்ந்து தடுமாறிச் செல்வார். ஒவ்வொரு

நிலையிடத்திலும் பொருத்தப்பட்டுள்ள உலோகக் கொள்கலத்திலும் நீண்ட மரப்பெட்டியொன்றிலிருந்து தானியத்தை எடுத்துவந்து நிறைப்பார். அந்தப் பெட்டியின் மூடியைத் தூக்கியதும் எங்கள் மூக்கைத் துளைக்கும் வறண்ட, மந்தமான வாடையை இன்றும் என்னால் நினைவுக்குக் கொண்டுவரமுடிகிறது. தாத்தா உயரமான மனிதர். தன் இடுப்பைச் சுற்றித் துணிப்பட்டை எதையோ அணிந்திருப்பார். வெள்ளைத் தலைமுடியும், வெள்ளை மீசையும், நீண்ட வெள்ளைத்தாடியும் வைத்திருப்பார். தனது கால்ச் சட்டைகளை அகலமான தொய்வு நாடாப் பட்டிகளால் தூக்கிக் கட்டியிருப்பார். எங்களிடம் சொறிபிடித்த நாயொன்று இருந்தது. அது ஏதோவொரு விதத்தில் போலீஸ் நாயைப்போலிருந்தது. சமையலறையிலிருந்த மிச்சமீதிகளைக் கொண்டு அதற்கு நான் உணவளிப்பேன்.

அந்தப் பண்ணை வீட்டின் இரண்டாவது தளத்தில் என் அறை இருந்தது. தாழ்ந்த கூரைகொண்ட அந்த அறையில் உலோகச் சட்டமிட்ட இரண்டு இரட்டைப் படுக்கைகளும், இழுப்பறைகள் கொண்ட ஒரு பெரிய பெட்டியும் இருந்தன. இரவு நேரத்தில் காற்று வீசுவதையும், பெரிய மேப்பிள் மரக் கிளைகள் முன்னோக்கிச் சாய்ந்து தாழ்வார முகப்பில் மோதுவதையும் நான் கேட்டேன். நான் மிகவும் தொலைவிலுள்ள படுக்கையில் சுவர்ப்பக்கம் திரும்பிப் படுத்துத் தூங்குவேன். தரைத்தளத்தின் வெப்பமூட்டப்படாத முன்கூடத்தில் பியானோவில் மெட்டுகளை மணிக்கணக்கில் வாசித்தபடி வீண்பொழுது போக்குவேன். ''ஓ, ஜெனிவிவே'' எனக்குப் பிடித்த மெட்டாக இருந்தது; குறுக்கீடின்றி அதனுடன் சேர்ந்து நான் உரக்கப்பாடுவேன். சுருதி சேர முடியாவிட்டாலும் யாரும் பொருட்படுத்தமாட்டார்கள்.

மிகப் பெரிய விறகடுப்பில் பாட்டி சமையல் செய்வார். நான் மேய்ச்சல் நிலத்திலிருந்து பொறுக்கியெடுத்து வந்த ஹக்கிள்பெர்ரிகளைக் கொண்டு மிகச் சிறந்த 'பை' வகை உணவையும், தனது சொந்தத் தயாரிப்பான நூடுல்ஸ் மற்றும் பிளின்ஸஸ்களையும் அவர் செய்வார். கைவிடப்பட்ட குழந்தைக்காக அவர் மனமுருகுவார். என்னைத் தன் கைகளில் தூக்கி முத்தமிட்டு ஏந்திக் கொள்வார்.

அவர்களின் எட்டுக் குழந்தைகளில் கடைசிக் குழந்தையான மாமா ஆர்த்தர் பதினாறு வயது கொண்டவர். ஐந்து மைல் தூரத்துக்கு அப்பாலுள்ள வில்லிமேன்டிக்கில் உள்ள உயர்நிலைப் பள்ளியில்படித்தார். மாலை நேரங்களில் நாங்கள் இருவரும்

சேர்ந்து டஜன் கணக்கான பசுக்களை மேய்ச்சல் நிலங்களிலிருந்து ஓட்டி வருவோம். அவற்றிடம் பால் கறந்ததும், தனது இருசக்கர வாகனத்தில் அவர் நகரத்துக்குப் புறப்பட்டுப் போவார். அவர் கிளாரிநெட் வாசிப்பார். நடனமாட விரும்புவார்.

சனிக்கிழமைகளில் நடக்கும் மரபான யூதப் பொது வழிப்பாட்டுக்குத் தேவையான பதின்மூன்று வயதுக்கு மேற்பட்ட உறுப்பினர்களின் எண்ணிக்கை குறையும்போது, ஆர்த்தரை படுக்கையிலிருந்து எழுப்பி இழுத்துச் செல்வதற்காக யாரேனும் ஒருவர் ஓடிவருவார். என்னையும் கூட்டிச் சென்று, ஒரு சில பெண்கள் அமர்ந்திருக்கும், கயிறு கட்டப்பட்ட பின்பகுதியில் அல்லாமல் முன்வரிசையிலிருக்கும் நீண்ட மரச்சாய்விருக்கையில் தனக்கருகில் உட்கார வைத்துக் கொள்வார். என்ன நடந்து கொண்டிருந்தது என்று எனக்குத் தெரியவில்லை. ஆனால் காலை நேரத்தை ஆர்த்தரோடு நான் கழித்துக்கொண்டிருந்ததில் மகிழ்ச்சியாக இருந்தேன். நாங்கள் ஒருவரையொருவர் வியந்து போற்றினோம்: தொழுவத்தில் அவர் மாட்டின் காம்பிலிருந்து பாலை என்மேல் பீச்சியடிப்பார். என் சிறு கைகளால் பால் கறக்க நான் மீண்டும் மீண்டும் முயற்சி செய்வேன். அவர் என்னை கேலி செய்வார். ஆனால் உண்மை என்னவென்றால் அவர் அரிதாகத்தான் வீட்டிலிருப்பார்.

நான் அழத்தொடங்கினேன். அந்தப் பெரிய சமையலறையில் நான் அழுதேன். முன்கூடத்துக்கு வெளியே சென்று அழுதேன். முற்றத்துக்குச் சென்று அழுதேன். நான் தொல்லை தருபவளாக இருந்தேன். எனவே ஆர்த்தர் என் பெற்றோருக்கு எழுதினார். அவர்கள் வந்தபோது, என் அம்மா என்னை மேல்மாடிக்கு இட்டுச்சென்று, படுக்கையில் அமரவைத்தார். நான் ஏன் அழுதேன் என்று அவர் என்னைக் கேட்டார். என்னால் நினைத்துப் பார்த்துச் சொல்ல முடிந்ததெல்லாம் இதுதான், ''பாட்டி செத்துப் போய் விடுவார் என்று நான் பயந்தேன்.''

ଔ

இறுதியாக நான் புரூஸ்டருக்கு வந்தபோது, வீடு இரண்டாம் தளத்தில் ஓர் இரட்டைப் படுக்கையும் மூலையில் எனக்கென்று ஒரு கட்டிலும் கொண்ட ஓர் அறையாக இருந்தது. ரோஸும் ஆரோன் ஃபைன்பெர்க்கும் கீழ்த்தளத்தில் பெரிய உணவறை முன் கூடத்துக்கு அப்பால் ஓர் அறையில் தூங்கினர்.

அறுபதுகளின் மத்தியிலிருந்து அதன் இறுதிக்குள்ளான வயதினராக இருந்த ரோஸி ஒட்டியுலர்ந்த முகமும், வெளிறிய பச்சைக் கண்களும் கொண்டவராக இருந்தார். நடக்கும்போது அவர் குனிந்து, மெதுவாக, சிலசமயங்களில் தடியூன்றி நடந்தார். அவருடைய உடைகள் கையால் பின்னப்பட்ட இருபகுதிகளடங்கியவையாக, ஓரளவுக்கு உடலோடு ஒட்டி, கெண்டைக்கால் வரை தொங்கின. அவர் என் அம்மாவுக்கு இட்டிஷிலிருந்து ஜெர்மன் மொழிக்கு மொழிமாற்றம் செய்வதற்குக் கற்றுத்தந்தார். அவர்கள் இருவரும் ஜெர்மன் மொழியில் பேசிக் கொண்டார்கள். ஆரோனுடன் பேசுவதுபோல என்னுடனும் என் தந்தையுடனும் அவர் ஆங்கிலத்தில் பேசினார். ஆரோன் தனது தோட்களைச் சுற்றி ஒரு சால்வையைப் போர்த்துக்கொண்டு பிரார்த்தனை செய்தார். பயபக்தியுடன் முன்னும் பின்னுமாக தன் தலையை அசைத்துக் கொண்டிருந்தார். புரூஸ்டரில் யூதக் கோயில் எதுவும் இல்லை. அதனால் அவர் அந்தப் புதிய சூழ்நிலைக்குத் தன்னைப் பழக்கப்படுத்திக்கொண்டார். உலர் பொருட்கள் கடை சனிக்கிழமைகளில் திறந்திருக்கும்.

சோம்புக்கீரை ஊறுகாய், கடுகு ஊறுகாய் செய்வது எப்படி, ஆரோனின் தோட்டத்திலுள்ள பச்சைத் தக்காளிகளை நீண்ட நாள் கெடாமல் பக்குவப்படுத்துவதற்காக வாயகன்ற, காற்றுப்புகாமல் மூடும் திருகுமூடி கொண்ட கண்ணாடி ஜாடிகளில் அடைத்து வைப்பது எப்படி என்று ரோஸ் மைல்ட்ரெட்டுக்குக் காட்டினார். சமையலறை பெரியதாகவும், சதுரமாகவும் இருந்தது. கோடை காலத்தின் முடிவில் வினிகர் - உவர்நீரில் ஊறவைத்துச் சுவையூட்டப்பட்ட காய்கறிகள் திறந்த பீப்பாய்களில் மூலைகளில் அசைந்தாடிக்கொண்டிருந்தன. சமையலறைக் கதவின் வழியாக ஆரோனின் காய்கறித் தோட்டத்தை நாம் காணமுடியும். அவர் பெரும்பாலான காரியங்களைச் செய்வதுபோல் அதையும் பொறுமையாகவும் மௌனமாகவும் பராமரித்தார். தோட்டத்துக்கும் வீட்டுக்கும் இடையில் ஒரு சிறிய தாழ்வாரம் இருந்தது. பெரும்பாலான நாட்களில் ஓரிரு நாடோடிகள் பின் தாழ்வாரப் பக்கம் கையில் தொப்பியுடன் வந்து சாப்பிடுவதற்கு ஏதேனும் கேட்பார்கள். ரோஸும் மைல்ட்ரெட்டும் தட்டுகளில் உணவு கொடுப்பார்கள். அவர்களுடைய விருந்தாளிகள் எப்படி உடை அணிந்திருந்தாலும் அவர்கள் பயம் கொண்டதில்லை, யாரையும் திருப்பியனுப்பியதில்லை. தங்கள் தோற்றத்தைப் பராமரிக்காத, தோளில் அதிகபட்சமாக

ஒரு பையை மட்டுமே தொங்கவிட்டிருந்த அவர்கள் தாழ்வாரப் படியில் குறுகி உட்கார்ந்து சாப்பிட்டார்கள். காலித் தட்டுகளை அவர்கள் திருப்பித் தந்தபோது, அணுகுபாதையில் திரும்பிப் போவதற்கு முன்னால் தங்கள் தொப்பிகளை சாய்த்து நன்றி தெரிவித்தார்கள். அவர்கள் அரிதாகவே பேசினார்கள். அங்கே சொல்வதற்கு என்ன இருந்தது?

புரூஸ்டரில் நாங்கள் குடியேறிய பிறகு கொஞ்ச காலத்திலேயே என் தந்தை முட்டைத் தரகராக மாறுவதென்று முடிவு செய்தார். அந்தப் பகுதியிலிருந்த பண்ணைகளில் அவர் தொடர்பை ஏற்படுத்திக் கொண்டார். முட்டைகள் கொண்ட பெட்டிகளை வாங்கினார். ஞாயிற்றுக்கிழமைகளில் அவற்றை புருக்ளினில் வீடுவீடாகக் கொண்டுசென்று கொடுத்தார். நகரத்தின் உட்பகுதியினூடாக ஒரு பயணத் திட்டத்தைப் பின்பற்றி, டஜன் கணக்கில் ''புத்தம் புதிய நாட்டு முட்டை''களை ஒருசில டாலர் லாபத்துக்குப் பரிமாற்றம் செய்து கொண்டோம்: வெள்ளையும் பழுப்பும் வாடிக்கையாளர்களின் விருப்பத் தேர்வாக இருந்தன. ஒரு ஞாயிற்றுக்கிழமை விபத்தின் வடிவத்தில் பேரிடர் ஒன்று தாக்கும் வரை இது நடந்தது: நாங்கள் சாலையோர வாய்க்காலில் விழுந்தோம். நாங்கள் எடுத்துச் சென்ற முட்டைகளில் பாதி உடைந்துபோனது. சேதத்தைப் பொருட்படுத்தாமல் நாங்கள் மீண்டும் சாலைக்கு வந்தோம். தப்பியிருந்த முட்டைகளைக் கொண்டுசென்று கொடுத்தோம். ஆனால் சார்லி கிளெய்ன் முட்டைத் தரகராக இருந்தது அத்துடன் முடிவுக்கு வந்தது.

எட்டுவயது ஆனபோது நான்காம் வகுப்பில் நுழைந்தேன். வாழ்க்கை மாறியது. மற்ற சிறுமிகளின் நட்பை நான் ஏற்படுத்திக் கொண்டேன். காலையில் எனது உலோகத்தாலான மதிய உணவுப் பெட்டியை எடுத்துக்கொண்டு வீட்டை விட்டு வெளியே வருவேன். இரவுணவு நேரம் வரை திரும்பிவரமாட்டேன். சனிக்கிழமைகளில் நான் பிரதான வீதியிலிருந்த மருத்துவரின் மகள் ஷிர்லியுடன் விளையாடினேன்; நாங்கள் நெருக்கமான சிறந்த நண்பர்களாக ஆனோம். ஒன்பது வயதான அவள், வயதுக்கு மீறி உயரமாக, ஒரு பையனுக்குரிய ஒல்லியான, உறுதியான உடலமைப்பும், சப்பை மூக்கும் கொண்டவளாக இருந்தாள். அவளுக்குப் பக்கத்தில் இருக்கும்போது, நான் கறுத்த, மெலிந்த குட்டையான பெண்ணாக இருந்தேன். நாங்கள் இருவரும் ஒன்றாகச் சேர்ந்து நூலகத்துக்குச் சென்றோம். ஒருவர்

படித்த புத்தகங்களையே மற்றவரும் படித்தோம். ஷிர்லியும், அவளுடைய குடும்பமும் எனக்கு மிகவும் மகிழ்ச்சியளிப்பதாக இருந்தது. என் குடும்பம் ஒப்பீட்டளவில் துயர்மிக்கதாக இருந்தது.

ஒரு சனிக்கிழமையன்று, ஷிர்லியின் தாயார் திருமதி. வாண்டர்பர்க் ஷிர்லியையும், அவளுடைய இரு தம்பி தங்கை களையும், என்னையும் நியூ யார்க்குக்கு இட்டுச் சென்றார். சுதந்திர தேவியின் சிலைக்கு நாங்கள் படகில் சென்றோம். கிரீடத்துக்குள் ஒவ்வொரு படியாக ஏறிச் சென்றோம். கீழ்ப்பகுதி மன்ஹாட்டனின் வீதிகளில் நாங்கள் சிறிய அட்டைக் கோப்பை ஒன்றில் சார்லட் ரஸ்ஸி கேக்குகளைச் சாப்பிட்டோம். அதன் அடிப்பகுதி எங்கள் விரல்களால் அழுத்தினால் அசைவதாக இருந்தது. திருமதி. வாண்டர்பர்க்கின் உள்ளாடைக் குறுங்காற் சட்டையின் நெகிழிப்பட்டை விட்டுப்போனதால், கேக் விற்பனையாளரின் முன்னால் அது தரையில் நழுவி விழுந்தது. அவர் குனிந்து, அதை எடுத்து தனது கைப்பைக்குள் போட்டுக் கொண்டார்; பிறகு அந்த விற்பனையாளரைப் பார்த்து அவர் சிரித்தார். நாங்கள் அனைவரும் குலுங்கிச் சிரித்தோம்.

என்னுடைய புருக்ளின் தாத்தா இறந்தபோது, என் பெற்றோர் என்னை ஷிர்லியின் வீட்டில் விட்டுவிட்டு இரவோடிரவாகக் கிளம்பிப்போனார்கள். அவளுடைய செவிலித்தாய் என்னையும், அவளையும், அவளுடைய தம்பி தங்கைகளையும் திருச்சபைக்கு அழைத்துச் சென்றார். ''உன் தாத்தாவுக்காகப் பிரார்த்தனை செய்,'' அவர் என் காதில் முனகினார். பிரார்த்தனை செய்வதா? எனக்குப் பிரார்த்தனை எதுவும் தெரியாது. எதற்காகப் பிரார்த்தனை செய்யவேண்டும்? எனக்கு என் தாத்தாவை அதிகம் தெரியாது. அவரைப் பற்றிய எனது ஒரே நினைவு பெட்ஃபோர்ட் ஸ்டைவிசாண்ட்டில் எங்கள் குடும்பத்துக்குச் சொந்தமான பழுப்புநிற மணற்கல் வீட்டின் தரைத்தளத்திலுள்ள பெரிய சமையலறையில் ஐஸ்பெட்டியையொட்டி சுவரில் சாய்ந்து நின்றுகொண்டிருப்பதுதான். அவர் ஒருபோதும் புன்னகை புரிந்ததில்லை. அரிதாகவே பேசுவார். சமையலறையிலிருந்து கேட்கும் இரைச்சலாலும், பிதற்றலாலும் அவர் பாதிக்கப் பட்டதாகத் தெரியவில்லை. என் அத்தைகள் பேசமாட்டார்கள், கூச்சலிடுவார்கள். அவர்கள் என்னை முத்தங்களால் மூழ்கடிப்பார்கள், கிள்ளுவதை ஒருபோதும் நிறுத்தியதில்லை. ஆனால் தாத்தா

என்னை ஒருபோதும் தழுவிக் கொண்டதில்லை. அவர் நட்புணர்வற்றவராக இருந்தார். அவருக்கு மலவாய்ப்புற்றுநோய் இருந்தது என்றும், தாங்கமுடியாத வலியால் அவர் வேதனைப் பட்டார் என்றும், ஆண்டுகளுக்கு பின்னர் தெரிந்து கொண்டேன்.

குடும்பத்தோடு வாழ்வது அதற்கேயுரிய குறைபாடுகளைக் கொண்டிருந்தது. என் பெற்றோரோடு அறையைப் பகிர்ந்து கொள்வது அடிக்கடி வெறுப்பூட்டுவதாக இருந்தது. ஃபைன்பெர்க்கு களைப் போலவே அந்த வீடும் பழையபாணியில் கொஞ்சம் முடைநாற்றத்தோடு இருந்தது. என் நண்பர்களை அழைக்க முடியவில்லை. எனக்கென்று சொந்தமாக அறையேதும் இல்லை. நாங்கள் எங்கே விளையாட முடியும். நாளின் பெரும்பகுதி என் அம்மா வீட்டிலிருக்கமாட்டார்.

என் பெற்றோர் சண்டையிடும்போது மிகவும் மோசமாக இருக்கும். நான் ஒளிந்துகொள்வதற்கு இடம் ஏதும் இருக்காது. ‘‘கிறித்துவின் நிமித்தம், சார்லி, அதை நிறுத்து! நீ கொஞ்சம் சிரிப்பிற்கிடமானவனாக இருக்கவில்லையா! நான் உன்னிடம் தான் சொல்கிறேன்! என்னை விட்டுவிடு!’’ ‘‘உன் பிரச்சனைதான் என்ன? உன் ஆணவப் பேச்சை நிறுத்து!’’ அவர்கள் என்னை அச்சத்தில் ஆழ்த்தினார்கள். அவர்களில் ஒருவர் வெளியேறி விட்டால் என்னாவது? அது என்னை எங்கே கொண்டுபோய் விடும்?

௸

என் பெற்றோரைப் பற்றி நினைக்கும்போது அவர்களை எனக்கு எந்த அளவுக்கு நன்றாகத்தெரியும் என்று நான் வியப்படைகிறேன். என் அம்மா தொடக்கக் கல்வியை முடித்திருக்கவில்லை: எழுதப்படிக்கத் தெரிந்ததும், மூன்று ஒன்றுவிட்ட சகோதரிகளும் இரண்டு ஒன்றுவிட்ட சகோதரர் களுமாகிய இளம் குழந்தைகளைப் பார்த்துக் கொள்வதற்காக தாத்தா அவரை வகுப்பறையிலிருந்து இழுத்து வந்தார். பண்ணையில் இனிமேலும் அவர் தேவையில்லை என்ற நிலை வந்தபோது, அவர் புருக்ளினுக்குக் கிளம்பிச் சென்று, உலர் பொருட்கள் கடையில் ஓர் எழுத்தராக வேலை தேடிக் கொண்டார். அங்குதான் அவர் என் தந்தையைச் சந்தித்தார். அந்தச் சமயத்தில் அவர் ஐந்தடி ஆறு அங்குல உயரம் கொண்டவராக, ஒல்லியானவராக, பார்வையை ஈர்ப்பவராக, பொன்னிறத் தலையுடன், உறுதியான மூக்குடன், அலையாடும் குளம் போல்

நீர்மைத்தன்மை கொண்ட, அகன்ற, வெளிறிய நீலக்கண்களுடன் இருந்தார். அவரிடம் நாகரிகத்தோற்றமும், நல்ல இரசனையும், அதேபோல பக்குவப்பட்ட பொறுப்புணர்வும் இருந்தது. பல வருடங்களுக்குப் பிறகு, 1971-ல், அல்ஜியர்ஸுக்கு மேலேயிருந்த அமைதியான குன்றுகளிலிருந்த ஓர் உணவகத்தின் நிழல் மறைப்புச் செய்யப்பட்ட மேல் தளத்தில் அமர்ந்துகொண்டு, தனக்கு ஐந்து வயதாக இருந்தபோது 1910-ல் தன் தாயார் இறந்தார் என்று அவர் சொன்னார். அது கருக்கலைப்பு ஒன்று தவறாகப் போய்விட்டதால் நிகழ்ந்ததாகும். தாத்தா கடைசி முறையாக அவரை மருத்துவமனைக்கு இட்டு வந்தார். அங்கு அவருடைய தாயார் சொன்னார். ''மைல்ட்ரெட், நல்லபெண்ணாக இரு.'' தன் வாழ்நாள் முழுவதும் அவர் அப்படியே இருந்தார்.

ஓராண்டு உயர்நிலைப் பள்ளிப் படிப்புக்குப் பிறகு, இடை நின்ற என் தந்தை, சில நாட்கள் அல்லது சிலமணிநேரம் தட்டச்சுப் பொறியை வாடகைக்கு எடுப்பவர்களுக்கு அதைக் கொண்டுபோய் உரியவரிடம் கொடுக்கும் பையனாக வேலைக்குச் சென்றார். ஐந்து குழந்தைகளுக்கு மூத்தவரான அவர் மற்றவர் களுக்கு வாழ்க்கைக்கு வேண்டிய அனைத்தையும் வழங்க வேண்டியவராக உணர்ந்தார்; தாத்தா ஒரு தச்சராக இருந்தார். சில சமயங்களில் அவர் கட்டுமானப் பணியாளராக இருந்தார். எப்போதும் மும்முரமான சூதாடியாக இருந்தார். உணவுச் சேம அறையில் பல இரவுகளில் ஏதும் இருந்ததில்லை. என் தந்தை கோபக்காரராக வளர்ந்தார். அவரால் வரையவும், தைக்கவும் முடியும். வண்ணம் குறித்தும் அதன் ஒத்திசைவு குறித்தும் அவருக்கு இயல்பான ஆற்றல் இருந்தது. அவர் நடனமாட விருப்பம் கொண்டிருந்தார். அவர் மன உளைச்சலின்றி இருக்கவும், உரத்த குரலில் கத்தவும், ஒரு விருந்தை நடத்தவும் விரும்புவார். ஆனால் வாழ்க்கை மிகவும் இடர்மிக்கதாக இருந்தது. அவர் நிறம் மங்கியவராகவும், குள்ளமானவராகவும் ஒரு விளையாட்டு வீரனின் கட்டுடலோடும் இருந்தார். அவர் என்னை மிகவும் நேசித்தார். நான் 'அவருடைய பெண்'ணாக இருந்தேன்.

என் பெற்றோர் ஒருவரோடொருவர் பெரும்பாலும் மகிழ்ச்சியாக இருந்தனர். நாங்கள் மூடுண்ட தன்னிறைவான குடும்பமாக இருந்தோம். அவர்கள் நாத்தீகர்களாக இருந்தார்கள்; இன்று அவர்கள் ''சமய நடைமுறையைப் பின்பற்றாத யூதர்கள்'' என்று அழைக்கப்படுபவர்களாக இருப்பார்கள். 1989 - ல், தனது தொண்ணூற்றொரு வயதில், இனியும் நடக்க முடியாதவராக,

நினைவழிந்தவராக என் தந்தை இறந்துபோனபோது என் தாயார் நிலைகுலைந்து போனார். அவர் வகிப்பதற்கு இனி எந்தப் பாத்திரமும் இல்லை. யாருக்கும் அவர் தேவைப்படவில்லை. ஒவ்வொரு நாளும் சூரியன் உதிக்கும்போது அவரைக் காணமுடிந்த இடமான கோல்ஃப் மைதானப் புல்வெளியில் அவரது சாம்பலை அவரும் நானும் தூவினோம். அந்த இடம் அவர்களுடைய ஃபுளோரிடா அடுக்குமாடிக் குடியிருப்பிலிருந்து கீழேயுள்ள, அவர்கள் அமைதியாக வாழ ஒதுங்கிய, வாயிலுக்குள் கட்டுண்டு இருக்கும் சமூகமொன்றில் இருந்தது. அவர்கள் மற்ற எல்லாவற்றையும் தங்கள் நினைவுகளையும்கூட விட்டுவிட்டு வந்தார்கள். வாழ்க்கையின் இந்தக் காலகட்டத்தில் ஒவ்வொரு அனுபவமும் கட்டியமைக்கப்பட்ட ஒன்றாக இருந்தது. அமெரிக்காவின் சிறு நகரம் ஒன்றுக்காக நியூயார்க்கை விட்டு வந்ததில் வேறு எங்கு அவர்கள் குடியேறினாலும் அவர்கள் வேரோடு பிடுங்கியியெறியப்பட்டவர்களாகவே இருப்பார்கள் என்று அவர்கள் அறிந்திருந்தார்கள். ஏணியின் கீழ்ப்படியிலிருந்து அவர்கள் தொடங்கினார்கள். கடுமையாக உழைத்துத் தங்கள் பணத்தைச் சேமித்தார்கள். ஃபுளோரிடாவின் வெயிலில் வசதியாக வாழ்ந்தார்கள். வேரூன்றிக் கொள்வதே என் வேலையாக இருந்தது. என் வாழ்நாள் முழுவதும் நான் அதைச்செய்து வந்தேன். நான் ஒன்றிணைந்து கொண்டேன்.

ஷ

1938-ன் இறுதியில், புரூஸ்டரில் எங்களுக்கு காரியங்கள் செம்மைப்பட்டபோது, எங்களை வெளியேறும்படி கடை உரிமையாளர் கேட்டுக்கொண்டார். கடை திரும்பவும் தனக்கே வேண்டுமென்று அவர் விரும்பினார். அப்போது எங்களுக்குச் சொந்தமாக இரண்டாங்கை ஓல்ட்ஸ்மொபைல் வாகனமொன்று இருந்தது. வேறொரு இடத்தில் நாங்கள் புதிதாகத் தொழில் தொடங்கத் தயாராக இருந்தோம்: கலிபோர்னியா! வெகு தொலைவில் துணிகரமுயற்சியில் இறங்கினோம். கிழக்குக் கரையிலிருந்தும், தெற்கிலிருந்தும், மத்திய மேற்கிலிருந்தும் நட்சத்திரங்களைப்போல் ஒளிரும் கண்களைக்கொண்ட புலம் பெயர்ந்து வந்தோரும், போராடத் துணிந்தோரும் இருபதாம் நூற்றாண்டின் கற்பனைப் பொன்னுலகமான கலிபோர்னியாவில் குடியேறுவதற்கு விரைந்தார்கள். அந்த மின்னும் கடற்கரையை யொட்டியிருந்த வளமான நிலத்தாலும், தோன்றத் தொடங்கியிருந்த

நகரங்களாலும் கையசைத்து அழைக்கப்பட்ட புதிய முன்னோடிகளாக அவர்கள் இருந்தார்கள். ஆனால் அது அப்படி நடக்கவில்லை. நியூ யார்க்குக்குச் செல்லும் இரயிலில் என் தந்தையைச் சந்தித்த யாரோ ஒருவர் கலிபோர்னியா பறவைகளுக்கானதாகவும், டெக்ஸாஸ் எதிர்காலத்துக்கானதாகவும் இருந்தது என்று என் தந்தையை ஏற்றுக்கொள்ளச் செய்தார்.

எனவே நாங்கள் டெக்ஸாஸுக்குச் சென்றோம். ஓல்ட்ஸ்மொபைலின் பின்பெட்டியிலும், பின்னிருக்கைகளிலும் எங்களுக்கிருந்த மிகச் சில உடைகளையும், உடைமைகளையும் ஏற்றினோம். என் தந்தை செலுத்து சக்கரத்தின் முன்னால் இரவும் பகலுமாக இருந்து டல்லாஸை நோக்கி வண்டியைச் செலுத்தினார். மலைப்பகுதியினூடாக, மரத்தலான வீடுகளும், வறுமையின் வெளிப்படையான அடையாளங்களும், வரிசையாக அமைந்த குறுகிய சாலையில் சென்றது குறித்த நினைவுகள் எனக்கு இருக்கின்றன. நைந்துபோன உடையணிந்து, கவனிப்பாரற்று, புன்னகையின்றி இருந்த மக்கள் அரிதாகச் செல்லும் காரிலிருந்த எங்களை வெறித்துப்பார்த்தனர். என் இருக்கையில் நான் ஆழப்புதைந்து கொண்டேன். ஒரு மக்கள் குழுவை மற்றவர் களிடமிருந்து தனித்துப் பிரித்துவைத்திருக்கும் தெற்கை நாங்கள் தொட்டதும் மீண்டும் நாங்கள் தீவிரமான வறுமையைக் கண்டோம்; சாலைகள் வழியாக நாங்கள் வேகமாகப் பயணம் செய்தோம். தேவைப்பட்டபோது மட்டுமே நகரங்களிலிருந்த கட்டணம் செலுத்தி உணவும் இருப்பிடமும் பெறத்தக்க தனியார் வீடுகளில் சில தடவை நாங்கள் இடைஓய்வு எடுத்துக் கொண்டோம். அங்கு நாங்கள் சாலையிலிருந்த எங்கள் பேச்சின்மையையும், சலிப்பையும் உதறியெறிந்தோம்; அங்கு ஓர் அறையில் உணவகத்தில் இருப்பதுபோல் நாங்கள் மற்ற மக்களுடன் அமர்ந்து அங்கு தங்கியிருந்தோருடன் பேசிச் சிரித்தோம்.

டல்லாஸில் தொழிலில் ஈடுபட்டிருக்கும் சில மெக்ஸிக வணிகர்களைச் சந்தித்தோம். ஒரு பெரிய இராணுவதளம் அங்கு வருவதையொட்டி விரைவான வளர்ச்சிக்காலம் வரவிருப்பதாகச் சொல்லி அவர்கள் எங்களை மெக்ஸிக எல்லைக்கு அருகிலிருந்த லோயர் கஃல்ப் பகுதிக்கு அனுப்பிவைத்தார்கள். நாங்கள் அந்தப் பகுதியை நுணுகி ஆராய்ந்தோம். நீர்மட்டம் குறைவான இடத்தில், தண்ணீர் தேங்கி இருந்த குட்டைகள் மற்றும் மணலினூடாக ரியோ கிராண்ட் ஆற்றைத் தாண்டி மெக்ஸிகோவுக்குள் நாங்கள் நடந்தே சென்று, பிரௌன்ஸ்வில் பாலத்தின் மீதேறி

மிக எளிதாகத் திரும்பி வந்தோம். நாங்கள் ஹார்லிங் ஜென்னைத் தேர்ந்தெடுத்தோம் - ஏன் என்று என்னால் சொல்ல முடிய வில்லை. சற்றே பெரிய கடையொன்றையும், என் பெற்றோருக்கு ஓர் அறையையும், எனக்கு ஓர் அறையையும் கொண்ட அடுக்குமாடிக் குடியிருப்பொன்றையும் வாடகைக்கு எடுத்தோம். என் அறை வெளிச்சம் நிறைந்ததாக இருந்தது. ஆனால் கதவை நான் ஒரு போதும் மூடியதில்லை. என் சொந்த வீட்டில் இருப்பது போன்ற உணர்வு எனக்கு இருக்கவில்லை.

எனக்கு அப்போதுதான் பத்து வயது ஆகியிருந்தது. நான் பள்ளிக்குச் செல்லத் தொடங்கியபோது, அது வருடத்தின் நடுப்பகுதியாக இருந்தது. அங்கு மிகுவெல்லிடம் யாரும் பேசுவதில்லை, அவனுடன் யாரும் விளையாடுவதில்லை என்று எனக்குத் தெளிவாகத் தெரிந்தது. நான் புறக்கணிப்புக்கு ஆளாகவில்லையென்றபோதிலும், பிரகாசமாக வர்ணம் பூசப்பட்ட என் அறையில் விளையாடுவதற்கென்று என் வீட்டுக்கு யாரும் வரவில்லை. என் மீது இரண்டு கறைகள் இருந்தன. நான் யூத மதத்தைச் சேர்ந்தவளாகவும், வடக்கிலிருந்து வந்தவளாகவும் இருந்தேன். எலும்பும் தோலுமான, பழுப்பு நிறம் கொண்ட மிகுவெல்லும் நானும் பிணைப்பை ஏற்படுத்திக் கொண்டோம். நாங்கள் ஓடிப்பிடித்தல், கோலி விளையாடுதல், நூலை விரலில் சுற்றிப் பிடித்துக்கொண்டு நூல் நடுவில் பொருத்தப்பட்டுள்ள விளையாட்டுப்பொருளை மேலும் கீழுமாக ஆட்டும் யோ-யோ விளையாட்டு ஆகிய விளையாட்டுகளை விளையாடினோம். இரவுணவு நேரம் வரை நாங்கள் சேர்ந்து கயிறு தாண்டும் விளையாட்டை விளையாடினோம். நாங்கள் ஹார்லிங் ஜென்னை விட்டுப் புறப்பட்டபோது. அவன் வரைந்து தந்த படம் இன்னும் என்னிடம் இருக்கிறது: அது பழைய காதல் கடிதங்களோடும், அறிவிப்பு அட்டைகளோடும் ஒரு பெட்டியில் பதுக்கி வைக்கப் பட்டுள்ளது. பத்து வயதான ஒருவருக்கு முதல் காதல் என்று ஏதாவது இருக்கும் என்று சொல்ல முடியுமா? அப்படியிருந்தால் மிகுவெல் என்னுடைய முதல் காதலனாக இருப்பான்.

வளமான எதிர்காலத்தோடான ஒரு நகரத்துக்கான எங்கள் தேடலுக்கு விடையாக ஹார்லிங்ஜென் குறைந்தபட்சம் 1930 களின் போதாவது இருக்கவில்லை. பள்ளியாண்டின் இறுதியில் நாங்கள் மூட்டைமுடிச்சுகளைக் கட்டினோம். ஓல்ட்ஸ்மொபைலில் ஏறினோம். மீண்டும் வடக்குக்குத் திரும்பி வந்தோம். 1939 - ன் கோடைகாலத்தை மீண்டும் செஸ்ட்நட் ஹில்லிலுள்ள எனது

தாத்தா பாட்டியின் பண்ணையில் நான் கழித்தேன். அதே சமயம் சார்லியும், மைல்ட்ரெட்டும் வாடகைக்கு ஒரு கடையைத் தேடிப்பிடிக்கச்சென்றார்கள். புதிய எல்லைகளுக்கான கனவுகள் மறைந்துபோய்விட்டன.

அந்தக் கோடைகாலம் தொடர்பான மகிழ்ச்சியான நினைவுகள் எனக்கு இருக்கின்றன; நியூ யார்க்கிலிருந்து என் ஒன்றுவிட்ட சகோதரர்கள் அங்கு வந்திருந்தார்கள். கோடை காலத்தில் அங்கு கட்டணம் செலுத்தித் தங்குவதற்கு சில குழந்தைகளும் வந்திருந்தார்கள். கிராமப்புறக் காற்றைச் சுவாசிக்க விரும்புகிற, கட்டணம் செலுத்தித் தங்க விரும்புகிற விருந்தினர்களை பண்ணை ஏற்றுக்கொள்ளத் தொடங்கியிருந்தது. புருக்ளினில் மேல் மட்டத்திலிருந்த எங்கள் உறவினர்கள் தங்கள் ஏழை உறவினர்களை யூத விதிமுறைகளின்படி தயாரிக்கப்பட்ட முழுநிறைவான மரபுணவை ஓரிரு வாரங்கள் உண்பதற்கும், இலைகளடர்ந்த மேப்பிள் மரங்களின்கீழ் பிரகாசமான புல் தரையில் அமர்வதற்கும் அனுப்பி வைத்தார்கள். குழந்தைகள் நான் செயல்படும் களமாக இருந்தார்கள். படுக்கையறையிலிருந்த இரண்டு இரட்டைப் படுக்கைகள் நாங்கள் நான்கு பேரும் கிச்சுகிச்சு மூட்டிச் சீண்டி விளையாடுவதற்கான இரவு நேர விளையாட்டு மைதானமாக மாறியது. பகல் நேரத்தில் நாங்கள் வைக்கோலை சுமையாகக் கட்டுவதற்கும், வண்டியில் ஏற்றுவதற்கும் உதவுவோம். அதன் உச்சியில் எங்களை நாங்களே சமநிலைப்படுத்திக் கொள்வதற்கும் வயலிலிருந்து களஞ்சியம் வரை நழுவிச் சரிந்து கொண்டும் இருப்போம். வைக்கோலைப் பரணில் அடுக்கியதும், ஆர்த்தர் மாமா எங்கள் அனைவரையும் காலியான வண்டியில் ஏற்றிக்கொண்டு நான்கு மைல்களுக்கு அப்பாலுள்ள குளத்துக்கு குதிரைகளை ஓட்டிக்செல்வார். குப்பைகூளங்கள் நிறைந்த சாலைகளின் வழியாகக் குலுங்கியபடி செல்வோம். பிறகு தண்ணீரை நோக்கி ஓடுவோம்.

இன்னொரு சிறு நகரமான கனக்டிகட், ரிட்ஜ்ஃபீல்டுக்கு நாங்கள் போய்ச்சேர்ந்தோம். ஏழாம் வகுப்பில் நான் படித்த போது ஒரு கறுப்பினப் பையன் வகுப்பில் இருந்தான். அவன் பார்ப்பதற்கு நன்றாகவும், மிக இனிமையான புன்னகையோடும்

இருந்தபோதிலும் அவனோடு யாரும் பேசமாட்டார்கள். தன்னோடு யாரும் பேசமாட்டார்கள் என்று அவன் மிகவும் நிச்சயமாக நம்பியதால், சுவர்ப்பக்கம் தன் தலையைத் திருப்பிக்கொண்டு அவன் வகுப்பறைக்கு நுழைவான். நான் முதன்முதலாக முகமன் கூறியபோது அவன் முகம் வியப்பில் சட்டென ஒளிர்ந்தது. அது நட்பென்று கூறக்கூடியதாக இருக்க வில்லை. ஆனால் இப்போது எங்களுக்குள் ஏதோவொன்று இருந்தது. நாங்கள் ஒருவரையொருவர் எப்போதும் கவனத்தில் எடுத்துக்கொள்பவர்களாக இருந்தோம்.

நகரம் என்னை ''அந்த யூதக் குட்டிப் பெண்'' என்று குறிப்பிட்டது. எங்கள் பொதுப்பள்ளியில் நான் ஒருத்தி மட்டுமே யூத இனத்தைச் சேர்ந்தவளாக இருந்தேன் என்று நான் நினைக்கிறேன். இயேசுநாதரைப் பிரார்த்திக்கும்போது, பள்ளியில் மௌனமாக இருந்த ஒரே குழந்தை நான் மட்டும்தான். அது ''நமது'' பிரார்த்தனையல்ல என்று என் தாயார் சொன்னார். ''எங்கள்'' பிரார்த்தனை எதுவென்று எனக்குத் தெரியாது. என் பெற்றோருக்கும் தெரியாதிருக்க வாய்ப்பிருந்தது. ரிட்ஜ்ஃபீல்டில்தான் முதன்முறையாக ''கிறித்துவைக்கொன்றவள்'' என்ற அடைமொழிக்கு நான் ஆளானேன். புரூஸ்டரில் நான் சிறுமிகளின் சாரணர் படையைச் சேர்ந்தவளாக இருந்தேன். சிறுமிகளின் சாரணர் படை பிஸ்கோத்துகளை அந்தக் கூட்டத்திலிருந்த யாரையும்விட அதிக அளவில் விற்றிருந்தேன். ரிட்ஜ்ஃபில்டில் நான் சாரணர் படையில் சேர முயன்றபோது சாரணர் தலைவி என்னை சேர்த்துக்கொள்ள மறுத்தாள். அது குறித்து அவள் தெளிவாக இருந்தாள்: ''யூதர்கள் வேண்டாம்.''

என் பெற்றோர் இருவரும் வாரத்தில் ஆறு நாட்கள் கடையில் மணிக்கணக்கில் வேலை செய்தனர். ஞாயிற்றுக் கிழமைகளில் இரண்டுமணி நேரத்துக்கு அப்பாலிருந்த பெர்க்ஸியர்ஸ் அல்லது இரண்டு மணி நேரத்துக்கு அப்பாலிருந்த புருக்ளினுக்கு உறவினர்களைப் பார்க்கச் செல்வதே எங்கள் ஒரே பொழுது போக்காக இருந்தது. அமெரிக்காவெங்கும் இருந்த சிறு நகரங்களில் அந்த ஆண்டுகளைச் சேர்ந்த சில குழந்தைகள் அனைவரையும் போலவே எங்கள் பொழுதுபோக்கு வீட்டுக்கு வெளியில் விளையாடும் விளையாட்டுகளாக இருந்தது. பெய்யும் மழை அல்லது பனிப்பொழிவு மட்டுமே எங்களை அடைத்து வைப்பதாக இருந்தது.

நீருற்றுக்குப் பக்கத்தலிருந்த சுருட்டுக் கடையில் நான் சோடா புட்டியில் காற்றை ஏற்றுபவளாக மாறினேன். எனக்கு ஆண் நண்பர்களும் பெண் நண்பர்களும் இருந்தார்கள். ஓர் உயர்நிலைப் பள்ளிப் பெண்ணுக்கான பெரும் சோதனையான பள்ளி ஆண்டியிறுதி நடன நிகழ்ச்சிக்கான தேதிகளும் இருந்தன. அது அற்பத்தனமாகத் தோன்றிய போதிலும், என் பெற்றோருக்கு என்னைப் பற்றிக் கவலையில்லை என்று நான் நம்பினேன். நாங்கள் வயது வந்த சிறுவர்களாக அல்லாமல் சிறு குழந்தை களாக இருந்தோம் என்பதன் காரணமாக நாங்கள் வியக்கத் தக்கவர்களாக இருந்தோம். எங்கள் நகரத்துக்கு வெளியில் இருந்த உலகத்தைப் பற்றி, பாலியல் அல்லது உளவியல் பற்றி எங்களுக்கு ஒன்றுமே தெரியாது. முத்தமிடுவது எங்கள் மனதை ஆதிக்கம் செலுத்தும் முழுமுற்றான செயலாக இருந்தது. என் வகுப்புத் தோழனோடு நடனமாடும் போது என் உடல் மீது கடினமாக ஏதோ ஒன்று அழுத்துவதை நான் உணர்ந்தது என் நினைவுக்கு வருகிறது. அவனோடு நடனமாடிய ஒவ்வொரு முறையும் இது நடந்தது. ஆனால் அதை அறிந்திருப்பதற்கோ அல்லது கேட்டுத் தெரிந்துகொள்வதற்கோ இயலாத அளவுக்கு நான் அறியாத பெண்ணாக இருந்தேன்.

எங்கள் யுகம் ஜேக் ஆம்ஸ்ட்ராங், த ஆல் அமெரிக்கன் பாய் ஆகியோரின் ரேடியோ யுகமாக இருந்தது. சனிக்கிழமைத் திரைப்படங்கள் டாம் மிக்ஸ், டார்ஸன், த லோன்ரேஞ்சர்.... சிக்கலற்ற நாயகர்களைக் கொண்டவையாக இருந்தன. நாங்கள் ரேடியோ கேட்டோம்: வார நாட்களின் மாலை நேரங்களில் என் பெற்றோர் செய்தி கேட்பதற்காக ரேடியோவை இயங்கச் செய்வார்கள். ஞாயிற்றுக் கிழமைகளில் நாங்கள் வட்டமாக அமர்ந்து எங்கள் வாழ்க்கைகளுக்கு முன்மாதிரியாக இருக்கும் நடிகர்களின் பாத்திரங்களைக் கொண்ட ஒன் மேன்ஸ் ஃபேமிலி யின் அன்றைய புத்தம்புதிய கதைப்பகுதியைப் பேராவலோடு உள் வாங்குவோம். கதவுகள் மூடிவைக்கப்படவில்லை. அண்டை வீட்டார் நம்பிக்கைக்குரியவர்களாக இருக்க முடிந்தது. குழந்தைகள் என்ற விதத்தில் நாங்கள் பெரியவர்களின் உலகத்தின் எல்லைகளில் வாழ்ந்தோம். அந்த உலகத்தின் மீது எங்களுக்கு நம்பிக்கை இருந்தது. எதிர்காலம் என்பது பள்ளியிலிருந்து திருமணத்திற்கும், அதிலிருந்து பெற்றோராக ஆவதற்குமான நேர்கோடாக இருந்தது.

என் முதல் பணி அனுபவம் *ரிட்ஜ் ஃபில்ட் பிரஸ்ஸுக்கு* தானாக முன்வந்து ஏற்றுக்கொண்ட உயர்நிலைப் பள்ளி விளையாட்டுச் செய்தியாளராக இருந்ததுதான். ஏற்கனவே நான் நிதானத்தையும் கவனத்தையும் கைக்கொண்டவளாக, தீவிரப் பக்கச்சார்பு கொண்டவளாக இருந்ததாகவும் நம்ப வேண்டியிருந்தது: என்னுடைய கட்டுரைகள் சொந்த ஊர் அணியொன்றின் தோல்வியை வெற்றியைப்போல் படிக்கத்தக்க அளவுக்கு உள்ளூர் அணிகளைப் புகழ்ந்து பேசுபவையாக இருந்தன என்று நகரத்துக்கு வெளியிலுள்ள யாரோ ஒருவர் ஒருசமயம் குறிப்பிட்டார். அந்தப் பணியின் மிகவும் மேன்மையான பகுதி அந்தப் பையன்களும் நானும் நகரத்துக்கு வெளியில் நடந்த விளையாட்டு போட்டிகளுக்கு பேருந்தில் பயணம் செய்ததாக இருந்தது.

என் இளநிலை ஆண்டின் கோடைகாலத்தில் ஊதியம் பெறத்தக்க முதல் பணியை நான் பெற்றேன். அது காப்பீடு, வீடு மற்றும் நிலவிற்பனை முகவர் ஒருவரின் தொடர்பு அட்டைகளை அகரவரிசைப்படி ஒழுங்குபடுத்தும் பணியாகும். என் பெற்றோரின் கடைக்கு அடுத்ததாக அவருடைய அலுவலகம் இருந்தது. நான் நன்றாக வேலை செய்திருப்பதாக அவர் சொன்னார். பிறகு எனக்குரிய ஊதியத்தை - சுளையாகப் பதினைந்து டாலர்கள் - என் தந்தையிடம் கொடுத்தார். அந்தப் பணத்தை மீண்டும் ஒருபோதும் நான் பார்க்கவில்லை. நான் எதிர்ப்புத் தெரிவித்தேன். ஆனால் எனக்குக் கிடைத்ததெல்லாம் தனக்கு ஆர்வமில்லை என்பதைக்காட்டும் தோள்க் குலுக்கல் மட்டும்தான். பணத்தைக் கையாளமுடியாத அளவுக்கு நான் மிகவும் இளையவளாக இருந்தேன் என்று அப்பா நினைத்தார். பணம் புனிதமானது.

பள்ளி விட்டதற்குப் பிறகும், வார இறுதி நாட்களிலும் பதின்ம வயதினர் சுற்றித் திரிவதற்கான இடங்களில் ஒன்றாக இருந்த, ரிட்ஜ்ஃபீல்டைச் சேர்ந்த பந்தாட்டம் விளையாடும் சந்தில், பிரதான வீதியிலிருந்த நிலவறைத்தளப் பகுதியில், இனவாதம் போன்ற செறிவான விசயங்களை நான் அறிமுகம் கொண்டேன். அந்த நகரம் ஒரு வகையான பிரித்து வைத்தலை நடைமுறைப்படுத்தி வந்தது. இரயில் தண்டவாளங்களை ஒட்டியிருந்த ஒட்டுக்குடிசைகளில் இரண்டு கறுப்பினத்தவர்களின் குடும்பங்கள் வாழ்ந்தன. அழகிய மரவரிசைகளைக்கொண்ட வீதிகளில் எவரொவரும் அவர்களுக்கு வாடகைக்கு வீடு தரமாட்டார்கள் என்பதை நாங்கள் அனைவரும் அறிவோம்.

ஏன்? அது போர்க்காலமாக இருந்தது. நாங்கள் ஜனநாயகத்துக்கு ஆதரவானவர்களாக நாஜிகளுக்கு எதிரானவர்களாக இருந்தோம் இல்லையா? அப்படியானால், கறுப்பர்கள் ஏன் மனித இனத்துக்கு வெளியில் உள்ளவர்களாக நடத்தப்படவேண்டும்? அவர்கள் இராணுவத்தில் இருந்தார்கள் இல்லையா? அவர்கள் சுதந்திரமாக இருக்கவேண்டும் என்பதற்காக வடக்கு போராடியது இல்லையா?

ஒருவேளை அது உரையாடலை விரிவுபடுத்துவதன் மூலம் ‘அந்த யூதக் குட்டிப்பெண்’ணைப் பாதுகாப்பதற்கான என்னுடைய வழியாக இருக்கலாம். சடங்குகளோ விடுமுறைகளோ கேலிப் பேச்சுகளோ இல்லாமல் யூதராக இருப்பது என்பதன் பொருள் குறித்து எனக்கு எந்தக் கருத்தும் இருக்கவில்லை. தான் வளர்ந்து உருவான சூழலில் இருந்த மொழியான இட்டிஷ் மொழியை என் தந்தை மறந்துவிட்டார். என் தாயாருக்கு இட்டிஷ் மொழி தெரியும். என் தந்தைக்காக அவர் அதை ஆங்கிலத்துக்கு மொழிபெயர்த்தார். அது துணிவான செயல் என்று இப்போது எனக்கு நானே சொல்லிக்கொள்கிறேன்.

பள்ளியில், பந்தாட்டம் விளையாடும் சந்தில் அல்லது பின்னர் நீங்கள் பதினெட்டு வயதில் மது அருந்தக்கூடிய நியூ யார்க் மாநில எல்லையில் இருக்கும் மது விடுதிகளில் இருந்த என் நண்பர்கள் தாராளமனம் கொண்டவர்களாக இருந்தார்கள். அவர்களைப் பொறுத்த வரை நான் விசித்திரமானவளாக, இன்னும் தனித்துவமானவளாகவும்கூட இருந்தேன். நான் வேறொரு இடத்திலிருந்து, ஒருவேளை எங்கிருந்தோ வந்தவளாக இருந்தேன். நான் உடன் பிறந்தார் இல்லாத ஒரு குழந்தையாக இருந்தேன். முயற்சியில்லாமலேயே நான் நல்ல தேர்ச்சித் தரநிலைகளைப் பெற்றேன். நான் அவர்களுடைய திருச்சபைக்கோ அல்லது வேறு எந்தத் திருச்சபைக்கோ செல்லவில்லை. அவர்கள் புலம்பெயர்ந்து வந்த, பெரிய, இத்தாலிய அல்லது ஐரிஷ் குடும்பங்களைச் சேர்ந்தவர்களாக இருந்தார்கள். அங்கு இரைச்சலும், பேச்சுமே வாழ்க்கையாக இருந்தது.

ஒரு நாள் மாலை எங்களில் ஒரு குழுவினர் நியூ யார்க் மாநில எல்லைக்குச் சென்று சாலையோரம் இருந்த மது விடுதியொன்றுக்குச் சென்றார்கள். அங்கு நாணயங்களை உள்ளிட்டு இசை கேட்பதற்கான ஜுக்பாக்ஸ் ஒன்று இருந்தது. அங்கு எங்களால் நடனமாடவும் முடியும். ரிட்ஜ்ஃபீல்டுக்கு வெளியிலிருந்த மலைகளிலுள்ள தோட்டங்களில் ஒன்றில்

பணிபுரிந்த மேட் என்று அழைக்கப்படட, உயரமான, அழகான கறுப்பின மனிதர் ஒருவரை சில நண்பர்கள் அழைத்துவந்தார்கள். சிவப்புத் தலைமுடி கொண்ட ஒரு பெண் முன்வந்து அவரை நடனமாட அழைத்தபோது, மேட் பின்வாங்கினார். அவர் சொன்ன சாக்குப்போக்கு, தனக்கு நடைத் திறமை இல்லை.'' என்னிடம் அவர் இரகசியமாக முணுமுணுத்தார், ''நான் இங்கிருந்து உயிரோடு வெளியே போக விரும்புகிறேன்.''

ரிட்ஜ்ஃபீல்டை முக்கியத்துவமற்ற சிறுநகரம் என்று நான் நினைக்கத் தொடங்கினேன். உயர்நிலைப் பள்ளிக்குப் பிறகு அகன்று விரிந்த உலகத்துக்குக் கிளம்பிச் செல்பவர்களாக இருப்போம் என்று என் தோழிகளும் நானும் உறுதியெடுத்துக் கொண்டோம்: வேலை வாய்ப்பு அல்லது நவீனத்துவத்தின் வழிப்பட்ட எதையும் வழங்காத ஒரு கிராமத்தில் நாங்கள் கட்டுண்டு கிடக்கப் போவதில்லை. பெண்கள் செவிலித் தொழில் அல்லது ஆசிரியத் தொழில் அல்லது செயலாளர் தொழிலோடு கட்டுப்படுத்தப்பட்டார்கள். ஒருபோதும் ஒரு வேலையைப் பெற்றிராத, என் தாயாரைத் தவிர்த்த எங்கள் தாயார்களைப் போலல்லாமல் எங்களை நாங்களே முன்னணிப் படையாகக் கண்டோம்.

எங்களுடைய இசை பெரிய இசைக் கலைஞர் குழுக்களின் உற்பத்திப் பொருளான ஒத்திசைந்த, தூக்கலான வீச்சியக்கமாக இருந்தது. நாங்கள் ''பாபி சாக்ஸர்''களாக மாறினோம். இரண்டு மூன்று பெண் நண்பர்களுடன் ஒன்பது மணிப் பேருந்தில் யாருக்கும் தெரியாமல் நான் நியூயார்க்குக்கு கிளம்புவேன். இரண்டு மணி நேரத்துக்குப் பிறகு பாரமவுண்ட் தியேட்டரில் மதியக் காட்சிக்கான நேரத்துக்கு டைம்ஸ் சதுக்கத்துக்குப் போய்ச் சேர்வேன்: முதலில் திரைப்படம், பிறகு இசைக் கச்சேரி. தங்கமுலாம் பூசப்பட்ட நுழைவு மண்டபத்தின் மிகப் பெரிய சரவிளக்குகளுக்குக் கீழ் நட்சத்திரங்களைச் சுற்றிவளைத்துச் செல்லும் படிக்கட்டுகளில் ஏறி, ஜிம்மி டோர்சே அல்லது ஜீன் க்ரூபா, லூயிஸ் ஆர்ம்ஸ்ட்ராங்க், பென்னி குட்மேன், ஹாரி ஜேம்ஸ் அல்லது எங்கள் காதல் பையன் ''ஓல்' ப்ளூ ஐஸ்'' சினாட்ராவுக்காகக் காத்திருந்தோம். மூலைக்கு ஓடி, ரிட்ஜ்ஃபீல்டுக்குப் போகும் மூன்று மணிப் பேருந்தில் ஏறுவதற்கான நேரம் வரும்வரை நாங்கள் இருக்கைளின் நடுவிலுள்ள இடைவழியில் உரக்கக் கூச்சலிட்டு, தரையில் கால்களை அழுத்தி மிதித்து ஆடுவோம். நாங்கள் வீட்டுக்குத் தெரியாமல் பள்ளிக்குப்

போகாமல் இருப்போம். அடுத்த நாள் வகுப்புக்கு நோட்டுப் புத்தகங்களில் எங்கள் தாய்மார்களின் கையெழுத்தைக் கள்ளத்தனமாகப் போடவேண்டியவர்களாக இருப்போம்.

இனம் குறித்தும், தேசியப் பிறப்பிடம் மற்றும் மதம் குறித்துமான, காலத்தால் தீவிரமடைந்த என் கருத்துகள் அரசியல் கூற்றுகளாக மாறவிருந்தன. அவற்றின் மையத்தில் என் தாயாரிடமிருந்து மட்டுமே மரபுரிமையாகப் பெறத்தக்கதாக இருந்த ஒரு ஆளுமைக்கூறு இருந்தது. ஒவ்வொரு மனிதரையும் அவர் ஒரேவிதமான, கனிவான, தப்பெண்ணமற்ற விதத்தில் நடத்தினார். இனவாதத்துக்கு எதிரான அவருடைய கொள்கைகள் என்னுள் கடுமையாகத் திணிக்கப்பட்ட சமயத்தில் நான் ஒரு குழந்தையாக மட்டுமே இருந்தேன். பயிர் விளைச்சலுக்கு நன்றி செலுத்தும் திருநாளைக் கொண்டாடுவதற்காக நாங்கள் கிரேட் பாரிங்டனிலிருந்த ரால்ஃப் மாமாவின் வீட்டிலிருந்தோம். சமையலறையிலிருந்து அடுத்த உணவு வகையை *ஸ்வார்ட்ஸ்ஸே**வைக் கொண்டுவருமாறு ரால்ஃப் மாமா சொன்னபோது உணவறையின் நீண்ட மேஜையைச் சுற்றி பெரியவர்களும் குழந்தைகளுமாகப் பன்னிரண்டு பேர் நின்றிருந்தோம். அவரது சகோதரியான என் தாயார் குதித்தெழுந்து உரக்கக்கத்தினார்: ''ரால்ஃப் இன்னொருமுறை நீ அந்த வார்த்தையைச் சொன்னால் நான் இங்கிருந்து போய் விடுவேன். என் முகத்தை மீண்டும் நீ ஒருபோதும் பார்க்கமுடியாது.''

இதற்கு மாறாக, என் தந்தை இனவாத அடைமொழிகள் அனைத்தையும் பயன்படுத்துவதில் மகிழ்ச்சியாக ஈடுபட்டார். அவருக்கு இத்தாலியர்கள் டாகோக்கள் அல்லது வோப்களாக இருந்தார்கள்; ஸ்பானியர்கள் ஸ்பிக்குகளாக இருந்தார்கள்; யூதர்கள் நாசமாய்ப்போன யூதர்களாக அல்லது கைக்குகளாக இருந்தார்கள். ''அப்படிச் சொல்லாதே சார்லி,'' என்று என் தாயார் சட்டென்று சினத்துடன் சொன்னபோது, ''அதன் மூலம் நான் தவறாக எதையும் கூறவில்லை,'' என்று அவர் பதிலளித்தார். போரின்போது ஒருநாள் தன் கடையைத் திறப்பதற்கு அவர் வந்தார். கடை ஜன்னலில் பெரிய எழுத்துகளில் **யூதன்** என்று எழுதப்பட்டிருந்தது. அவர் கோபம் கொண்டார். ஆனால் தனது கோபத்தை அடக்கிக் கொண்டார். யாரிடம் புகார் செய்வது? அந்தச் சமயத்தில் யூத எதிர்ப்பு என்பது அமெரிக்காவின் விருப்பத்துக்குரிய அன்றாட நடவடிக்கையாக இருந்தது.

---

* ஸ்வார்ட்ஸே-கறுப்பினப் பணியாளரைக் குறிக்கும் இன வாத இழிசொல்.

யாருக்கும் நினைவுக்கெட்டாத அளவு நீண்டகாலமாக கேட்டுனா வீதியில் கடை வைத்திருந்த ஜெர்மானிய சவரத் தொழிலாளி அதே நாளில் தன் கடை ஜன்னலில் நாஜி என்று கிறுக்கப்பட்டிருந்ததைக் கண்டார்.

෭

1945 செப்டம்பரில் ஜியார்ஜியாவிலுள்ள கல்லூரிக்கு நான் புறப்பட்டுச் சென்றேன். எனக்கு பதினாறு வயது ஆகியிருந்தது. நான் அறிவுத் திறனற்றவளாக இருந்தேன். வெஸ்லியனில் இனவாத உணர்வுகொண்ட பைபிள் பெல்ட் சவுத் என்னும் மகளிர் கல்லூரி ஒன்றுக்குச் செல்லத் தலைப்பட்டேன். கல்லூரிக்குச் சென்றவர்கள் அல்லது கல்லூரிக்குச் செல்ல விரும்பியவர்கள் யாரையும் எனக்குத் தெரியாது. எனது ஆசிரியர்களேகூட இயல்நிலைப் பள்ளிகளுக்கு இரண்டு ஆண்டுகள் மட்டுமே சென்றவர்கள்தான். ஒரு பத்திரிகையில் அனைத்து மகளிர் கல்லூரிகளுக்கான பட்டியல் ஒன்றை நான் கண்டேன். ஐந்தாறு கல்லூரிகளுக்கு விண்ணப்பித்தேன். இரண்டு கல்லூரிகளிலிருந்து நேர்மறை பதில்கள் வரப்பெற்றேன்: வஸ்ஸார் மற்றும் வெஸ்லியன். வஸ்ஸார் கல்லூரி மிகவும் நவநாகரிகமானது என்றும், உயர்குடிச் சமூகப் பெண்களுக்கான ஓர் இடம் என்றும் நான் கணித்தேன். அத்துடன் அது பெருஞ்செலவு பிடிப்பதாகவும் இருந்தது. ஆகவே வெஸ்லியன் எனக்கானதாக இருந்தது.

நான் இரயிலில் இருபத்துநான்கு மணி நேரம் உட்கார்ந்தவாறு தனியாகப் பயணம் செய்தேன். என்னுடைய கையில்லாத சிவப்புநிறக் கம்பளி ஆடை, அகன்ற விளிம்புகொண்ட பழுப்பு நிறத்தொப்பி, குதியுயர்ந்த காலணிகள் மற்றும் காலுறைகளுடன் நான் குழம்பிப் போயிருப்பதாக உணர்ந்தேன். நியூ யார்க் பென் நிலையத்துக்குச் செல்வதற்காக ரிட்ஜ்ஃபீல்ட் பிரதான வீதியில் நான் பேருந்துக்குக் காத்திருந்தபோது என்னை யாரோ புகைப்படம் எடுத்தார்கள். மகோன் கடும்வெப்பமாக இருந்தது. என்னுடைய தடித்த உடைகள் அதற்குப் பொருத்தமானதாக இருக்கவில்லை. கல்லூரியின் முன்னால் பருத்தி உடையும் செருப்பும் அணிந்திருந்த மாணவர்கள் புதிதாக வந்தவர்களுக்கு உதவுவதற்குத் தயாரான நிலையில் இருந்தார்கள். புதிதாக வந்த மாணவர்களுக்கான தங்கும் விடுதியில் பெரிய உருவினளான,

பொன்னிறத் தலைமுடி கொண்ட ஜீன் ஸ்லோவானேவைச் சந்தித்தேன். சிக்காகோவைச் சேர்ந்த அவள் அறைத்தோழியாகவும், அங்கு வந்திருந்த வடக்கத்தியவர்கள் வெகுசிலரில் ஒருத்தியாகவும் இருந்தாள்.

அந்த ஆண்டு செவ்வியல் நூல்களைக் கற்பதற்கான ஆண்டாக இல்லாதபோதிலும் வாழ்க்கை தொடர்பான கல்விக்கான ஒரு ஆண்டாக மாறப்போவதாக இருந்தது. வடக்கில் கறுப்பினத்தவர் கண்ணுக்குப் புலப்படாதவர்களாக, பாதைகளையொட்டியிருந்த பக்கக் கதவுகள் மற்றும் வீடுகளில் தாழ்ந்த நிலையில் வைக்கப் பட்டிருந்ததை நான் கவனித்திருந்தேன். ஆனால் ஒரு மக்கள் குழுவை இனரீதியாகத் தனியாகப் பிரித்துவைப்பது, உங்கள் முகத்தில் இருபத்து நான்கு மணிநேரமும் இருக்கும் வேறொரு விசயமாக இருந்தது. அதன் விதிகள் சட்டங்களாக இருந்தன. கழிப்பிடங்கள், உணவகங்கள், பொதுப்பள்ளிகள், போக்குவரத்து வசதிகள், குடிநீர்க்குழாய்கள் - அனைத்தும் சட்டபூர்வமாக இனரீதியாகப் பிரித்துவைக்கப்பட்டிருந்தன. யார் எங்கே நீர் அருந்தலாம், சிறுநீர்கழிக்கலாம் என்பது அடையாளக் குறிகள் மூலம் உங்களுக்கு எச்சரிக்கப்பட்டிருந்தது. நான் வெளிப் படையாகப் பணிய மறுப்பவளாக உடனே மாறிவிட்டேன். துப்புரவுப் பணி செய்யும் கறுப்பினப் பெண்ணுக்கு நான் காபி தயாரித்துக் கொடுத்தேன். அறையைத் துப்புரவு செய்வதில் அவருக்கு உதவினேன். பேருந்தில் பின்பக்கத்தில் நான் அமர்ந்தேன். அல்லது எனக்குப் பக்கத்திலுள்ள இருக்கையைக் கறுப்பினப் பயணி ஒருவருக்கு வழங்கினேன். கல்லூரி வளாகத்துக்கு வெளியே ஒரு பிற்பகலில் மது அருந்தகமொன்றில் நாங்கள் சந்தித்த இடதுசாரிப் புகைப்படக்காரர் ஒருவருடன் நண்பர்களாக மாறிய சிறுகுழு ஒன்றில் நானும் ஒரு பகுதியாக இருந்தேன். சனிக்கிழமைகளில் அவருடைய புகைப்பட நிலையத்துக்குள் நாங்கள் நுழைவோம். மது அருந்தியவாறு, தெற்கைப் பற்றியும், இனரீதியாகப் பிரித்து வைத்திருப்பது பற்றியும், உள்நாட்டுப் போர், அதன் வரலாறு மற்றும் எங்கள் எதிர்பார்ப்புகள் பற்றியும் பேசினோம்.

அந்தப் பள்ளி கறாரான மெத்தடிஸ்ட் சீர்திருத்தத் திருச்சபை சார்பானதாகவும், பற்றின்மையைப் போற்றுவதாகவும் இருந்தது. அது உலகிலேயே மிகப் பழைய, பெண்களுக்கென ஒதுக்கப்பட்ட கல்லூரியாக இருக்கக்கூடும். அது தன் வரலாற்றுக்கு அப்பால் பார்ப்பதற்கான ஆற்றல் இல்லாததாக இருந்தது.

இரண்டாம் உலகப்போர் அப்போதுதான் முடிந்திருந்தது. உள்நாட்டுப்போர் எங்களுக்கு வெறும் எண்பது ஆண்டுகளுக்குப் பின்னால் இருந்தது. அது இன்னும் நுட்பமான வழிகளில் தாக்குதல் தொகுப்பதாக இருந்து வந்தது: வடக்கத்தியவர்கள் வெளிநாட்டு விருந்தினர்களைப்போல் நடத்தப்பட்டார்கள். அவர்கள் விசித்திரமான உச்சரிப்பு முறையை, நேர்த்தியற்ற அங்க அசைவை, பண்பாடற்ற நடத்தையை வெளிப்படுத்தினார்கள். நாங்கள் இழுத்து நீட்டிப் பேசுவதில்லை. நாங்கள் சலிப்பூட்டும் முறையில் மிகப் பல சொற்களைப் பயன்படுத்தி ஒன்றைக் கூறினோம். நாங்கள் தயங்கித் தயங்கி நடப்பதில்லை. உறுதியாக அடியெடுத்து வைத்து நடந்தோம். பெண்களில் ஒரு சிலரே நியூ யார்க் நகரத்தைப் பார்த்திருந்தார்கள். ஜார்ஜியாவின் நான்கு மூலைகளிலிருந்தும் பெண்கள் வந்திருந்தார்கள். ஆனால் அவர்கள் அனைவரும் ஒருவரையொருவர் அறிந்தவர்களாக இருந்தார்கள். வகுப்பும், வரலாறும் அவர்களை அதற்குமேல் போகாதபடி கட்டுப்படுத்தியிருந்தது.

தெற்கு இனவாதம் கொண்டதாக மட்டுமல்லாமல் பொருளாதாரரீதியாக வளர்ச்சி குன்றியதாகவும், பண்பாட்டு ரீதியாக அகமணமுறையைப் பின்பற்றுவதாகவும் இருந்தது. அது வேறொரு வேகத்தில் இயக்கிக் கொண்டிருந்தது. அது கடந்த காலத்தின் கெட்ட நாற்றத்தைக் கொண்டிருந்தது. நான் நண்பர்களை ஏற்படுத்திக் கொண்டேன். அவர்கள் பெரும்பாலும் சண்டையில் அல்லது போரில் ஈடுபடுவதற்கு நம்பமுடியாத அளவு பேரார்வம் கொண்ட வகையினராக இருந்தார்கள். சிலர் குடித்தார்கள். பக்கத்திலிருந்த இராணுவதளத்திலிருந்து கடமைப் பொறுப்பிலிருந்து விடுவிக்கப்படுவதற்குக் காத்திருந்த இராணுவ வீரர்களைச் சந்திக்கும் ஏற்பாட்டுக்காக மற்றவர்களுடன் நான் வெளியே நழுவினேன். நாங்கள் யாருக்கும் தெரியாமல் விருப்பம்போல் வெளியே போனோம், உள்ளே வந்தோம். அட்லாண்டாவுக்குப் போனோம். நடனமாடினோம், விருந்து கொண்டாடினோம்.

அந்தப் பள்ளியாண்டு முடிவதற்குச் சற்றுமுன்பான ஓர் இரவில் கல்லூரி முதல்வரோடான மாணவர் கவுன்சிலின் சிறப்பு அமர்வுக்கு படுக்கையிலிருந்து நான் இழுத்து வரப்பட்டேன். ஏதோவொரு கலந்துரையாடல் அங்கு ஏற்கனவே நடந்து முடிந்திருந்தது. அந்தச் சந்திப்பின் நிகழ்ச்சிநிரலில் இடம் பெற்றிருந்த விசயம் என்னைப் பற்றியதாக இருந்தது.

முதல்வரின் முன்னால் நான் உட்காருவதற்கு முன்னதாகவே அவர் அறிவித்தார்: ‘‘நீ எங்களிடம் திரும்பிவர வேண்டிய தேவையில்லை!’’

நான் அதிர்ச்சியில் திகைப்புற்று உரக்கக் கத்தினேன், ‘‘எனக்குத் திரும்பி வரும் எண்ணம் இல்லை. இந்த இடம் எனக்கு போதும் போதும் என்றாகி விட்டது!’’ மிகவும் அமைதியாக பாசாங்குத்தனத்துடனான இறுதிக்குறிப்புடன் அவர் மேலும் சொன்னார்; ‘‘எழுத்துப்பூர்வமாக எதுவும் இருக்கப்போவதில்லை.’’

ஆண்டுமுழுவதும் நான் சிரித்துப் பேசிக்கொண்டிருந்த கவுன்சில் உறுப்பினர்கள் சிலரது முகங்கள் தம்மைத்தாமே தணிக்கை செய்து கொள்பவையாக, தம்மை நேர்மையானவர்கள் என்று காட்டிக் கொள்பவையாக, மூடுண்டவையாக இருந்தன. அவை என்னை இரவின் இருளில் கைவிட்டும் செல்பவையாக இருந்தன.

ண

1946-ன் இலையுதிர் காலத்தில் மன்ஹாட்டனிலிருந்த லத்தின் அமெரிக்கன் இன்ஸ்டிடியூட்டில் இரண்டு ஆண்டு கால ஸ்பானிய மொழிபெயர்ப்புப் பயிற்சித் திட்டத்தில் நான் சேர்ந்தேன். பயிற்றுவிக்கும் அலுவலர்கள் ஸ்பெயின் குடியரசிலிருந்து வந்த அகதிகளும், லத்தின் அமெரிக்காவின் ஃபாசிச அரசுகளால் நாடு கடத்தப்பட்டவர்களும் ஒன்றுகலந்தவர்களாக இருந்தார்கள். மாணவர்களில் பெரும்பலலோர் அரசாங்கச் சட்டத்தால் இராணுவத்தில் சேர்க்கப்பட்டு, இரண்டாம் உலகப்போரில் அனுபவம் கொண்டவர்களாக இருந்தார்கள். அவர்கள் வயதானவர்களாக, விழிப்புணர்வு மிக்கவர்களாக, அரசியல் ஈடுபாடுகொண்டவர்களாக இருந்தார்கள். ஒரு நாள் உலக அரசாங்க இயக்கத்தைச் சேர்ந்த ஒரு பேச்சாளரை அவர்கள் அழைத்து வந்தார்கள். அவர் உலகளாவிய அளவில் அமைதி, ஜனநாயகம், நீதி குறித்துப் பேசினார்: ‘‘இனிமேல் போரே கூடாது’’ என்று அவர் உரக்கக் கூறினார். நாங்கள் அதை ஏற்றுக் கொள்ளும் விதமாக முழக்கமிட்டோம் அந்தக் கூட்டம் சினம் பொங்கும் வெற்றியாக இருந்தது. பள்ளியில் பாதிப்பேர் வொர்ல்ட் ஃபெடரலிஸ்ட்ஸ் என்னும் அந்த அமைப்பில் இணைந்தார்கள்.

போருக்குச் சென்று திரும்பிவந்த நண்பர்களை நான் பார்த்தேன். திரும்பிவராத மனிதர்களையும் எனக்குத்தெரியும். இராணுவத்தில் சேரும்படி ஆணையிடப்பட்டவரையோ

அல்லது புதிதாகச் சேர்ந்திருப்பவரையோ, அல்லது எங்கள் உயர்நிலைப் பள்ளியைச் சேர்ந்த விடுமுறை முடிந்த மாலுமியையோ மாலை நேரத்தின் தொடக்கத்திலான அந்திவேளையில், சீருடையில் இருந்த மனிதர்களுடன் நடைமேடையில் இடம்பெற்ற வருத்தம் தோய்ந்த பிரிதல்களில் உடனிருப்பதற்காக நியூ யார்க் மத்தியப் பாதையிலுள்ள இரயில் நிலையத்துக்கு பல முறை பள்ளி நண்பர்களுடன் நான் சவாரி சென்றேன். ''இன்னும் சில நாட்களில் நாங்கள் வெளியே கப்பலேற்றி அனுப்பப்படப்போகிறோம்...''

உலக அரசாங்கக் கூட்டம் ஒருசில விநாடிகளுக்குள்ளேயே என்னை எதிர்காலத்திற்குள் உந்தித்தள்ளியது. அமைதிக்காக அணிவகுத்து செல்வதிலும், போரிலிருந்தும் அநீதியிலிருந்தும் சுதந்திரம் பெறுவதற்கான ஒரு யுத்தத்திலும் நான் கலந்து கொள்வதை நானே கண்டேன். திடீரென்று என் வாழ்நாளோடும், வரலாற்றுத்தருணத்தோடும் என்னை ஒன்றிணைத்த ஒரு இலட்சியம் எனக்கிருந்தது. அதை வெளிப்படுத்த நான் விரும்பினேன்.

லத்தின் அமெரிக்கன் இன்ஸ்டியூட்டில் வினியோகிப்பதற்காக அந்த இயக்கத்தின் அலுவலகங்களுக்கு அதன் வெளியீடுகளை எடுத்துவருவதற்கு நான் பல சமயங்கள் அங்கு சென்றேன். அதன் பணியாளர் குழுவினரை நான் தெரிந்து கொள்ளவேண்டியிருந்தது. 1948 - ல் என் பட்டப்படிப்பு முடிந்த பிறகு அந்த அமைப்புக்குத் தானாக முன்வந்து பணிபுரிவதற்கான துணிவை நான் திரட்டிக் கொண்டேன். என் அரசியல் அறிவு மேலோட்டமானதாக இருந்தது. ஆனால் நான் வேகமாகத் தட்டச்சு செய்வதற்கும், மெதுவாகச் சுருக்கெழுத்தில் எழுதுவதற்கும் தெரிந்து வைத்திருந்தேன். நான் ஸ்பானிய மொழி பேசினேன். பிரெஞ்சு மொழியில் சிறிதளவு அறிவு கொண்டவளாக இருந்தேன். நான் பணிக்காகவும், தோழமையுணர்வுக்காகவும் பதற்றத்தோடு காத்திருந்தேன். அவர்களது அணியில் ஓர் உறுப்பினராக ஏற்றுக் கொள்ளப்பட்டு ஒரு சிறு உதவித்தொகையும் வழங்கப்பட்டேன். எனக்கு இருபது வயதுதான் ஆகியிருந்தது.

அமைதிக்கும், நேரடிப்போர் அல்லது பனிப்போரை முடிவுக்குக் கொண்டுவருவதற்குமான ஒரு செயல்திட்டத்தை நாங்கள் பின்பற்றினோம். நாங்கள் அமைப்பாளர்களாக இருந்தோம். 1950-ல் நான் மாணவர் பிரிவின் இயக்குனராக நியமிக்கப்பட்டேன். பள்ளிகளுக்கும், பல்கலைக் கழகங்களுக்கும் நான் பயணம் செய்தேன். உரையாற்றினேன், பிற மாணவர் மற்றும் இளைஞர் அமைப்புகளுடன் நான் தொடர்புகளைப்

பராமரித்து வந்தேன். நாடெங்கும் இருந்த வளாகங்களில் மிகவும் புகழ்பெற்ற அழுத்தம் தரும் குழுக்களில் ஒன்றாக நாங்கள் இருந்தோம். யுனைடெட் வொர்ல்ட் ஃபெடரலிஸ்ட்ஸ்களின் ஆதரவாளர்களில் சிலர் நன்கு அறியப்பட்டவர்களாக இருந்தார்கள்: நார்மன் கஸின்ஸ், வில்லியம் ஓ. டக்ளஸ், மார்க் வான் டோரன், பெர்ட்ராண்ட் ரஸ்ஸல், ஆஸ்கார் ஹேமர்ஸ்டைன், ஆல்பர்ட் ஐன்ஸ்டின். ஓர் உலகக் கூட்டாட்சிக்கான அமைப்பை ஆதரித்துப் பேசும்படி காங்கிரஸைத் தூண்டுவதே எங்கள் நோக்கமாக இருந்தது.

கூட்டாட்சிக்கு ஆதரவான எனது பணித் தோழி நான்ஸி டக்கரும் நானும் ஆறாவது அவென்யூவில் 12 மற்றும் 13 - ஆம் வீதிகளுக்கு மத்தியில், 1920-களில் மது விடுதியாக இருந்த, விரிவாக்கப்பட்ட இரட்டைமாடி வீட்டிலிருந்த வேறு இரு பெண்களுடன் சேர்ந்துகொண்டோம். மேல் தளத்திலிருந்த மேடையின் முன்பாக எங்கள் படுக்கைகளை நாங்கள் இட்டு வைத்தோம். அந்தக் குடியிருப்பு உயரமான கூரைகளைக் கொண்டதாகவும், கீழ்தளத்தில் வரிசையாக அறைகளையும், நிமிர்த்தி வைக்கப்பட்ட ஒரு பியானோவையும், மஞ்சளடைந்து உரிந்துபோன வண்ணமயமான சுவர்க்காகிதங்களையும், உருக்குலைந்த நீண்ட சாய்விருக்கைகளையும் கொண்டதாக இருந்தது. அது சற்றே துப்புரவற்றதாக, எங்கள் விருப்பத்துக்கு உகந்ததாக, விருந்துகளுக்கான ஒரு மகத்தான இடமாக இருந்தது.

நாங்கள் கன்னியர்களாக அல்லது அதற்கு நெருக்கமானவர் களாக இருந்தோம். பாலியல் செயல்பாடு அந்தச் சமயத்தில் கொஞ்சி விளையாடுவது என்று அழைக்கப்பட்டது. நாங்கள் அதில் நிச்சயமாகப் பங்கெடுத்துக்கொண்டோம். எங்கள் துணைவர்கள் வெளிப்படையாகச் சொல்லப்படாத எல்லைகளுக்கு மிகுந்த மரியாதை தருபவர்களாக இருந்தார்கள்; நாங்கள் பாதுகாப்பான கரங்களில் இருந்தோம். பின்னர் ஒருநாள் நான் எல்லை கடந்தேன். என் அறைத் தோழிகள் அதிர்ச்சியடைந்தார்கள் என்று நான் நம்புகிறேன்.: நான் அந்த விடுதியைவிட்டு வெளியேறினேன். என் காதலர் வயதான மனிதராக இருந்தார். அத்துடன் என்னுடன் பணியாற்றுபவராகவும் இருந்தார். ஆனால் அவர் எங்கள் கூட்டத்தைச் சேர்ந்தவர்களில் ஒருவராக இருக்கவில்லை. நான் அவ்வப்போது அவரைப் பார்த்தேன்; இரவு நேரத்தில் நேரங்கடந்து அவர் என்னை அழைப்பார். அவருடைய இடத்துக்குப் போவதற்கு முன்னால் மது அருந்துவதற்கு என்னை இட்டுச் செல்வார்.

என்னைப் பொறுத்தவரையில், பாலுணர்வு என்பது இன்றியமையாத விசயமாக இருக்கவில்லை. உண்மையில் அது ஒரு பொருட்டாகவே இருக்கவில்லை: நான் உணர்ச்சி தூண்டப்பட்டவளாக இருக்கவில்லை. பாலுணர்வு என்பது பலவகைப்பட்டதாகவும், கலந்துறவாட வேண்டியதாகவும் இருக்கும் என்று எனக்குத் தெரிந்திருக்கவில்லை. அதற்குச் சற்று அவகாசம் தேவைப்படுவதாக இருந்தது. எனக்குத் தேவைப் பட்டது விவேகமிக்க, அனுபவம் வாய்ந்த வயதான மனிதர், ஒரு தந்தை உருவம் என்று நான் இப்போது பார்க்கிறேன். நான் யார், எங்கே போகிறேன் என்று எனக்கு உறுதியாகத் தெரிந்திருக்கவில்லை. என் அறைத் தோழிகள் விசயத்திலும் அதுவே உண்மை. நாங்கள் இலட்சியவாதிகளாக இருந்தோம். எங்களுக்கு இலக்குகள் இருந்தன: நல்லதோர் உலகத்துக்கான போராட்டத்தின் ஒரு பகுதியாக இருந்தோம். அத்துடன் நாங்கள் துன்பத்துக்கு ஆளாகக்கூடியவர்களாக இருக்கவில்லை. நாங்கள் ''வார்த்தை'' கிடைக்கப்பெற்றவர்களாக இருந்தோம் என்று நம்பினோம். அதைப் பரப்புவதற்கென்று திரு நீராட்டப் பட்டவர்களாக இருந்தோம். நிச்சயமாக நாங்கள் ஒரு போதும் அமைதியாக இருக்கப்போவதில்லை.

எங்கள் பணி கிளர்ச்சியூட்டுவதாகவும், அந்தக் கால கட்டத்துக்கான சில அதிர்ச்சிகளைக் கவனத்தில் எடுத்துக் கொள்ள வேண்டியதாகவும் இருந்தது: பெண்கள், யூதர்கள், கறுப்பினத்தவர்கள், அந்நிய நாட்டவர்கள். அயோவா, டெஸ்மொய்னெஸ்ஸுக்கு நான் பயணம் மேற்கொண்டபோது பல்கலைக்கழகத்தில் நான் உரையாற்றினேன். ஃபெடரலிஸ்ட்டுகளின் உள்ளூர் 'வயது வந்தவர்களுக்''கான கிளையைச் சேர்ந்தவர்களைச் சந்தித்தேன். நான் நியூ யார்க்கிலிருந்து இரயில் மூலம் பயணம் செய்தேன். சிகாகோவில் தொடர்பு வண்டியைத் தவறவிட்டேன். தெற்கிற்குச் செல்லும் அடுத்த இரயில் அயோவா, அமெஸுக்குச் செல்லும் உள்ளூர் இரயிலாக இருந்தது. அங்கிருந்து நான் நெடுஞ்சாலையில் கையைக் காட்டி நிறுத்தி செல்லவேண்டிய இடத்துக்குக் கட்டணமின்றிப் பயணம் செய்தேன். அதன் ஆபத்துகள் குறித்து நான் தெளிவாக உணர்ந்திருந்தேன். ஆனால் பல்கலைக்கழகத்துக்குச் சரியான நேரத்துக்குப் போய்ச்சேர வேண்டும் என்பதுதான் முதன்மையான அக்கறையாக இருந்தது. அது ஆபத்துகளை விஞ்சியதாக இருந்தது.

எனக்காக தனது வாகனத்தை நிறுத்திய அந்த நடுவயது மனிதர் ஒரு சிறிய, மேல்மறைப்பற்ற வண்டியை ஓட்டுபவராக இருந்தார். ஒரு கட்டத்தில் சாலையை விட்டு காட்டுக்குள் நுழைவதென்று முடிவு செய்தார். நான் அலறத்தொடங்கி, அவரைத் தொடர்ந்து தாக்கியபோது, அவர் வண்டியைத் திருப்பி டெஸ் மொய்னெஸ்ஸுக்கு செல்லும் வழிமுழுவதும் மௌனமாக வண்டியை ஓட்டினார். நிச்சயமாக அது கவலை தருகிற அனுபவம்தான். ஆனாலும் அது யுனைடெட் வோர்ல்ட் ஃபெடரலிஸ்ட்களின் உள்ளூர் கிளையின் தலைவரான மரியாதைக்குரிய தொழிலதிபர் ஒருவரோடான உரையாடலைவிட அதிக அளவு கவலைதருவதாக இருக்கவில்லை. தனது பகுதியில் பேசுவதற்கான பயணங்களுக்கு நியூ யார்க்கைச் சேர்ந்தவர்களை அனுப்புவதற்கு எதிராக அவர் என்னிடம் எச்சரிக்கை விடுத்தார். ''அவர்களுடைய பெயர்கள் அந்நியமானவையாக ஒலிக்கின்றன.'' ''அத்துடன் நாட்டின் எங்கள் பகுதியில் அது கவனத்தைத் திருப்புவதாக இருக்கும்,'' என்று அவர் விவரித்தார். அவர் சொல்ல வருவதன் பொருளை நான் உள்வாங்கிக் கொள்வதற்குச் சிறிது நேரம் ஆனது: யூத ஒலிப்போடான பெயர்களைக்கொண்ட மக்கள்.

1940 - களின் இறுதியும் 1950 - களின் தொடக்கமும் இன்னது நிகழும் என்று தெரியாத காலமாக இருந்தது: நேரடிப் போரிலிருந்து நாங்கள் முழுமையாக வெளிவந்திராத நிலையில் பனிப்போரொன்றுக்குத் தயாராக வேண்டியிருந்தது. ஹாரி ட்ரூமன் சிவப்பு அச்சுறுத்தலுக்கு எதிராகப் போராடினார். பாதுகாப்புச் சோதனைகள், எஃபிஐ-க்கு அதிகாரமளித்தல், விசுவாச உறுதிமொழிகள், விசாரணைகள் ஆகியவற்றைத் திணித்தார். எழுத்தாளர்களும், அறிவுஜீவிகளும் தலையில் ஒன்றுமில்லாதவர்கள் என்று முத்திரை குத்தப்பட்டு வெறுப்போடு நடத்தப்பட்டனர். நன்கு நேசிக்கப்பட்ட முற்போக்காளர்களான பால் ராப்ஸனும், ஹோவார்ட் ஃபாஸ்ட்டும் கடவுச்சீட்டுகள் மறுக்கப்பட்டனர். ஜே. எட்கர் ஹூவரின் விசாரணை அதிகாரிகளும், ஊடுருவல்காரர்களும் எங்கும் இருந்தனர்: ஹாலிவுட்டில், பத்திரிகைகளுக்குள், நட்புறவு அல்லது நாடுகளுக்கிடையிலான உறவுக்கு ஆதரவாக இருக்கும் அமைப்புகள் ஒவ்வொன்றிலும், அத்துடன் கம்யூனிஸ்ட் கட்சியிலும், அதனுடன் இணைந்திருக்கும் அமைப்புகளிலும், இனவாதத்துக்கும், யூத எதிர்ப்புக்கும் முழுமையான ஆட்சியதிகாரம் வழங்கப்பட்டது. அது 1953 - ல்

எத்தெல் மற்றும் ஜூலியஸ் ரோசன்பெர்க்குக்கு மரணதண்டனை வழங்கும் அளவுக்கு உச்சநிலையை எட்டியது. தன்னால் அங்கீகரிக்கப்படாத எழுத்தாளர்களின் நூல்களைத் தணிக்கை செய்யவும், அழிக்கவும் வேண்டுமென்று ஹூவர் நிர்ப்பந்தித்தார். முற்போக்காளர்களைப் பார்த்து மக்கள் கூட்டம் இகழ்ந்தது: ''கிறித்துவுக்காக ஒரு கம்யூனிஸ்டைக் கொல்லுங்கள்!'' போர் ஆண்டுகளின் இலட்சியவாதம் மங்கிப்போனது.

அந்தக் காலகட்டத்தின்போதுதான் எஃப்பிஐ முகவர்கள் என்னைப் பற்றி, குறிப்பாக ''நீக்ரோக்கள்'' குறித்த எனது கருத்துரைகள் பற்றிக் கேள்விகள் கேட்டபடி ரிட்ஜ்ஃபீல்டில் தோன்றினார்கள் என்று எனக்குச் சொன்னார்கள். 1951 கோடை காலத்தில் கார்னெல் பல்கலைக் கழகத்தில் நடந்த வோர்ல்ட் அசெம்பிளி ஆஃப் யூத் (வே) கூட்டத்தில் கலந்து கொண்டேன். அது கம்யூனிஸ்ட் முகாமைத் தவிர்த்து, உலகெங்குமிருந்து வந்த இளம் மக்களின் தூதுக்குழுக்களைத் ஒன்று சேர்த்தது. அமெரிக்காவில் நிலவிய இனவாதம் தொடர்பான விசயத்தை ஏற்காதது குறித்து நான் வெளிப்படையாகக் கண்டனம் செய்தேன். அதை நாம் மூடி மறைக்கிறோம் என்று நான் உணர்ந்தேன். வடக்கில் இதாகாவும், நியூ யார்க்கும் இனரீதியாகப் பிரிந்து வைக்கப்படாதவையாக இருக்கலாம். ஆனால் இனவாதம் அங்கு இன்னும் முர்க்கமானதாகவே இருந்தது. அது அதிகமாகக் கண்ணுக்குப் புலப்படாததாகவும், முறையாக ஒழுங்குபடுத்தப் படாததாகவும் இருந்தது. எங்கள் விருந்தினர்களில் ஆப்பிரிக்கா விலிருந்து வந்த பெரும்பான்மையான பிரதிநிதிகளுக்கு எங்களுடைய அரசியல் என்னவாக இருந்தது என்று தெரிந்து கொள்ளவேண்டிய தேவையும் விருப்பமும் இருந்தது. முகவர் ஒருவர் தன்னை அணுகி என்னைப் பற்றிக் கேள்விகள் கேட்டதாக அமெரிக்கத் தூதுக்குழுவைச் சேர்ந்த என்னுடன் பணியாற்றியவர்களில் ஒருவர் என்னிடம் சொன்னார்.

ஃபெடரலிஸ்டுகளின் கோட்பாடு, ''போர் இல்லாமல் இருப்பது மட்டுமே அமைதி நிலவுவது அல்ல. மாறாக, நீதியின், சட்டத்தின், ஒழுங்கின் இருத்தல் - சுருக்கமாகச் சொன்னால் அரசாங்கம் மற்றும் அரசாங்க நிறுவனங்களின் இருத்தலே அமைதியாகும், என்பதாக இருந்தது.'' உலக நாடுகள் மத்தியில் அமைதியையும், உலகப் பிரச்சனைகளுக்கான தீர்வுகளையும் வழங்குவதை உறுதிசெய்வதற்கான ஓர் உலகக் கூட்டாட்சி

அரசாங்கம் என்ற நேரடியான நோக்கத்தில் தொடங்கப்பட்ட அமைப்பானது, காலப்போக்கில் சிக்கலானதாகவும், பிரிவினைகளை ஏற்படுத்தக்கூடியதாகவும் மாறியது. வலதொன்றும் இடதொன்றும் வளர்ச்சியுற்றன. இடது மாணவர் பிரிவிலும், வலது பெரியவர்கள் என்று அழைக்கப்பட்டவர்கள் மத்தியிலுமாகப் பிரிவுற்றது. உலக அரசாங்கம் என்பது உலகக் கம்யூனிசத்துக்குச் சமமானது என்று வாதிட்ட ஜோசப் மக்கார்த்தி போன்ற தீவிரவாதிகளின் தாக்குதல்களுக்கு எதிர்வினையாக அந்த அமைப்பின் முக்கியக் குழு தனது செயல்திட்டத்தை சர்வதேசச் சட்டங்கள் மூலம் ஐக்கிய நாடுகள் சபையை பலப்படுத்து வதற்கானதாக படிப்படியாகக் குறைத்துக்கொண்டு, ''உலக அரசாங்கம்'' என்ற சொற்றொடரைத் தவிர்த்தது மட்டுமின்றி நடைமுறையில் அந்தக் கருத்தையே வெறுமையாக்கிவிட்டது.

மாணவர் பிரிவைப் பொறுத்த அளவில் அவர்களது அக்கறை உள்நாட்டிலும் வெளிநாட்டிலும் சுதந்திரம் என்பதாக இருந்தது. காலனியம், நிலப்பிரபுத்துவம், வறுமை ஆகியவற்றுக்கு எதிரான சமூகப் புரட்சிகள் உலகைக் குலுக்கின: சீனா, இந்தோசீனா, இந்தியா, மலேசியா, கொரியா. இரண்டாம் உலகப்போர் அண்மையில்தான் முடிவுக்கு வந்திருந்தது. இரண்டு வல்லரசுகள் ஆயுதமோதலை நோக்கி ஏற்கனவே செல்லத் தலைப்பட்டிருந்தன. வருங்கால சமூகவியலாளராகவும், உலக அமைப்புகளுக்கான கருத்தியலாளராகவும் ஆகவிருந்தவரான இம்மானுவல் வாலர்ஸ்டைன் எங்கள் குழுவின் கொள்கை ரீதியான தலைவராக ஆனார். காலனிய எதிர்ப்பு, சர்வதேச கூட்டுறவு மற்றும் வளர்ச்சி, மற்றும் கடந்த காலத்தில் நட்புறவாக இல்லாத நாடுகளுக்கிடையிலான நட்புறவில் முன்னேற்றம், அது போலவே சிவப்பு அச்சுறுத்தல் மற்றும் மக்கார்த்தியிசத்தின் பாதிப்புகளால் நிலைகுலைந்துபோன உள்நாட்டில் சுதந்திரத்தைப் பாதுகாத்தல் மற்றும் பலப் படுத்துதல் ஆகியவற்றை உள்ளடக்கிய ஒரு கொள்கையை விளக்கும் கோட்பாட்டாளராக அவர் இருந்தார்.

❃

யுனைடெட் வொர்ல்ட் ஃபெடரலிஸ்ட்டுகளின் இளம் இலட்சியவாதிகளுக்கும், மையப்போக்கு சார்ந்த சமூகத் தலைவர்களுக்கும் இடையிலான பிரிவினைகள் மேன்மேலும்

முனைப்பானதாக மாறின. 1951 - ல் அதன் தேசியப் பேரவைக் கூட்டத்தில் பெரிதாக வளர்ச்சியடைந்த ஒரு பிளவு இணைக்கப்பட முடியாதாக மாறியது. மாணவர் பிரிவு வெளியில் தூக்கியெறியப் பட்டது. நான் வேலைநீக்கம் செய்யப்பட்டேன். டிசம்பர் மாதத்தில் எனது இருபத்தொன்றாவது பிறந்த நாளுக்கு சில நாட்களுக்குப் பிறகு, ஃபெடரலிஸ்ட்களின் அமைப்பில் என்னோடு பணியாற்றியவரான பில் ஃபிரைட்லேண்டருடன் ராட்டர்டம்முக்கும், பிறகு பாரிஸுக்கும் திறந்த கடல் பரப்பின் மீது புயல் வீசிய, வாந்தியெடுக்கவேண்டியிருந்த இருவாரப் பயணத்தை மேற்கொள்வதற்காக, உயர்தரமான வீண்டம் கப்பலில் நான் ஏறியபோது இந்தக் கதை தொடங்குகிறது.

குறிப்புகள்

1. போருக்குப் பிந்தைய பாரிஸ்

1. Adam Nossiter, *The Algeria Hotel* (New York: Houghton Mifflin, 2001).
2. அறுபதுகளில் அந்தப் பாலமும், அதன் அண்டைப் பகுதியும் அழிக்கப்பட்டு மாற்றி வடிவமைக்கப்பட்டன. இப்போது சுற்றுலா உணவகங்கள் செய்ன் நதியையொட்டி வரிசையாக அமைந்துள்ளன, அலுவலக கோபுரங்களும், மிகப்பெரிய வணிகமையமும் பழைய அராபியக் குடியிருப்பை மாற்றீடு செய்துள்ளன. நடனமாடுதல் வெகுகாலத்துக்கு முன்னதாகவே நின்றுபோனது.

2. அல்ஜீரியப் போர்

1. Pierre Bourdieu and Abdelmalek Sayad, *Le déracinement. La crise de l'agriculture traditionnelle en Algérie* (Paris: Minuit, 1964).
2. Alistair Horne, A Savage War of Peace (New York: New York Review of Books Classics, 1977).
3. Catherine Simon, *Algérie, les années pieds-rouges* (Paris: La Decourverte, 2009).
4. *El Watan,* Algiers, September 21, 2017.
5. 1993 - ல், பார்பரா மல்லேவும் நானும் அப்தெல்காதரை ஜெனிவாவில் சென்று பார்த்தோம். புற்றுநோய் காரணமாக அவர் சாகுந்தறுவாயில் இருந்தார். முன்கூடத்தின் நடுவிலிருந்த நீண்ட இருக்கையில் அவர் கைகால்களைப் பரப்பிக் கிடந்தார். தனது நல்லியல்புகள் எதையும் அவர் இழந்து விடவில்லை. 46 - வது வீதியிலிருந்த பழைய அலுவலகத்தில் எங்களுக்கு நேர்ந்த தனிப்பட்ட நிகழ்வுகள் குறித்து அவர் எங்களோடு பேசிச்சிரித்துக் கொண்டிருந்தார். ஒரு மாதத்துக்குப் பிறகு அவர் மறைந்தார்.
6. 1959 - ல், சோவியத் வெளியுறவுத்துறை அமைச்சர் ஆந்ரே குரோமிகோ "சோவியத் கட்டுப்பாட்டில் உள்ள அல்ஜீரிய விசயங்கள் பிரான்ஸில் சரியாகக் கவனிக்கப்படாதவையாக இருக்கக்கூடும்,'' என்று கருத்துரைத்தார். காண்க, Mathew Connelly, *A Diplomatric Revolution: Algeria's Fight for Independence and the Crisis of the Post-Cold War Era* (New York: Oxford University Press, 2002).

7. ஹுவாரி பூமிடியனைக் கொல்வதற்கான முயற்சி நடந்த சில நாட்களுக்குப் பிறகு, 1970 அக்டோபர் 18 அன்று, ஃபிராங்க்ஃபர்ட், ஜெர்மனியில் உணவக அறையொன்றில் க்ரிம் பெல்காசெம் கொல்லப்பட்டார்.

8. அஹ்மெத் பூமென்ட்ஜாலின் சகோதரரும், எஃப்எல்என் வழக்குரைஞருமான அலி பூமென்ட்ஜால் 1957 மார்ச்சில் பிரெஞ்சு தளபதி பால் அஸ்ஸாரெஸாலும் அவரது ஆட்களாலும் சித்திரவதை செய்து கொல்லப்பட்டார். பூமென்ட்ஜால் உள்ளிட்டு டஜன் கணக்கான அல்ஜீரியர்களைச் சித்திரவதை செய்து, விசாரணையின்றிக் கொன்றதாக அஸ்ஸாரெஸ் ஒப்புக்கொண்டார்.

9. அமெரிக்க கம்யூனிஸ்ட் கட்சியின் நிறுவனர்களில் ஒருவரான ஜே லவ்ஸ்டோன் பிற்காலப் பகுதியில் ஸ்டாலினை எதிர்த்தார். இர்விங் பிரௌனுடன் இணைந்து கான்ஃபெடரேசன் ஆஃப் ஃபிரி டிரேட் யூனியன்ஸ்ஸை நிறுவினார். மிஸ். மோரிஸ் லவ்ஸ்டோன் இவரது துணைவியாரும் முகவரும் ஆவார். நார்மன் தாமஸ் சோசலிஸ்ட் கட்சியின் முன்னாள் தலைவராவார். இவர் 1948 வரை அதிபர் வேட்பாளராக இருந்தார்.

10. Quoted in John T. Shaw, *JFK in the Senate* (New York: Palgrave Macmillan, 2013), 104.

11. பீத்-நூவார் அல்லது ''கறுப்புப்பாதங்கள்'' என்னும் வார்த்தை ஐரோப்பியக் குடியேறிகளைக் குறிக்கும் அடையாள வார்த்தையாகும். இந்த வார்த்தைக்குப் பல விளக்கங்கள் உள்ளன. அவர்கள் அல்ஜீரிய மண்ணுக்கு வெறுங்கால்களுடன் வந்துசேர்ந்தார்கள் என்பதும் ஒரு விளக்கமாகும்.

12. Jean Khalfa and Robert Young, eds, *Frantz Fanon. Ecrits sur l'aliénations et la liberté* (Paris: Éditions La Découverte, 2015). எனது சொந்த மொழிபெயர்ப்பு.

13. Claude Lanzmann, *Le liévre de Patagonié* (Paris: Gallimard, 2009).

14. ஜோஸி ஃபனான் 1989 ஜூலை 13 அன்று அல்ஜியர்ஸின் புறநகர்ப் பகுதியிலிருந்த அவரது அடுக்குமாடிக் குடியிருப்பின் மாடி முகப்பிலிருந்து குதித்துத் தற்கொலை செய்து கொண்டார்.

15. Mohammed Harbi, "Afterword," in Franz Fanon, *Les damnés de latrerre* (Paris La Décourverte/Poche, 2002). எனது சொந்த மொழிபெயர்ப்பு.

3. அல்ஜியர்ஸுக்கு இடம் பெயர்தல்

1. போரில் ஈடுபட்டிருந்த ஈரானுக்கும், ஈராக்குக்கும் சமாதானத்தூது சென்ற சமயத்தில், 1982 மே 3 அன்று, மொஹமத் பென்யாஹியா இறந்தார். அவர் சென்ற விமானம் ஈராக்கின் ஏவுகணையொன்றால் வீழ்த்தப்பட்டது. இந்தத் துயரமான சம்பவம் குறித்து நிறைய மர்மங்களும் சதிக்கோட்பாடுகளும் நிலவுகின்றன.

2. அந்தப் பண்ணை வீட்டில் நிறுத்தப்பட்டிருந்த இராணுவ வீரரான ஆன்ரி பூய்யோ அல்ஜீரியப் பெண்கள் சித்திரவதை செய்யப்பட்டது குறித்து 2001-ல், பிரெஞ்சு டிவிக்குச் சாட்சியமளித்தார். அது பாலியல்ரீதியாகத் துன்புறுத்துவது, கைது செய்யப்பட்ட போராளிகளைக் கட்டாய வேசித் தனத்தில் ஈடுபடுத்துவது, பெண்களை விரும்பத்தகாத விதத்தில் வீதியில் இழுத்துச் செல்வது ஆகியவற்றை உள்ளடக்கியிருந்தது.
3. *Le Monde,* June 19, 1965.
4. 1965 ஜூனில் ஹவானா, கியூபாவில் 9-வது இளைஞர் மற்றும் மாணவர் விழாவில் ஃபிடல் காஸ்ட்ரோ ஆற்றிய உரை, lanic.utexas.edu.

4. கறுப்புச் சிறுத்தைகளைச் சந்தித்தல்

1. தகவல் அறியும் சுதந்திரத்துக்கான சட்டத்தின் மூலம், கியூபாவுக்கான இந்தப் பயணம்தான் எஃப் பி ஐயின் கண்காணிப்புப் பட்டியலில் உள்ள நபர்களில் என்னைச் சேர்ப்பதற்குக் காரணமாக இருந்தது என்று நான் தெரிந்துகொண்டேன்.
2. 1967 ஆகஸ்ட் 11 அன்று, மாநாட்டின் நிறைவு நாள் உரை, ஃபிடல் காஸ்ட்ரோ. lanic.utexas.edu/project/castro.
3. அமெரிக்க கம்யூனிஸ்ட் கட்சியின் நடவடிக்கைகளைச் சீர்குலைப்பதற்காக 1956-ல் எஃப் பி ஐயால், காயின்டெல்ப்ரோ உருவாக்கப்பட்டது. 1960 - களில் அது மற்றவற்றுடன் சேர்த்து கூ கிளக்ஸ் கிளான், சோசலிஸ்ட் தொழிலாளர் கட்சி, கறுப்புச் சிறுத்தைகள் கட்சி ஆகியவற்றை உள்ளடக்குவதாக விரிவாக்கப்பட்டது. கறுப்புச் சிறுத்தைகள் கட்சியில் பிளவு ஏற்பட்டதற்குப் பிறகு, 1971 ஏப்ரல் 28 அன்று காயின்டெல்ப்ரோவின் நடவடிக்கைகள் அதிகாரபூர்வமாக நிறுத்திவைக்கப்பட்டன.
4. *காண்க.* Us Senate Select Committee on Intelligence, Church Committee Report, Book III, intelligence. Senate.gov.
5. Lowell Bergman and David Weir, "Revolution on Ice," *Rolling stone,* September 9, 1976.
6. லாக் வுட்டின் நூலான *Conversation with Eldridge Cleaver* (London: Jonathan Cape, 1971) கூற்றுப்படி, ஹியர்னே, ''மனரீதியாகத் தொந்தரவுக்குள்ளானார். கிளிவர் தன்னை வன்புணர்ச்சி செய்ய முயன்றதாகக் கூறினார்.'' லண்டனில் ஒரு நேர்காணலில் கிளிவரின் நம்பிக்கைக்குரியவராக தான் இருந்ததாகவும், அவரது ஹவானா அடுக்குமாடிக் குடியிருப்புக்கு விருந்தினராக தான் அடிக்கடி சென்றதாகவும், அவர் தன்னை அடிக்கப் போவதாக அச்சுறுத்திய போது அங்கிருந்து தப்பியோடிவிட்டதாகவும் அவர் சொன்னார்.

7. எரிக் பேஸ், ''இஸ்ரேலை அமெரிக்காவின் கைப்பாவை என்று இகழ்ந்தபோது கிளிவர் அல்ஜீரியாவில் உற்சாகப்படுத்தப்பட்டார்,'' New York Times, July 23, 1969.

8. பல்பொருள் அங்காடிகள், காவல் நிலையங்கள், மக்கள் பணிக்குச் செல்லும் இரயில் வண்டிகளைத் தகர்ப்பதற்குச் சதித்திட்டம் தீட்டியதாக நியூயார்க் சிறுத்தைகளில் ஒரு குழுவினர் மீது குற்றம் சாட்டப்பட்டது. பின்னர் அந்தக் குற்றச்சாட்டுகள் கைவிடப்பட்டன.

9. அல்ஜீரிய எண்ணெய் மற்றும் எரிவாயு நிறுவனமான சோனாடார்க் மற்றும் எல் பாஸோ நேச்சுரல் கேஸ் கம்பெனியுடனான பேச்சுவார்த்தைகள் நல்ல முறையில் நடைபெற்று வந்தன. அமெரிக்காவின் கிழக்குக் கரையில் அல்ஜீரிய இயற்கை எரிவாயு 1974-ல் வந்திறங்கத் தொடங்குவதாக இருந்தது.

5. புதிய வரவுகள்

1. David Hilliard and Lewis Cole, *This side of Glory* (New York: Little, Brown and Company, 1993).

2. டீசிமிடமிருந்து நூலாசிரியருக்குக் கிடைத்த தனிப்பட்ட தகவல்.

3. David Hilliard and Lewis Cole, *This side of Glory* (New York: Little, Brown and Company, 1993).

4. எஃப்பிஐ முகவர்கள் என்னை இடையில் குறுக்கிட்டுத் தடுத்து நிறுத்த முயன்றனர். ஆனால் அவர்களால் என்னைத் தடம் காண முடியவில்லை. தகவல் அறியும் சுதந்திரத்துக்கான சட்டத்தின் மூலம் இதை நான் அறிந்து கொண்டேன்.

5. நியூ யார்க்கை விட்டுப் புறப்படுவதற்கு முன்னதாக, பிரான்ஸிலிருந்த பிரேசிலியத் தொழில் வினைஞர்களுடன் பொனம்புகாவின் முன்னாள் ஆளுநரான மிகுவெல் அர்ராயெஸ் மூலம் நான் தொடர்பில் இருந்தேன். அவர் 1965 ஜூனிலிருந்து அல்ஜீரியாவில் நாடு கடந்து வாழ்ந்துவந்தார். 1964 - ல் ஃபாசிச இராணுவ ஆட்சிக் கவிழ்ப்பைத் தொடர்ந்து அவர் பதவி நீக்கம் செய்யப்பட்டு சிறையிலடைக்கப் பட்டார். ஓராண்டுக்குப் பிறகு விடுவிக்கப்பட்ட அவர் பிரான்ஸில் தஞ்சம் கோரினார். ஆனால் மறுக்கப்பட்டார். அல்ஜீரியா அர்ராயெஸ்ஸையும், அவரது குடும்பத்தையும் இருகரம் நீட்டி வரவேற்றது. அவருக்கு மன்னிப்பு வழங்கப்பட்டு, அவர் பிரேசிலுக்குத் திரும்பிச்சென்ற ஆண்டான 1979 வரை அவர் அங்கு இருந்தார்.

6. விமானக் கடத்தல்காரர்கள்

1. New York Timcs, June 5, 1972.

2. காண்க, Brendam I.Koerner, The Skies Belongs to us (New York: Broad way books 2014).

7. ஒரு திருமணமும் அதன் பின்விளைவுகளும்

1. எல் கௌவுதி என்பது அவருடைய புனைபெயர். அலி டவுன்ஸி என்பது அவருடைய உண்மையான பெயராகும். தேசியப் பாதுகாப்புத்துறையில் பதினைந்து ஆண்டுகாலம் இயக்குநராக இருந்ததற்குப் பிறகு, 2009-ல், காவல் துறை தலைமையகத்தில் அவரது உதவியாளரால் அவர் கொடூரமாக சுட்டுக் கொல்லப்பட்டார்.
2. Safiya Bukhari, interview (New York: Safiya Bukhari-Albert Nuh Washington Foundation, March 31, 1992).
3. Michael "Cetewayo" Tabor, *Capitalism Plus Dope Equals Genocide,* undated, marxists. org.
4. Yves Antoine, B., Nicole Chapo, Cynthia Horn, Pierre Ristorceli and his wife Elizabeth White, Andréa Thibault.
5. Eldridge Cleaver, *Soul on Fire* (Waco, TX:Word Books, 1978).
6. Ibid.
7. Ibid.
8. Ibid, P. 151.
9. Hilliard and Cole, p. 129.
10. டான் காக்ஸோடான தனிப்பட்ட கடிதத்தொடர்பு, செப்டம்பர் 18, 1985.
11. Eldridge Cleaver, *Soul on Ice* (New York: Dell Publishing Company, 1968), pp. 97-106.
12. "Exile's Return," *The Nation,* Editorial, December 12, 1976.
13. *Newsweek,* March 17, 1975.

8. அல்ஜியர்ஸுக்குப் பிறகு

1. '' ஓர் அமெரிக்கரான எலெய்ன் கிளெய்ன் சில ஆண்டுகாலமாக பிரான்ஸில் நுழைவதற்குத தடையாணை இருப்பதாக இப்போதுதான் தெரிந்து கொண்டார். அவர் சார்பாகத் தலையிட்டு குடியரசுத்தலைவர் அல்லது உள்துறை அமைச்சரிடம் பேசும்படி கேட்டுக்கொள்ளும் சுதந்திரத்தை நான் எடுத்துக்கொள்கிறேன். அவர் கறுப்புச் சிறுத்தைகள் கட்சித் தலைவர் எல்ரிட்ஜ் கிளிவரின் நெருங்கிய கூட்டாளியாக இருந்தார் என்று பழிசுமத்தப்படுகிறார். இதே தடை எல்ரிட்ஜ் கிளிவருக்கும் அவரது மனைவிக்கும் பொருந்தும். ஆனால் அது சில மாதங்களுக்கு முன்னால் குடியரசுத்தலைவரின் தனிப்பட்ட முடிவின் மூலமாக ஒழித்துக்கட்டப்பட்டது. அவர்கள் இருவரும் அல்ஜீரியாவில் இடைத் தங்கலுக்குப்பிறகு இப்போது பிரான்ஸில் வசித்து வருகிறார்கள்.''
2. Mokhtar Mokhtefi, J'etais Francais-Musalman (Algiers: Editions Barzakh, 2016).

❀❀❀

நன்றி

இந்த நூலின் இருத்தலுக்கு பலர் தங்கள் பங்களிப்பைச் செய்துள்ளார்கள். அவர்களின் பெயரைச் சொல்லவும், அவர்களைத் தழுவிக் கொள்ளவும் நான் விரும்புகிறேன்: ஸெய்னாப் செலிக், பெல் செவிக்னி, ஆன்னி கெஹ்ரிஸ், ஜெரிமி ஹார்டிங், அமரா லக்கூஸ், குளோரியா லூமிஸ், ஸ்டெஃபானி லவ், மேரி-ஜேன் மேனுவலான், சாமுவேல் மெட்ஸ், டோரீன் தோப்பா போர்ட், ஆடம் ஸாட்ஸ், எலினா ஸீகன், மற்றும் பெர்ரி வின்ஸ்டன். மோஹ்தார் மோஹ்டெஃபியின் உறுதியும் உதவியும் இல்லாமலிருந்தால் என் கதையை நான் எழுதியிருக்கப்போவதில்லை, நான் இப்போது இருக்கும் பெண்ணாக இருந்திருக்கப் போவதுமில்லை.

சார்லஸ் மற்றும் மைல்ட்ரெட் கிளெய்ன்,
புரூக்ளின், நியூ யார்க், 1928

எலெய்ன் மோஹ்டெஃபியுடன் மேரி லாயிட் மற்றும் ழாக் சவரி, பாரிஸ், 1952

சிமோன் தெ போவா மற்றும் ழான் போல் சார்த்தர், அல்ஜீரியப் போருக்கு எதிரான ஆர்ப்பாட்டத்தில், பாரிஸ், 1961.

அல்ஜீரிய விடுதலை இராணுவத்தின் படையணி, கபைலி, 1962

FLN நிறுவன உறுப்பினர்கள், 1954. ரபா பீதா, மொஸ்ஃதெபா பென் புலாய்ட், தெதூச் முராத் மொஹம்மத் பூடியாஃப், கிரிம் பெல்காசெம், லார்பி பென் மஹிடி.

அஹ்மெத் பென் பெல்லாவை வரவேற்கும் மக்கள் கூட்டம், அல்ஜியர்ஸ், 1962.

அல்ஜியர்ஸ், ஜூலை 5, 1962, சுதந்திரதினம்

எல்ரிட்ஜ் கிளிவர் மற்றும் எலெய்ன் மோஹ்டெஃபி, FLN தலைமையகம், 1969.

மலிகா ஜீரி, அல்ஜியர்ஸ், 1970.

கார்லோட் மற்றும் பெத்தி ஓ'நீல், அவர்களது மகன் பச்சிளங்குழந்தை மால்கமுடன், சிறுத்தைகளின் தலைமையகத்தில், அல்ஜியர்ஸ், 1971.

THE BLACK PANTHER

25

PANTHERS IN KASBAH

ALGIERS

கேத்தரின் கிளிவர், எலெய்ன் மோஹ்டெஃபியுடன்

ரேமண்ட் (மசாய்) ஹெவிட், ஜூலியா ரைட், டேவிட் ஹில்லியார்ட், கஸ்பா, அல்ஜியர்ஸ், 1969.

ஸ்டாக்லி கார்மைக்கேல், எலெய்ன் மோஹ்டெஃபி, FLN பிரதிநிதிகள், ஓரான், 1967.

மிரியம் மகிபா மற்றும் ஸ்டாக்லி கார்மைக்கேல், அல்ஜியர்ஸ், 1969.

அனைத்து ஆப்ரிக்கப் பண்பாட்டு விழாவை அறிவிக்கும் சுவரொட்டி, 1969

ஃபிரான்ஸ் ஃபனான்.

த பிளாக் பாந்தர் பத்திரிக்கையின் மேலட்டை, 1970.

எலெய்ன் மோஹ்டெஃபி மற்றும் எல்ரிட்ஜ் கிளிவர் சீன ஆலோசகருடன், சிறுத்தைகளின் தலைமையகத்தில், அல்ஜியர்ஸ், 1970.

எல்ரிட்ஜ் கிளிவர், டேவிட் ஹில்லியார்ட், பெத்தி ஓ’நீல் விடுதலைப்போராட்ட அமைப்புகளுக்கான FLN பிரதிநிதிகளுடன், அல்ஜியர்ஸ், 1969.

மோஹ்தார் மற்றும் எலெய்ன் மோஹ்டெஃபி, அல்ஜியர்ஸ், 1972.

எலெய்ன் மோஹ்டெஃபி, பிரான்ஸ், 2017.

மொழிபெயர்ப்பாளர்

வி. நடராஜ் 1952 - இல் பிறந்தவர். கோவையில் ஒரு பொறியியல் நிறுவனத்தில் தொழிலாளியாகப் பணி புரிந்து, விருப்ப ஓய்வு பெற்றவர். தற்காலத் தமிழ் இலக்கியத்திலும் பிறமொழி இலக்கியங்களிலும் ஆழ்ந்த ஈடுபாடு கொண்டவர்.

மொழிபெயர்ப்புகள்

1. ஒடுக்கப்பட்டவர்கள்: விடுதலையின் வடிவங்கள் - ஃப்ரான்ஸ் ஃபனான்
2. வரலாறு: காலமும் கலையும் - வால்ட்டர் பெஞ்சமின்
3. மச்சு பிச்சு - பாப்லோநெரூதா
4. விடுதலையின் நிறம் - ஹாரியட் ஏ. ஜேக்கப்ஸ்
5. சிந்துவெளி எழுத்து - அஸ்கோ பர்போலா
6. மரணதண்டனை என்றொரு குற்றம் - ஆல்பெர் காம்யூ
7. இந்த உலகத்துக்கும் எனக்கும் இடையில் - த-நஹாஸி கோட்ஸ்
8. ஃபாசிசத்தின் இலக்கணம்: நாம் அவர்கள் - ஜேசன் ஸ்டான்லி